किराझे

सोलमाझ कामुरान

अनुवाद : शर्मिला फडके

सुप्रसिद्ध तुर्की लेखिका सोलमाझ कामुरान यांचा जन्म तुर्कस्तान येथील इस्तंबूल येथे १९५४ साली झाला. इस्तंबूल येथे दंतवैद्यकक्षेत्रात पदवी घेतल्यानंतर सोलमाझ यांनी दंतवैद्यकक्षेत्रात काम करायला सुरुवात केली. मात्र सुरुवातीपासूनच त्यांना लेखनाची आवड होती. वयाच्या सतराव्या वर्षीच त्यांनी अनुवादित केलेले साहित्य आणि मुलाखती 'यान्सिमा' या साप्ताहिकातून प्रसिद्ध झाल्या होत्या. दंतवैद्य म्हणून व्यवसाय करीत असतानाही आपली साहित्याची आवड सोलमाझ यांनी जोपासली आणि कालांतराने आपला व्यवसाय सोडून पूर्णवेळ साहित्यासाठी देण्याचा निर्णय त्यांनी घेतला.

सोलमाझ कामुरान यांची पहिली कादंबरी १९९७ साली प्रकाशित झाली. त्यानंतर २००० साली प्रकाशित झालेल्या 'Kiraze' या कादंबरीने त्यांना खऱ्या अर्थाने प्रसिद्धी मिळाली. ओटोमन साम्राज्यातला सर्वात महत्त्वाचा सुलतान सुलेमान आणि त्याची लाडकी हुर्रेम सुलताना यांच्या आयुष्याशी निगडीत असलेल्या या कादंबरीचा आवाकाही खूप मोठा आहे. 'किराझे' या पात्राभोवती फिरणाऱ्या या कादंबरीचे कथानक वाचकाला खिळवून ठेवणारे आहे. मूळ कादंबरीतले नाट्य अचूक पकडणारा उत्कंठावर्धक अनुवाद 'किराझे' या नावाने शर्मिला फडके यांनी केला आहे.

सोलमाझ कामुरान यांचे अनुवाद क्षेत्रातले कार्यही महत्त्वाचे असून त्या दूरचित्रवाहिन्यांसाठी मालिकांचेही लेखन करतात. त्यांनी लिहिलेली प्रवासवर्णने विविध नियतकालिकांमधून प्रसिद्ध झाली आहेत.

तुर्की साहित्यातील महत्त्वपूर्ण लेखक आणि त्यांच्या अनुवादित कादंबऱ्या

अहमेत हमदी तानपिनार
मनःशांती (मूळ शीर्षक : 'हुजूर') – अनु : सविता दामले
तास वाजे झणाणा (मूळ शीर्षक : सतलेरी आयर्लामा इन्स्टिट्युत्सू) –
    अनु : जयश्री हरी जोशी

हकन गुंदे
देर्दा (मूळ शीर्षक : 'एझेड') – अनु : शर्मिला फडके

गुल इरेपोलू
ट्यूलिपच्या बागा : माझ्या छायेत (मूळ शीर्षक : इन टू द ट्युलिप
    गार्डन्स माय शॅडो) – अनु : ललिता कोल्हारकर
अस्किदिल (मूळ शीर्षक : कॉन्क्युबाईन) – अनु : सविता दामले

आयफर टंक
अझिझ बेची शोकान्तिका (मूळ शीर्षक : अझिझ बे इन्सिडंट) –
    अनु : अरुणा श्री. दुभाषी

ओया बाय्दोर
नक्षी–दार (मूळ शीर्षक : द गेट ऑफ जुडास ट्री, इर्गुवान कापिसी) –
    अनु : जयश्री हरी जोशी

तहसीन युचेल
स्कायस्क्रेपर्स (मूळ शीर्षक : स्कायस्क्रेपर) – अनु : शर्मिला फडके

बुऱ्हान सोनमेझ
इस्तंबूल इस्तंबूल (मूळ शीर्षक : इस्तंबूल इस्तंबूल) अनु : सविता दामले

किराझे

सोलमाझ कामुरान

मराठी अनुवाद
शर्मिला फडके

पॉप्युलर प्रकाशन, मुंबई

किराझे
(म - १३२२)
पॉप्युलर प्रकाशन
ISBN 978-81-7991-997-2

KIRAZE
(Solmaz Kamuran)
(Marathi : Novel)
Marathi Translation :
Sharmila Phadke

पहिली आवृत्ती : २०२२/१९४४

मुखपृष्ठ : संदीप देशपांडे

प्रकाशक
हर्ष भटकळ
पॉप्युलर प्रकाशन प्रा. लि.
३०१, महालक्ष्मी चेंबर्स
२२, भुलाभाई देसाई रोड
मुंबई ४०० ०२६

अक्षरजुळणी
प्रियांका आर्ट्स
एल्फिन्स्टन, मुंबई ४०० ०१३

मुद्रक
रेप्रो इंडिया लि.
लोअर परेल, मुंबई ४०० ०१३

This is Marathi translation of the original Turkish Novel
Kiraze by Solmaz Kamuran

किराझे

ऐंशी वर्षांच्या, अतिशय श्रीमंत आणि व्यवसायात प्रवीण असणाऱ्या महिलेची आज इस्तंबूलमध्ये महामहिम वजीरसाहेबांच्या दिवाणासमोर हत्या करण्यात आली. सुलतान, महमद तिसरा याने ही घटना हरेमच्या खिडकीतून पाहिली. त्या महिलेचे शरीर रस्त्यावरून फरपटत ओढून नेले आणि कुत्र्यांसमोर खाण्याकरता टाकून दिले. गुरगुरणाऱ्या, सुळे विचकत भुंकणाऱ्या त्या प्राण्यांनी तिच्या शरीराचे लचके तोडले. तिच्या छिन्न झालेल्या मस्तकात आणि अगदी गुप्तांगातही काठ्या खुपसून ते रस्त्यावरून फिरवण्यात आले. लोकांच्या मनात दहशत बसावी या हेतूने सैनिकांनी तिच्या शरीराचे काही तुकडे अशा काही व्यक्तींच्या दरवाजांवर लटकवून ठेवले ज्यांनी कार्यालयांमध्ये उच्च पदे मिळावी याकरता तिला लाच दिली होती. गलाताच्या आमच्या घराच्या जवळच आम्ही असे केलेले एक घर पाहिले.

तिच्या मुलांनाही त्याच जागी ठार मारले आणि त्यांची शरीरेही कुत्र्यांसमोर टाकली. दुसऱ्या दिवशी त्या शरीरांचे शिल्लक तुकडेही त्याच जागी आग लावून जाळून टाकण्यात आले. हे सगळे घडून आले त्याचे कारण सुलतानाच्या आईच्या विरोधात सैनिकांच्या तुकडीतल्या काहीजणांनी बंड पुकारले होते. त्या मृत महिलेची मुलेही धनवान आणि इस्तंबूलमधील प्रतिष्ठित, वजनदार व्यापारी म्हणून ओळखली जात. त्यांची मालमत्ता हजारो दुकत किमतीची होती आणि अर्थातच त्यांची हत्या केल्यावर सर्व मालमत्ता सुलतानाच्या खजिन्यात जमा करण्यात आली.

– जॉन सँडरसन

'जर्नी इन लेवांत' या पुस्तकातून

एक

मार्च २१, १४९२

इस्तंबूल

केवळ दहा दिवसांपूर्वी हे शहर बर्फाच्या आवरणाखाली पूर्ण झाकून गेलेले होते या गोष्टीवर आता विश्वास बसणे कठीण होते. वसंत ऋतू. दारात एखादा अनपेक्षित पाहुणा अवतीर्ण व्हावा आणि त्याला पाहून कमालीच्या आश्चर्याने तुम्ही त्याचे स्वागत करावे; अतीव आनंदाने, उल्हासाने कडकडून मिठी मारत. तसाच आला होता तो अचानक! दरवाजावर कोणतीही दस्तक न देता, अगदी निमिषार्धात.

दिवसाच्या लांबीइतक्याच रात्रीनंतर उगवलेल्या एका सकाळी आलुबुखारच्या झाडाच्या उघड्या, वाळक्या फांद्या चिमुकल्या शुभ्र फुलांनी झाकून गेल्या. जमिनीतून अचानक उमलून आलेल्या गुलाबी-जांभळ्या हायसिंथच्या फुलांनी, लाल-पिवळ्या ट्युलिप्सच्या कळ्यांनी बगिचे डवरून गेले.

इस्तंबूल! गेली हजारो वर्षे, हजारो नागरिकांच्या प्राणप्रिय मातृभूमीला सामावून घेतलेले हे हृदय मऊशार हिरवळीचा गालिचा बनले होते. गलाता टॉवरच्या दगडांपासून त्याच्या सात टेकड्यांच्या शिखरांवर सर्वत्र हिरव्या रंगाचे साम्राज्य. भोवताली वेढून असलेल्या निळ्याशार बॉस्फोरसच्या काळ्या समुद्राच्या आणि मार्माराच्या पाण्याच्या रंगाशी स्पर्धा करणारी निळी-हिरवी गडद छटा.

उस्कुदारच्या मागच्या वर्तुळाकार क्षितिजावरून उसळी मारून वर यायला सूर्याचा अग्निगोल सज्ज झाला होता; आपल्या झळझळीत ताम्रवर्णी ज्वाळांनी देखण्या आइया सोफियाच्या घुमटाला आग लावायला तो आतुर झाला होता. त्याच क्षणी एका जांभळट, चुंबकाप्रमाणे स्वतःजवळ खेचून घेणाऱ्या वाऱ्याच्या झोताने सगळा रस्ता, चौक व्यापून टाकला. शहरातला प्रत्येक रहस्यमय कोपरा,

त्यातली लहान-मोठी सर्व पापे त्या झोताने क्षणार्धात उन्मळून भिरकावून टाकली. आणि जणू त्यातूनच उमटला एक पवित्र संदेश! शेकडो मिनारांमधून एकामागोमाग एक आलेल्या आवाजांच्या एकत्रित प्रतिध्वनीने आकाशात कल्लोळ माजवला. अल्लाह-ए-अकबर... अल्लाह-ए-अकबर...

कॉन्स्टँटिनोपल, कॉन्स्टाण्ट्सा किंवा आता सर्वपरिचित असलेले इस्तंबूल सकाळचे, पुन्हा जन्मलेल्या नव्या आयुष्याचे स्वागत करत होते आणि ईश्वराकडे आपली कृतज्ञता व्यक्त करत होते. घरे, रस्ते, बाजार जागे होत होते. निद्रिस्त, घोरत पडलेला राक्षस, जगातल्या ७७ देशांमधून आलेल्या नागरिकांसह आळोखेपिळोखे देत जागा होत होता; श्वास घेत होता.

या राक्षसाच्या भोवताली असलेल्या शहराच्या भिंती आणि दूर अंतरावरून वाहून आणलेल्या पाण्याच्या अजस्र नलिकांच्या दगडांमध्येही ऊब निर्माण होत होती. वाडे, कागिथान आणि बॉस्फोरसचे राजमहाल, उंच भिंतींआड दडलेली लाल छपरांची आणि लाकडी चौकटींच्या खिडक्या असलेली एयुप आणि फेथची घरे; पेरामधल्या पिवळ्या, लाल किंवा नुसत्याच पांढऱ्या रंगात रंगवलेल्या दगडी इमारती; एमिनोनू, हस्कोय आणि बालोतचे लाकडी फलक आणि या सगळ्यात जास्त गर्दी करून असलेले हमाम, खाणावळी, वसतिगृहे, कापड दुकाने, बाजार, आणि शहराला विळखा घालून असलेली झोपडपट्टी या सगळ्यांनाच हळूहळू जाग येत होती.

अर्थात काहीजण आधीपासूनच जागे होते. लांगा आणि कादिर्गा बंदरात एकमेकांलगत उभ्या असणाऱ्या गॅल्या आणि लहानशा नौका; फ्रान्स, चीन, भारतामधून आलेले कापड, काच, मसाले इत्यादी सामानांनी लदबदलेल्या बोटी सकाळच्या वाऱ्यावर मंदपणे डुलत होत्या. देश-विदेशांमधले खलाशी पहाटेपासूनच जहाजांवरच्या आपल्या रोजच्या कामांना जुंपले होते. त्या जहाजांच्या माथ्यावर आकर्षक समुद्रसिंहांच्या मस्तकांच्या आणि जलपऱ्यांच्या देखण्या प्रतिकृती होत्या. कसबी हातांनी लाकूड, लोखंड, पितळ, काही तर सोन्यामध्येही बनवलेल्या. काही खलाशी समुद्रातून भलामोठ्या पिंपांमध्ये भरून घेतलेल्या पाण्याने डेक धुऊन काढत होते. काहीजण शिडाची डागडुजी करत होते. काहीजण दोरखंड बदलण्याचे काम उरकत होते. समुद्रावर फुटणाऱ्या लाटांवर स्वार होताना सीगल पक्षी जोरजोरात चीत्कारत होते. डोळ्यांत एका वेळी मावणार नाही इतका रुंद किनारा आणि पलीकडे दूरवरच्या टेकड्यांवर अजूनही सहज दिसू शकणारे आच्छादलेले बर्फ.

लांगा बंदरापासून जरा पुढे उंच उभा असलेला येदिकुलेचा मनोरा. त्याच्या नावाच्या नुसत्या उच्चारानेही रक्त गोठत असे... तिथून जवळच एरवी बदमाशी करणारे चर्मकार आपापल्या लहान खोपटांसारख्या दुकानात कधीपासूनच व्यथित मनाने दडून बसले होते. शहरात आलेल्या सात नव्या लोकांना मनोऱ्यातल्या खोलीत एकांतवासात अडकवून ठेवले होते; त्यांना प्लेगचा प्रादुर्भाव झालेला आहे या संशयावरून. ते सातहीजण चिंताग्रस्त आणि मनातून भ्यायलेले होते. फक्त तेच भ्यायलेले, चिंतेने ग्रासलेले, थकून गेलेले होते असे नाही. पहाटही फुटायच्या आधी अजून तीन कैदी त्या कुख्यात काळकोठडीत हाता-पायांत बेड्या घातलेल्या अवस्थेत दाखल झाले होते. अनेक महिने ते आधी कासिमपाशाच्या तुरुंगात होते, मग रुमेलीहिसारीच्या काळ्या मनोऱ्यात आणि आता येदिकुलेला. इस्तंबूलमध्ये असा एकही तुरुंग शिल्लक नव्हता ज्यात त्यांना डांबलेले नव्हते.

शहराच्या तटबंदीच्या बाहेर असलेल्या फळांच्या बागेत लपलेले दोघे-तिघे चोर उगवत्या सूर्याच्या प्रकाशकिरणांमध्ये आपले हडकुळे हात लांबवून मोकळे करत होते; रात्रीच्या ओलसर धुकाळ हवेत काकडून ते लाकडासारखे झाले होते. कोणाला माहीत, हा कदाचित त्यांच्या आयुष्यातला अखेरचा दिवस असू शकेल. गेल्याच आठवड्यात पकडल्या गेलेल्या त्यांच्या एका सहकाऱ्याला तोपकापीच्या प्रवेशद्वारावर फाशी झाली होती. त्याचे सडलेले शरीर तसेच लटकवून ठेवलेले होते. इतर गुन्हेगारांना दहशत बसावी म्हणून.

सूर्य वर येत होता. शहरातल्या दगडगोट्यांच्या खडबडीत रस्त्यावर माणसांची वर्दळ वाढायला लागली आणि त्यासोबतच शहराचे चैतन्यही.

सरायबुर्नू सिगाच्या पाण्यात टाकलेल्या आपापल्या जाळ्या ग्रीक मासेमारांनी गोळा केल्या होत्या आणि ते कधीच हालिच, विरा विरा या दोन्ही किनाऱ्यांवरच्या त्यांच्या निवाऱ्यांमध्ये परतले होते. मासे भरपूर होते. निळ्या माशांनी, लाल कालव्यांनी आणि सार्डिनने टोपल्या भरलेल्या होत्या. एकच शीड असलेल्या होड्या किनाऱ्याला लागल्या होत्या आणि त्या होडक्यांसमोर त्यांनी शेकोट्या पेटवल्या होत्या. भूक खवळून टाकणारा हलकासा धूर हवेत मिसळून जात होता. सरबतवाले आपल्या हातातल्या ग्लासांची किणकिण करत गर्दीतून फिरत होते. हिरव्यागार ताज्या भाज्या आणि रसरशीत फळे लाकडी फळ्यांवर मांडून ठेवलेली होती. इथे जगभरात कुठेही पिकणारी जात हमखास मिळणारच. गर्दीबाबतही असेच म्हणता येईल. कोण नव्हते इथे? पेरामध्ये, गलाता टॉवरच्या बाजूला आपल्या अनोख्या, आधुनिक पोशाखामुळे सर्वात उठून दिसत होते

जिनोवावासी. बहुतेकांनी फ्रेंच पद्धतीची दाढी राखली होती. त्यानंतर गर्विष्ठ व्हेनेशियन्स. आपल्या रुंद, गोंडे लावलेल्या टोप्या मिरवणारे. मग काही इंग्लिश, फ्रेंच, हंगेरियन आणि रशियन लोक.

यातले बहुतेकजण इथे वस्तुखरेदीकरता आले होते. तोफनेच्या जवळच्या किनाऱ्यावर ग्रीक मद्यविक्रेते कोळ्यांशी जोरजोरात किमतीवरून घासाघीस करत होते. अर्थात सगळेच काही इथे खरेदीच्या हेतून आलेले नव्हते; आपल्या देशात गेल्यावर सांगायला मिळावी अशी माहिती गोळा करण्यात ते मग्न होते. काही काळानंतर ते आपल्या घरी परततील तेव्हा त्यांच्या डोक्यात मनोरंजक माहितीचा भरणा असेल आणि हातातल्या पिशव्यांमध्ये खचाखच माल भरलेला असेल. आत्ता ते वरच्या मजल्यावरच्या सज्जातून इस्तंबूलच्या सौंदर्याचा नजारा लुटत आहेत. मार्मारा, बॉस्फोरस, गलाता टॉवर, बेटे आणि गोल्डन हॉर्न नजरेत साठवत आहेत.

गोल्डन हॉर्नबद्दल बोलायचं तर... त्याची दुसरी बाजू हा वेगळ्याच गोष्टीचा विषय. सरायबुर्नूपासून बालातपर्यंत पसरलेल्या समुद्रकिनाऱ्यावर असलेल्या घरात राहणारे हजारो ज्यू, ग्रीक आणि अमेरिकनसुद्धा खरेदीच्या गजबजाटात सामील होते. आच्छादित बाजारातल्या आपल्या दुकानात जाण्याकरता पुरुष घरून निघाले होते. जवाहिरे, भांडीविक्रेते, टोपल्या विणकर, किरकोळ व्यावसायिक शिंपी, लघुचित्रकार, मिठाईवाले, वस्त्र आणि गालिचांचे व्यापारी, बाजाराच्या प्रवेशद्वारालगतच दुकान थाटून बसलेले कसबी कारागीर; जे जाड तांब्याच्या पत्र्यावर ज्यातून केशरी आभा परावर्तित होते, त्यावर हलक्या हाताने ठोकून, कोरून सुरया, घंगाळी, चहादाण्या आणि तबके बनवत. पाणीविके आणि कागदपत्रांच्या प्रती तयार करणारे गर्दीतून ये-जा करत होते. विक्रेत्यांच्या वजन तराजूवर कडक लक्ष ठेवून असणारे झापतियेही त्यात होते. हा एक अप्रामाणिक व्यापारी तुरुंगाच्या वाटेने चालला आहे; त्याला योग्य ती शिक्षा मिळेल आता, वीस चाबकाचे फटके.

आच्छादित बाजाराच्या भोवतालच्या खाद्यपदार्थांच्या, वसतिगृहांच्या इमारतींमधून आत-बाहेर करणारे लोक प्रचंड संख्येने होते. पाठीला कुबड आलेले हमाल बंदरावर नांगरलेल्या असंख्य जहाजांमधून आणि दूरवरच्या अरबी वाळवंटातून दरमजल करत एकदाचे इथे येऊन पोहचलेल्या उंटांच्या पाठीवरचा विविध प्रकारचा माल भरलेली पोती इथे आणून रिकामी करण्याकरता येत होते. बेयझितला जाणारा रस्ता ते आता चढत आहेत. दालचिनी, सुकवलेली फुले,

अत्तरे, काळीमिरी आणि जिऱ्याच्या अनोख्या, अद्भुत सुवासामुळे हवा कुंद झाली आहे.

सिलहहाने आणि तोफने इथे काम करून पोट भरणारे रोजंदार दारूगोळ्याच्या वासामुळे गुदमरत होते. कंबरेपर्यंत वस्त्र ल्यालेले अर्धनग्न पुरुष जीव पणाला लावून काम करत होते. तोफा ओतल्या जात होत्या आणि त्यांना घडवण्याचे काम चालू होते. धातूवर मारल्या जाणाऱ्या जड हातोड्यांच्या घणाचा प्रतिध्वनी उत्तुंग इमारतींच्या सज्जापर्यंत जाऊन पोहचत होता.

अश्वकरामतींकरता राखून ठेवलेल्या मैदानात घोडदळातल्या जवानांचे प्रशिक्षण सुरू होते. ढोलांचे घणाघाती आवाज, तळपत्या कृपाणांचा खणखणाट यांच्या सोबतीला त्यांचे रानटी चीत्कार कल्लोळ माजवत होते. थोड्याच अंतरावर पायदळातल्या सैनिकांनी उडवलेल्या धुळीचा खकाणा २५९७ वर्षं पुराण्या इजिप्शियन स्तंभाच्या (ओबेलिस्क) माथ्यापर्यंत जाऊन पोहचत होता. हा स्तंभ १०९७ वर्षांपूर्वी पूर्वेचा रोमन सम्राट टिओडोशियसने इजिप्तवरून इथे आणला होता. त्याच्या मागे एकमेकांना विळखा घातलेल्या जुळ्या सर्पांचा ब्रॉन्झमधील शिल्पस्तंभ होता; कोणत्यातरी गूढ नृत्याची ती प्रतिकृती आहे.

इथे लोकांची इतकी दाट गर्दी आहे की लांबून पाहताना हा चौक एखाद्या रंगीत, एकसंध पण अंतर्गत वेगवान हालचालींमुळे स्पंदन पावणाऱ्या जिवंत प्राण्याच्या शरीरासारखा दिसतो. या गर्दीच्या पोटात अजूनही इतर प्राणी आहेत. पिंजऱ्यातले पक्षी पंख फडफडवण्याचा प्रयत्न करत आहेत; नाकात भक्कम धातूची गोल कडी अडकवलेली अस्वले, गळ्यात पोलादी साखळ्या अडकवलेले वाघ, वेडेवाकडे, विनोदी चाळे करणारी माकडे... आकाशात कावळे, ससाण्यांची गर्दी माजली होती. फेटेधारी पुरुष प्राण्यांना खायला घालत इकडून तिकडे फिरत होते. तांबूस सोनेरी रंगाच्या गुबगुबीत मांजरी खाण्याच्या प्रतीक्षेत भिंतीच्या कडेला रांग लावून उभ्या होत्या. अनेक धिप्पाड कुत्री आपला वाटा कधी मिळतोय याची वाट पाहत अधीरपणे शेपट्या हलवत इतस्तत: हिंडत होती.

हे प्राणीच फक्त अन्नाच्या प्रतीक्षेत होते अशातला भाग नाही. फाटक्या कपड्यातले भिकारी आपला एक हात पुढे करून दयेची याचना करत होते. चर्च, सिनेगॉग्ज आणि मशिदींच्या आवारांमध्ये त्यांची सर्वात जास्त गर्दी होती. शहर अशा प्रार्थनास्थळांकरता, जिथे सर्व प्रमुख धर्मांच्या अनुयायांना आसरा मिळतो, प्रसिद्धच आहे. तरीही मशिदींमध्येच सर्वात जास्त गजबज आहे. मिनारांमधून मुल्लांची नमाजाची बांग ऐकू आल्याबरोबर डोक्यावर साफा बांधलेले पुरुष

हातात जपाच्या माळा घेऊन आइया सोफिया, मुल्ला झायरेक, फेथ आणि एयुप सुलतानाच्या मशिदींमध्ये नमाज पढण्याकरता जाण्याची लगबग करतात. त्यांची संख्या मशिदीच्या आवारातल्या कारंजातून पडणारे पाणी पिऊन आपली तहान भागवणाऱ्या कबुतरांपेक्षाही जास्त आहे. जेव्हा मक्केकडे तोंड करून ते करुणा भाकतात; अल्लाच्या नावाचा घोष करतात; तो ऐकून कट्टर नास्तिकाच्याही मनात कयामतच्या दिवसाबद्दल भय उत्पन्न होईल.

इस्तंबूलमध्ये हजारो कबरी होत्या. कब्रस्तानातल्या त्यांच्या स्तब्ध रांगा या गजबजलेल्या, वेड्यासारखा कोलाहल माजलेल्या जगाकडे शांतपणे पाहणाऱ्या मूक साक्षीदारासारख्या होत्या. अजस्र पाईन, सायप्रस आणि मेपल वृक्षांखाली विसावलेल्या या कबरी...

अव्रत बाजाराच्या मधोमध एक खूप उंच स्तंभ होता. त्याच्या बाजूला एक प्रचंड विस्तार असलेला मेपल वृक्ष होता. गेली असंख्य शतके हा वृक्ष कशाकशाला साक्षी राहिला असेल हे कोणालाच सांगता येणार नाही. इस्तंबूलमधल्या सप्त टेकड्यांपैकी सातव्या टेकडीवर असलेली आर्केडिया हवेली. शेकडो गुलाम मुलींचे तिथे प्रदर्शन भरले होते : सरकेशियन्स, जॉर्जिअन्स, अल्बेनियन्स, इटालियन्स, रशियन्स, स्पॅनिश आणि ग्रीक. ताग्यांनी विणलेल्या चौपायांवर रेलून बसलेले, गुडगुड आवाज करत हुक्का पिणारे, आपल्या विशाल ढेरपोटावर बांधलेला चाबूक कुरवाळणारे गलेलठ्ठ दुकानदारही या प्रदर्शनातल्या गुलाम मुलींच्या सौंदर्यावर बढाईखोर चर्चा करत होते. योग्यच होते ते! कारण शेवटी व्यापारच होता हा.

काही मुली अश्रू ढाळत होत्या; काहीजणी मुक्यासारख्या शांत उभ्या होत्या; काहीजणी उदासपणे आजूबाजूचे निरीक्षण करत होत्या. सरायातले हिजडे आणि धनांनी फुगलेल्या खिशांचे व्यापारी फेऱ्या मारत होते. नव्या गुलामांचा जमाव आला की धावपळ करत पहिल्यांदा त्यांच्याजवळ पोहचणाऱ्यांमध्ये हिजडेच पहिले असायचे. त्यांच्यातला उत्कृष्ट माल निवडून ते त्यांना बाजूच्या दगडी इमारतीत घेऊन जायचे. तिथल्या खाजगी दालनात त्यांचे डोक्यापासून पावलांपर्यंत बारीक निरीक्षण करून सम्राटांच्या हरेमकरता त्या योग्य आहेत का ठरवायचे. चौकामध्ये लोकांकरता सार्वजनिक प्रदर्शन मांडलेल्या गुलाम मुलींच्या नशिबात सराईमध्ये जाणे नव्हते. मोठ्या घासाघिसीनंतर एखाद्या गिऱ्हाइकाचा सौदा विक्रेत्यासोबत पक्का व्हायचा. मग तो आपली पैशांची थैली उघडायचा आणि त्यातली चकाकती सुवर्णाची नाणी एकेक करून बाहेर काढायचा. गुलाम

मुलीला पालखीत बसवण्यात येई. मग तो नवा मालक 'चला, इथून मार्गस्थ होऊया' असा आदेश देई. खांद्यावर पालखीचे ओझे वाहणारे भोई चटचट पावले उचलत रवाना होत चेम्बर्लिताश, अक्सराय, कुमकापी, लालेली, चार्शांबा किंवा चौकुरबोस्तानच्या दिशेला...

सराई हे एक वेगळेच जग होते. क्वचितच नजरेस पडणाऱ्या ऐश्वर्याची आणि समृद्धीची सुरुवात बगिच्यांपासून होई. नजर खिळवणारी फुले, तलावांमधून उडणारे पाण्याचे तुषार, कारंजांचे हवेत स्फटिकांसारखे चमकणारे फवारे... अंतर्भागात सर्वत्र महागड्या पर्शियन गालिच्यांची, चमकदार फरशांची सजावट, हातांनी कलाकुसर केलेले पडदे, नक्षीदार झडपा, मखमल, सॅटिन आणि रेशमाची वस्त्रे.

ओटोमन सुलतानाच्या सराईमध्ये हजारो लोक काम करत होते : पाणके, खाटीक, हलवाई, स्वयंपाकी, कोळसेवाले, कल्हईवाले, मधुमक्षिका पाळणारे, नोकर, माळी, वादक, शिक्षक, हिजडे आणि स्त्रिया, (हरेम) जनानखान्यातल्या स्त्रिया... शेकडोंच्या संख्येने असणाऱ्या.

राजवाड्याचा मालक सुलतान पाशा याचे दर्शन अगदी मोजक्या लोकांना होई. आपण कुणाला भेटायचे, किंवा नाही याचा निर्णय तो स्वत: घेई. या उंच, बहुतेक कधीच न हसणाऱ्या, रापलेल्या वर्णाच्या माणसाला आवड होती पुस्तके वाचण्याची. अवकाशविज्ञान किंवा तत्त्वज्ञान हे त्याचे आवडीचे विषय. तो कविता लिहायचा किंवा कारागोझ कलाकार, ज्यांना त्याने खास बुर्सावरून दिवाणांसोबत बोलावून घेतले होते, त्यांची कलाकारी पाहायचा त्याला शौक होता. तारुण्यात, जेव्हा तो अमास्या सान्चाक येथे राहायचा, त्या दिवसात त्याने इतकी मौजमजा, उनाडपणा केला होता, आयुष्याची मजा लुटली होती, अगदी वडिलांचे संतापाने डोके फिरेपर्यंत. पण आता त्याचे मन तशा कोणत्याच गोष्टीत नव्हते. तो कधी मद्यही घेत नव्हता. रोज न चुकता दिवसाच्या पाच प्रहरांत नमाज पढायचा. वरकरणी तो निष्ठुर, करारी दिसायचा; पण तो भरपूर दानधर्म करे. त्याने आजारी लोकांच्या उपचाराकरता रुग्णालये बांधली; गरीब भुकेल्या जनतेकरता सार्वजनिक अन्नछत्रे उघडली. त्याच्या या कृत्यांमुळे तो ओटोमन साम्राज्यातला सर्वात दानशूर, लोकप्रिय सुलतान म्हणून ओळखला जात होता.

जेव्हा शुक्रवारी तो आपले वजीर, पाशा आणि मौलवींना सोबत घेऊन घोड्यावर स्वार होऊन आइया सोफियामध्ये जात असे, त्या वेळी त्याचे दर्शन व्हावे म्हणून लोकांमध्ये धक्काबुक्की होत असे. हे शहर ज्याने पादाक्रांत केले

त्या दुसऱ्या मोहमदाचा मुलगा, दुसरा बायेझिद, हाही असाच होता. तो या प्रचंड साम्राज्याचा आणि पाच हजार नागरिक असलेल्या वैभवशाली इस्तंबूलचा एकमेव सत्ताधारी होता. हे शहर त्याच्या अद्वितीय सौंदर्याकरता जगभरात प्रसिद्ध होते.

आता त्या सौंदर्याला जाग आली होती आणि अजून एका कोऱ्या करकरीत नव्या दिवसाचा घास घ्यायला ते आतुरतेने, लगबगीने, गुरगुरत सज्ज झाले होते...

तोलेडो

'हे शहर निर्वासित झालेले वाटते; माणसांनी त्याचा त्याग केला असावा', दगडगोट्यांनी भरलेल्या, चिंचोळ्या, नागमोडी वळणाच्या रस्त्यांवरून जात असताना रेचल डी तोलेडोच्या मनात विचार आला. आजूबाजूला अक्षरश: कोणीही नव्हते. आत्ता रात्र असती तर इथल्या एकाकी, संपूर्ण सन्नाटा भरून राहिलेल्या वातावरणात तिला निश्चित भीती वाटली असती. अंधारलेल्या, एकमेकांना जोडून असलेल्या घरांभोवती उंच दगडी भिंत उभारलेली. दुकानांचे लोखंडी दरवाजे खाली ओढून बंद केलेले. रस्ते इतके चिंचोळे की जरासा आडव्या बांध्याचा मनुष्य तिथून गेला तर सहजच त्याची धडक एकाच वेळी दोन्ही बाजूंच्या घरांच्या दरवाजांना बसली असती. सगळेच दरवाजे जवळपास सारखे दिसत होते. काळवंडलेले लाकूड, वर्षानुवर्षांच्या दमट हवेच्या माऱ्यामुळे गंजलेल्या लोखंडी साखळ्या, दरवाजा ठोठावण्याच्या कड्यांना दिलेला हाताचा आकार, त्या आता निर्जीवपणे खाली लोंबकळत असलेल्या. बाईच्या हाताच्या आकाराच्या त्या पितळी कडीत लहानसा तांब्याचा गोळा होता. लांब, सुबक, जराशी खाली वळलेली बोटे; सुंदर निगा राखलेली नखाग्रे.

'अगदी माझ्या आईच्या सुंदर हातांसारखे आहेत हे', रेचलच्या मनात विचार आला. आईची आठवण येताच तिचा आवाजही तिच्या कानात घुमला. 'असं एकटीने कुठेतरी जाणं तुला यापुढे थांबवायला हवं. निदान काही काळ. तुला माहीत आहे नुकतीच सेविलेमध्ये घडलेली घटना. चार माणसे, सगळे अगदी तरुण. सिनेगॉगच्या जवळ अजिबात फिरकू नकोस आणि कोणत्याही चर्चच्या आसपासही न जाण्याची खबरदारी घे.' रेचलच्या मणक्यातून अचानक एक थंड

शिरशिरी गेली. परंतु तिथल्या उंच भिंतींवरून सारखं डोकं वर काढणाऱ्या मार्च महिन्यातल्या सूर्यामुळे तिची पाठ लगेच पुन्हा उबदार झाली. आलुबुखारच्या झाडाच्या फुलांनी डवरलेल्या फांदीच्या आडून एका पक्ष्याने सुरेल शीळ घातली. ती भरभर चालत नदीच्या काठावर आली.

तिच्या कुटुंबाला ओळखणाऱ्या सर्वांचे एकमताने म्हणणे असे की रेचल अगदी वडिलांसारखीच आहे. तीही त्यांच्यासारखीच उंच आणि सडपातळ होती. तिच्या फिकट काळ्या केसांच्या अधेमधे हलक्या लाल रंगाच्या छटा होत्या. त्यांची महिरप तिच्या सुंदर निळसर-हिरव्या डोळ्यांची आणि नाजूक चेहरेपट्टीची शोभा खुलवत असे. तिचा स्वभाव वडिलांसारखाच सौम्य आणि प्रेमळ होता. दोघेही हळू आवाजात बोलणारे आणि दुसऱ्यांच्या भावनांची कदर करणारे होते. दोघांनाही भांडणे, वादविवाद आवडत नसत. एकट्याने भटकण्याची, वाचनाची आणि स्वप्न पाहण्याची आवड दोघांनाही होती.

मात्र, रेचलचा मोठा भाऊ चाइम हा अगदी आईच्या वळणावर गेला होता. तसाच गडदपणाकडे झुकणारा वर्ण, चेहऱ्यावर कठोर भाव आणि वागण्यातही तसाच गंभीरपणा. कदाचित हा त्यांनी चढवलेला मुखवटा असावा. आपली खरी प्रेमळ, दुसऱ्याची सतत काळजी करणारी, कोमल मनोवृत्ती दडवण्याकरता. रेचलला असे कायम वाटे की तिची आई आणि मोठा भाऊ अशा स्वभावाला कमकुवतपणा समजतात. दोघेही कणखर, हट्टी आणि आपले तेच खरे करणारे होते. घरात नेहमी ते म्हणतील तसेच व्हायचे.

घरातला सगळ्यात तरुण सदस्य, रेचलचा धाकटा भाऊ अव्रम, तो तर अगदी स्वतंत्र मालक. ना तो त्याच्या वडिलांसारखा होता, ना आईसारखा. त्याचे मस्तक काळ्या, कुरळ्या केसांनी आच्छादलेले आणि त्याचे काळेभोर, हरिणासारखे डोळे त्यावरच्या लांब, दाट पापण्यांमुळे अधिकच देखणे दिसणारे. त्याच्याइतका शांत आणि शांतताप्रिय मनोवृत्तीचा मुलगा घरातल्या इतर सदस्यांसोबत एकाच छताखाली राहत असावा हेच अविश्वसनीय होते. दुर्दैवाने त्याची प्रकृती सतत नादुरुस्त असे. आजारपण संपतच नसे. वेगवेगळे आजार सतत डोके वर काढत आणि त्यामुळे त्याला अनेक दिवस, आठवडे, कधी कधी महिनेही बिछान्यावर झोपून काढावे लागत. आई-वडील दोघेही आळीपाळीने रात्री त्याची देखभाल करत. त्यांच्या मनात अनेकदा भीती असे. दुसऱ्या दिवशीची सकाळ आपला मुलगा पाहू शकेल की नाही. त्याला जरा बरे वाटू लागले की ते त्याच्या गुडघ्यांवर ब्लँकेट पांघरून त्याला अंगणात नेऊन बसवत किंवा ऊन येणाऱ्या खिडकीच्या समोर बसवत. त्या वेळी जसा ऋतू असेल त्याप्रमाणे.

बिचारा लहानगा अब्रम मग त्या एकाच जागी पुढचे अनेक तास बसून राही. बाहेर दिसणारे ढग, पक्षी, झाडे, किंवा खेळणाऱ्या मुलांना पाहून आपले मन तो रमवत असे. त्या मुलांसोबत काही तास खेळण्याइतपतही त्याची तब्येत कधी सुधारली नव्हती. पण चाइम मात्र फार क्वचित घरी असे. अंगावर जखमा घेऊन रक्तबंबाळ अवस्थेत, कपडे फाटलेले अशा अवस्थेत तो घरी परतला नाही अशा वेळा फार क्वचित आल्या. त्याच्या या अवताराकडे पाहून एस्थर डी तोलेडो मोठ्या कष्टाने आपली नाखुशी लपवत असे. कारण तो तिचा सर्वात लाडका होता.

कुटुंबात सरळ सरळ दोन विरोधी गट पडले होते. एक आई आणि मुलाचा आणि दुसरा वडील आणि मुलीचा. आजारी अब्रमला कायमच इतरांच्या मदतीची, दयेची गरज भासे. तो दोन्ही गटांमध्ये सामाईक होता. सगळ्यांनाच प्रिय. स्वभावांमध्ये मोठा फरक असूनही त्यांचे कुटुंब आनंदी, सुसंवादी आणि एकोपा असलेले होते.

अब्रमचा विचार येताच रेचलच्या अंतर्मनात विचित्र खळबळ उडाली. तिचे तिच्या भावावर प्रेम होते यात काहीच शंका नाही, पण त्याच्याबद्दल अजूनही एक भावना तिच्या हृदयात होती. भावंडाबद्दल वाटणाऱ्या प्रेमापेक्षा वेगळी. त्याला बघितले की तिला वाटे, आपण फक्त बहीण नाही, काहीतरी अधिक आहोत; एक स्त्री, आई... त्याचे सर्वकाळ दुःखाने ओतप्रोत भरलेले डोळे, आजारात दुबळे झालेले शरीर आणि त्याची प्रेम मिळवण्याची व्याकूळ गरज पाहताना तिच्या हृदयात कळ उमटे. आपण जिवंत आहोत तोवर आजूबाजूच्या निष्ठुर, निर्दयी जगापासून त्याचे रक्षण करायला हवे असे तिला वाटे. तो करुणेचे प्रतीक आहे; पवित्र मातेच्या कुशीत नुकत्याच जन्माला आलेल्या ख्रिस्तासारखा वाटे तो तिला. चिमुकला, असुरक्षित आणि अगदी निष्पाप.

अब्रमच्या, आपल्या इतर कुटुंबीयांबद्दलच्या विचारांमध्ये ती इतकी हरवून गेली होती की अचानक कानावर पडलेल्या घंटानादामुळे तिला एकदम दचकायलाच झाले. चर्चच्या आवारातून आपण बाहेर पडत आहोत हे तिच्या लक्षात आले. चर्चमध्ये कोणतातरी आनंद साजरा करणारा समारंभ साजरा होत असावा. पण नेमका कसला प्रसंग हे तिच्या लक्षात येईना. घंटांच्या आवाजात मिसळलेले माणसांच्या चीत्कारांचे आवाजही आतून येत होते. आता त्या माणसांचा आरडाओरडा जास्तच वाढला. हा आवाज प्रार्थनेचा तर निश्चित नव्हता. तिला आपल्या आईने दिलेली खबरदारीची सूचना आठवली आणि भीतीमुळे आपला घसा अचानक कोरडा पडल्याची भावना तिला झाली.

तिने धावतच त्या रस्त्याचे वळण पार केले. धडधडत्या हृदयाने समोरच

दिसलेल्या एका रिकाम्या घराच्या बागेत ती शिरली. बागेच्या आत आल्यावर ते घर तिने ओळखले. पिण्ट कुटुंब राहत असे इथे. सहा महिन्यांपूर्वीच त्यांनी तोलेडो सोडले. असे वाटत होते गेली शंभर वर्षे हे असेच ओसाड पडून आहे. एकही खिडकी धड अवस्थेत नव्हती. काचांचा खच बागेत वाढलेल्या तणावर पडलेला. डोना साराने निगा राखून जोपासलेल्या सुंदर फुलांचा कुठे मागमूसही नव्हता. तिने नीट निरखून पाहिले तेव्हा एका उंच, अस्ताव्यस्त वाढलेल्या झुडपाखाली लपलेल्या हायसिंथच्या फुलांचा ताटवा दिसला. या खास शोधामुळे तिच्या चेहऱ्यावर स्मितहास्य फुलले आणि इतका वेळ भीतीमुळे धडधडणारे हृदय जरा शांत झाले. ही फुले तिच्या खूप आवडीची. खाली वाकून तिने एक फूल तोडले. त्याच्या धुंदावणाऱ्या सुगंधामुळे तिचे मन प्रफुल्लित झाले. फूल हातात घेऊन ती जमिनीवर बसली. डोना सारा कुठे असेल आता याचा विचार तिच्या मनात आला : लिस्बन, व्हेनिस, न्टवर्प, इस्तंबूल की...?

चर्चच्या घंटांचा आवाज वाढत गेला. डोक्यावरून शाल ओढून घेत ती उठली. मागच्या भिंतीवरून उडी मारून तिने धावायला सुरुवात केली. हातातले फूल छातीशी गच्च दाबून ठेवले होते. चर्च, घर आणि मनात दाटून आलेल्या भीतीपासून सुरक्षित अंतरावर येईपर्यंत तिने धावणे थांबवले नाही. समोरचा खोल उताराचा रस्ता ताजो नदीपर्यंत जाऊन पोचत होता. रस्ता हिरवळीने माखलेला! ताजो नदीपर्यंत एखादा हिरवा, मखमली गालिचा उलगडून ठेवला आहे असे वाटत होते. नदी अजूनही हिरवीगार दिसत होती. पांढऱ्याशुभ्र फेसाळ किनाऱ्याच्या नक्षीमुळे ती लडिवाळ, हिरवी ताजो वसंत ऋतूतल्या एखाद्या नववधूसारखी दिसत होती. खळाळत तोलेडो शहराभोवती वाहणारी ही नदी शहराच्या तटबंदीशी प्रेमळ, शृंगारिक गूजगोष्टी करणाऱ्या आवेगी प्रेमिकेसारखीच भासत होती.

उतारावरून धावत नदीपर्यंत पोहचताना ती चीत्कारली, 'मी प्रेमात पडले आहे!' अंगावरची शाल तिने मागे भिरकावून दिली होती. तिचे केस मुक्तपणे वाऱ्यावर उडत होते. हातातले फूल हवेत उंच धरून अतीव आनंदाने पुन्हा पुन्हा ती ओरडून सांगत होती, 'मी प्रेम करते, मोशे, मी तुझ्यावर प्रेम करते!'

उजव्या बाजूच्या विलो वृक्षाखाली, छोट्या पुलाशेजारी मोशे नाहमिआस आतुरतेने तिची वाट पाहत होता. त्याला ती काय म्हणते आहे ते ऐकू येत नसले, तरी तोही स्वतःशी तेच शब्द अगदी हळू आवाजात उच्चारत होता : 'माझं तिच्यावर प्रेम आहे, अगदी खूप प्रेम आहे...'

ग्रॅनाडा

हिवाळ्यातल्या मंद सूर्याची उष्णता इतकी कमी होती की दगडी तटबंदीच्या आतल्या, त्या प्रचंड मोठ्या, समारंभ साजरे करण्याकरता बांधलेल्या हॉलमध्ये जराही उबदार वाटत नव्हते. चर्चच्या आत गारठवणारी थंडी होती. कोणत्याही पूजास्थळी, परमेश्वराच्या जाणवणाऱ्या अस्तित्वामुळे जी निर्विवाद नतमस्तक होण्याची भावना असते तशीच शांतता त्या भव्य इमारतीच्या आत भरून होती. पूजावेदीच्या मधोमध जगात घडून येणाऱ्या प्रत्येक पापाचे ओझे स्वत:च्या खांद्यावर वाहणारा, त्यागाचे मूर्तिमंत प्रतीक असलेला जीझस, क्रुसावर अंतहीन शांत निद्रेत असल्यासारखा. जीझसच्या अगदी जवळ कुमारी मातेचे पूर्ण उंचीचे जिवंत भासणारे तैलचित्र! आपल्या एकुलत्या एक पुत्राच्या अकाली निधनामुळे अंतहीन दु:ख, शोकाच्या मुद्रेत गोठून गेलेली माता मेरी. त्या गूढ आध्यात्मिक वातावरणात कोणत्याही शुद्ध, स्वच्छ मनाच्या माणसाला त्याने न केलेल्या पापाचेही ओझे वाटेल. त्याचे निष्पाप मन जगातल्या गुन्हेगारीची जबाबदारी स्वत:वर घेऊन दबून जाईल. दुसऱ्या बाजूला असेही वाटत होते की पूजावेदीच्या समोर जमलेल्या माणसांच्या त्या लहानशा समूहावर या धार्मिक वातावरणाचा काही परिणाम होत असेल, किंवा त्यांना त्यांनी स्वत:च केलेल्या पापकृत्याचाही काही पश्चात्ताप वाटत असेल; त्यांना तसा वाटायला हवा होता हे मात्र निश्चित.

नखशिखान्त पांढरा, सुशोभित पोशाख केलेले वयस्कर धर्मगुरू मंचावर उभे राहून समोरच्या गलेलठ्ठ बाबयबलमधली वचने वाचून दाखवत होते. डॉन अब्राहम धर्मगुरूंपेक्षा वयाने मोठे असूनही त्यांच्या पायापाशी नम्रपणे वाकून बसलेले होते. स्पेनची राणी इसाबेला आणि राजा फर्दिनांद त्या दोघांच्या बाजूला उभे होते. त्यांच्या चेहऱ्यावर अहंकार आणि श्रेष्ठत्वाची भावना स्पष्ट झळकत होती. या पवित्र आणि ऐतिहासिक घटनेचे साक्षीदार फक्त तेच होते.

आजचा दिवस खास होता. ऐंशी वर्षांचे सिन्योर डॉन अब्राहम आज ख्रिश्चन धर्म स्वीकारत होते. धर्मगुरूंनी हातातला वाईनचा पेला उंचावून धर्मप्रवेशाचा हा समारंभ संपन्न झाल्याचे जाहीर केले. डॉन अब्राहम यांनी हातातला सुवर्ण पेला चांगल्या कॅथॉलिक व्यक्तीला साजेलशा भावनेने ओठाशी लावला. वाईनची चव त्यांना खऱ्या रक्तासारखी वाटली. ते अस्वस्थ, जरासे त्रासिक दिसू लागले. आपण आपला आत्मा सैतानाला विकला आहे असे त्यांना वाटत होते. आपण आपल्या निष्ठेत केलेल्या बदलामागचे कारण परमेश्वर समजून घेईल अशी

त्यांनी आशा केली. मूकपणाने त्यांनी माफीची आणि करुणेची प्रार्थना केली. आपल्याला यापुढे किती भावनिक छळ सोसायला लागेल याचा विचार टाळायचा त्यांनी आत्ता प्रयत्न केला, तरी यापुढे आपण सिन्योरऐवजी येशूचा पाईक म्हणून ओळखले जाणार हे कसे सहन करायचे हे त्यांना कळत नव्हते. मात्र एका बाजूला त्यांच्या मनाच्या तळाशी त्यांना माहीत होते की त्यांनी केलेला हा त्याग योग्यच आहे. कारण त्यामुळे हजारो यहुदी (ज्यू) कुटुंबे आपल्या जन्मस्थळावरून हुसकावले जाणे टळणार होते. आपली माणसे त्यांचे सर्वस्व गमावून देशोधडीला लागत आहेत हा विचार मनात येणेही क्लेशदायी होते.

लहानशा माणसांच्या जमावाने धर्मगुरूंच्या मागोमाग धार्मिकपणे पुनरुच्चार केलेल्या आमेनच्या स्वरामुळे त्यांचे चित्त विचलित झाले. डॉन अब्राहम आता संपूर्णपणे ख्रिश्चन झाले होते..

धिमेपणाने उभे राहत डॉन अब्राहम यांनी आपली वृद्ध पावले कशीबशी राणी इसाबेलच्या दिशेने वळवली आणि ते आदरपूर्वक तिच्यापुढे झुकले. ''महाराणी,'' ते म्हणाले, ''तुम्ही दिलेलं वचन?'' प्रत्युत्तरादाखल राणीने आपल्या नाजूक गळ्यात घातलेल्या माणकाच्या क्रॉसशी हाताने चाळा केला आणि चेहऱ्यावरचा त्रासिक चिडखोरपणा कसाबसा लपवला. तिने डॉन अब्राहमकडे दृष्टिक्षेपही न टाकता आपला हात पुढे केला आणि फर्दिनांदच्या खांद्यावर ठेवला. आपल्याला आता इथून निघायला हवे हा संकेत करण्याकरता. बाजूच्या दालनात शिरून अदृश्य होण्याच्या जराशा आधी ती मागे वळली. अजूनही गुडघ्यांवर झुकून बसलेल्या बिचाऱ्या वृद्ध माणसाला तिने उत्तर दिले, ''आम्ही विचार करू डॉन अब्राहम... वेळ येईल तेव्हा काय निर्णय घ्यायचा त्यावर आम्ही विचार करू.''

मागे असलेल्या माणसांच्या जमावाने दुसरी प्रार्थना गायला सुरुवात केली होती. त्याचा अस्पष्ट आवाज त्याच्या कानांवर पडला. त्या महाप्रचंड चर्चच्या आतमध्ये तो एकाकी पडला होता.

एकेकाळचा धार्मिक ज्यू आणि आता धर्मभ्रष्ट म्हातारा माणूस अशी ओळख मिळालेल्या त्याने आपली अश्रुपूर्ण नजर छतावर खिळवली. तो गोठून गेला होता. आकाशातून स्वतःच्या अंगावर वीज कोसळावी आणि त्याखाली आपले शरीर जळून भस्म व्हावे याची जणू तो लीनपणे वाट पाहत होता. शेकडो पेटत्या मेणबत्त्यांचा प्रकाश मंदावल्यासारखा झाला होता आणि मागच्या जमावाच्या आवाजाचा प्रतिध्वनी अधिकाधिक कर्कश होत गेला. शेवटी आपले कान घट्ट दाबून धरत तो जमिनीवर कोसळला. त्याची शुद्ध हरपली.

तोलेडो

"तू मला अशी गोष्ट करायला सांगू शकत नाहीस!"

एस्थर डी तोलेडोच्या आवाजात संताप आणि उद्धटपणा होता. आपले पिठाने भरलेले हात तिने जवळपास शंभराव्यांदा अस्वस्थपणे पुसले आणि या वेळी ती अजूनच मोठ्या आवाजात किंचाळली, "तू मला जे करायला सांगत आहेस, ते वेडेपणाचे कृत्य आहे! अशी मागणी तू करूच कसा शकतोस?"

"एस्थर, तुला खरंच असं वाटतंय का की मी ही गोष्ट जर यात आपल्या कुटुंबाचं भलं नसतं तर करायला सांगितली असती? तू माझं ऐकून का घेत नाही आहेस? समजून घे जरा मला. तुला दिसत नाही का? संपलं आहे! सगळं संपून गेलं आहे. आपण जर काही केलं नाही तर आपल्याला निर्दयपणे ठार करतील ते. आपल्याला इथून ताबडतोब निघून जायला हवं. जाणं शक्य आहे तोवरच. बाकी काही नाही तरी आपल्या मुलांखातर."

त्याच्याकडे न बघताच एस्थर स्वयंपाकघराच्या दरवाजापाशी गेली. "नाही!" ती ठामपणे म्हणाली. "मला यावर पुढे काहीही चर्चा करायची नाही. माझं नाव एस्थर डी तोलेडो आहे. माझं कुटुंब आणि मी इथे गेली अनेक शतकं राहतो आहोत. माझे वडील, माझे आजोबा, त्यांचे वडील आणि त्यांचे आजोबा... ही आमची भूमी आहे. आम्ही इथलेच आहोत. खरं सांगायचं तर इसाबेलापेक्षाही जास्त इथे राहण्यावर माझा हक्क आहे. हे एकच घर मला माहीत आहे. घाबरून जाण्याचं कोणतंही कारण मला दिसत नाही. लवकरच सगळं सुरळीत होईल. या आधीही असं झालेलं आहे अनेकदा. या वेळीही टळेल हे. माझं अंतिम उत्तर आहे 'नाही'. आपण इथून जाणार नाही आहोत."

डेव्हिडने हातातला मग शक्य तितक्या जोरात आवळत स्वतःची चिडचिड लपवली. रागावर ताबा मिळवत जमेल तितक्या शांतपणे तो म्हणाला, "तुझं म्हणणं मान्य आहे एस्थर. पण लक्षात घे, फक्त आपणच काही या भूमीवर राहणारे मूळ स्थानिक नाही आहोत. आपण सगळेच एका कुटुंबातले नाही का? विचार कर. जर उद्या त्यांनी आपल्या मुलाला, चाइमला, ठार केलं, सेविलेमधल्या त्या चार तरुण मुलांचा खून केला तसं, तर तुझी काय प्रतिक्रिया होईल? जे वास्तव आहे ते स्वीकारायला हवं. हे त्यांचं घर असेल किंवा नसेल, पण ते नवे सत्ताधारी आहेत आणि म्हणूनच एकेकाळी जे आपलं होतं त्याचे मालकही. दिसत नाही का तुला? आपण आपल्याच शहरात आता मुक्तपणे

वावरू शकत नाही. अगदी आपल्या घरातही नाही. एकही दिवस असा जात नाही जेव्हा आपल्यातल्या कोणाला तरी तुरुंगात टाकल्याची, छळाची, नाही तर रस्त्यात मारून टाकल्याची बातमी कानावर येत नाही. म्हणूनच शेकडो कुटुंबांनी सगळं मागे टाकून निघून जायचा निर्णय घेतला. जीव वाचवायला ते कधीच गेले देश सोडून. त्या सगळ्यांचं वागणं चूक समजायचं का? जे मागे राहिले आहेत त्यांचं काय? त्यांना एकच पर्याय उपलब्ध आहे. तो म्हणजे कॅथॉलिक नागरिक बनणं. स्वत:च्या धर्माचा, वारशाचा त्याग करताना त्यांना किती वेदना सहन करायला लागल्या असतील याची तू कल्पना करू शकतेस का? आज तर डॉन अब्राहमनेही ख्रिश्चन धर्माचा स्वीकार करण्याचं मान्य केलं आहे. मी पैजेवर सांगतो की ही गोष्ट त्यांनी आपल्या लोकांचं बुडणारं भवितव्य वाचवण्याच्या आशेने केली आहे. असं म्हणतात की नुसत्या विचारानेच तो बिचारा म्हातारा मरणपंथाला लागला आहे.''

''आपल्या लोकांना वाचवायला! तुझा अशा मूर्खपणावर विश्वास बसतो आहे का? डॉन अब्राहमचे हृदय फक्त त्याच्या स्वत:करता आणि पैशांकरता धडकते. गेली अनेक वर्षं त्याचं त्या लोकांबरोबर संगनमत आहे. तू म्हणतोस तो मरणपंथाला लागला? तसं अजिबात होणार नाही. अर्थात तसं व्हावं असं मला नक्कीच वाटतं!''

''एस्थर, कृपा कर माझ्यावर. आपण कॅथॉलिक बनू शकणार नाही हे मला ठाऊक आहे, पण निदान आपण काही काळापुरते पोर्तुगालला तरी जाऊया. तुझं म्हणणं बरोबर ठरलं तर आपण लगेच परत येऊया. खरंच हट्टीपणा करू नकोस. माझा, आपल्या मुलांचा तरी विचार कर ना.''

एस्थर वळली आणि शांतपणे आपल्या नवऱ्याजवळ गेली. तो अजूनही टेबलापाशी बसला होता. तिने त्याच्याभोवती हात टाकून हळुवारपणे त्याचे मस्तक आपल्या छातीशी धरले. लहान मुलाला थोपटावे तसे तिने त्याचे मस्तक गोंजारले आणि हळुवार आवाजात ती म्हणाली, ''काळजी नको करूस डेव्हिड. खरंच नको करूस. हेही संकट टळेल. नेहमीच नाही का तसं झालं?''

डेव्हिडने आपले डोळे मिटून तिला प्रेमाने जवळ ओढले. तिचा एक हात हातात घेऊन त्याने तिच्या निमुळत्या बोटांचे चुंबन घेतले. ''आपल्याला काळजी करायलाच हवी,'' तो म्हणाला. ''रिना, प्रिये, आपल्याला स्वत:चा जीव वाचवायला हवा. मुलांना वाचवायला हवं. या वेळी खरंच ते खूप निष्ठुरपणे वागत आहेत. आपला वंश पृथ्वीवरून समूळ नाहीसा करायचा असा इसाबेला आणि फर्दिनांदने कट्टर निर्धार केला आहे.''

त्याच वेळी दरवाजाच्या कडीचा जोरदार आवाज झालेला त्यांनी ऐकला. कोणीतरी त्वरेने आत येऊ पाहत होते. इतक्या जोरात, अधीरपणे वाजणारी कडी ऐकून दोघेही चिंताक्रांत झाले. नुकताच त्यांच्यात ज्या विषयावर संवाद झाला होता त्यामुळे हे साहजिक होते. काहीच न बोलता दोघेही शांतपणे काही क्षण तो आवाज ऐकत उभे राहिले. ठकठक अजूनच वेगाने आणि मोठ्याने होत होती. डेव्हिड हळूच स्वयंपाकघराच्या लहानशा खिडकीपाशी गेला. तिच्यावर लोखंडी जाळीचे आवरण होते. खिडकी खूपच लहानशी होती. त्यामुळे डेव्हिडला स्वतःला लपवून बाहेरच्या पाहुण्याला पाहणे सहज शक्य झाले. खाली बघताच तो ओरडला, "आलोच मी!"

"कोण आहे?" एस्थरने विचारले. ती अजूनही अस्वस्थ, काळजीत होती.

"काळजी करू नकोस." जिना उतरून तो खाली दरवाजा उघडायला गेला. "डॉन साल्वातोर आणि डोना ग्राझिएला आले आहेत." एस्थरने सुटकेचा श्वास टाकला आणि ती पाहुण्यांचे स्वागत करायला खाली धावत गेली.

डॉन साल्वातोर आणि डोना ग्राझिएला दोघेही खूप घाबरलेले होते. धापा टाकतच त्यांनी झाडांनी आच्छादलेल्या त्या लहानशा अंगणात पाय ठेवला. डेव्हिड आणि एस्थरला त्यांचे नीट स्वागत करायची संधी न देताच ते दोघे एकदमच बोलायला लागले. "ऐकलंत का तुम्ही? ऐकलंत का? काय झालं ते ऐकलंत का?"

दरवाजा बंद करायच्या आधी डेव्हिडने पटकन डोके बाहेर काढून रस्त्याच्या दोन्ही बाजूंना नजर टाकली. मग वळून त्याने दरवाजा बंद केला.

डोना ग्राझिएलाचा चेहरा भुतासारखा पांढराफटक पडला होता. एस्थरला मिठी मारून ती रडायला लागली आणि मुसमुसत म्हणाली, "काय करायचं आता आपण? काय करायचं?" तिच्या नवऱ्यालाही तिच्या भीतीची लागण झालेली दिसत होती. शक्य होईल तितक्या लगेच आपल्याला इथून बाहेर जायला हवं. परिस्थिती खरंच गंभीर झाली आहे. एस्थर नम्रपणे त्या दोघांना अंगणातल्या कोपऱ्यात मांडलेल्या एका लहान लाकडी टेबलाजवळ घेऊन गेली आणि तिने त्यांना प्रश्न केला, "काय ऐकायला हवं होतं आम्ही? काय झालं आहे?" टेबलावर ठेवलेल्या मोठ्या तांब्याच्या भांड्यातून मगमध्ये पाणी ओतून तिने ते त्या बिचाऱ्या भीतीने अजूनही थरथरणाऱ्या स्त्रीला दिले.

डेव्हिडलाही कळेना आपण काय करायचे ते. तो फक्त इतकेच म्हणू

शकला, ''शांत व्हा, डोना ग्राझिएला, शांत व्हा.'' डॉन साल्वातोरकडे वळून त्याने विचारले, ''काय झालं आहे? तुम्ही इतके का घाबरला आहात?''

साल्वातोर उंचीने लहानसे, शरीराने जरासे जाड होते. त्यांच्या फिकट चेहऱ्यावर ठळकपणे उठून दिसणाऱ्या दाट आणि वेड्यावाकड्या वाढलेल्या भुवयांमुळे त्यांच्या चेहऱ्यावर विचित्रसे भाव असायचे. ते सारखे नाक शिंकरत होते. त्यामुळे त्यांची घाबरलेली, चिंताग्रस्त मनःस्थिती कळून येत होती. त्यांच्या रुंद कपाळावरून घामाच्या धारा वाहत होत्या. त्यामुळे त्यांचा लहानसा वाटोळा चेहरा चिंब झाला होता. कसेबसे श्वास घेत ते म्हणाले, ''आज, पुन्हा ते चार तरुणांना घेऊन गेले. त्यांचं नंतर काय झालं हे उघड आहे. फरपटत घेऊन गेले त्यांना.''

एस्थर किंचाळली, ''परमेश्वरा इस्राएल!'' आणि धावत दरवाजापाशी जाऊन तिने आक्रोश केला, ''चाइम, चाइम...'' ती दरवाजापाशी पोहचायच्या आत डेव्हिड आणि साल्वातोरने तिला धरले. डोना ग्राझिएला अजूनही हुंदके देत होती आणि श्वास घ्यायचा प्रयत्न करत होती. तिने आपले हात छातीशी दाबून धरले होते. जणू तिचे हृदय कोणत्याही क्षणी थांबणार होते. तिने मोठ्या प्रयासाने स्वतःला सावरले. आणि एस्थरला समजावण्याचा प्रयत्न करण्याकरता ती म्हणाली, ''घाबरू नकोस. अग, देवाची कृपा आहे. त्यांच्यात चाइम किंवा मोशे दोघेही नव्हते. पण...'' तिचे डोळे पुन्हा पाण्याने भरले. खाली बघत तिने तिच्या मोठ्या, घोळदार स्कर्टच्या खिशातून रुमाल बाहेर काढला आणि आपले नाक पुसले. पण तिला पुढे बोलता येईना. तिचे हुंदके अनावर होते. तिच्या नवऱ्याने तिचे अर्धवट वाक्य पूर्ण करायचा प्रयत्न केला. वेदनेने त्याचा आवाज थरथरत होता. तो म्हणाला, ''पण कधीही असं होऊ शकतं. नंतर कोणाची पाळी येईल हे कोणालाच सांगता येणार नाही.''

डेव्हिडने काहीच न बोलता मूकपणे आपल्या बायकोकडे पाहिलं. जणू त्याची नजर सांगत होती, 'तुला म्हटलं मी हेच. आता तरी विश्वास बसला का? स्वतःच्या कानांनी ऐकलं आहेस तू.' एस्थरने तिची जांभळी शाल जरा जास्त घट्टपणे खांद्याभोवती गुंडाळली. नवऱ्याची नजर चुकवत तिने निर्विकारपणे वर आकाशाकडे पाहिलं. स्फटिकासारख्या निळ्याभोर आकाशात ढग आपले आकार बदलत इतस्ततः फिरत होते. मानेवरच्या आपल्या पांढऱ्या होत चाललेल्या केसांवरून तिने आपली थरथरती बोटे फिरवली. तिच्या डोळ्यांभोवतालच्या आणि कपाळावरच्या रेषा तणावामुळे ठळक झाल्या होत्या. तिने आपले दात घट्ट आवळून घेतले.

"आम्ही निर्णय घेतला आहे. आधी आम्ही पोर्तुगालला जाणार", अस्वस्थ शांततेचा भंग करत साल्वातोर म्हणाले. "एकदा तिकडे पोहचल्यावर मग आम्ही पुढे एदिर्नेला किंवा इस्तंबूलला जाऊ." ग्राझिएलाने संमतिदर्शक मान हलवली आणि अस्वस्थपणे आपल्या कानातल्या सोन्याच्या कर्णभूषणांशी चाळा करत तिने आपल्या गोल चेहऱ्याभोवतीच्या काळ्या, कुरळ्या केसांच्या महिरपीवरून हात फिरवला. "जवळचं शक्य तितकं सगळं सामान आम्ही विकून टाकणार आणि राबी सारफातींच्या सल्ल्यानुसार वागणार. ते खूप हुशार, शहाणे होते. कितीतरी आधीच त्यांनी हे भवितव्य वर्तवलं होतं. ओट्टोमनांच्या देशात यायचा आग्रह ते इतकी वर्षं करत होते यात काहीच आश्चर्य नाही. आता नक्की खात्री पटली की त्यांचं बरोबर होतं. आमचा त्यांच्यावर विश्वास आहे. त्यांच्या सल्ल्यानुसार आम्ही वागणार."

शेजाऱ्यांच्या आगमनानंतर डेव्हिड पहिल्यांदाच स्पष्टपणे बोलला. "मला वाटतं मी त्यांना ओळखतो. हेच ना ते जे म्हणाले होते ओट्टोमनांच्या भूमीवर प्रत्येकाला त्याच्या मालकीच्या अंजिराच्या झाडाखाली शांततेत जगायचं स्वातंत्र्य आहे?"

एस्थर फटकळपणे म्हणाली, "पण आपल्याजवळ आहे आपलं घर आधीच! आपली अंजिराची झाडंही आहेत. हे सगळं मागे टाकून आपण दुसऱ्या कोणत्या तरी दूर देशात कशाकरता जायचं? जिथलं आपल्याला काहीच ठाऊक नाही? मला खात्री आहे, आपल्याला कळणारही नाही हे सगळं कधी संपलं ते."

"नाही," ग्राझिएला खात्रीपूर्वक म्हणाली. "हे इतक्यात संपणारं नाही. मला माहीत आहे. मला आतून जाणवत आहे. हृदयावर दगड ठेवून मला माझ्या कुटुंबीयांकरता हे पाऊल उचलायलाच लागणार आहे. मला त्यांना इथून बाहेर काढायलाच हवं. कृपा करून माझं ऐक. जास्त उशीर व्हायच्या आधी आमच्यासोबत जायचा निर्णय घे. एस्थर काय म्हणणं आहे तुझं यावर?"

एस्थरने ग्राझिएलाच्या प्रश्नाचं उत्तर दिलं नाही. त्याऐवजी तिने बोजो आणायला सर्वांची परवानगी घेतली आणि ती घरात निघून गेली.

साल्वातोरने डेव्हिडकडे काळजीने पाहिलं आणि ते म्हणाले, "मित्रा, तुला तिचं मन वळवायचा पुरेपूर प्रयत्न करायला हवा. विश्वास ठेव, अजून काही महिने, मग सगळ्यालाच खूप उशीर झालेला असेल. जर आमच्यासोबत यायचा निर्णय घेतलास तर आम्ही तुला, तुझ्या कुटुंबाला सर्वतोपरी मदत करू, काही झालं तरी. इस्तंबूलमध्ये आपण आपला छापखान्याचा व्यवसाय पुन्हा

सुरू करू. जे सोडलं तिथपासूनच. कुणी सांगावं, कदाचित तो तिथे इथल्यापेक्षा जास्त चांगला चालेल. इस्तंबूल खूप सुंदर शहर आहे असं मी ऐकून आहे. काय म्हणतोस, मित्रा? मला वचन दे, तू माझ्या सांगण्याचा योग्य विचार करशील.''

डेव्हिड अस्वस्थ झाला होता. काहीच न बोलता तो उठला. तो उंच, सडपातळ होता. पाठीत जरासा वाकलेला. त्याचे बरेचसे केस आधीच गेले होते. त्याच्या चेहऱ्यावरची सर्वात वैशिष्ट्यपूर्ण गोष्ट होती, त्याच्या टोकदार नाकाचा शेंडा. तो कायम लाल असायचा. नियमित दारू पिणाऱ्या एखाद्या माणसासारखा! मात्र डेव्हिड अजिबात दारू पीत नसे. तो निष्ठावान आणि कुटुंबाची काळजी वाहणारा माणूस होता. त्याच्याकरता कुटुंब सर्वात आधी, मग इतर गोष्टी. एरवीच्या त्याच्या शांत आणि समतोल स्वभावाला ओळखणाऱ्या कुणालाही आता लगेच समजले असते की कोणत्याही क्षणी त्याच्या सहनशक्तीचा कडेलोट होणार आहे. अत्यंत अस्वस्थपणे तो त्या लहानशा अंगणात फेऱ्या मारत होता.

काही मिनिटे अशाच फेऱ्या मारल्यावर तो साल्वातोरच्या शेजारी जाऊन उभा राहिला. साल्वातोर केवळ त्याचा शेजारी आणि मित्रच नव्हता, तर ते दोघे छापखान्याच्या व्यवसायात भागीदारही होते. त्याने शेवटी उत्तर दिले, ''तुला काय वाटतं? इथे गोष्टी हाताबाहेर जात असल्याचं मला माहीत नाही? चांगलंच माहीत आहे. तू आत्ता सांगितलेल्या प्रत्येक गोष्टीला माझं अनुमोदन आहे. पण हे सगळं एस्थरला कसं पटवून द्यायचं? अशक्य आहे ते. दगडासारखी निश्चल आहे ती या बाबतीत. या भूमीशी, इथल्या स्मृतींशी ती खूप जोडलेली आहे.'' पुन्हा तो फेऱ्या मारायला लागला. जणू त्यामुळे त्याला काही उत्तर गवसणार होते. चालताना तो पुटपुटत होता : ''तुला माहीत नाही ती किती इरेला पेटते जेव्हा तिला एखादी गोष्ट करायचीच नसते तेव्हा. नाठाळ खेचरासारखी वागते ती अशा वेळी. तोलेडो गावातल्या प्रत्येकाला माझं म्हणणं पटेल, मला खात्री आहे. तुला नाही तसं वाटत?''

डोना ग्राझिएला त्यावर म्हणाली, ''हो तर, नक्कीच! फक्त तोलेडोच नाही, अख्ख्या कास्टीलेला हे पटेल. पण... पण... तिला हे पटवून द्यायचा एक तरी मार्ग असेलच की या वेळची भीती अनाठायी नाही. इथली दहशत इतक्यात संपणारी नाही.'' तिने आता स्वतःला सावरले होते. आपल्या आजूबाजूला तिने नजर टाकली. जणू हे घर, अंगण ती पहिल्यांदाच पाहत होती. तिच्या तोंडून काळजीपोटी निघालेला एक निःश्वास बाहेर पडला. ''मला तिच्याबद्दल पूर्ण सहानुभूती वाटते. आपल्या वाडवडिलांची जागा सोडून जाण्याचा नुसता विचारही तिच्याकरता किती क्लेषदायी आहे हे मी समजू शकते. कोणत्याच सद्विचारी

माणसाला हे पटणार नाही. आपल्या सगळ्यांचंच घर आहे हे. आपण इथे जन्मलो, मोठे झालो. इथेच आपल्याला आपली प्रिय माणसे भेटली. आपली लग्नं झाली. इथेच आपल्या मुलांना जन्म दिला आपण. ही भूमी सोडून अजून कुठे जाऊन राहण्याची कल्पनाही वेडेपणाची आहे. पण दुसऱ्या बाजूला, हे कितीही वेदनादायी आणि कठीण असलं तरीही आपल्या कुटुंबाकरता, मुलांकरता ही गोष्ट करणं भाग आहे. मला मान्य आहे एस्थरचं मन वळवणं सोपं नाही, पण कोणाला तरी हे करायलाच लागणार आहे. कदाचित चाइमच हे करू शकेल. तोच एक असा आहे जो तिचं मन वळवायला आपली मदत करू शकेल. जर चाइमला इथून जायचं असेल तर तीही तयार होईल जायला. ती त्याचं ऐकेल हे निश्चित.''

साल्वातोरने कठोर नजरेने तिच्याकडे पाहिले. आपल्या बायकोच्या वक्तव्याने आपल्या मित्राचे, डेव्हिडचे, मन दुखावेल असे त्याला वाटले. डेव्हिडने हात हलवून सूचित केले, 'काही हरकत नाही.' मग त्याने विचारले, ''तुमची इथून जाण्याची तारीख काय आहे?''

''इथलं सगळं आवरून झालं की लगेच,'' साल्वातोर उत्तरला. ''फार तर एखादा महिना.''

चर्चचा घंटानाद पुन्हा सुरू झाला. आसमंतात तोच एक आवाज भरून राहिला. जणू त्यांच्या निर्णयाच्या अधीरतेची खात्री पटवून देत होता तो आवाज. पक्ष्यांचे दोन-तीन थवे त्या आवाजाने दचकून पंख फडफडवत वर उडाले.

एस्थर हातात गरमागरम वाफाळत्या बोजोंनी भरलेली बशी घेऊन बाहेर आली. ''तुझ्यासारखे बोजो कोणीच बनवू शकत नाही, एस्थर!'' ग्राझिएला लहान मुलाच्या उत्साहाने पुढे झाली. ''ओह! काय बाई आहे मी? या काळजीच्या, भीतीच्या नादात अव्रमचं कसं चाललं आहे हे विचारायलाच विसरले मी!''

एस्थरने खांदे उडवले. ''अं,'' ती म्हणाली, ''काही दिवस बरे जातात, पण फार काही वेगळे नाहीत.''

डेव्हिडने अव्रमच्या झोपण्याच्या खोलीकडे दृष्टिक्षेप टाकला. मग तो म्हणाला, ''झोपला आहे तो आत्ता. माझ्या मते हल्ली तो बराच बरा आहे. हिवाळा त्याला नेहमीच जरा कठीण जातो. वसंत ऋतू आता अगदीच जवळ येऊन ठेपला आहे, याबद्दल देवाचे आभारच मानायला हवेत. हवा बदलली की खूप फरक पडेल. दुर्दैवाने तो त्याचा भाऊ चाइमसारखा बळकट नाही. आम्ही इतके प्रयत्न करत आहोत, पण फार काही उपयोग होताना दिसत नाही.''

साल्वातोरने डेव्हिडच्या पाठीवर आपण त्याच्या सोबत आहोत हे

दर्शवणारी थाप मारली. तो म्हणाला, "काळजी नको करूस डेव्हिड. फक्त आठ वर्षांचा आहे तो. बघशील तू. बारा वर्षं पूर्ण होईपर्यंत तो एकदम सुदृढ मुलगा बनेल. मोशे आणि अब्राहमच्या बाबतीतही असंच झालं होतं. अब्रमच्या वयाचे असताना ते दोघं किती हडकुळे, कायम आजारी असायचे आठवतंय ना तुला? बाराचे झाले दोघं आणि सगळं बदललं. आता त्यांच्याकडे बघून विश्वासही बसणार नाही दोघे किती बारकुडे, नाजूक होते त्यावर. सगळीच मुलं यातून जातात."

"होय. ठाऊक आहे, पण हा बिचारा मुलगा रात्रभर खोकल्यामुळे हैराण असतो. जराही झोप लागत नाही त्याला. अशक्तपणा कायम अंगात भरून असतो त्याच्या आणि भूक म्हणाल तर चिमणीसारखी. एस्थर दिवसभर स्वयंपाकघरात खपून त्याच्या आवडीचे खाद्यपदार्थ बनवते, पण तो जेमतेम अन्नाला तोंड लावतो. तुम्ही यायच्या नुकतंच आधी, रेचल ताजो नदीच्या तीरावर गेली खास त्याच्याकरता अळंबी आणायला. तिला एकटीला तिथे पाठवणं आम्हाला ठीक वाटत नव्हतं, पण मला वाटतं नदीचा तो भाग अजून बऱ्यापैकी सुरक्षित आहे. मुलांच्या मनाचाही विचार करायला लागतो. त्यांच्या येण्या–जाण्यावर सध्या आपण इतके निर्बंध घालत आहोत की, त्याविरुद्ध बंड करून उठतील ती लवकरच! त्यांना दोष नाही देणार मी त्यांनी असं केलं तर. हे कसलं बालपण, कायम खबरदारीच्या सूचना आणि भीतीच्या छायेत वावरणं!"

ग्राझिएलाचा भावनिक उद्रेक हा साबणाच्या फेसासारखा होता. तिचा मुड आतापर्यंत आनंदी, बेफिकीर झाला होता. उत्साहाने ती टेबलावरच्या गरमागरम खाद्यपदार्थांचा आस्वाद घेत होती. तोंडातला घास संपायच्या आतच ती म्हणाली, "हो, तिथे अजून तरी सुरक्षित वातावरण आहे. त्यांना तसाही निसर्गातल्या सुंदरतेमध्ये काही रस नव्हताच. त्यांचा सगळा रोख आपल्यावर, आपले व्यवसाय आणि पैसा, आपला धर्म, आपले घर... नदीच्या किनाऱ्यावर सगळं व्यवस्थित असणार हे नक्कीच." तिने निशचा अजून एक तुकडा तोंडात टाकला आणि आपला मुद्दा पुढे नेला, "रेचल आपल्या भावाकरता अळंब्या आणायला गेली आहे हे किती गोड आहे ना? खूप चांगला स्वभाव आहे या मुलीचा! अगदी सोन्यासारख्या हृदयाची आहे पोर. दिसायलाही किती सुंदर आहे. लक्ष वेधून घेणारी युवती होतेय ती! हो की नाही? मला वाटतं मोशे आणि रेचलचं लग्न इस्तंबूलमध्ये करायचं ठरवूया आपण."

साल्वातोरने नाराजीने आपल्या बायकोकडे पाहिलं. या वेळी तिने हा विषय

काढणे बरोबर नाही असे त्यांना सुचवायचे होते. डेव्हिड कृत्रिमपणे खाकरला. तो काही बोलणार इतक्यात एस्थरने संभाषणात भाग घेतला. ती ठामपणे म्हणाली, ''आम्ही इस्तंबूलला जाणार नाही आहोत. त्यामुळे तुम्हाला मोशेकरता दुसरी वधू शोधायला हवी. रेचल तिच्या वाडवडिलांच्या भूमीतच राहणार आहे आणि आमच्या शेकडो वर्षांच्या परंपरेनुसारच ती लग्न करणार. चाइम आणि अव्रमही तेच करणार...''

चाइम धावत टेकडी चढत होता. घसा फाडून हाका मारत होता. त्याला वेड लागलेय असे वाटत होते. ''तुला ठार करीन मी नाहमिआस! माझ्या हातात सापडलास की गळाच दाबतो की नाही बघ मी तुझा! संपवून टाकतो तुझं भिकारडं आयुष्य! या वेळी फक्त नाकावर ठोसा मारून रक्तबंबाळ करण्यावर सोडणार नाही मी तुला. छाती फाडून कुत्र्यासमोर टाकणार तुला, हरामखोरा!''

तो इतका थकला होता, धापा टाकत होता की गुडघ्यावर कोसळलाच तो धावताना. गवतात डोकं खुपसून तो खाली पडून राहिला, पण त्याचे पाय अजूनही लाथा घातल्यासारखे उडत होते आणि तो संतापाने किंचाळत होता. काही सेकंदांनंतर उडी मारून तो उठला आणि नवी ऊर्जा शरीरात भरून घेतल्यासारखा धावायला लागला, ''तुला ठार करीन मी! देवाशपथ सांगतो, मी तुला ठार मारणार आहे.'' संतापाने त्याच्या गालांवरून अश्रू ओघळत होते. क्षणभर थांबून तो वळला आणि नदीच्या दिशेने पाहत किंचाळला, ''रेचल, एक पाऊलही पुढे टाकायची हिंमत करू नकोस. तुझी पाळी आहे नंतर.''

रेचल बिचारी इतकी घाबरली होती, भल्यामोठ्या विलोच्या झाडामागे उभी असताना थरथर कापत होते तिचे अंग. मोशे आता चाइमच्या तावडीत सापडणार नाही इतका लांब गेला आहे याची खात्री पटल्यावर तिला जोराचा हुंदका फुटला. रडू अवरताच येईना. 'आपला भाऊ किती दुष्ट आहे,' तिला वाटलं. तो निष्ठुर आणि क्रूर होता. एकही चांगला गुण त्याच्या रक्तात नव्हता. त्याला नेमकं काय खटकत होतं? फक्त एकमेकांजवळ बसण्यात, हात हातात धरण्यात आणि ताजो नदीच्या वाहत्या प्रवाहाकडे बघण्यात काय चूक आहे? तसंही, सगळ्यांना माहीत होतं ते दोघं योग्य वयाचे झाल्यावर लग्न करणार असल्याचं. मोशेने, ''माझं तुझ्यावर खूप प्रेम आहे. मी कायमच तुझ्यावर प्रेम करीन. कायमच,'' असं म्हणताना केवळ तिच्या गालांवर ओठ ठेवले होते. बास, इतकेच. त्यांनी केले होते ते एवढेच. इतका काही अक्षम्य गुन्हा नव्हता

हा. ती पुन्हा भयाने थरथरली! तिला चाइमने मोशेच्या नाकावर मारलेला ठोसा आठवला. फुटलेल्या नळीसारखं भसाभस रक्त आले होते नाकातून. तिला कळेना चाइमला कळलेच कसे ते कुठे आहेत हे.

दगडांवरून घसरत नदीजवळ जात असताना चाइम अजूनही रागाने ओरडत होता, ''तू आता ताबडतोब घरी येणार आहेस, मुली! आता तुझी पाळी आहे.'' मोशेला धमक्या देणेही चालूच होते त्याचे. तो आजूबाजूला कुठेही दिसत नव्हता तरी. तो दृष्टिआड झाला तरी चाइमचा शिव्यांचा वर्षाव चालूच होता. ''हरामखोर, नालायक माणूस... नाहमिआस, मी धडा शिकवणार आहे तुला चांगलाच!''

नदीच्या जवळ आला तरी तो रागाने धुमसतच होता. ''तुझं डोकं फिरलं आहे का? काय चाललं काय आहे तुझं हे? बाकीचं जग जगण्या-मरण्याची चिंता करत असताना तुला या मुलासोबत चाळे करत फिरायला लाज नाही वाटत? इतकी स्वार्थी कशी होऊ शकतेस तू? किंमत चुकवायला लागणार आहे तुला याची.'' आपल्या हाताची मूठ तिच्या चेहऱ्याजवळ नेत तो जोरात तिच्यावर किंचाळला. ती भेदरून मागे सरकली. चाइमच्या बोटांवर मोशेच्या नाकातले रक्त अजून तसेच होते, ताजे दिसणारे. त्याचे तिच्या चेहऱ्याकडे लक्ष गेले. खाली वाकून त्याने त्याचे हात धुतले आणि आपल्या चेहऱ्यावर पाणी मारले. संतापाने तो अजूनही लालभडक दिसत होता. तिच्या दंडाला खसकन धरत त्याने तिला पुढे ढकलले आणि आज्ञा केली, ''नीघ! आपण थेट घरी जाणार आहोत. तू इतकी मूर्ख, बेजबाबदार कार्टी आहेस. वेश्या बरी तुझ्यापेक्षा!''

रेचल इतका वेळ गप्प राहून मुकाट ऐकत होती, पण त्याने उच्चारलेला 'वेश्या' शब्द तिला सहन झाला नाही. तिच्याकरता इतकी खालची भाषा वापरली जावी असे काही तिच्या हातून नक्कीच घडलेले नाही याची तिला खात्री होती. 'वेश्या' म्हणावे असे तर नाहीच. रागाने तिचा तोल गेला आणि वाकून तिने खालचा दगड उचलला. जीव खाऊन तिने तो चाइमच्या दिशेने भिरकावला आणि ती टेकाडाच्या रस्त्याने वर पळत सुटली. दगडाने योग्य निशाणा साधला आहे का हे बघायलाही ती थांबली नाही. पळताना ती सगळा जीव एकवटून किंचाळली, ''तू मरावंस असं मला वाटतं... मला खरंच असं वाटतं तू लगेच मरावंस, माझ्यासमोरच!'' तिची शाल डोक्यावरून घसरून खाली पडली आणि तिचे सुंदर लालसर काळे केस मुक्तपणे वाऱ्यावर उधळले. ती वेगात तोलेडोच्या लहानशा टेकाडावरून धावत सुटली. तोलेडोचे टेकाड चिमुकली घरे, सिनेगॉग, चर्चच्या इमारतींनी भरून गेले होते.

आपल्या अगदी जवळ पडलेल्या दगडाकडे चाइमने बघितले. तो तिने फेकला आहे यावर त्याचा विश्वासच बसेना. आपल्या वडलांच्या प्रतिक्रियेची काळजी नसती तर आपण आता काय केले असते याची त्याला पुरेपूर कल्पना होती. तिच्यावर ओरडण्याकरता त्याने तिच्या दिशेने पाहिले, त्या वेळी त्याला दिसले की रेचल टेकडी उतरून त्याच्या दिशेने धावत येत आहे. ती अत्यंत घाबरलेली दिसत होती आणि काहीतरी सांगण्याचा प्रयत्न करत होती. चाइमला ती काय बोलते आहे ते कळेना. कारण त्या दोघांमध्ये अजून बरेच अंतर होते. चाइमने नीट निरखून पाहिले, रेचल इतकी का घाबरलेली दिसत आहे ते समजावे म्हणून! तेव्हा त्याला माणसांचा एक लहानसा जमाव टेकडीवरून खाली उतरताना दिसला. त्याला फार वेळ लागला नाही त्यांचा काळा आणि तपकिरी अंगरखा, त्याच रंगातले डोके झाकणारे वस्त्र आणि हातातले मोठे लाकडी क्रॉस टिपायला. त्याची पहिली जलद प्रतिक्रिया होती पाठ वळवून शक्य आहे तितक्या वेगात तिथून पळून जाण्याची. पण मग भेदरलेल्या, टेकडीवरून त्याच्या दिशेने धावत खाली उतरणाऱ्या रेचलची आकृती त्याच्या मनात आली. त्याला ठाऊक होते, आपल्या बहिणीला मागे सोडून घाबरटासारखे पळून जाणे त्याला शक्य होणार नव्हते. आणि तसे तो करणारही नव्हता. त्याने शोधक नजरेने आसपास पाहिले. समोरच्या धोक्यापासून दोघांना वाचवण्याचा काही मार्ग दिसतो आहे का याचा तो विचार करत होता. शेकडो वर्षे पुराण्या विलो वृक्षाचे रुंद खोड त्याला दिसले, त्याच्याच मागच्या बाजूला झुडपांची दाट रांग होती. रेचल एकदाची नदीजवळ पोहचताच त्याने खसकन तिला दंडाला धरून झुडपांच्या बाजूला खेचले. ''आत जाऊन बस. जितकं आत शिरता येईल तितकं. जा.'' तो तिला म्हणाला, ''आणि काहीही झालं तरी शांत राहा. अगदी, अगदी शांत.'' रेचलची भीतीने दातखीळ बसली होती. ''आणि तुझं काय?'' तिने कसेबसे त्याला विचारले. ''तू नाही का येत माझ्याबरोबर?'' चाइमने उत्तर दिलं, ''मी इथेच थांबतो. म्हणजे त्यांचं लक्ष दुसरीकडे वेधलं जाईल. काही होणार नाही मला. तू जा, पळ लवकर! मी येतोच तुझ्या मागोमाग.'' त्यांच्याकडे फार वेळ नव्हता बोलत बसायला. त्याने तिला नदीच्या दिशेने ढकललेच. ''चल चल, जा आता! वेगाने धावत जा! घरी पोहचलीस की सगळ्यांना सांग इथे काय झालं आहे ते.''

रेचल झुडपांच्या आश्रयाला गेली जेमतेम, तोच त्या अंगरखेवाल्यांपैकी एकजण इतरांपेक्षा आधी नदीजवळ येऊन पोहचला होता. त्याने तिच्या भावाचा गळा धरलाही. चाइम त्याची शक्ती एकवटून झगडत होता, तरी तो फार वेळ तग

धरू शकणार नाही हे तिला कळून चुकले आणि बाकीचे येऊन पोहचल्यावर तर नाहीच. तो एकटा इतक्या जणांसमोर काय करणार? अगतिकपणे समोरची हिंसा आणि आपल्या सख्ख्या भावावर होणारा क्रूर हल्ला तिला पाहावा लागत होता. बिचाऱ्या, असहाय चाइमभोवती ते रिंगण करून उभे होते आणि हातातल्या लाकडी क्रुसांच्या दस्त्याने ते त्याच्यावर वार करत होते. काही क्रूस त्याच्या मस्तकावर आघात होतानाच तुटले. काही त्याच्या पाठीवर. त्याच्या रक्ताने माखलेल्या शरीरावर आघात होतच राहिले. असा निर्दयी हल्ला चढवत असताना ते तोंडावाटे घोष करत होते : "तुम्ही, ख्रिस्ताचे दुष्ट मारेकरी! तुम्हाला ख्रिश्चन धर्मीयांच्या रक्ताचा सडा पाहायला आवडतो, हो ना? तू आणि तुझ्याच जातीचे इतर... तुम्ही सगळेच रक्तशोषक डुक्कर आहात! अंतिम न्यायनिवाडा होईल तेव्हा तुम्हाला तुमच्या गुन्ह्याची सजा भोगावी लागणारच आहे, गलिच्छ ज्यू लोकांनो!"

नदीच्या किनाऱ्यावरच्या दगडांवर चाइम पालथा पडला होता. गलितगात्र आणि निश्चल. तो मेला आहे असे समजून हल्लेखोरांनी आपले लक्ष मघाशी पाहिलेल्या मुलीच्या शोधाकडे वळवले. ती तर अगदीच सोपे सावज होती. आपल्या भावाला कशी मदत करता येईल याचा रेचल प्राणांतिकपणे विचार करत होती, त्याच वेळी चाइमचे इतका वेळ अगदी निर्जीव वाटणारे शरीर हलले. तो अगदी सावकाश आधी आपल्या गुडघ्यांवर, मग कसाबसा आपल्या डगमगत्या पायांवर उभा राहिला. नदीच्या दिशेने कशीबशी आपली थरथरती पावलं टाकत तो चालत गेला आणि पात्राच्या मधोमध असलेल्या लहानशा धबधब्यापाशी पोहचला. एका हल्लेखोराच्या लक्षात चाइमचा निसटून जाण्याचा प्रयत्न आल्याचे रेचलला दिसले. तो धावत मागे आला आणि त्याने त्याच्या पाठीच्या मध्यावर सणसणीत लाथ मारून त्याला नदीत ढकलून दिले. चाइम पाय कोलमडून खाली कोसळला. त्याचे मार खाऊन आधीच मोडकळलेले शरीर पाण्यात बुडाले. हे सगळे पाहताना रेचलने आपले दोन्ही हात तोंडावर घट्ट दाबून धरले होते, ओठातून बाहेर निसटणारा हुंदका दाबून धरण्यासाठी. तिचे मघाशी उच्चारलेले, 'तू मरावंस असं मला वाटतं' हे शब्द भयाण स्वप्नदृश्यासारखे तिच्या कानावर आदळत होते. आपल्या पायांखालून जमीन निसटत आहे असा तिला भास झाला. कशाचा तरी आधार घ्यायला तिचे हात हलले, पण शुद्ध हरपून ती त्या झुडपांमध्येच खाली पडली. एका लाकडी ओंडक्यावर तिचं डोकं आपटलं आणि ती तिथेच पूर्ण निश्चल अवस्थेत, कुणालाही न दिसता झुडपांच्या आत पडून

राहिली. अनपेक्षितपणे झालेल्या या गोष्टीमुळे तिचे प्राण वाचले. अंधार पडायला लागल्यावर त्या रक्तपिपासू जमावाला इतका वेळ शोधाशोध करून थकवा आला आणि मग ते शेवटी निघून गेले. 'ते त्या घाणेरड्या ज्यू मुलाला धडा शिकवत होते तेव्हाच कधीतरी ती मुलगी पळून गेली असावी', निघून जाताना त्या जमावाच्या मनात विचार आला.

२१ मार्च १४९२ च्या रात्री डी तोलेडोंची मुलगी रेचल आणि मुलगा चाइम आपल्या घरी परतू शकले नाहीत.

मार्च ३१, १४९२
ग्रॅनाडा

राजा फर्दिनांद आणि राणी इसाबेला परमेश्वराच्या कृपेने कॅस्टाइल, लिओन, अरगॉन, सिसिली, ग्रॅनाडा, तोलेडो, व्हॅलेन्सिया, गॅलिसिया, बालिरिक बेटांचा समूह, सेव्हाइल, सार्दिनिया, कोर्दोबा, कोर्सिया, मुर्सिया, जाएन, अल्गार्वे, अल्जेसिरास, जिब्राल्टर, कॅनेरी बेटे, बार्सेलोनाचे काउंट आणि काउंटेस, बिस्के आणि मोलिनाचे लॉर्ड, अथेन्स आणि निओपॅट्रियाचे ड्यूक, रुस्सिलॉन आणि सेर्दानाचे काउंट, ओरिस्तान आणि गोसिआनोचे मार्किसेस राजपुत्र लॉर्ड जुआन, आमचे सगळ्यात प्रिय आणि आवडते पुत्र, इतर राजपुत्र, सरदार, ड्यूक्स, मार्किस, काउंट्स, सैन्याधिकारी, महंत, महाराज, उच्चाधिपती, किल्लेदार, आमच्या सत्तेखालील अधिकारी, राजे-महाराजे, मनसबदार, महापौर, न्यायाधीश, शिपाई आणि आमच्या सत्तेच्या आधिपत्याखालील सर्व निष्ठावान, उच्च घराण्यातील नागरिक, शहरे, गाव, खेडेगावातले लोक, पुरोहित, राजपुरोहित, बुर्गोसमधल्या घरांमध्ये राहणारे, इतर शहरांमधले ज्यू, प्रत्येक घरातला प्रत्येक ज्यू सदस्य, कोणत्याही वयोगटातल्या महिला, विधवा, कोणत्याही कायद्याच्या आधिपत्याखालील कोणताही मनुष्य, कोणत्याही जातिधर्माचा, अधिकाराचा, कोणत्याही अवस्थेत असलेला, या हुकमातील मजकुराला मानणारा योग्य, अयोग्य कसाही असलेला, कोणत्याही लायकीचा माणूस, तुम्हाला प्रत्येकाला हे माहीत आहेच किंवा माहीत करून घ्यायचे आहे की आम्हाला मिळालेल्या माहितीनुसार आमच्या या राज्यात काही दुष्ट ख्रिश्चन धर्मीय आहेत ज्यांनी ज्यू धर्मात प्रवेश केला किंवा आपल्या पवित्र कॅथोलिक चर्चपासून फारकत घेतली,

त्यामागचे महत्त्वाचे कारण ज्यू आणि हे ख्रिश्चन्स यांच्यात आलेला संबंध, तोलेडो शहरात भरलेल्या न्यायासनात गेल्या एक हजार, चारशे आणि ऐंशी वर्षांत आम्ही सर्व शहरांतल्या, गावांतल्या, खेड्यांतल्या या ज्यूंच्या विलगीकरणाचा आदेश देत आहोत. त्यांना वेगळी ज्यू घरे दिली जावीत. वेगळ्या जागेत त्यांनी राहावं. आशा आहे की त्यांना अशा तऱ्हेने बाजूला केल्यावर परिस्थिती आपोआप सुधारेल. अजून असे आहे की, आम्ही वर उल्लेख केलेल्या आमच्या राज्यात आणि अधिकारात न्यायासने भरवली आहेत. गेल्या बारा वर्षांमध्ये आणि अजूनही अनेक गुन्हेगारांचा शोध लावला गेला आहे, हे सर्वांना माहीत आहेच आणि आमच्या न्यायासनातर्फे आम्हाला माहिती दिली गेली आहे की, ख्रिश्चनांनी सामाजिक संबंधांमध्ये आणि संवादामध्ये भाग घेतल्याने खूप मोठे नुकसान झाले आहे, होते आहे. त्यांच्याकडे मार्ग आहेत आणि हेतूही आहेत आमच्या पवित्र कॅथोलिक निष्ठेपासून ढळवण्याचा प्रयत्न करण्याचे, त्यांच्याकडे खेचण्याचे आणि त्यांच्या दुष्ट विश्वास, विचारांकडे वळवण्याचे, आपल्या कायद्यानुसार चालणाऱ्या समारंभांमध्ये त्यांना सामील करून घेण्याचे, सभा भरवून त्यात सहभागी करून घेण्याचे, ज्यात ते अशी शिकवण देतात की लोकांनी त्यांच्या कायद्याला, निष्ठेला मान्य करावे. त्यानंतर ख्रिश्चनांचा आणि त्यांच्या मुलांचा सुंता करून ते त्यांना आपल्या धार्मिक पोथ्या देतात; ज्यामध्ये त्यांच्या प्रार्थना असतात आणि त्यात सांगितलेले उपास, नियम पाळावे लागतात; त्यांच्या इतिहासाचे, कायद्याचे अध्ययन करावे लागते; कोणते सण साजरे करायचे हे आधीच सांगतात. काय आणि कसे वागायचे हे सांगतात. त्यांच्या धार्मिक प्रथेनुसार तयार केलेला त्यांच्या घरातला ब्रेड आणि मांस खायला देतात आणि त्यांच्या नियमानुसार खाण्याच्या पद्धती पाळायला सांगतात. मोझेसच्या आदेशानुसार, सूचनांनुसार वागणे कसे योग्य आहे आणि इतर कोणताही कायदा, नियम सत्य नाही फक्त हाच आहे हे सांगून मने वळवतात. अनेकांच्या सांगण्यावरून, विधानांवरून हे सिद्ध झाले आहे, दोन्ही तऱ्हांचे लोक, जे ज्यू आहेत ते आणि त्यांनी ज्यांना अशुद्ध करून भुलवले आहे ते! या सगळ्यांमुळे मोठे नुकसान सहन करायला लागले आहे. आपल्या पवित्र कॅथोलिक निष्ठेला त्यामुळे मोठा धक्का, धोका पोचलेला आहे.

याची मोठ्या प्रमाणावरची माहिती आम्हाला आधीच मिळाली आहे आणि अजूनही मिळते आहे. त्यामुळे या सगळ्या नुकसानीवर, गैरसोयीवर एकच उपाय सापडला आहे. तो म्हणजे सगळ्या ज्यू आणि ख्रिश्चन लोकांच्या

आपापसातील संबंधांवर प्रतिबंध आणणे; त्यांना आमच्या आधिपत्याखालील सर्व राज्यांमधून हाकलून देणे. आमची अशी इच्छा आहे की सगळी शहरे, गावे, खेडी जी अंदालुसियामध्ये येतात, जिथे त्यांनी सर्वात मोठे नुकसान केले आहे, तसेच इतर शहरे, गावे, खेडी यांमधून त्यांना हद्दपार करण्यात येण्याचा आदेश जारी करावा. आणि आम्हाला आधीच माहीत झाले आहे की आमचा हा आदेश आणि दिलेली शिक्षा, ज्यू लोकांकरता, जे मोठे गुन्हेगार आहेत ज्यांनी आमच्या पवित्र कॅथोलिक चर्चचे नुकसान केले आहे, त्यांना जारी करूनही हे समाधानकारक उपाय योजणे ठरणार नाही. कारण पुन्हा रोज आमच्या नजरेस येत राहते की हे ज्यू जिथे जिथे राहतात, एकत्र जमतात तिथे तिथे त्यांचे दुष्ट आणि सैतानी कृत्य जारी ठेवतात. त्यामुळे एकही अशी जागा त्यांच्याकरता शिल्लक ठेवायला नको जिथे ते आमच्या पवित्र चर्चचा अपमान करतील आणि परमेश्वराने आजवर ज्यांना आपला सर्वात प्रिय मानले त्याला भ्रष्ट करतील. ज्यांनी पाप केले पण पश्चात्तापही केला आणि आपल्या पवित्र मातेच्या चर्चमध्ये ते पुन्हा आले, त्यांच्या कमकुवत मनांना भुलवून आपल्याजवळ खेचून घेतील. त्यामुळे मूळ कारणच नाहीसे करणे गरजेचे आहे. ते म्हणजे आमच्या राज्यामधून ज्यू लोकांची हकालपट्टी करणे. कारण जिथे गंभीर आणि अतिशय वाईट गुन्हा घडून येतो. कोणत्याही संस्थेच्या सदस्याकडून किंवा समितीकडून. त्या वेळी अशी संस्था किंवा समिती बरखास्त करावी हेच योग्य असते आणि लहान-मोठ्या प्रत्येक सदस्याला कठोर शिक्षा मिळायला हवी आणि जे चांगले, प्रामाणिक आयुष्य जगत आहेत त्यांना नुकसान पोहचवायला कारणीभूत ठरतात त्यांना त्या ठिकाणांवरून काढून टाकण्यात यावे. प्रजासत्ताकाला ज्यांच्यामुळे लहानसा धोकाही पोहचतो ते कितीही मोठे असले तरी धोकादायक असतात; त्यांच्यामुळे गुन्हे पसरतात. त्यामुळे आम्ही, आमच्या अधिकारी सदस्यांसह, सल्ला देतो आमच्या सरदार, उच्चाधिकारी, राज्यातील प्रतिष्ठित व्यक्तींना, इतर शहाण्या, शिकलेल्या, बुद्धिमान सदस्यांना जे आमच्या समितीत आहेत, या संदर्भात आम्ही जो विचार केला आहे, त्या हुकमाची अंमलबजावणी करण्यात यावी. ज्यू आणि ज्यूंचे साथीदार असलेल्या सर्वांना आमच्या साम्राज्यातून बाहेर काढले जावे. पुन्हा कधीही त्यांनी परत येऊ नये. त्यांच्यापैकी कोणीही परतू नये. आमच्या हुकमाची सर्वांनी अंमलबजावणी करावी म्हणून तो सर्वांना पाठवला जात आहे. त्यात आम्ही आदेश दिला आहे की कोणत्याही वयाच्या, कुठेही राहत असलेल्या, आमच्या साम्राज्यात जगत असलेल्या, स्थानिक असलेल्या किंवा

नसलेल्या, कोणत्याही कारणाने इथे राहत असलेल्या, या सर्वांनी जुलै महिन्याच्या अखेरीपासून या वर्षात प्रत्येकाने आमच्या राज्यामधून, आमच्या अधिकारातील प्रदेशातून बाहेर पडावे. त्यांनी आपल्यासोबत त्यांची मुले, मुली, नोकरचाकर, नातेवाईक, कोणत्याही लहान-मोठ्या वयाच्या, योग्यतेच्या व्यक्तींनाही घेऊन जावे आणि कोणीही पुन्हा परतण्याची हिंमतही करू नये. सोडून गेलेल्या घरात पुन्हा कायमचे किंवा तात्पुरते राहायला जाऊ नये. जे हा आदेश मानणार नाहीत, असा कोणीही आमच्या अधिकारातल्या राज्यात सापडला तर त्याला एकच शिक्षा, देहांताची, लागू करण्यात येईल. आमच्या अर्थ समितीद्वारे त्याची सगळी मालमत्ता हिरावून घेतली जाईल. कोणताही खटला, हुकूम त्याकरता जारी करण्यात येणार नाही. आणि आम्ही आदेश देतो की अशा व्यक्तींना जो कोणी संरक्षण देईल, वाचवेल, मदत करेल; घरात, बाहेर जो कोणी जुलै महिन्यानंतर त्यांना आश्रय देईल, त्यांचीही सर्व मालमत्ता जप्त करण्यात येईल. सर्व घरे, वारसा, आमच्या अर्थ समितीतर्फे त्यांना मिळणारे सर्व फायदे रद्द होतील. सर्व ज्यू आणि ज्यूंशी संबंधित इतरांनी आपली मालमत्ता, घरेदारे याची विल्हेवाट लावून त्यांना दिलेल्या मुदतीत निघून जावे. कारण नंतर त्यांच्या मालकीच्या कोणत्याही घरावर, आर्थिक मालमत्तेवर त्यांचा अधिकार राहणार नाही. त्यांची प्रत्येक गोष्ट आमच्या ताब्यात, अधिकारात घेतली जाईल. जुलै महिन्याच्या अखेरीपर्यंत ते सुरक्षितरीत्या प्रवास करून देश सोडून जाऊ शकतील, तोपर्यंतच ते मालमत्तेची विक्री, व्यापार करू शकतात. आपली जंगम मालमत्ता घेऊन जाऊ शकतात. स्वखुशीने त्याची विल्हेवाट लावू शकतात. या कालावधीपर्यंत त्यांना कोणी इजा करणार नाही; नुकसान करणार नाही. त्यांच्या बाबतीत गुन्हा घडणार नाही; अन्याय होणार नाही; वैयक्तिक किंवा मालमत्तेला धोका पोचणार नाही. आम्ही ज्यू आणि ज्यूंशी संबंधितांना परवाना देतो की त्यांना त्यांची मालमत्ता या राज्याच्या बाहेरही पाठवता येईल; समुद्र किंवा जमिनीमार्गे त्याची वाहतूक करता येईल. मात्र सोने, चांदी, नाण्यांच्या रूपातील पैसे, कायद्याने प्रतिबंध केलेली कोणतीही वस्तू पाठवता येणार नाही. फक्त व्यापार करण्यायोग्य वस्तू आणि ज्यावर प्रतिबंध नाही अशा गोष्टी ते बाहेर पाठवू शकतात.

आणि आम्ही आदेश देतो सर्व समित्यांना, न्यायसंस्थेला, अधिकाऱ्यांना, सरदारांना, उच्चपदस्थांना आणि बुर्गोसमधल्या प्रत्येक प्रतिष्ठित व्यक्तीला, इतर शहरे, गावे, खेड्यांतील व्यक्तींना जी आमच्या साम्राज्याचा भाग आहेत आणि आमच्या सर्व नव्या-जुन्या नागरिकांना, स्थानिकांना, की त्यांनी आम्ही दिलेल्या

हुकमाची, नियमांची जपणूक करावी; अंमलबजावणी करावी. त्यातील प्रत्येक गोष्टीशी सहमत व्हावे. आपल्या सर्व सहकाऱ्यांना, मदतनिसांना सांगावे. तसे झाले नाही तर समितीने ठरवून दिलेला दंड, शिक्षा भोगून आपली सर्व मालमत्ता जप्त करण्यास मान्यता द्यावी. हे सर्वांच्या नजरेस येणे गरजेचे आहे. त्यामुळे कोणीही माहीत नसण्याचा बहाणा करणार नाही. आम्ही हुकूम देतो की हा जाहीरनामा शहरातील, गावातील, खेड्यातील प्रत्येक महत्त्वाच्या दुकानांवर, प्रत्येक जागी, प्रत्येकाला दिसेल असा लावण्यात यावा. सार्वजनिक दस्तावेज म्हणून याची जपणूक व्हावी. कोणीही त्याला कसलेही नुकसान पोहचवणार नाही याची काळजी घ्यावी नाहीतर सदर व्यक्तीला दंड आणि मालमत्तेच्या जप्तीला सामोरे जावे लागेल. आमच्या आदेशाचा जो अनमान करेल त्याला आमच्यासमोर न्यायासनात हजर केले जावे. आम्ही जिथे असू तिथे त्यांनी केलेल्या गुन्ह्याच्या दिवसापासून पंधरा दिवसांच्या आत त्याला जो दंड ठोठावण्यात येईल. तो भरला जावा; आमचा हा खलिता योग्य त्या सही-शिक्यानिशी सर्व सार्वजनिक ठिकाणी उपलब्ध केला जावा. त्यातून आम्हाला आमचा आदेश पाळला जातो आहे का हे लक्षात येईल.

हा आदेश आमच्या ग्रॅनाडा शहरातून जारी करण्यात आला, ३१ व्या तारखेला मार्च महिन्याच्या, लॉर्ड जीझसच्या जन्मवर्षाच्या एक हजार चारशे आणि ब्याण्णवाव्या वर्षी.

मी, महाराजा, मी, महाराणी, मी जुआन डी कोलोमा, महाराजांचा आणि महाराणींचा सचिव आमचे अधिकारी यांनी त्यांच्या आदेशानुसार हे लिहून जारी केले आहे.

काब्रेरा, अल्माकान कुलगुरू यांनी याची नोंदवणूक केली.

एप्रिल ३०, १४९२

तोलेडो

रेचल अनेक दिवस बिछान्यात एकही शब्द न उच्चारता झोपून होती. तिने आपले डोळेही उघडले नाहीत, ज्या वेळी ताजो नदीकाठच्या दाट झुडपांमध्ये त्या दुर्दैवी दिवशी ती बेशुद्धावस्थेत सापडली, त्या दिवसापासून ती तशाच अवस्थेत होती. पण आतल्या आत ती सतत रडत होती. तिच्या गालांवरून मूक अश्रू

वाहत होते. मोशे रोज तिला भेटायला येई. तो तिच्या बिछान्याशेजारी बसे. तोही काही बोलत नसे. फक्त तिचा हात आपल्या हातात घेऊन तो तिच्या अंगावरचे पांघरूण नीट करी. प्रत्येक शुक्रवारच्या रात्री तो दरवाजाजवळ असलेल्या टेबलावर ठेवलेल्या मनोऱ्यात सात मेणबत्त्या पेटवी. जिऱ्याची अगरबत्ती लावे. कधी कार्नेशन किंवा इतर गोड वासाच्या अगरबत्त्या लावे. तो त्या सगळ्यांना मन:शांती लाभावी याकरता प्रार्थना करे. त्याच्या मनातली वेदना त्याला काही बोलू देत नव्हती.

तोलेडोतल्या प्रत्येक ज्यू व्यक्तीने आणि डी तोलेडो कुटुंबाच्या परिचित असलेल्या काही कॅथोलिक मित्रांनी चाइमचा कसून शोध घेतला, पण कोणालाच तो सापडला नाही. अंतिम प्रवासाला तो निघून गेला होता. पांढऱ्याशुभ्र फेसाची हिरवीगार ताजो नदी त्याला दूर घेऊन गेली होती. मृत्यू हा पवित्र आदेश असतो, पण दोन तरुण व्यक्ती, त्यांच्यापैकी एक केवळ चौदा वर्षांची, दुसरी सतरा वर्षांची, मनातल्या अपराधभावनेच्या ओझ्याखाली इतक्या दबून गेल्या होत्या, जणू हा आदेश त्यांनीच दिला होता.

सात दिवसांचा शोककाळ एस्थर किंवा डेव्हिड दोघांनाही पुरला नाही. विशेषत: एस्थरला. तिचा सावळा वर्ण अजूनच काळवंडला होता आणि मानेवर रुळणारा केसांचा अंबाडा अचानक पांढरा दिसायला लागला होता. अन्नमकरता अन्नपदार्थ शिजवायला तिला आपल्या स्वयंपाकघरात पायही ठेवणे अशक्य झाले. अंगणात उतरणाऱ्या अरुंद जिन्याच्या पायऱ्यांवर ती बसून राही आणि बागेतल्या कोपऱ्यातल्या एकाच विशिष्ट ठिकाणी नजर लावे; जिथे गेल्या वर्षी स्थलांतर करून आलेल्या पक्ष्यांनी बांधलेले घरटे अजूनही तसेच राहिले होते. घरटे रिकामे होते पण लवकरच पक्षी परत येऊन त्यात पुन्हा आपले बस्तान बसवणार होते. झाडाच्या फुटलेल्या शाखांवर हळूहळू हिरवा रंग चढत होता. हवा उबदार होत होती. अगदी गरमही म्हणता येईल अशी. पण एस्थरचे हृदय बर्फासारखे थंडगार होते आणि डी तोलेडोंच्या घरात आनंदाचा एकही किरण नव्हता; जो तिचे हृदय उबदार करू शकेल.

साल्वातोर नाहमिआस यांनी जरा दबकतच लाकडी दरवाजावर तीन वेळा टकटक केले. हाताच्या पंजाच्या आकाराच्या पितळी कडीमधला ब्रॉन्झचा लहानसा गोळा निसटून पडण्याच्या बेतात होता. साल्वातोरने आपल्या गुबगुबीत बोटांनी झाडाची एक काडी खिळे सैल झाल्यामुळे निर्माण झालेल्या फटीत सरकवली. दरवाजावर लटकणाऱ्या मेझुआला स्पर्श करून त्यांनी प्रार्थना केली : ''परमेश्वरा, आम्हा सर्वांचे रक्षण कर...''

डेव्हिडने दरवाजा उघडला. त्याच्या चेहऱ्यावर उबदार हास्य उमटले. ''आत ये मित्रा,'' त्याने स्वागत केले. एस्थर उठून उभी राहिली. ती खूप थकलेली दिसत होती. जणू पाठीवर दगडांचे ओझे बराच काळ वाहून आली आहे. आपल्या डोक्यावरची टोपी काढून हातात घेतल्यावर साल्वातोर जरा वेळ तसाच उभा राहिला. आपण नेमके काय करावे हे न सुचल्याने त्याच्या हालचालीत अस्वस्थता होती. हातात टोपी तशीच ठेवून मग तो जरा पुढे गेला. बाजूच्या खुर्चीकडे निर्देश करून एस्थरला म्हणाला, ''तू बस, प्लीज.''

हातात लाकडी तलवार घेऊन अव्रम कोणत्यातरी काल्पनिक शत्रूसोबत युद्ध खेळत होता. त्याच्याजवळ जाऊन साल्वातोरने आपुलकीने त्याच्या मस्तकावरच्या कुरळ्या केसांमधून हात फिरवला. ''कसा आहे आमचा शूर सरदार? लवकरच आपल्या बापाइतका उंच होणार आहेस तू, चालू दे तुझा खेळ.'' खुर्चीतच बसून अव्रमने आपली तलवार हवेत गोलाकार फिरवली आणि तो खिदळला.

सगळेच जण अवघडलेले दिसत होते. कुणालाच नेमके काय बोलावे ते सुचत नव्हते. शेवटी डेव्हिडने त्या शांततेचा भंग केला. ''मोशे आला आहे, रेचलसोबत वरती आहे तो.''

''कशी आहे आता ती? सुधारणा आहे?''

''तब्येत सुधारत आहे तिची पण सतत रडत असते.'' डेव्हिडने आपले टोकदार, लाल नाक हाताने चोळले.

''सगळं ठीक होईल, डेव्हिड,'' कपाळावरचा घाम पुसत साल्वादोर म्हणाले. ''सगळं ठीक होईल. ज्या देवाने वेदना दिली आहे, तोच त्यावर औषधही देईल. माझ्यावर विश्वास ठेव.'' बोलताना त्यांच्या दाट, वेड्यावाकड्या भुवया उंचावलेल्या होत्या.

''म्हणजे तुम्ही जाता आहात तर?'' डेव्हिड म्हणाला.

''होय, आम्ही परवा जातो आहोत. सकाळी लवकरच निघू. पण आम्ही पोर्तुगालला गेल्यावर तुमची वाट पाहू. मी म्हणालो तसं, आकाशातून कायमच उपाय पाठवला जातो. इस्तंबूलमधलं आयुष्य वेगळं असेल. आपण पुन्हा एक नवी सुरुवात करू. खूप सुंदर जागा आहे ती असं सगळे म्हणतात आणि त्यांचा राजा, म्हणजे सुलतान, खूप दिलदार आहे.''

''खरं सांगू का, मला कुठे जाता येईल अशी जराशीही आशा वाटत नाही आहे.'' डेव्हिड अस्वस्थपणे आपल्या पत्नीकडे पाहत म्हणाला. ती पुन्हा

रिकाम्या घरट्याकडे दृष्टी लावून बसली होती. पुढे झुकून डेव्हिड आपल्या मित्राच्या कानात कुजबुजला : "चाइम गेल्यावर..." त्याने निराशेने मान हलवली.

अव्रमने हाक मारली, "बापू! आपणही जाऊया ना इस्तंबूलला! सुलतानाला भेटता येईल मग आपल्याला."

एस्थर उठली आणि आत निघून गेली.

साल्वातोरने हातातले लेमोनेड एक घोटात संपवले. "तुला ठाऊक असेल त्यांनी आपल्या हद्दपारीचा हुकूम काढला आहे ३१ मार्चला आणि असं म्हणतात की या महिन्याच्या सुरुवातीला तो अधिकृतरीत्या लागू होईल. त्यानंतर फक्त तीन महिने शिल्लक राहतील. मग सगळंच कठीण होईल. डॉन अब्रावनेल आणि आपल्या जमातीचे बाकी नेते करताहेत खूप काम. असं ऐकलंय की ते न्यायालयात जाऊन दाद मागणार आहेत. पण माझं मत विचारशील, तर मित्रा... परिस्थितीमध्ये काहीही बदल होणार नाही. आपल्यालाच आपली काळजी करायला हवी. आपलं भवितव्य आपल्याला निर्माण करायला हवं. पुन्हा एकदा! जसं याआधीही आपण केलं आहे. हे आपलं कर्तव्य आहे. तुझं आणि माझं."

"माझ्या प्रिय मित्रा, मला तुझं दुःख, शोक समजू शकतो... अत्यंत लाडका मुलगा तू गमावला आहेस. हजारो अडचणी सहन करून त्याला तू मोठं केलं होतंस. पण डेव्हिड तुला अजूनही दोन मुलं आहेत. परमेश्वराला उत्तर द्यायला तू बांधील आहेस. या निरागस मुलांचं आणि बायकोचं रक्षण तुला करायला हवं. आमच्यासोबत तिथे येऊन पुन्हा आयुष्य जगायला लाग. आम्ही तुझी वाट पाहू. आम्ही जूनमध्ये जिब्राल्टरला जाऊ आणि तिथून जहाजाने इस्तंबूलला."

"मला माहीत नाही... एस्थर अजूनही चाइमची वाट पाहते आहे. बिचारी एस्थर... रेचल दुःखात बुडालेली आहे... आणि अव्रम..."

"डेव्हिड, तुला मी जे सांगितलं आहे तसंच कर. हे गंभीर आहे," असं बजावून साल्वातोर उभे राहिले. "आपल्याकडे दुसरा कोणताच पर्याय नाही. जायच्या आधी आम्ही पुन्हा एकदा येऊ. मोशेला बोलवायला मी आत्ता आलो आहे. त्याने थोडीफार मदत करायला हवी. खूप जास्त सामान आहे आमचं. जवळचे सगळे पैसे देऊन मी कापड आणि चामडं घेतलं आहे. ते हरामखोर आपले पैसेही आपल्याला स्पेन सोडून जाताना घेऊन जाऊ देत नाही आहेत. आपल्या पैशांवर त्यांची दुष्ट नजर आहे आणि आपल्या आत्म्यावरही. देव रक्षण करो आपलं."

एस्थर आणि मोशे बाहेरच्या अंगणात आले.

"रेचल कशी आहे?" मुलाच्या खांद्यावर हात ठेवत साल्वातोरने विचारलं. त्याने उत्तर दिलं नाही. त्याची मान खाली झुकलेली होती. त्याच्याऐवजी एस्थरने उत्तर दिलं, "ती ठीक आहे, पण तिच्या मनात अपराधाची भावना आहे."

डेव्हिडने आवंढा गिळला. "लहान मुलगीच आहे तीसुद्धा," तो म्हणाला, "निष्पाप मुलगी! आणि ती दुःखाने व्याकूळ झालेली आहे. आपण सगळे झालो आहोत तशीच."

काहीच उत्तर न देता एस्थर आत निघून गेली आणि साल्वातोरने हळुवारपणे आपल्या मुलाला दरवाजाच्या दिशेने ढकलले. "डेव्हिड, मी कायम तुझ्या मदतीला आहे," उंबरा ओलांडून जाण्याच्या आधी साल्वातोरने पुन्हा एकदा उच्चार केला.

ते गेले त्या दिशेला पाहत डेव्हिड काही वेळ उभा राहिला. तोलेडोच्या चिंचोळ्या वाटांवरचे दगडगोटे सूर्याच्या उन्हात तापून निघत होते, तरी अजून उन्हाळा सुरूही झाला नव्हता. ऊन खात बसलेली एक लहानशी पाल डेव्हिड दरवाजा बंद करत असताना बिजागऱ्यांमधून घाबरून उडी मारून बाहेर पडली आणि मोठ्या पालीच्या जवळ सरपटत गेली.

"बापू!" अव्रमने विचारलं, "आपण इस्तंबूलमध्ये सुलतानाला भेटायला जाणार आहोत का?"

डेव्हिड हसत म्हणाला, "का नाही? कदाचित आपण ओट्टोमन राजवाड्यात जाऊन त्याच्यासोबत जेवणही करू. पण आता आपण सरळ स्वयंपाकघरात जाणार आहोत. शक्तिमान बनायचं असेल तर तुला काहीतरी खायला हवं, मी येतोच जरा वेळात."

अव्रम आनंदाने उठून उभा राहिला. "आई, आई," आत धावत जाताना तो ओरडत होता, "बापू म्हणाले ते मला ओट्टोमन राजवाड्यात घेऊन जातील!"

डेव्हिडने पुन्हा त्याचे लाल नाक चोळले. आपला घसा साफ करत त्याने आवाजात निर्धार आणत हाक मारली, "एस्थर, एस्थर, जरा बाहेर येतेस का प्लीज?"

ग्रॅनाडा

“महोदय, मला हे अखेरचे एक निवेदन करण्याकरता तुम्ही संधी दिलीत याबद्दल मी ज्यू जमातीचा प्रतिनिधी या नात्याने तुमचे आभार मानतो. काउंट्स, ड्यूक्स आणि न्यायालयातले मार्क्विस, सेनाधिकारी आणि महिलांनो... आपल्या लोकांच्या सुरक्षिततेकरता विनंती करावी लागणे ही कोणत्याही ज्यू व्यक्तीकरता सन्मानाची बाब नाही. पण त्याहीपेक्षा अवमानाची गोष्ट अशी की, महाराज आणि महाराणी, जे कॅस्ताईल, अरागॉन आणि सगळ्याच स्पेन देशाचे आधिपत्य करतात, त्यांना निरुपद्रवी लोकांना हाकलून देण्यात महानता वाटते. मला ही गोष्ट समजून घ्यायला कठीण वाटते, की प्रत्येक ज्यू व्यक्ती, पुरुष, स्त्री आणि मूल हे कॅथोलिक धर्माला हानी पोहचवणारे कसे असू शकतात. खूप खूप मोठा आरोप आहे हा. आम्ही तुमचा नाश करत आहोत? खरी परिस्थिती पूर्णपणे याच्या विरुद्ध आहे. या हुकूमनाम्यात तुम्हीच हे मान्य केले आहे ना, की सगळ्या ज्यू लोकांना बंदिस्त घरांमध्ये राहायला भाग पाडून त्यांच्या सामाजिक आणि कायदेशीर सवलती मर्यादित केल्या आहेत, शिवाय त्यांना लाजिरवाणे ओळखपत्र गळ्यात घालायला लावले आहे? तुम्ही आमच्यावर भयानक कर लावला नाहीत? आम्हाला सतत द्वेषपूर्ण चौकशीसत्रांना सामोरे जायला लावून दिवस-रात्र दहशतीचे वातावरण निर्माण केले नाहीत? मला तुम्हा सर्वांसमोर या प्रकरणाचा स्पष्ट आणि सविस्तर समाचार घ्यायचा आहे. इस्राएलचा आवाज अशा रीतीने दाबून टाकण्याचा तुमचा हा आजचा प्रयत्न आम्ही यशस्वी होऊ देणार नाही.

“आमचे म्हणणे ऐक, परमेश्वरा आणि स्पेनचे महाराज, महाराणी, आमच्या बोलण्याकडे लक्ष पुरवा. मी डॉन अब्रावनेल तुमच्यासमोर बोलत आहे. मी आणि माझे कुटुंब थेट राजा डेव्हिडचे वारसदार आहोत. आमच्यात खरे राजघराण्याचे रक्त आहे. मसिहाचे रक्त माझ्या नसांमधून वाहत आहे. हा माझा वारसा आहे आणि मी इस्राएलच्या परमेश्वराला स्मरून याचा उच्चार आता करत आहे.

“माझ्या लोकांतर्फे, इस्राएलच्या लोकांतर्फे, देवाने निवडलेल्या प्रतिनिधीच्या नात्याने मी ते निरपराध, निष्पाप असल्याचे जाहीर करतो. या आमच्या हकालपट्टीकरता काढलेल्या हुकूमनाम्यामध्ये त्यांच्यावर लावलेले आरोप निराधार आहेत. सगळे गुन्हे, अपराध तुम्ही लावलेले आहेत. आम्ही ते सहन करू शकत नाही. हा अन्यायी हुकूमनामा तुमच्या अधोगतीचे लक्षण

आहे. आणि हे वर्ष, जे तुम्ही स्पेनचे सर्वात वैभवशाली वर्ष मानता आहात, ते स्पेनकरता सर्वात लाजिरवाणे ठरणार आहे.

"प्रत्येक व्यक्ती जे सत्कार्य करते त्याचं पुण्य तिला नक्की मिळतं. त्या चांगल्या कृत्याबद्दल तिचा सन्मानही होतो. त्यानुसार महाराज आणि महाराणी यांना त्यांनी आजवर केलेल्या चांगल्या कामाचे श्रेय मिळायला हवं. मात्र त्याच वेळी एखादी व्यक्ती जेव्हा पापकृत्य करते तेव्हा त्याची जगात बदनामी होते; कुप्रसिद्धी मिळते. आणि जेव्हा महाराज आणि महाराणी लाजिरवाणे कृत्य करतात, त्या वेळी ते स्वत:चेच महान नुकसान करतात. असं म्हणतात की महान व्यक्तीने केलेली चूकही महान ठरते. चूक जर योग्य वेळी नजरेस आणली तर ती सुधारता येते. बांधकामामध्ये एखादी सैल झालेली वीट असेल तर ती वेळीच बाहेर काढून पुन्हा नीट बसवता येते. तसेच हुकूमनाम्यामधील चुकीचा, अयोग्य मजकूर नजरेस आणून दिल्यावर तो वगळून सुधारणा करता येईल. पण धार्मिक सत्तेचे छुपे हेतू आहेत. समितीने दिशाभूल करणारी माहिती पुरवल्याने न्यायाची दृष्टी गढुळलेली आहे. हुकूमनाम्यामधील चुका, त्यात केलेले आरोप यामध्ये दुरुस्ती केली न जाता, ते तसेच राहतील. होय, महाराज आणि महाराणी! माझे म्हणणे नीट ऐका. चुका, तुमच्या चुका, ठळक आणि दुरुस्त न होऊ शकलेल्या, स्पेनमध्ये कोणीही याआधी कधी ऐकल्या नसतील अशा, त्यांना तुम्ही आणि फक्त तुम्हीच जबाबदार आहात.

"जसे राष्ट्राच्या मजबुतीचे मापन त्याच्याकडच्या शस्त्रांवरून होते, तसेच कला आणि साहित्य यावरून त्याची संवेदनशीलता जोखली जाते. होय, तुम्ही मुस्लीम आक्रमकांना तुमच्या सैन्याच्या बळावर नामोहरम केलेत; युद्धकलेत तुम्ही किती निष्णात आहात हे सिद्ध केलेत. पण तुमच्या अंतर्मनाच्या स्थितीचे काय? तुमची चौकशीकरता नेमलेली माणसे गावोगावी जातात आणि... आणि हजारो पुस्तकांची होळी करतात. कोणत्या अधिकाराने चर्चमधली माणसे आता या महान मूरिश राजवाड्यातल्या प्रचंड अरबी ग्रंथालयाला आग लावत आहेत आणि त्यांची बहुमोल हस्तलिखिते नष्ट करत आहेत? कोणी हक्क दिला हा त्यांना? कोणत्या अधिकाराखाली? याचे उत्तर आहे, तुम्ही दिलेल्या अधिकाराखाली, तुम्ही दिलेल्या हक्कामुळे, महाराज आणि महाराणी.

"तुमच्या अंतर्मनामध्ये ज्ञानाच्या, माहितीच्या शक्तीवर अविश्वास भरलेला आहे आणि तुम्ही फक्त सत्तेचा आदर करता. आम्ही ज्यू तसे नाही. ज्यू लोक ज्ञानाला अतिशय महत्त्व देतात. आमच्या घरात आणि आमच्या प्रार्थनास्थळी

शिक्षण, वाचन हे आयुष्यभर करण्याचे व्रत मानले जाते. शिकत राहण्याची तीव्र इच्छा आमच्या मनात मरेपर्यंत असते; आमच्या अस्तित्वाचा गाभा आहे तो! आमच्या प्राचीन धर्मगुरूंनी सांगितले आहे, याच कारणाकरता आमचा जन्म झालेला आहे. आमची शिकण्यावर असलेली प्रचंड श्रद्धा आणि तुमच्या मनातील सत्तेचे, शौर्याचे प्रचंड प्रेम हे कदाचित एकमेकांना पूरकही ठरू शकले असते. तुमच्या दरबारी सैन्याने जर आमचे संरक्षण केले असते, तर तुम्हाला आमच्या जमातीच्या बुद्धिमत्तेचा आणि ज्ञानाचा खूप मोठा फायदा करून घेता आला असता. मी सांगू इच्छितो की आपण एकमेकांना मदत करू शकलो असतो.

''आम्हाला आमच्या शक्तिहीनतेची जशी जाणीव करून दिली जाते आहे, तसेच तुमची सत्ताही तुम्ही जी कृत्ये करत आहात त्यामुळे डळमळीत होते आहे. येत्या अनेक शतकांमध्ये, तुमचे वारस तुम्ही आज जी चूक करत आहात त्याचे प्रायश्चित्त भोगणार आहेत. तसेही तुम्हाला ज्याचा इतका अभिमान आहे ते तुमचे सैन्य, त्याच्यामुळे तुम्ही फक्त एक हल्लेखोर राष्ट्र म्हणून ओळखले जाणार आहात. सोन्याचा आणि धनाचा हव्यास असलेले. केवळ तलवार आणि ताकदीच्या बळावर राज्य करू पाहणारे आणि त्यामुळेच तुमचे राष्ट्र अशिक्षितांचे असेल. तुमच्या शैक्षणिक संस्था इतर भूमीवरच्या परकीय कल्पनांमुळे, लोकांमुळे त्यात अशुद्धता येईल या भीतीखाली असल्याने त्यांना कोणताही आदर मिळणार नाही. नजीकच्या कालावधीत, एकेकाळी महान राष्ट्र म्हणून प्रसिद्ध असणारे स्पेनचे राज्य हे इतर देशांच्या तुलनेत केवळ एक कुजबुजीद्वारे उच्चारले जाणारे नाव ठरेल. स्पेन, एक अज्ञानी लोकांचा प्रदेश. स्पेन, असे एक राष्ट्र जे खूप काही करू शकले असते पण अगदीच अल्प काम त्यांच्याकडून केले गेले.

''आणि मग एक दिवस स्पेन स्वत:लाच विचारेल, 'काय अवस्था झाली आहे ही आमची? आम्ही इतर देशांच्या कुचेष्टेचा विषय का झालो आहोत?' आणि मग स्पेनचे नागरिक त्या दिवशी त्यांच्या भूतकाळात डोकावून पाहतील आणि स्वत:ला विचारतील काय झाले होते नेमके. जे प्रामाणिक असतील ते या आजच्या दिवसाकडे, आजच्या युगातल्या या दिवसाकडे निर्देश करतील आणि सांगतील एक राष्ट्र म्हणून त्यांच्या अध:पतनाची सुरुवात होणारा हाच तो दिवस. आणि त्यांच्या दुर्गतीचे कारण इतर कोणीही नाही. त्यांच्या महान कॅथोलिक धर्मसत्तेचे प्रमुख, फर्दिनांद आणि इसाबेला, मूरांवर विजय मिळवणारे, ज्यू जमातीला हद्दपार करणारे, अन्याय्य चौकशीसत्राचे संस्थापक आणि शोधक स्पॅनिश मनांचा विध्वंस करणारे हेच ते दोघे.

"हा हुकूमनामा ख्रिश्चनांच्या कमकुवतपणाचा पुरावा आहे. यातून असे दिसते की आम्ही ज्यू या दोन धर्मांतील शेकडो वर्षे जुन्या वादामध्ये विजयी ठरलो आहोत. यातून स्पष्ट होते की खोटे ख्रिश्चन का आहेत? म्हणजेच ते ख्रिश्चन, ज्यांची निष्ठा ज्यूंनी घातलेल्या वादामुळे डळमळीत होते. कारण ज्यूंची बाजू न्यायाची आहे हे त्यांना ठाऊक असते.

"त्यातून हे स्पष्ट होते की ख्रिश्चन राष्ट्र हे सांगत आहे ते तसे नुकसान झालेले, जखमी का आहे. ज्यूंचा विरोध दडपून टाकून, त्यांचा आवाज बंद करून ख्रिश्चन जमातीने वादामधून अंग काढून घेतले आहे. इतकेच नव्हे तर त्यांना धोकादायक वाटू शकणारे विरोधी आवाजाचे मूळच त्यांनी नष्ट करून टाकायचे ठरवले आहे. आजच्या दिवसानंतर ज्यूंना कोणतीही संधी दिली जाणार नाही आहे.

"स्पॅनिश मातीतली ही आमची शेवटची संधी, आमची बाजू मांडण्याची. महाराज आणि महाराणीने मला बहाल केलेला हा गेल्या काही क्षणांचा मुक्ततेचा काळ. मी स्पॅनिश भूमीवरच्या ज्यूंचा शेवटचा प्रतिनिधी म्हणून केवळ धर्मशास्त्रातील एका मुद्द्याकडे, न्यायाच्या संधीकडे लक्ष वेधू इच्छितो. तुम्हाला आवडो किंवा न आवडो मी एक समारोपाचा संदेश तुम्हाला देत आहे.

"संदेश साधा आहे. इस्राएलमधले ऐतिहासिक लोक, पारंपरिकरीत्या हे मान्य केले गेले आहे, हे जीझसच्या आणि त्याने मसिहा असण्याच्या केलेल्या दाव्याचा निवाडा करणारे अंतिम आहेत. मसिहा हा इस्राएलला वाचवण्याचे कर्तव्य करण्याकरताच असल्याने इस्राएलला हे ठरवण्याचा अधिकार आहे, ते वाचवले गेले आहे की नाही. आमचे उत्तर हे अंतिम, खरे उत्तर असणार आहे. ते असे की जीझस हा खोटा मसिहा आहे. जोवर इस्राएलचे लोक जिवंत असतील, जोवर जीझसचे स्वतःचे लोक त्याला नाकारत राहतील. तुमचा धर्म हा कधीही सत्य मानला जाणार नाही. तुम्ही जगातल्या सगळ्या लोकांना जबरदस्तीने तुमच्या धर्मात आणू शकाल, पण जोवर तुम्ही ज्यूंना धर्मभ्रष्ट करत नाहीत; त्यांचा धर्म बदलत नाहीत; तोवर तुम्ही काहीच सिद्ध करू शकत नाही. केवळ याव्यतिरिक्त की तुम्ही अज्ञानी लोकांना तुमच्याकडे वळवू शकता.

"आम्ही तुम्हाला या विवादास्पद ज्ञानासोबत ठेवून तुमचा निरोप घेतो. तुम्ही आमचे सगळे अधिकार हिरावून घेऊ शकता. मात्र सत्य आमच्यासोबतच राहील. आमची मालमत्ता, लोक तुम्ही नष्ट करू शकता. तुम्ही आमचा पवित्र

आत्मा नष्ट करू शकत नाही आणि ते ऐतिहासिक सत्य ज्याला फक्त आम्हीच साक्षीदार आहोत.

"ऐका, स्पेनचे महाराज आणि महाराणी, आज या दिवशी तुम्ही दुष्टाव्याने वागलेल्या इस्राएलच्या भूमीवरच्या लोकांविरुद्ध पापी कृत्य केलेल्यांच्या यादीमध्ये स्वत:ला समाविष्ट करून घेत आहात. जर तुम्ही आम्हाला नष्ट करू पाहाल, तर तुमची इच्छा असफल होईल. कारण तुमच्याहूनही अधिक शक्तिशाली सत्ताधाऱ्यांनी आम्हाला संपवायचा प्रयत्न केला आहे आणि प्रत्येकजण अयशस्वी झाला आहे. नक्कीच, आम्ही इथून दूर असलेल्या भूमीवर पुन्हा भरभराट साध्य करू. कारण आम्ही कुठेही गेलो तरी इस्राएलचा देव आमच्यासोबतच असेल. आणि तुमच्याबद्दल बोलायचं तर, डॉन फर्दिनांद आणि डोना इसाबेला, देवाचे हात तुमच्यापर्यंत पोहचतील आणि तुमच्या हृदयातील उद्दामपणा संपवतील.

"आमच्या दु:खाला कारणीभूत असणाऱ्यांनो, तुम्ही आपल्या पापाचे विधिलिखित लिहून ठेवत आहात. येत्या कित्येक पिढ्यांमध्ये हे पुन्हा पुन्हा सांगितलं जाईल, तुमचा धर्म किती निर्दयी आहे आणि तुमची दृष्टी किती आंधळी आहे. पण त्याहीपेक्षा तुमची द्वेषवृत्ती आणि धार्मिक दुराचार या विरोधात, सर्वशक्तिमान स्पेनच्या राजेशाहीच्या विरोधात उभ्या राहिलेल्या इस्राएलच्या लोकांचे महान धैर्य त्यांच्या स्मरणात राहील. तुमचा खोटा धार्मिक वारसा, तुमचे असत्य, अत्याचार यांना केलेला प्रतिकार सर्वांच्या लक्षात राहील.

"आम्हाला हद्दपार करा, या भूमीवरून, जी आम्हाला तुमच्याइतकीच प्रिय आहे, तिच्यावरून हाकलून लावा.

"पण आम्ही तुम्हाला विसरणार नाही. स्पेनचे राजा आणि राणी, जसे आमच्या पवित्र ग्रंथांमध्ये आम्हाला नुकसान पोहचवलेल्यांची आठवण ठेवली जाते, इतिहासाच्या पुस्तकातल्या प्रत्येक पानावर तुमच्या कृत्यांपेक्षा गैरकृत्यांची सतत आठवण करून देत आम्ही ज्यू तुमचा भविष्यकाळ पछाडून टाकू... आणि आमच्या छळाच्या आठवणी तुमच्या नावाला इतका काळिमा फासतील की तुम्ही पुढे जे काही कराल ते सगळे त्याखाली कायमचे झाकोळून जाईल.

"आम्ही तुम्हाला कायम लक्षात ठेवू आणि आम्हाला हद्दपारीचा आदेश देणारा हा भयंकर हुकूमनामाही आम्ही लक्षात ठेवू."

मे ७, १९४२–ऑगस्ट १, १४९२

स्पेन

राजा फर्दिनांद आणि राणी इसाबेला यांचे मन वळवणे डॉन अब्रावनेल यांना शक्य झाले नाही. डॉन अब्राहम आणि त्यांच्या संपूर्ण कुटुंबाचे ख्रिश्चन धर्मात झालेले परिवर्तनसुद्धा फुकट गेले. इतकेच नाही, राजवाड्याला आर्थिक महसुलाची नितांत गरज असूनही ज्यू जमातीने त्यांना स्पेनमध्येच राहू देण्याच्या बदल्यात त्यांची सगळी संपत्ती त्यांना देऊन टाकण्याचा प्रस्तावही नाकारला गेला. हे घडले न्यायालयीन चौकशी समितीचा प्रमुख तोर्किएमादा, जो स्वत: मुळातला ज्यू होता, त्याच्या प्रभावी आणि दबावाखाली. स्पॅनिश राजवाडा या समजुतीमध्ये समाधानी होता की हकालपट्टी केलेल्या ज्यूंची सर्व मालमत्ता भविष्यकाळात त्यांच्या मालकीची होणार आहे. त्यांनी ज्या लोकांना आधीच स्पेन सोडून जायला भाग पाडले होते, त्यांच्या मालमत्ता आणि पैशांमुळे स्पॅनिश खजिन्यात आधीच भरपूर भर पडलेली होती. या धनलाभामुळे आता स्पेनला नवी क्षितिजे पादाक्रांत करायची संधी होती. ख्रिस्तोफर कोलंबस, ज्याला क्रिप्टो म्हणत त्याने, या पैशांमधून आपली जहाजे बांधायला सुरुवातही केली होती. जहाजांची नावे सांता मारिया, पिंटा आणि निना अशी होती. त्यातून तो अटलांटिक समुद्र पार करणार होता. स्पेन अजून नव्या भूमीवर आपले नशीब अजमावून बघायला उत्सुक होते. आणि स्पॅनिश ज्यूसुद्धा...

हुकूमनाम्याच्या घोषणेनंतर, जी ढोलांच्या गजरात लहान-मोठ्या सर्व गावा-शहरांमधून केली गेली त्यानंतर, पन्नास हजार कुटुंबे, एकूण २५०,००० लोकांनी आपला जीव वाचवायला स्थलांतर करायला सुरुवात केली.

पुढचे तीन महिने धुळीच्या रस्त्यांवर पादचाऱ्यांची, घोडागाड्यांची गर्दी झाली होती. प्रत्येकाने जेवढी घेता येईल तेवढी मालमत्ता, सामानसुमान आपल्या पाठीवर, घोड्यांवर, हातगाड्यांवर लादले होते आणि त्यांनी नव्या भूमीच्या दिशेने लांबलचक प्रवासाचा मार्ग काटायला सुरुवात केली होती. कोणत्याही स्वरूपातला पैसा, सोने, चांदी स्पेनच्या बाहेर घेऊन जाण्यास सक्त मनाई होती. त्यामुळे ज्यूंनी जितके घेता येईल तितके सामान विकत घेतले होते. ज्या नव्या देशात ते जाणार होते तिथे जाऊन हे सामान आपल्याला विकता येईल अशी त्यांना आशा वाटत होती.

रस्ते लांबलचक होते. रस्ते दुर्गम होते. उन्हाचा तडाखा दिवसागणीक वाढतच चालला होता. सूर्य अक्षरश: आग ओकायला लागला होता. दिवसा

अंग भाजून काढणारी उष्णता आणि रात्री गोठवणारी थंडी. मोठे जमाव शेकोटी पेटवून ऊब मिळवण्याचा प्रयत्न करत. पण लहान समूहात प्रवास करणाऱ्यांना आग पेटवायची भीती वाटे. लुटारू टोळ्या, चौकशी समितीचे लक्ष ठेवून असणारे सदस्य किंवा माथेफिरू धार्मिक गटांचे हल्ले यांची दहशत मनात होती. हे लोक मोठ्या वृक्षांच्या, नाहीतर खडकांच्या आश्रयाने, दाटीवाटीने एकमेकांना लगटून झोपत. म्हणजे जरा तरी ऊब, संरक्षण मिळे.

त्यांच्या मनातली भीती अनाठायी नव्हती. नव्या आसऱ्याच्या शोधात निघालेली असंख्य कुटुंबे अमाप कष्ट झेलत मार्गक्रमण करत होती. राजा आणि राणीचे सैन्याधिकारी या कुटुंबांच्या एकत्रित जमावांना कोणत्याही वेळी अडवून त्यांची कसून झडती घ्यायचे; सामानसुमान उपसायचे आणि मग सोन्या-चांदीचा एखादा लहानसा तुकडा जरी सापडला तर क्षणार्धात कुटुंबप्रमुखाच्या मानेवर तलवारीचा घाव पडून त्याचा शिरच्छेद होई. किंवा त्याला जवळच्या झाडावर लटकवले जाई. लहान मुलांनाही दया दाखवली जात नव्हती. अर्थात, त्यांच्यातले अनेकजण लाचही घेत. काही ज्यू निर्वासित मृत्यूचे भय पत्करून, स्पेनमधून त्यांच्या मालमत्तेसह सुखरूप बाहेर पडायला मिळावे म्हणून या परिस्थितीचा फायदा उठवत.

सर्वात मोठा धोका लुटारू टोळींचा होता. सैन्याधिकाऱ्यांइतकेच तेही निर्दयी, क्रूर होते. त्यांच्या टोळ्या झपाट्याने येत आणि सगळेच सामान, मग त्याचे मोल काहीही असो, लुबाडून घेऊन जात. अनेकदा वृद्ध स्त्रियांच्या पायातली झिजलेली पादत्राणे किंवा लहान बाळाच्या अंगावरची पांघरुणेही हिसकावली जात. दारू पिऊन झिंगलेले लुटारू पोरीबाळींशी झोंबत. आपल्या कुटुंबाचे रक्षण करायच्या प्रयत्नात अनेक पित्यांनी रस्त्यातच आपले प्राण गमावले. त्यांच्या पोटात सुरे खुपसले गेले किंवा त्यांच्या डोक्यात दगड घालून त्यांना चेचून ठार मारले गेले.

लुटारू टोळ्यांच्या क्रौर्यातून जीव बचावलेले निर्वासित जेव्हा पर्वतप्रदेश पार करत त्या वेळी आसपासच्या गावातल्या वस्तीतून त्यांच्यावर दगडांचा मारा सुरू व्हायचा. अशा वेळी जमावातल्या तरुण मुलांचे गरम रक्त उसळे. उलट प्रतिकाराकरता! अशा अपमानास्पद वागणुकीला उत्तर द्यायला, लढायला सज्ज झालेल्या आपल्या मुलांना आवरताना आयांची दमछाक होई. अशी काही चकमक उडालीच तर या तरुण मुलांचा निर्घृण मृत्यू अपरिहार्य होता. त्यांना खेचत, फरफटवत चौकशी समितीसमोर नेले जाई. त्यांच्या कुटुंबाचा अशा वेळी होणारा आक्रोश न ऐकवणारा असे.

निर्वासितांचा भलामोठा तांडा अजून वाढत चालला. वाटेत लागणाऱ्या गावा-शहरांमधून नवे लोक त्यांच्यात सामील होत होते. तांड्यातल्या बहुसंख्य वृद्धांनी आणि तान्ह्या मुलांनी आतापर्यंतचे जीवघेणे कष्ट सहन न होऊन प्राण सोडले होते. सुरुवातीला निर्वासितांमध्ये असलेला भाईचारा नंतर कमी कमी होत गेला. आधी सगळेजण प्रत्येक गोष्ट वाटून घ्यायचे, पण परिस्थिती अधिकाधिक कठीण होत गेली आणि तांड्यातले सहप्रवासी एकमेकांवरही दया दाखवेनासे झाले. पेलाभर पाणी किंवा पावाच्या तुकड्यावरून त्यांच्यात सतत झगडे व्हायला लागले. पुरुष एकमेकांचा गळा पकडायचे; स्त्रिया हताश होऊन किंचाळायच्या; मुले गळा काढायची. अशा प्रचंड तणावपूर्ण वातावरणात प्रवास करणाऱ्या त्या बिचाऱ्या दुर्दैवी निर्वासितांच्या तप्त मनावर धर्मगुरू राबींचे समजुतीचे, शहाणपणाचे बोल थंडावा पोहचवायला असमर्थ ठरत होते. जवळपास प्रत्येकजण दुसऱ्यावर दोषारोप करत होता. सगळ्यांच्याच सहनशक्तीचा कडेलोट झाला होता. आतून ज्यू, पण बाहेरून कॅथोलिक मुखवटा चढवून चौकशी समितीचा ससेमिरा टाळलेल्यांना जास्त अपमानास्पद वागणूक मिळत होती. त्यांच्यावर भेकडपणाचा, विश्वासघाताचा आरोप होत होता, पण खरेतर या लोकांनी स्वखुशीने किंवा नाइलाजाने हा मार्ग स्वीकारला होता. कारण त्यांना आपल्या कुटुंबीयांचे, स्वत:चे प्राण वाचवायला दुसरा काहीच मार्ग शिल्लक राहिलेला नव्हता. त्यांना असे वाटले की आपण ख्रिश्चन धर्म स्वीकारला आहे अशी खोटी बतावणी केली तर त्यांना आपल्या भूमीतच राहता येणे शक्य होईल. पण हा त्यांचा गैरसमज होता हे लवकरच सिद्ध झाले. स्पेनमधून त्यांनाही हाकलण्यात आले आणि आता त्यांना आपल्या जमातीचाही रोष सहन करायला लागत होता.

स्पॅनिश हिंसाचारापासून वाचण्याकरता या लोकांनी गेले तीन महिने नरकयातना भोगल्या होत्या. शिवाय नव्या प्रदेशामध्ये आपल्यापुढे काय वाढून ठेवले आहे याची जराही कल्पना त्यांना नव्हती. ग्रॅनाडा, व्हॅलेन्सिया, कोर्दोबा, आणि सेवाइल ओलांडून जे जिवंत राहू शकले, त्यांनी आफ्रिकेच्या उत्तर किनाऱ्याकडे जाणाऱ्या जहाजांमधून ओट्टोमनच्या प्रदेशाकडे कूच करायचा प्रयत्न जारी ठेवला. या ज्यू निर्वासितांच्या सोबत गरीब मुस्लीमही होते. त्यांना इसाबेला आणि फर्दिनांदने जानेवारीत पराभूत केले होते. उत्तरेकडच्या शहरांमधले, म्हणजे व्हिटोरिआ, हुएस्का, बालागुएर, बेर्गा, फिगुरेस आणि बार्सिलोनाचे ज्यू नागरिक इंग्लिश खाडीवरची फ्रेंच बंदरे आणि भूमध्यसागरी किनाऱ्यांवरून निघून इंग्लंड, इटाली, हॉलंड आणि फ्रेंच बेटांच्या दिशेने गेले. जे ज्यू मध्य स्पेनमध्ये राहत

होते त्यांना देश सोडून जाण्यात जास्त अडचणी आल्या. तोलेडो, ग्वादालहारा, साल्मान्हाली, सेगोविया आणि माद्रिदमधले रहिवासी प्रखर तळपत्या उन्हाचा सामना करत वाळवंटी प्रदेशातून चालत, उंच सुळक्यांनी भरलेला पर्वती प्रदेश ओलांडत असंख्य संकटांना तोंड देत अखेर पोर्तुगालच्या साम्राज्यात जाऊन पोहचले. भरगच्च प्रवेशमूल्य दिल्यावर त्यांना तिथे स्वीकारले गेले.

रेचल आणि तिचे कुटुंबीय हा कठीण प्रवास करणाऱ्यांमधलेच एक होते. नाहमिआस कुटुंब तोलेडो सोडून गेल्यावर एक महिन्यांनी ते निघाले. लिस्बनला पोहचल्यावर भेटायचे त्यांनी योजले होते. एस्थरचा आहे तिथेच राहायचा आणि मुलाची वाट बघायचा आग्रह शेवटपर्यंत कायम होता. शेवटी धर्मगुरू राबींनी समजावल्यावर तिने नवऱ्याच्या म्हणण्याला मान्यता दिली. घरातल्या सामानापैकी त्यांनी जवळपास काहीच बरोबर घेतले नाही. साल्वातोरच्या सल्ल्यानुसार डेव्हिडने त्याचे पैसे चामड्यात गुंतवले. बांधून घेतलेले हे चामडे, खाद्यपदार्थांनी भरलेली पोती, पाण्याने भरलेली चार मोठी पिंपे आणि त्यांचे कपडे गाडीवर लादून त्यांनी आपल्या प्रिय मायभूमीचा निरोप घेतला. अव्रम हातात आपली लाकडी तलवार धरून वडिलांशेजारी बसला होता, मोठ्या आनंदात गाणी गात. एस्थर आणि रेचल पोत्यांना पाठ टेकवून बसल्या. आपल्या आजूबाजूचा, मागे पडणारा भूभाग नजरेत मूकपणे साठवत. चाइमच्या मृत्यूनंतर एस्थर गरजेपेक्षा एकही अधिक शब्द रेचलशी बोललेली नव्हती.

तोलेडोच्या मुख्य प्रवेशद्वारातून ते बाहेर पडले आणि तप्त, पिवळ्या वाळवंटाचा प्रदेश सुरू झाला. दोन दिवस आधी निघालेल्या काही प्रवाशांना वाटेत गाठायची योजना त्यांच्या मनात होती. डेव्हिड हातातल्या चाबकाचे फटकारे गाडी ओढणाऱ्या प्राण्यांना मारत होता अव्रम हातातली तलवार गरगर फिरवण्यात मग्न राहिला. ताजो आता खूप मागे राहिली होती. शुभ्र फेसाळते, हिरवे पाणी शेवटचे पाहताना एस्थर आतल्या आत, मूकपणे आक्रंदली. 'चाइम, माझ्या प्रिय मुला', मनातल्या मनात ती पुटपुटली, 'तुला मागे सोडून तुझी आई निघून जाते आहे.' रेचलने तिचा हात सांत्वनपर पुढे केला, पण एस्थरने आपली हडकुळी बोटे एखादा चटका बसावा तशी मागे ओढून घेतली आणि ती विरुद्ध दिशेने बघायला लागली. तिच्या हातून हे नकळत, सहज घडले होते. रेचल बसल्या जागी मिटून गेली. तिनेच उच्चारलेले शब्द तिच्या कानांवर पुन्हा आदळायला लागले : 'तू मरावंस असं मला वाटतंय! तुला मरताना बघायची मला इच्छा आहे, चाइम!' मनातल्या अपराधभावनेत जळून खाक होत, पश्चात्तापदग्ध

मनाने ती बसून राहिली. सगळी चूक तिची होती. तिची आणि मोशेची. हे सगळे त्यांच्यामुळे घडले. तिच्या आईचे बरोबर आहे. पुन्हा कधीही ती रेचलवर प्रेम करू शकणार नव्हती. चौकशी समितीच्या छळाला सामोरे जावे लागण्यापेक्षाही हे भयंकर होते. आईच्या मायेला पारखे व्हायला लागणे. तिचा मऊ, हळुवार स्पर्श कधीच होणार नाही आणि आता त्याचीच तिला सर्वात जास्त गरज होती... तिच्या इतक्या जवळ बसलेली होती तिची आई, पण मनाने अनेक मैल दूर...

तिच्या वडिलांनी तिचे मन वाचले बहुतेक. हातातला चाबूक हवेत उडवत असताना त्यांनी मागे वळून आपल्या मुलीकडे पाहिले. जणू ते तिला सांगत होते, 'धीर धर, माझ्या बाळा, हे दिवस जातील.' पण तिची आई आक्रोश करत आहे. चाइम पाण्यात हरवला आहे, तिनेच तिच्या भावाच्या मृत्यूची इच्छा केली होती... आपण जगातील सर्वात मोठ्या पापी आहोत. रेचलने आपले डोळे घट्ट मिटून घेतले. मोशेची आठवणही काढणे आता तिला शक्य नाही. सगळे संपले आहे. सगळ्या नाजूक, प्रेमळ भावना, ते सुंदर क्षण... आपल्या सगळ्या आठवणी खोल पुरून टाकायला हव्या आहेत तिने. त्यांना मनात आणण्याचीही तिची लायकी नाही. आणि तरीही मोशेने चुंबन घेतलेल्या गालावर तिची बोटे हळुवारपणे फिरलीच. मी कायम तुझ्यावर प्रेम करत राहीन. जगाच्या अंतापर्यंत.

दीर्घ प्रवास करून झाल्यावरही त्यांना कोणीच वाटेत भेटले नाही. सूर्य उगवायच्या आत ते प्रस्थान ठेवत आणि सूर्य मावळताना मुक्काम करत. दिवसभर निर्जन माळरानातून, आग ओकणाऱ्या सूर्याला डोक्यावर घेऊन ते पुढे जात राहिले. गिधाडे त्यांच्या डोक्यावरून घिरट्या घेत. आजूबाजूच्या खडकाळ प्रदेशात एकही झाड दृष्टिपथात नव्हते. सपाट पृष्ठभागाच्या अंतहीन मेजासारखा होता हा भूभाग. सगळीकडे निर्जन पिवळा रंग आणि अतिप्रचंड तापमान. अंधार झाला की खडकांमधून आणि मातीतून दिवसभर शोषल्या गेलेल्या उष्णतेचे वाफारे बाहेर पडत आणि रात्रीच्या अशा दमट हवेतली शिरशिरी त्यांच्या हाडांपर्यंत जाई. जवळच्या खाद्यपदार्थांचा साठा संपत आला होता. एस्थर रोज एकच पदार्थ शिजवायची; थोडं पीठ, मीठ आणि पाणी एकत्र करून उकळलेला पदार्थ. पाणीही संपत आलं होतं. गेल्या कित्येक दिवसांत त्यांना ताजो नदी दिसलीच नव्हती. टेकड्यांची उंची आता जास्त वाढलेली होती. डेव्हिड थोड्या थोड्या वेळाने गाडी थांबवे आणि जवळच्या टेकाडावर चढून आजूबाजूचा प्रदेश निरखून पाही. त्या वाळवंटात तेच एकटे प्रवास करत होते. बहुधा त्यांची वाट हरवली होती. त्यांच्या हिशेबाप्रमाणे स्पेन सोडून त्यांना फार दिवस झालेले

नव्हते. पण कालगणना, दिशा यात काहीतरी चूक झाली होती. पोर्तुगालचा रस्ता सापडत नव्हता... डेव्हिड भरकटला होता... कुठे जायचे आहे हे नेमके माहीत नसल्यासारखा तो पुढे पुढे जात राहिला.

आणि एक दिवस त्यांना धुळीच्या ढगातून त्यांच्या दिशेने काही स्वार येताना दिसले. अब्रमने आपली लाकडी तलवार हवेत फिरवली आणि तो ओरडला, ''हुर्रे! ते आले आहेत!'' पण त्यात आनंद होण्यासारखे काही नव्हते. डेव्हिडने प्रयत्नपूर्वक त्या येणाऱ्यांच्या दिशेने निरखून पाहिले. हे राणीचे घोडदळ आहे. तो म्हणाला, ''एकत्र बसून राहा, शांत राहा आणि काही बोलू नका.'' लगाम खेचून त्याने गाडी थांबवली.

घोडेस्वार झपाट्याने त्यांच्याजवळ येऊन पोहचले आणि त्यांच्यासमोर थांबले. ते एकूण पाच होते. सर्वात पुढे असलेल्या घोड्याने आपली मान, आणि मागचे दोन पाय उंचावले आणि तो थांबला. बाकीचे घोडे पुढच्या खुरांनी माती उकरत, फुरफुरत उभे होते. तोलेडोंच्या घोड्यानेही फुरफुरत जबाब दिला. घोडदळातल्या एका काळ्या दाढीवाल्याने तोलेडोंचे बारकाईने निरीक्षण केले. आपला घोडा सावकाश दौडवत त्याने गाडीभोवती एक फेरी मारली. त्याचा आविर्भाव जाणीवपूर्वक दहशत बसवणारा होता. मग त्याच्या सहकाऱ्यांपाशी येऊन त्याने घृणेच्या आवाजात जाहीर केलं, ''ज्यू!'' त्याचा चेहरा आक्रसलेला होता. एखादे सडलेले प्रेत दृष्टीस पडावे तसा. ''खाली उतरा!'' तो गाडीत बसलेल्यांवर जोरात खेकसला. ''सामान उघडा तुमचं! प्रत्येक वस्तू!''

डेव्हिडने त्याच्या बायको, मुलीकडे पाहिले आणि आज्ञाधारकपणे मान हलवली. उडी मारून तो खाली उतरला आणि अब्रमला त्याने कडेवर घेतले.

घोडेस्वारांनी आधी कपड्यांची बोचकी आणि चामडे बांधून ठेवलेली पोती उचकली. सगळ्या गोष्टी विस्कटून भोवती पसरून टाकल्या. हातातल्या तलवारीने त्यांनी फक्त चामड्यालाच नाही, तर तोलेडोंच्या भविष्यालाही भोसकून त्याचा नाश केला. काळ्या दाढीवाल्याने रेचलची आवडती शाल तलवारीच्या टोकावर उचलून धरली आणि तो ओरडला, ''तुझं नाव काय रे ज्यू?''

डेव्हिडने आपल्या टोकदार नाकाच्या शेंड्याला स्पर्श केला आणि शांत आवाजात उत्तर दिले, ''डेव्हिड.''

काळा दाढीवाला तिरस्काराने हुंकारला, ''डेव्हिड! कायमच डेव्हिड किंवा चाइम किंवा मोशे!'' त्याचे सगळे साथीदार खदखदा हसले. एस्थर आणि रेचलच्या फिकट पिवळ्या चेहऱ्यांवर वेदना पसरली.

"तर मग डेव्हिड, किती सोनं आहे तुझ्याकडे?"

"आम्ही महाराणींचा आदेश मानतो. आमच्याकडे सोनं, चांदी काहीच नाही."

"असं का? मग तू या रस्त्याने का चालला आहेस? ज्यावरून कोणीही जात नाही? मुख्य रस्ता का टाळला आहेस? काय लपवतो आहेस सांग? दाखव काय ते? नाहीतर या जागी तुझं थडगं बांधलं जाईल, कळलं?"

"आमचा रस्ता हरवला आहे, बाकी काही नाही."

"तुला योग्य रस्ता कसा दाखवायचा ते मला बरोबर माहीत आहे! यांची झडती घ्या! दोघाजणांनी डेव्हिडचे बखोटे पकडले. एकाने एस्थरला धरले आणि त्यातल्या सर्वात तरुण होता त्याने रेचलला घट्ट पकडून ठेवले. एस्थर किंचाळली, "आम्हाला सोडा! आम्ही काहीही लपवलेलं नाही!"

"ए बाई! गप्प बस." तिच्या पाठीला धक्का देत एकजण रागाने ओरडला. लगेच अव्रमने आपली लाकडी तलवार फिरवत त्याच्यावर हल्ला केला. "महाराणींचा विजय असो!" तो ओरडत होता, "महाराणींचा विजय असो!" त्या माणसाने हेटाळणीने अव्रमची लाकडी तलवार हिसकावून घेतली. "तू तुझ्या मुलाला चांगला ज्यू बनण्याचं शिक्षण दिलेलं नाहीस, डेव्हिड!" तो म्हणाला. "हे बघ! तो अजूनही स्पेनच्या राणीशी एकनिष्ठ आहे." मग तो त्याच्या सहकाऱ्यांना म्हणाला, "या मुलाला आपण घेऊन जाऊया. त्याला योग्य रीतीने मोठं करायला हवं आपण. त्याच्या वडिलांकडे तसेही पैसे नाही आहेत. त्याने अव्रमला उचलून आपल्या खांद्यावर टाकले.

बाकीचे लोक झडती घेत असतानाच एस्थरने त्यांची मुलाला उचलून नेण्याची योजना ऐकली आणि ती जोरजोरात किंचाळायला लागली. त्या माणसांच्या तावडीतून सुटण्याचा जीवाच्या आकांताने प्रयत्न करायला लागली. "माझ्या मुलाला सोडा! त्याला सोडा!"

आणि त्याच वेळी रेचलची झडती घेणारा माणूस ओरडला, "या मुलीने काहीतरी लपवलंय! तिच्या पोशाखाच्या मोठ्या खिशात काहीतरी होतं; जे तिने मुठीत घट्ट पकडून ठेवलं होतं."

डेव्हिडचा चेहरा पांढराफटक पडला. त्याचे हिरवे डोळे विस्फारले. "रेचल!" तो चकित आवाजात म्हणाला. 'या मुलीने आपल्या आजीने दिलेली तिची खूप आवडती गळ्यातली सोन्याची माळ तर आणली नाही?' एस्थरला खात्री होती 'रेचलने नक्की चांदीची साखळी लपवली असणार, मोशेने वाढदिवसाला

दिलेली.' दोघेही स्तब्ध उभे राहून आपल्या मुलीकडे पाहत होते. रेचल अजूनही त्या माणसाला विरोध करत झगडत होती. शेवटी त्याची सहनशक्ती संपली आणि त्याने तिचा पोशाख खेचला. खिसा फाडून टाकला. रेचलच्या पावलांच्या मधे, खालच्या तापलेल्या खडकाळ जमिनीवर कसलीतरी धातूची वस्तू पडल्याचा आवाज आला. डेव्हिडने त्याचे डोळे घट्ट बंद करून घेतले. सगळे संपले आता. अव्रम अजूनही त्या दाढीवाल्याच्या खांद्यावरून ओरडत होता, ''महाराणीचा विजय असो! महाराणीचा विजय असो!'' एस्थर बर्फाच्या पुतळ्यासारखी उभी होती, गोठलेली आणि जुलैतल्या सूर्याच्या उषणतेत वितळणारी. आवंढा गिळत तिने श्वास रोखून धरला.

त्या माणसांनी पुन्हा तिरस्कारयुक्त हास्य केले. रेचलने आपल्या आई-वडिलांकडे पाहिले. ''आपल्या नव्या घरासाठी,'' ती म्हणाली. तोलेडोंच्या घराच्या दरवाजावरची कडी आता जमिनीवर पडली होती. एका स्त्रीच्या हाताच्या पंजाच्या खळग्यात असलेला लहानसा पितळी चेंडू...

''मूर्ख मुलगी!'' दाढीवाला ओरडला. त्याने त्या धातूच्या पंजाला लाथ मारली. अव्रमलाही खांद्यावरून उतरवून जमिनीवर आदळले. एस्थर अनावर हुंदके देत होती.

अपेक्षेनुसार काहीच मिळत नाही म्हटल्यावर ते घोडेस्वार भयंकर चिडले. रागाच्या भरात त्यांनी आपल्या बायकोकडे धाव घेणाऱ्या डेव्हिडच्या पाठीत लाथ घातली. त्यांच्यापैकी अंगाने जाडजूड असलेला माणूस ओरडला, ''बास झालं आता! जाऊ द्या त्यांना! आपल्याला अजून कामं आहेत. चला मुख्य रस्त्यावर जाऊया! तिकडे पैसा मिळेल.'' आपापल्या घोड्यांवर स्वार होताना एकाने अव्रमला धरलं. पुन्हा तो जाडा माणूस ओरडला, ''त्या ज्यू कार्ट्याला सोडा! त्याच्याशी खेळत बसण्यात वेळ फुकट चालला आहे आपला. चला, निघा!'' घोडे दौडवत मग ते जिथून आले होते त्या दिशेला निघून गेले.

एस्थर जमिनीवर पडून हमसाहमशी रडत होती. ''अरे देवा, मला माफ कर, देवा! माझ्या लेकराला विसरल्याबद्दल मला माफ कर! मी आई आहे हे विसरल्याबद्दल मला माफ कर! माझ्या मनात तिरस्कार निर्माण झाला त्याबद्दल मला माफ कर, देवा!'' डेव्हिडने आपल्या बायकोला मिठीत घेतले. रेचलने खाली वाकून धुळीत पडलेला हाताचा पंजा उचलला आणि आपल्या छातीशी धरला. अव्रम त्या घोडेस्वारांच्या दिशेने पाहत अजूनही राणीचा जयघोष करत होता.

काही मिनिटं झाली असतील. तो जाडा घोडेस्वार पुन्हा परत आला. त्या वेळी सगळे तोलेडो एकमेकांना मिठ्या मारत रडत होते; आपला जीव वाचवल्याबद्दल देवाचे आभार मानत होते. त्याला बघताच ते भयाने गोठले. मात्र त्या घोडेस्वाराच्या परत येण्यात काहीतरी वेगळे होते. त्याचा चेहरा आता दुष्मनाचा नव्हता.

"डेव्हिड! माझ्या मित्रा!" तो अधिऱ्या स्वरात म्हणाला, "तुझ्याजवळ फक्त चार दिवस शिल्लक आहेत. जलदी कर, तुझी घोडागाडी उजव्या दिशेला वळव आणि पहाट होईपर्यंत थांबू नकोस. उजव्या बाजूच्या माळरानावरून पुढे जा. तुला सकाळी ताजो दिसेल. तिथून मावळतीच्या सूर्याच्या दिशेने जात राहा. मग तू पोर्तुगालला पोचशील."

आणि आपला घोडा वळवून तो वेगाने आला होता त्याच दिशेने निघून गेला. डेव्हिडने त्याच्या पाठमोऱ्या आकृतीला हाकारलं, "तुझं नाव काय? मित्रा, तुझं नाव काय?" घोडा वेगात दौडत जात असतानाच त्या माणसाने मान मागे वळवली, "जोसे, जोसे मार्सिआनो!" आणि तो धुळीच्या ढगात नाहीसा झाला.

अचानक मनाला धीर मिळालेल्या तोलेडोंनी पुन्हा एकदा गाडी मागे वळवली आणि ते मार्सिआनोने दाखवलेल्या दिशेने निघाले, निर्धाराने! आता त्यांना भुकेची जाणीव नव्हती; तहान, उष्णता, गारठा, थकवा कशाचीही पर्वा नव्हती आणि मग ते पोर्तुगालला पोहचले. नियोजित वेळेच्या चार तास आधीच. तो ऑगस्ट महिन्याचा पहिला दिवस होता. या संपूर्ण प्रवासात एस्थरने आपल्या मुलीला कुशीत घट्ट धरून ठेवले होते. आता एकच गोष्ट करायची होती, नाहमिआस कुटुंबाला शोधणे.

पण ती गोष्ट शक्य झाली नाही. त्यांनी लिस्बनच्या एका लहान गल्लीत असलेल्या राईच्या पिवळ्या रंगाच्या घराचा, दालचिनीच्या रंगाच्या झडपा असलेला दरवाजा ठोकला, तेव्हा एका बाईने त्यांच्या हातात एक पत्र दिलं.

'प्रिय मित्र डेव्हिड,

आम्ही गेले दहा दिवस रस्त्यावरून प्रवास करत होतो. वाटलं होतं त्यापेक्षा गोष्टी फारच कठीण होत्या. आम्हाला पोर्तुगालपेक्षा एक सुरक्षित रस्ता मिळाला आहे. आशा आहे तुम्हाला हे पत्र वेळेत मिळेल आणि तुम्हीही त्याच रस्त्यावरून याल. आम्ही झारागोसाला जात आहोत आणि तिथून पेर्पिनॉनला. तिथल्या

बंदरावर आमची वाट पहात असलेल्या जहाजातून आम्ही इस्तंबूलला जाऊ. ओट्टोमन सुलतानाने आम्हाला आमंत्रण पाठवले आहे. आम्ही इस्तंबूलमध्ये बालात नावाच्या जागी रहाणार आहोत. तिथे आम्ही तुझी वाट पाहू. इस्तंबूलला आपण आपला छापखाना काढू. देवाची प्रार्थना करतो की सगळे सुरळीत होईल. देव आपल्यासोबत असेल.

– तुझा मित्र साल्वातोर,
मे १४, १४९२/अरानहुएझ.

तोलेडोंनी हे पत्र वाचले तेव्हा नाहमिआस कुटुंब बालातच्या लाकडी घरात स्थिरस्थावरही झाले होते.

डेव्हिडने आपले घोडे विकले आणि आपल्या कुटुंबीयांकरता एक खोली भाड्याने घेऊन तो बंदराच्या दिशेने गेला.

सप्टेंबर १७, १४९४
इस्तंबूल

हिवाळा बहुधा आजच इस्तंबूलवर कोसळला असावा. उन्हाळ्यातली थकवून टाकणारी उष्णता अचानक गायब झाली आणि तिची जागा सौम्य, थंड हवेने घेतली. नीलमण्यांचा समुद्र आणि आकाशातली अंतहीन निळी मखमल...

उस्कुदार आणि गलातावरची घरे, बंदरात येणाऱ्या आणि जाणाऱ्या जहाजांची शिडे एखाद्या रहस्यमय, शुभ्र, झळाळत्या आवरणाखाली असल्यासारखी! ही किमया होती सप्टेंबरच्या सुरुवातीच्या गूढ प्रकाशाची.

स्वॅलो पक्षी कधीचेच शहर सोडून उडाले होते. स्टॉर्क पक्ष्यांच्या स्थलांतराला मात्र आत्ता सुरुवात होत होती. हजारो तरंगत्या, पंख फडफडवणाऱ्या पक्ष्यांचा एक लांबलचक राखाडी ढग आकाशातून सरकत होता. या जिवंत ढगाचे एक टोक येदिकुएच्या टेकड्यांमागे होते तर दुसरे टोक आत्ताच कायिशदागच्या टोकाला टेकले होते. इतर मागे राहिलेल्यांची वाट पाहत या टेकडीच्या माथ्यावर गोल फेऱ्या मारत उडणाऱ्या स्टॉर्क्सचा थवा अंतिम निर्गमनाची तयारी करत होता. स्टॉर्क्स निघाले होते, पुन्हा एकदा पंख फडफडवत आपल्या अपरिहार्य अशा दीर्घ, खडतर प्रवासाला. संपूर्ण इस्तंबूल, सुलतानासहित, निसर्गाच्या या दिव्य नजाऱ्याचे साक्षीदार होते.

पहाटेची नमाज झाल्यावर दिवाणाने या पानगळतीच्या ऋतूतल्या सुंदर सकाळचा अपवाद म्हणून आपल्या नेहमीच्या कार्यक्रमांची सुरुवात सरायच्या बागेमध्ये केली. पिवळी, केशरी, गुलाबी आणि पांढरी क्रिसेन्थेममची फुले आणि चेस्टनटच्या नुकत्याच लाल व्हायला लागलेल्या पानांचा मिळून रंगांचा बहारदार ताटवा तिथे निर्माण झाला होता. बेयाझित दोनच्या मनात आपण जेव्हा शहझादा होतो, त्या दिवसांच्या काव्यमय आठवणी घोळत होत्या. आपल्या आजच्या शायराना मनोवृत्तीला जागत त्याने हवा अजूनही जराशी थंड असूनही आजचा दरबार बगिच्यामध्ये भरवायची सूचना केली होती. फुलांचा रंगीबेरंगी ताटवा आणि स्टॉर्क्सच्या ढगांच्या लाटा निरखत तो आपल्या विचारांत हरवून गेला होता. आपल्या आजूबाजूच्या माणसांची गजबज त्याला सहन होत नव्हती. त्यामुळे तो जरा चिडखोर झाला होता. या सगळ्या लोकांनी इथून ताबडतोब निघून जावे आणि हे वैभव आपण एकट्यानेच उपभोगावे असे त्याला वाटत होते.

पण आजचा दिवस दिवाणाच्या दृष्टीने खास होता. नवा पोप, अलेक्झांडर बोर्गिया, याने आपला दूत ओट्टोमन साम्राज्याच्या भेटीला रवाना केला होता. व्हॅटीकनचा प्रतिनिधी पहिल्यांदाच भेटीला येत होता. दूत जॉर्ज बोकिआर्दो आता कोणत्याही क्षणी सुलतानाच्या भेटीला येईल. मुख्य वजीरसाहेब, त्यांचे इतर सहायक वजीर, निशाणेबाज, दफ्तरदारबाज, कझाकर, कादिस, आगा हे सगळे गाद्यागिरद्यांवर आपापल्या जागी स्थानापन्न झाले होते. तेजकरसी, चौशे, कापिशी एका रांगेत दिवाणसाहेबांच्या समोरच्या बाजूला उभे होते. बस्तानशी कंबरेला शमशेर कसून हातात दोरखंड घेऊन दरवाजामागे सज्ज होता. आणीबाणीचा प्रसंग आलाच तर त्वरेने हालचाल करता येईल असा.

थोड्याच वेळापूर्वी दिवाणसाहेबांनी दफ्तरदाराकडून त्यांच्याकडे पाठवले गेलेले हिशेबांचे भलेथोरले बाड बारीक चाळण लावून तपासले होते आणि मग करवसुलीमध्ये काही नव्या तरतुदी करायला मान्यता दिली होती. आता त्यांनी जाहीर केलेल्या तरतुदींचा मजकूर नोंदवहीत लिहून घेण्याचे काम कारकुनांकडून जारी होते. अधूनमधून सुलतान अचानक हात उंचावून आजूबाजूला चाललेला गलका शांत करून आपला निवाडा उच्चारे. त्यानंतर दिवाणासनावरचे सभासद दोन्ही हात छातीवर बांधून, मस्तक आज्ञाधारकतेने झुकवून एका स्वरात म्हणत, 'जशी आपली आज्ञा, महाराज.'

अनेक मुद्द्यांवर चर्चा झाली आणि एकामागोमाग एक निर्णय सुनावण्यात आले. आता राजदूतांच्या आगमनाची वेळ झाली.

बोकिआर्दो अदबीने सुलतानांसमोर झुकला आणि त्याने आपण आणलेला

नजराणा पेश केला. बेयाझित दोन याने चेहऱ्यावर खोट्या आनंदाचा मुखवटा चढवत आपल्यासमोरच्या रेशीम, सोन्याच्या तारा गुंफलेली मखमल, चमकदार सॅटीनकडे कटाक्ष टाकला. त्यानंतरची भेट होती हिरे, माणके, पाचू जडवलेल्या महागनी लाकडाच्या घड्याळाची, ज्यात प्रत्येक नव्या तासाची घोषणा कर्णमधुर संगीताच्या तुकड्याने केली जाई आणि मग शेवटची मौल्यवान भेट आली. पारदर्शक वाटाव्या इतक्या पातळ, उंची पोर्सेलिनचा डीनर सेट... त्यात वेगवेगळ्या आकारांच्या पाचशे बशा होत्या. त्यावर नाजूक, देखणी, रंगीत फुलपाखरे आणि गुलाबांची नक्षी होती. सुलतानांनी कंटाळून आपली नजर बाजूला वळवली. गलातावरून आणवलेल्या इटालियन भाषांतरकाराने तातडीने पोप महाशयांकडून आलेला संदेश बेयाझित दोन यांना आदराने स्तुतीपर भाषेत वाचून दाखवायला सुरुवात केली.

'ख्रिश्चन जगताचा प्रमुख वैभवशाली ओट्टोमन साम्राज्याच्या सर्वोच्च सुलतानांना आदर आणि प्रेमपूर्वक शुभेच्छा देत आहे आणि जाहीर करत आहे की ते आत्ता आणि पुढील काळातही त्यांच्याच समवेत असतील आणि परस्परांचा सहयोग वृद्धिंगत करण्याकरता प्रयत्नशील राहतील. त्यांचे बंधू सेम हे आमच्या संरक्षणाखाली आमच्या ताब्यात आहेत. महाराजांच्या मनात त्याबद्दल कोणतीही शंका नसावी. आपल्यातला करार पक्का आहे.'

आपल्या भावाचे नाव ऐकल्यावर सुलतानांचा चेहरा गडदला आणि कठोर झाला. त्यांनी हलकेच मान हलवली आणि राजदूताकडे पाहिले. जो जलद गतीने त्यांना एकही शब्द न समजणाऱ्या विचित्र भाषेमध्ये बोलत होता. तो केशविरहित, बारकुडा मनुष्य बेयझित दोन यांच्या नजरेशी नजर भिडल्यामुळे भयभीत झाला. त्याने घाईघाईने आपल्या पावलांकडे पाहिले, आवंढा गिळला आणि मग तो म्हणाला, "पण कदाचित करारात काही सुधारणा झाल्यास दोन्ही बाजूंनी काहीतरी समाधानकारक तोडगा निघू शकेल."

सुलतानांनी त्रासिक मुद्रेने त्याच्याकडे पाहिले आणि ते गरजले, "हा अलेक्झांद्र काय बडबडतोय? तो आमच्यातला सामंजस्याचा करार मोडू पाहतो आहे का?"

"नाही महाराज, पोप महोदयांना काहीही गैर सुचवायचे नाही. उलट त्यांना काहीतरी फलदायी निष्कर्ष निघावा असे वाटते आहे."

"काय आहे हा फलदायी निष्कर्ष?" दुभाष्याकडे संतापून पाहत त्यांनी विचारले. "त्यांना म्हणावं उगीच शब्दांचा खेळ करू नका. मला खरं काय ते कळायला हवं. ताबडतोब!"

“अलेक्झांद्र बोर्गिया म्हणत आहेत, तुम्हाला हवं असल्यास आम्ही तुमचे बंधू सेम यांना आमच्यासोबत अजूनही ठेवून घेऊ शकतो. त्याची किंमत प्रतिवर्षी चाळीस हजार दुकत अशी याआधी होती तशीच राहील, पण जर महाराजांनी तीनशे हजार दुकत एकरकमी दिले तर आम्ही काहीतरी अंतिम तोडगा काढू शकतो. त्यामुळे तुम्हाला एका कायम ठसठसणाऱ्या गळूच्या दुखण्यातून मुक्ती मिळेल आणि आम्हाला तुमच्याप्रति असलेली आमची निष्ठा सिद्ध करायची संधी मिळेल.”

“तीनशे हजार दुकत? ही प्रचंड मोठी रक्कम आहे.”

“खरं आहे महाराज, पण याची दुसरीही एक बाजू आहे. दर वर्षी चाळीस हजार दुकत भरणे, तेही दीर्घ कालावधीकरता, खूप महागात पडणारे आहे. महाराजांनी आजवर किती रक्कम भरली याचा विचार केला तर... पोप महोदयांनी त्याकरताच यावर अंतिम उपाय म्हणून हा अद्भुत मार्ग शोधून काढला आहे. जेवणात विशिष्ट स्वाद येण्याकरता एका खास मसाल्याची लहानशी चिमूटही पुरेशी होते आणि एखाद्याचं निरर्थक जीवन संपवायलाही ती उपयोगी पडू शकते. युरोपच्या दरबारामध्ये यावरून विचलित करणाऱ्या अफवा पसरू शकतात. फ्रेंच राजा कधीपासूनच पोपच्या साम्राज्यावर हल्ला करण्याकरता काहीतरी निमित्त शोधायच्या प्रयत्नात आहे. त्याची नजर नेपल्स, मिलान आणि अगदी रोमवरही आहे. आपण काहीतरी अधिक गुप्त योजना आखायला हवी. पोप महोदयांच्या मते तुमच्या दरबारातून आमच्याकडे एखादा माणूस पाठवला गेला तर त्याच्या हस्ते ही कामगिरी पार पाडता येईल. उदाहरणार्थ, महाराज, जर तुम्ही एखादा विश्सासू न्हावी तुमच्या नाजूक भावाकरता नियोजित करू शकलात...”

ही सूचना ऐकून बेयाझित आश्चर्याने थक्क झाला. “माझ्या भावाबद्दल मोठाच गैरसमज करून घेतला गेला आहे,” तो म्हणाला. “पण आम्ही ते सगळं विसरून गेलो आहोत. आमच्या मनात फक्त काळजीच आहे आणि आम्ही त्याला कोणतीही शिक्षासुद्धा फर्मावलेली नाही. प्रेमळ भावाच्या नात्यातून या निर्णयाला पोहचणे माझ्याकरता अत्यंत क्लेशदायी आहे, अर्थातच. पण इथे सर्वात महत्त्वाचे आहे ओट्टोमन साम्राज्याचे आयुष्य. आमच्या आदरणीय पूर्वजांकडून आम्हाला प्राप्त झालेली ही पवित्र भेट चिरायू ठरायलाच हवी. जगातल्या इतर कोणत्याही गोष्टीपेक्षा हीच आमच्याकरता सर्वात मौल्यवान गोष्ट आहे. पण, पण... मघाशी सांगितलेली तीनशे हजार दुकत ही रक्कम अतिप्रचंड आहे हेही खरे. आम्ही यावर विचार करू आणि पोप महोदयांना त्या संदर्भात नंतर कळवू.”

आपल्या हाताचा हलका इशारा करत त्याने त्या दूताला दरबारातून बाहेर रवाना केले. सिंहासनाला पाठ न दाखवता तो दूत मागे निघून गेला. सुलतान दफ्तरदारबाशीकडे वळून बघत म्हणाला, ''तुमचे काय मत? आपल्या खजिन्यामध्ये एवढी रक्कम उपलब्ध आहे का?''

मुख्य कोषाधिकाऱ्याला माहीत होते, पोपकडून आलेल्या या नव्या प्रस्तावामुळे सुलतान फार आनंदित झाला आहे. त्यामुळे त्याने आपले सगळे कसब पणाला लावून सावध उत्तर दिले, ''आपले आर्थिक झरे कायम वहातच असतात महाराज. मात्र जिथे राज्याच्या स्थैर्य आणि सुरक्षिततेचा प्रश्न येतो, तिथे सर्व वाहते झरे थांबवले जातात आणि मार्ग शोधला जातोच.''

बेयाझितने खोल श्वास घेतला आणि पुढचा प्रश्न विचारला, ''आणि न्हावी?''

वजीर पुढे येत म्हणाला, ''सुलतान आपली परवानगी असेल तर मी सांगू इच्छितो, या आगळ्या कामगिरीकरता कपिसी मुस्तफा हा अगदी योग्य उमेदवार आहे.''

''कोण आहे हा कपिसी मुस्तफा?''

''गलातावरून आलेला एक निर्वासित. त्याचे एन्देरून प्रशिक्षण पूर्ण झाले आहे आणि महाराजांच्या सेवेत अनेक वर्षांपासून तो निष्ठेने कार्यरत आहे. अतिशय खात्रीचा, विश्वासू वल्हासिल व्यक्ती आहे.''

''ताबडतोब त्याला इथे घेऊन या.''

मागे उभ्या असलेल्या कावुशांपैकी एकजण धावत मुस्तफाला आणायला गेला, जो खरेतर मूळचा ग्रीक गुप्तहेर, पोपनेच ओटोमन दरबारात त्याची नेमणूक केली होती. वजिराचे डोळे भावी बक्षिसाच्या अपेक्षेत आनंदाने चमकत होते. गेले अनेक महिने अलेक्झांद्र आणि तो मिळून ही चलाखीची गुप्त योजना आखत होते. अगदी बारीकसारीक तपशिलांचा विचार करून.

दुसरा वजीर खालच्या आवाजात, आदरपूर्वक स्वरात म्हणाला, ''सुलतान महाराज, आपली परवानगी असेल तर त्या दुर्दैवी बेनी अहमेरच्या मुसलमानांना मदत करण्यासंदर्भात काही निर्णय घेऊ शकाल का? निष्ठुर ख्रिश्चन इसाबेला आणि तिचा नवरा फर्दिनांद यांनी त्यांचा दीर्घकाळ छळ मांडला आहे.''

''ते आपले धर्मबंधू आहेत हे नक्कीच आणि त्यांना मदत करणे आपले पवित्र कर्तव्य आहे, पण सर्वांनाच माहीत आहे, त्यांच्यापर्यंत पोहचण्याइतके सैन्य आपल्याकडे अजून उपलब्ध नाही.''

“सुलतान महाराज, त्यांचे राज्य खालसा झाल्यावर आपल्या या बंधूंना तीव्र दु:खाचा सामना करायला लागला आहे. महाराज, आपले काळीज करुणेने आणि प्रेमाने ओसंडून वहाते आहे. कुर्तुबा, इश्बिलिये, बेलेन्सिये, तुलेयतिला आणि गिर्नाताच्या ज्यू लोकांना तुम्ही आपल्या हृदयाशी घेतलेत. आपला अनमोल सहारा लाभला नसता तर आज त्यांचे आयुष्य उद्ध्वस्त झाले असते.”

“तू बोलत आहेस ते खरेच आहे, परंतु ते ज्यू इथे आले ते त्यांच्या स्वत:च्या बळावर. त्यांनी आपल्याकडून पैशांची अपेक्षा केली नाही. उलट त्यांनी आपल्यासोबत या देशात धन आणले. स्पेनमधून त्यांना हुसकावून लावणे ही फर्दिनांदची अतिशय मोठी चूक आहे. आता आपल्या मूर्ख चुकीमुळे झालेल्या नुकसानीची शिक्षा त्याला भोगावी लागणार आहे.” बेयाझितने अभिमानाने आपले मस्तक उंचावले आणि उडून जाणाऱ्या बगळ्यांच्या थव्याच्या अखेरच्या टोकाकडे त्याने नजर लावली. सर्वांचे लक्ष त्याच्याकडेच होते. थोड्या वेळाने त्याने पुन्हा बोलायला सुरुवात केली :

“ज्यू हे धनवान, बुद्धिमान लोक आहेत; सर्वजण कसबी आहेत. प्रत्येकाजवळ व्यवसाय आहे. परंतु बेनी अहमेरचे लोक त्यांच्यासारखे नाहीत. त्यांची अपेक्षा आहे, आपण जाऊन त्यांना इकडे घेऊन यावे. मोठ्या सैन्यदलाशिवाय ही गोष्ट शक्य नाही. सैन्यदलाची उभारणी करायचे ठरवले तरी त्याकरता खूप वेळ लागेल आणि प्रचंड सोनेही लागेल. माझ्या भावाने, सेम याने, आपल्या साम्राज्याला इतकी मोठी किंमत चुकती करायला लावायला नको होते असे मला वाटते. जर त्याने तसे केले नसते, तर कदाचित आपल्याला ही इच्छा पूर्ण करता आली असती. तरीही सर्वात महत्त्वाचे आहे साम्राज्य टिकणे; त्याचे भवितव्य सुरक्षित रहाणे. बेनी अहमेरच्या मुसलमानांना अजून काही काळ प्रतीक्षा करू दे.”

वजिरांनी आज्ञाधारकपणे आपली मान खाली झुकवली.

काही काळाच्या शांततेनंतर निशांचीबाशी म्हणाला, “हुजूर, या ज्यूंपैकी एक, तुलेयतिलाचा इब्न नहमिआस आपल्यासमोर उपस्थित राहण्याची प्रतीक्षा करत आहेत. तो...”

त्याचे वाक्य अर्धवट तोडत बेयाझितने विचारले, “त्याचे काय म्हणणे आहे?”

“त्याला इस्तंबूलमध्ये छपाईखाना काढायचा आहे.”

“छपाईखाना म्हणजे काय असते?”

“छपाईखाना म्हणजे महाराज, ती जागा जिथे कागदावर उमटलेले शब्द हाताने लिहिलेले नसतात, तर ते मिहानिकी साधनाच्या मदतीने उमटतात. युरोपमध्ये सर्वत्र ते वापरले जाते.”

“छपाई साधनांचा हेतू काय आणि उपयोग काय आहे?”

“त्यामुळे लिहिण्याची क्रिया सोपी होते. अनेक शतकांचे ज्ञान, माहिती त्यामुळे कागदपत्रावर नोंदवली जाऊ शकते आणि ते सर्वांना सहजरीत्या वाचता येऊ शकते. आणि फक्त लिहिणेच नाही, जर हवं असेल तर आकडे, आकृत्या आणि चित्रेही छापली जाऊ शकतात.”

“चित्रे? हाशा! परमेश्वराने ते निषिद्ध मानले आहे.”

वजिराने घाईघाईने स्पष्टीकरण दिले. “महाराज, ज्यूंना चित्रे छापायची नाही आहेत. त्यांना आपल्या पुस्तकांकरता ते वापरायचे आहे. सगळे हिब्रू भाषेतच असेल. त्यांनी स्पेनमध्ये बराच काळ हाच व्यवसाय केला आहे. आपली परवानगी असेल, तर या बाबतीत ते अधिक चांगल्या प्रकारे आपल्याशी बोलू शकतील.”

साल्वातोर ज्या वेळी दरबारात आला, त्या वेळी त्याचे सर्व अंग उत्सुकतेने थरथरत होते. तो आपल्या गुडघ्यांवर कोसळला आणि त्याने सुलतानाच्या अंगरख्याच्या टोकाचे चुंबन घेतले आणि आपल्या जड तुर्की उच्चारांमध्ये त्याने आभाराचे भाषण सुरू केले. भावनातिरेकाने त्याचे डोळे अश्रूंनी भरलेले होते. या नाट्यमय याचनादर्शनामुळे बेयाझित अतिशय प्रभावित झाला.

“आता तू इब्न नाहमिआस एफेन्दी, उभा राहू शकतोस,” तो म्हणाला, “उभा राहा आणि मला समजावून सांग, काय असते हे छपाईचे साधन?”

साल्वातोर पुढचा अर्धा तास सुलतानाच्या सहवासात होता. छपाई यंत्राबद्दल बेयाझितच्या मनात मोठेच कुतूहल निर्माण झाले होते आणि त्याने उत्सुकतेने अनेक प्रश्न विचारले. “हे यंत्र कसे असते? त्याचे काम कसे चालते? त्याचा उपयोग काय आणि त्याला इथे हा व्यवसाय कशाकरता सुरू करायचा आहे?” अखेरीला त्याने परवानगी दिली, पण त्याकरता एक स्पष्ट अट घातली. आपल्या छपाईखान्यामध्ये साल्वातोर फक्त हिब्रू भाषेत असलेलीच पुस्तके छापेल आणि तुर्की भाषेत एक पानही कधी छापणार नाही. अरेबिक वर्णाक्षरांमध्ये लिहिलेले काहीही छापायला त्याने सक्त मनाई केली. असे काही करण्याची साल्वातोरचीही इच्छा नव्हती.

आनंदी मनाने तो आपल्या बालात येथील घराच्या दिशेने चालायला

लागला. थंड हवा असूनही तो घामाने भिजला होता. त्याच्या मनात काठोकाठ उत्सुकता भरून होती. त्याने आजूबाजूला पाहिले. इस्तंबूल आता अजूनच सुंदर दिसत होते. गलाता, गोल्डन हॉर्न, राजकन्येचा मनोरा, उस्कुदार... शिडाच्या होड्या, दोन किनाऱ्यांच्या मधोमध ये-जा करणाऱ्या कायाक... हे शहर निर्विवादपणे एक अद्भुत आश्चर्य होते...

आपल्या कुटुंबीयांकरता आपण एक नवे, सुखाचे आयुष्य पुन्हा उभारू शकत आहोत याचा साल्वातोरच्या मनाला आनंद होत होता. अचानक, हृदयाच्या तळातून दु:खाची कळ वर आली. त्याचा प्रिय मित्र, पूर्वीचा भागीदार डेव्हिड, कुठे आहे तो? गेल्या अडीच वर्षांत त्याला डेव्हिडची किंवा त्याच्या कुटुंबीयांची यत्किंचितही खबरबात लागलेली नव्हती. शहरात येणाऱ्या प्रत्येकाला त्याने त्यांच्याबद्दल विचारले, पण कोणाकडूनही आजवर त्याला समाधानकारक उत्तर मिळाले नव्हते. तरीही त्याने आपली आंतरिक आशा जागती ठेवली होती. त्यांची पुन्हा भेट होणार. ओटोमन साम्राज्याच्या दिशेने होणारे ज्यू स्थलांतर अजूनही संपले नव्हते. रोज एका नव्या समूहाचे स्वागत होत होते. त्यामुळे तोलेडो अजूनही प्रवास करत इथे येत असतीलच!

फेब्रुवारी २२, १४९५
व्हॅटीकन

त्या तरुण मुलीचे मादक, ओलसर ओठ तिच्या प्रियकराच्या कानांना नाजूकपणे स्पर्शत होते. प्रेमाचे शब्द कुजबुजताना दातांनी हळुवार चावाही घेत होती ती मधूनच. तिचे लांब, दाट, सोनेरी केस तिच्या सडपातळ, नग्न शरीराला मऊ सेबल कोटासारखे वेढून होते. प्रियकराचा एक हात तिच्या सुडौल कंबरेला विळखा घालून होता. दुसऱ्या हात तिच्या रेशमी केसांना गोंजारत होता. अचानक तिच्या नाजूक कंबरेला घट्ट आवळत त्याने आवेगाने तिला आपल्या मजबूत शरीराखाली ओढले. तिच्या स्वत:इतक्याच देखण्या असलेल्या त्या शरीराला अंगावरून बाजूला ढकलत ती तरुण मुलगी मिश्कील, मादक आवाजात म्हणाली, ‘‘नालायक माणसा, मर्यादेत राहा, बास झालं आता, मला जायला हवं.’’

खळाळून हसताना तिचे हिरवे सुंदर डोळे लकाकत होते आणि नाजूक, लहानशा नाकपुड्या फुलल्या होत्या. हसताना तिच्या जाडसर, लाल

ओठांमागचे दात मोत्यांसारखे चमकले. गुलाबी गालांवर खळ्या उमटल्या. रेखीव चेहरेपट्टीभोवती सोनेरी कुरळ्या केसांची महिरप असलेला तो तरुण एखाद्या ग्रीक देवासारखा दिसत होता. प्रेमविव्हल स्वरात तो म्हणाला, "नाही, नको ना जाऊस मला सोडून!"

आपल्याभोवतीचा मजबूत हातांचा विळखा सोडवत ती मुलगी दूर झाली. "जायलाच हवं मला, मनाविरुद्ध का होईना. आपले पिताजी वाट बघत आहेत माझी."

"आपले पिताजी, पोप महोदय हे एक विस्मयकारक व्यक्तिमत्त्व आहेत हे तुला चांगलंच माहीत आहे आणि ते अजून काही वेळ वाट पाहू शकतील."

"सीझर, राजा मला तुझं म्हणणं मान्य नाही. ते खूप थकले आहेत. मला त्यांची काळजी घ्यायला हवी. मी तुला उद्या पुन्हा भेटायला येईन, वचन देते. माझ्या मूर्ख नवऱ्याचा सहवास सहन करण्याची माझ्यावर सक्ती नाही हे तुला माहीत आहे. माझे वडील करार रद्द करण्याची कारवाई लवकरच पूर्ण करतील आणि मग मी पुन्हा मुक्त होईन. तुलाही मान्य असेल, म्हणजे असं मला वाटतं, हा विवाह सगळ्याच दृष्टींनी अयशस्वी ठरलेला आहे. असं बघ, फ्रेंच राजा चार्ल्स इथे येऊन पोहचण्यात यशस्वी झाला आहे. तो काही काळ आता रोममध्ये आहे आणि मला माहिती कळली आहे की तो आज दुपारीच ओटोमन निर्वासित जिजिमसोबत परतू इच्छित आहे."

उठून उभे राहत तिने आपला पोशाख नीटनेटका केला. सीझर, जो सर्वानुमते रोममधला सर्वात देखणा, रुबाबदार पुरुष होता, त्याने बिछान्यावर पडल्या पडल्याच तिच्याकडे प्रेमभरा कटाक्ष टाकला आणि म्हणाला, "लुक्रेजिया, मला सांग. आपले पिताजी या जिजिमच्या बदल्यात त्यांनी घेतलेल्या सोन्याच्या दुकत मोहरा कुठे खर्च करतील?"

"मला नक्की माहीत नाही, पण अंदाज करणे कठीण नाही. मला वाटतं त्यातले काही मायकेलएंजेलोला देतील, सेंट पेद्रो बॅसिलिकाच्या नव्या योजनेकरता आणि काही नक्कीच पिन्तुरिचिओला देतील, बोर्गिया दालनामध्ये त्याने रंगवलेल्या चित्रांकरता. आणि शिवाय ख्रिश्चन धर्माचा एक हजार आणि पाचशेवा वाढदिवस जवळ येतो आहे. आपल्या पिताजींना त्याकरता अविस्मरणीय कार्यक्रम आयोजित करायचा आहे हे तुला माहीत असेलच.

सर्वात शेवटी तिने आपल्या मस्तकावर लांब झालरीचे, सुवर्ण आणि लहानशा पाचूंनी भरतकाम केलेले आच्छादन घेतले आणि जाण्याआधी आपल्या

भावाचे चुंबन घ्यायला ती खाली झुकली. ती गेल्यावर सीझरने लगेच त्याचा देखणा चेहरा मऊ उशीमध्ये दडपला. थोडा वेळ झोप घेण्याची त्याला नितांत गरज होती.

पोप अलेक्झांद्र सहावा, जो स्पॅनिश वंशाचा होता, त्याने सेम सुलतानाकडे पाहिले आणि तो म्हणाला, ''राजपुत्र महाराज...'' आज पहिल्यांदाच त्याने अशा तऱ्हेने त्याला संबोधले होते. ''...कृपया आपण आपले मत जाहीर कराल का? आपण आज फ्रान्सचा राजा चार्ल्सच्या सोबत जाणार आहात का?''

उत्तर देण्याआधी, ओटोमन शहजाद्याने, जो तेरा प्रदीर्घ वर्षे युरोपियन दरबारामध्ये एक प्रकारची गुलामी करायलाच सरावला होता, पोपकडे दृष्टिक्षेप टाकला आणि मग दुःखी नजरेने त्याने फ्रेंच राजाकडे पाहिले. मला कधीही राजपुत्राची वागणूक दिली गेलेली नाही. एकतर मला राजाने फ्रान्सला पाठवावे, किंवा माझ्यावर पुन्हा इथे राहण्याची जबरदस्ती करावी... माझ्या दृष्टीने दोन्ही सारखेच आहे.''

अलेक्झांद्रने डोळे मोठे करून त्याच्याकडे पाहिले, जणू त्याच्या शब्दांमुळे तो दुखावला गेला होता. ''अरे देवा!'' तो म्हणाला, ''तुला इथे गुलाम म्हणून कसे स्वीकारले जाणार? अशक्य! तुम्हा दोघांमध्ये राजघराण्याचे रक्त आहे. मी केवळ तुम्हा दोघांमधला एक विनम्र मध्यस्थ आहे.''

सेमने खांदे उडवले. चार्ल्स सहाव्याने त्याच्याकडे पूर्ण आदराने पाहिले. ''राजपुत्रा, मी दुपारी येऊन तुम्हाला माझ्यासोबत येण्याची विनंती करेन,'' तो म्हणाला. ''तुमच्या आयुष्यातला दुःखमय कालावधी आता लवकरच समाप्त होईल.''

पोपने जोरात हास्य करत त्या वातावरणाचा भंग केला. ''बघितलंत? आता विश्रांती घ्या आणि जमल्यास आपल्या प्रवासाची तयारी करा, राजपुत्र महाशय. स्नान करा, दाढी करा, आराम करा. मुस्ताफा तुम्हाला मदत करेलच.''

सेमने जाण्याची परवानगी घेतली आणि तो दालनातून बाहेर पडला.

पोपने आपली मान हलवली. जणू त्याच्याविषयी मनात दुःख दाटून आल्यासारखी. फ्रेंच राजा संपूर्ण आत्मविश्वासाने फेऱ्या घालत होता.

''आदरणीय पोप महोदय, आपली परवानगी असेल तर, मला समजू शकेल का, राणी इसाबेलासोबत इतका चांगुलपणा का दाखवला जात आहे?''

पोपने प्रश्नांकित नजरेने त्याच्याकडे पाहिले. ''चांगुलपणा?''

“होय, चर्चमध्ये नेमणुका करण्याचे अधिकार तिला प्रदान केले आहेत तुम्ही त्याबद्दल...”

“राणी एक कडवी, धर्मनिष्ठ कॅथोलिक आहे. त्यामुळे मला वाटतं या प्रश्नाचे उत्तर त्यातच आहे. इतर कोणते कारण असावे असे तुम्हाला वाटते?”

“मला वाटते... कदाचित तुम्ही स्पॅनिश वंशाचे आहात हे कारण तुमच्या निर्णयामागे असू शकेल डॉन रॉद्रिगो द बोर्गिया य दॉम्स. हा अधिकार तिला दिल्यानंतर ती सर्व स्पॅनिश वसाहतींमधल्या चर्चची प्रमुख होईल आणि नव्याने मिळालेल्या भूमीचे सर्व अधिकार तिच्याकडे जातील.

राजाने आपल्याला स्पॅनिश नावाने संबोधले आहे याकडे अलेक्झांद्रने जाणीवपूर्वक काणाडोळा केला आणि तो शांत आवाजात उत्तरला, “कोलोंबने समुद्र ओलांडून त्या दूरच्या प्रदेशांच्या अनेक सफरी केल्या आहेत. अनेकदा त्याने ये-जा केली आणि या सगळ्या सफरींचा खर्च राणीने उचलला आहे. ती निर्विवादपणे एक कडवी कॅथोलिक आहे आणि त्याशिवाय, चर्चमध्ये नेमणुका करण्याचे अधिकार केवळ स्पेनच्या राणीकडेच नाही तर पोर्तुगालचा राजा, मॅन्युएल याच्याकडेही दिले आहेत. हा योग्य समतोल आहे.”

“आणि तुमची सत्ता, तुमची श्रद्धा, ही दोन्ही बाजूंकडे समान आहे, मला जे दिसत आहे, त्यानुसार, दोन्हीकडे सारखीच आहे.”

राजाने आपला रिकामा चषक लाल फीत लावलेल्या नोकराने आणलेल्या सोन्याच्या तबकात ठेवला आणि पोपने त्याच्यासमोर धरलेल्या दुसऱ्या चषकाला हलकेच मान हलवून नाकारले. “आपली परवानगी असेल तर... आपले ठरले आहे त्यानुसार, मी दुपारी इथे येईन. जिजिमला फ्रान्सला घेऊन जाण्याकरता.”

आपले वाक्य पूर्ण करून झाल्यावर तो पुढे झुकला आणि त्याने पोपच्या पवित्र अंगठीचे चुंबन घेतले.

सेम तयारी करत होता, अजून एका प्रवासाची. अजून एका युरोपियन दरबारामध्ये जाण्याची. त्याचे राजदरबारातील सहकारी सिनान बे आणि सेलाल बे, तसेच त्याचा निशांची हैदर बे त्याच्यासोबत होते.

“आह”, त्याने सुस्कारा सोडला. “सादी पण आपल्यासोबत असता तर बरं झालं असतं. माझा प्रिय मित्र...” त्याचे डोळे पाण्याने भरले होते. “त्याच्याइतका सुंदर कवी आणि सच्चा मित्र दुसरा मिळणार नाही. मी त्याला अनातोलियाला माझा संदेशवाहक म्हणून पाठवलं ही मोठीच चूक झाली माझ्या हातून. माझ्यामुळे तो मारला गेला. त्या हरामखोरांनी पायांना जड दगड बांधून

खोल समुद्रात भिरकावला त्याला. परमेश्वर त्या हरामखोरांच्या आत्म्याला कधीही शांती मिळू देणार नाही. आता अखेर आपण फ्रान्सला जातो आहोत, पण त्याच्याशिवायच. सगळी चूक माझी आहे. सुरुवातीपासूनच माझं चुकलं आणि माझी आई, बायको... त्याही कैरोमध्ये दुःखी आहेत... आह, आह... या सर्व दुःखद घटनांना मीच जबाबदार आहे. ओटोमन राजघराण्याच्या सिंहासनावर बसण्याची महत्त्वाकांक्षा मी बाळगायला नको होती, कधीच.''

सिनान बे म्हणाला, ''शहजादे, कृपा करून स्वतःला दोष देऊ नका. तुम्ही जरी तशी महत्त्वाकांक्षा बाळगली नसती, तरी तुमच्या भावाने तुम्हाला शांततेत जगू दिलं नसतंच. तुम्हाला माहीत आहे त्याने तुमच्या शहजाद्याला कसं मारलं ते! त्याला ओलीस ठेवलं होतं त्यांनी. त्यानंतर सादी आणि मग वजीर गेदिक अहमेत पाशा... कृपा करून स्वतःचा असा छळ करून घेऊ नका. सगळं चांगलं होईल शेवटी अशी आशा बाळगून फ्रान्सला जाऊया, म्हणजे मग तुमच्या आदरणीय मातोश्री आणि शीलवंत पत्नी या दोघीजणी तिथे येऊन तुमच्यासोबत राहू शकतील. आता चेहऱ्यावर हास्य उमलू दे, शहजादे! एकदाच.''

सेलाल बेसुद्धा त्यांच्या संभाषणात सामील झाला. ''होय, सिनान बे म्हणत आहेत ते अगदी खरं आहे. तुम्ही आनंदात राहायला हवं आता. आज दुपारी आपण इथून निघणार आहोत. या लाजिरवाण्या जागेतून एकदाची सुटका होईल आपली. मी माझ्या संपूर्ण आयुष्यात इतकं घृणावह घराणं पाहिलेलं नाही. गेल्या अनेक शतकांत या पोपसारखा हरामजादा मनुष्य जन्मला नसेल. त्याच्या भोवतालची माणसे, त्याची मुलेही त्याच्यासारखीच आहेत. आपली राजकीय सत्ता मजबूत करण्याकरता हा माणूस स्वतःच्या मुलीचा बिछाना मुलीसकट भेट देतो लोकांना. राजवाडा सोन्याचा आहे; सगळंच प्रदर्शनात मांडल्यासारखं झगमगीत. ही मखमल, रेशीम, गालिचे, पेंटिंग्ज सगळे नमुने त्याकरताच. अमाप संपत्तीचं प्रदर्शन होत आहे यातून, पण या सगळ्या वैभवात राहणाऱ्या इथल्या लोकांचं काळीज मात्र दरिद्री आहे.''

टेबलावरची कागदपत्रे आवरून ठेवत असलेला निशांची हैदर बे म्हणाला, ''रोमला जाताना जर चार्ल्सला आपल्या मार्गातले शत्रू हटवता आले नाहीत, तर आपल्या भवितव्याबद्दल काहीच खात्री देता येणार नाही. प्रामाणिकपणे सांगायचं तर पाखंडी माणसांबद्दल मला कधी कृतज्ञता वाटेल अशी कल्पनाही मी केली नव्हती, पण चार्ल्सला इथे आणल्याबद्दल मी परमेश्वराचे मनापासून आभार मानतो.''

सिनान बे यांनी विचारले, ''पण त्याने स्वत:कडे बळ, सत्ता असूनही पोपजवळ एकनिष्ठतेची शपथ घेतली याबद्दल तुमचं काय मत आहे?''

सेम सुलतानाने हात झटकत आपल्या मनातले असमाधान आणि घृणा व्यक्त केली आणि तो म्हणाला, ''राजकारण... ते असंच असतं. अचानक एखादा खुनी स्वत:वरच अन्याय झाला असं सांगू शकतो आणि आता ज्यांच्यावर अन्याय होतो आहे असं वाटतं तेच पुढे जाऊन क्रूर आणि खुनशी कृत्ये करायला लागतात. आता त्यांचा यात फायदा आहे. चार्ल्सबद्दल माझ्या मनात आत्ता विश्वास आहे तो कुठवर अभंग राखायचा? दुर्दैवाने माझ्यापुढे दुसरा पर्याय नाही. आपण सगळेच यात ओढले गेलो आहोत. सगळ्यांचं भलं होईल अशी आशा बाळगूया.''

त्याच वेळी मुस्तफाने खोलीत प्रवेश केला. तो बळकट बांध्याचा, उंच आणि मजबूत होता. त्यामुळेच तो कोका मुस्तफा या नावाने ओळखले जाई. त्याच्या हातात असलेल्या तबकात एक भांडे भरून गरम पाणी आणि धारदार वस्तरा होता. त्याने सर्वांना अभिवादन केले. सेम सुलतान खिडकीजवळ ठेवलेल्या आरामखुर्चीत बसला आणि म्हणाला, ''यावे, कोका मुस्तफा, आपले कर्तव्य पार पाडून टाका. लवकर आटप, तुझी आणि माझी, दोघांचीही शक्य तितक्या लवकर सोडवणूक कर.'' मुस्तफा त्याच्या या शब्दांवर किंचित अडखळला, पण त्याने लगेचच स्वत:वर ताबा मिळवला. शहजाद्याच्या गळ्याभोवती त्याने पांढरा टॉवेल बांधला आणि मग गरम साबणाच्या पाण्यात हातातल्या मऊ ब्रशने फेस तयार केला.

त्या दिवशी जेव्हा सेम सुलतानाने फ्रान्सच्या चार्ल्स राजासोबत संध्याकाळी नेपल्सच्या दिशेने प्रयाण केले, त्या वेळी त्याच्या सोबतच्या लवाजम्यात एकाची उणीव होती. न्हावी कोका मुस्तफा दाढी करून झाल्यावर अचानक गायब झाला होता आणि पुष्कळ प्रयत्न करूनही त्याचा काहीच पत्ता लागला नव्हता. अखेरीस सेमला त्याच्याशिवायच व्हॅटीकन सोडावे लागले होते. त्याच्या मनात काळजी होती, पण त्याची काहीच गरज नव्हती. कारण तो आता जास्त सुरक्षित हातात होता.

पोपच्या वैभवशाली दालनात न्हावी बसलेला होता. त्याची नजर समोरच्या सुवर्णमोहरांनी भरलेल्या थैल्यांवर होती.

''त्याच्याकडे जास्तीतजास्त अठ्ठेचाळीस तास आहेत,'' तो म्हणाला. ''किंवा अजूनही कमी, कोणास ठाऊक? मी फक्त त्याच्या कानामागे हातातल्या

विषारी वस्त्ऱ्याने लहानशी जखम केली. त्याला जाणवलेही नाही, इतकी लहानशी, पण सगळा त्रास संपून जाण्याकरता पुरेशी... त्याचा ज्वर वाढलाही असेल एव्हाना, मला खात्री आहे."

अलेक्झांद्रने हातातल्या रक्तवर्णी वारुणीने भरलेल्या चषकावर रेंगाळणाऱ्या मेणबत्तीच्या हलत्या सावल्यांकडे क्षणभर नजर लावली आणि मग त्याने चषक उंचावला. फ्रान्सच्या त्या हरामखोर चार्ल्समुळे मला ओटोमन सुलतानाच्या नजरेतली अवहेलना झेलायला लागणार होती. आपली सगळी योजना त्याच्यामुळे उद्ध्वस्त होणार होती, पण अखेरीस संधी मिळाली आणि आपणच जिंकलो. कृपया सुलतानापाशी माझ्या मनातला आदर आणि सद्भावना योग्य रीतीने पोचव. संपूर्ण निष्ठेने आणि सन्मानाने सहकार्य करायला मी कायमच तयार असतो. आपल्या एकत्रित शक्तीमुळे आपण संपूर्ण युरोपला आपल्यासमोर गुडघे टेकायला भाग पाडू शकतो. तू कधी निघणार आहेस जायला?"

"एक-दोन तासांमध्ये, माझं इथलं कार्य समाप्त झालं आहे."

"फारच छान, मला वाटतं तुला सुलतानांच्या औदार्याचाही लाभ होईल. खूपच यशस्वी काम केलं आहेस तू."

"असं मलाही वाटतं, मला दुसरा वजीर करून घेण्याचं वचन त्यांनी दिलं आहे."

"मला खात्री आहे भविष्यात तुला श्रेष्ठ वजीर झालेलं बघण्याचा आनंद आम्हाला मिळेल."

मुस्तफाने आपल्या रुंद कमरपट्ट्यात सगळ्या थैल्या बांधून घेतल्या. "आता मला जायला हवं. प्रवासाची तयारी करण्याकरता फारच थोडा वेळ शिल्लक आहे माझ्याजवळ." त्याने पोपच्या अंगठीचा मुका घेतला आणि आशीर्वाद प्राप्त केला.

बाहेर पडत असताना त्याची नजर आपल्या वडिलांच्या दालनात प्रवेश करणाऱ्या सुंदर लुक्रेजियावर पडली. गुलाबी अंगरखा आणि जरतारी भरतकाम केलेले मुखआच्छादन अशा वेषात ती फुलांवर विसावायला उत्सुक असलेल्या फुलपाखरासारखी दिसत होती.

ती आत शिरताच पोप उठला आणि मोठ्याने उद्गारला, "शेवटी आली माझी राजकन्या इथे! आज रात्री माद्रिगल संगीत महोत्सवाला जायचं रद्द करूया का आपण? मला माफ कर. खूप थकलो आहे मी." तरुण राजकन्येने लगेचच आपले हात त्याच्या गळ्यात टाकले आणि त्याच्या कपाळाचे प्रेमाने चुंबन

घेतले. अलेक्झांद्र खाली बसला. आपले डोळे मिटून पुन्हा आरामखुर्चीत विसावला. ''वजिराचे प्रकरण संपले,'' त्याने हळू आवाजात सांगितले. ''आता या विषयाचा आपल्याला काहीही गंभीर त्रास होणार नाही. चार्ल्सही गेला आहे. यानंतर इटली ताब्यात घेणे मला सहज शक्य आहे.'' लुक्रेजिया आपल्या नाजूक हातांनी त्याचा आरामखुर्चीतला चेहरा गोंजारत होती. ''मला खात्री आहे, प्रिय पिताजी,'' ती हळुवारपणे कुजबुजली. ''जगातल्या सगळ्या संकटांचा तुम्ही सहजतेने सामना कराल.''

''आता यापुढे मी ख्रिश्चन जगताच्या एक हजार पाचशेव्या वाढदिवसाच्या उत्सवाच्या तयारीकरता काम करणार आहे. या पवित्र समारंभाची सगळी तयारी वेळेत व्हायला हवी आहे. उत्सव नेत्रदीपक व्हायला हवा. अलेक्झांद्र बोर्गियाचे नाव कोणालाही विसरता येणार नाही, कोणालाही नाही...''

लुक्रेजिया तशाच हळुवारपणे म्हणाली, ''मला खात्री आहे बाबा, तुमची आठवण कायम राहील. तुमच्या सहवासात आलेल्या कोणालाही तुमचा विसर पडणे शक्य नाही.'' तिचे हात पोपच्या गळ्यावरून, कानांवरून फिरत होते. त्याचा श्वास दीर्घ झाला. त्याचे डोळे अजूनही घट्ट मिटलेले होते. त्याने लुक्रेजियाचा हात हातात धरून खाली ओढला. आधी आपल्या पोटावर, मग खाली मांड्यांमध्ये, आणि मग शेवटी त्याने नाजूक बोटांना आपल्या ताठर पौरुषावर दाबून धरले. तरुण राजकन्या आता शांतपणे आपले रोजचे कर्तव्य पार पाडत होती.

लिस्बन

त्या रात्री कोका मुस्तफा, पूर्वाश्रमीचा न्हावी आणि भविष्यातला उपवजीर, पेस्काच्या बंदरावरच्या जहाजातून इस्तंबूलला जायला निघाला, त्या वेळी वातावरण थंडगार असूनही भूमध्य समुद्र वर्षातल्या या मोसमाच्या मानाने अनपेक्षितरीत्या शांत होता.

त्याउलट, लिस्बन बंदरातून नुकत्याच नांगर उचललेल्या इम्पाविदो जहाजाला गंभीर संकटांच्या मालिकेला तोंड द्यायला लागणार होते. 'इम्पाविदो'चा अर्थ स्पॅनिश भाषेत 'निर्भय' असा होतो. अशा भयकारी हिवाळी रात्री शीड उभारून समुद्रात शिरण्याची कृती या शब्दाला समर्पक ठरणारी होती. खवळलेला अटलांटिक संथ, निरव भूमध्य समुद्रापासून इतक्या दूर अंतरावर होता की त्या

दोघांमध्ये काही साम्य असण्याची शक्यताही नव्हती. अस्थिर मनोवृत्तीच्या तरुणीसारखा अस्वस्थ होता समुद्र! कधीही तोल जाऊन उसळेल असा. असंख्य लहान लहान, एकमेकांत अडकून गुंता झालेल्या लाटा जहाजाच्या कडांवर आपटत होत्या. त्यांचा एरवीचा गर्द निळा रंग आज काळा दिसत होता. राखाडी ढगांच्या पुंजक्याआड लपलेला चंद्र मधूनच बाहेर डोकावे. त्या वेळी आकाशात झळाळता, गोल आरसा चमकल्यासारखा वाटे.

संपूर्ण जहाज ज्यू आणि मुस्लीम निर्वासितांनी भरले होते. शेकडो कुटुंबे ज्यांचा विश्वास होता की पोर्तुगालमधून सुटका झाल्यावर आपली काही वर्षं तरी स्पेनच्या निर्दयी राजा आणि राणीच्या जुलमांपासून सुरक्षित राहू शकतील. ते आता पुन्हा परतीच्या मार्गावर होते. कारण आता नवा राजा सिंहासनावर बसला होता. मॅन्युएल, ज्याला सत्तेवर आल्यावर परदेश व्यवहारांचे अधिकार मिळाले होते, त्याने आपल्या दिवंगत वडिलांच्या नरम आणि काहीशा सैल स्वभावाच्या विरोधात जात ज्यू लोकांबाबतच्या धोरणांमध्ये बदल करण्याचा निर्णय घेतला होता. आपल्या शेजारी राष्ट्रांप्रमाणेच त्यालाही आपल्या राज्याच्या हद्दीत ज्यूंनी प्रवेश करणे नको होते.

युरोप आणि त्यांच्या वसाहतींमधल्या सत्तांतराच्या या नव्या तराजूने पुन्हा एकदा ज्यूंना अनोळखी भूमीच्या किनाऱ्याच्या दिशेने ढकलले होते. तरीही गेल्या तीन वर्षांत त्यांना पोर्तुगालमध्ये शांतपणे जगता आले होते; या काळात त्यांनी घरांच्या बगिच्यातच नव्हे, तर आपल्या हृदयांमध्येही आशेच्या फुलांचे ताटवे फुलवले होते. कोणाला ठाऊक होते की हे केवळ एक स्वप्न होते, लगेचच भंगणारे!

तोलेडो कुटुंबही होते या दुर्दैवी लोकांमध्ये. अव्रमला इतर ज्यू मुलांसोबत दूरच्या थॉमस बेटावर पाठवले जाण्याची शक्यता आहे हे कळल्यावर एस्थर सैरभैरच झाली आणि मग सकाळ होण्याचीही वाट न पाहता त्यांनी तातडीने लिस्बन सोडण्याचा निर्णय घेतला होता. चाइम कायमचा हरवला होता. आता त्यांना अव्रमचा जीव धोक्यात घालायचा नव्हता. खरेतर, इतरांप्रमाणे त्यांना पोर्तुगालमधून घालवून देण्यात येईल अशी अपेक्षा नव्हती. त्यामुळे अशा अंतिम परिणामाला सामोरे जायची त्यांनी काहीच तयारी केली नव्हती. लिस्बनमध्ये आल्यावर पहिल्या काही दिवसांमध्ये त्यांनी इस्तंबूलला जाण्याचा अनेकदा प्रयत्न केला होता, पण काही काळानंतर, आपल्या इथे राहण्याला फार काही तीव्र विरोध नाही हे लक्षात आल्यावर, त्यांनी इथेच स्थायिक व्हायचा निर्णय घेतला.

लिस्बन त्यांच्या जन्मभूमीपासून जवळ होते आणि एस्थर अजूनही मनात आशा बाळगून होती की एक ना एक दिवस आपण तोलेडोला परत जाऊ. चामड्याच्या विक्रीतून डेव्हिडला फार काही फायदा झाला नव्हता, पण कुटुंबाला तग धरून राहण्याकरता ते पुरेते होते. एस्थरने मागच्या अंगणात लहानशी बाग फुलवली होती. त्यात तिने खूप प्रकारच्या भाज्या लावल्या होत्या आणि अव्रमला बाहेर रस्त्यावर जाऊन खेळण्याकरता काही मित्र मिळाले होते. तो आता अगदी सुदृढ झाला होता. लिस्बनला आल्यापासून आश्चर्यकारकरीत्या तो एकदाही आजारी पडला नव्हता. रेचल एकटीच अशी होती कुटुंबात, जी गेल्या तीन वर्षांत एकदाही आनंदी झाली नाही. चाइम किंवा मोशे, कोणालाच ती विसरू शकली नाही. दिवसभर मूकपणे आपल्या आईला मदत करून झाली की संध्याकाळी ती बागेतल्या फाटकाशेजारी जाऊन बसे. समुद्रशिंपले, ताराकृती मासे, दोरखंड, जाळी, नांगर अशा आकृत्यांची सजावट केलेल्या दगडी कमानीच्या खाली बसून ती गिटारची धून ऐकत राही. बंदरावरच्या लहान रेस्तरांमधून पाझरणाऱ्या संगीताचे उदास स्वर तिच्यापर्यंत येऊन पोहचत. अशा विकल क्षणी तिचा हात नकळत आपल्या गालावर जाई. ‘माझं तुझ्यावर प्रेम आहे, कायमच राहील.’ मोशेचे हे शब्द अजूनही तिच्या कानात गुंजत होते. आता ती अठराची झाली होती जवळपास आणि शेजारपाजारच्या तरुण मुलांमधल्या अनेकांनी तिच्यावर जीव जडवला होता. पण ती मात्र मनाने आणि हृदयाने अजूनही तोलेडोच्या आपल्या पहिल्या प्रेमातच गुंतलेली होती. पण तो जवळ नव्हता, दूर होता. खूप दूर इस्तंबूलमध्ये होता आणि रेचलला त्याच्याजवळ तीव्रतेने जावेसे वाटत होते.

कदाचित म्हणूनच लिस्बनचे घर सोडताना तिला इतका आनंद झाला. तिने झटपट आपल्या भावाची तयारी केली आणि प्रवासात ज्या वस्तू ते घेऊन जाणार होते त्याची बांधाबांध केली. तोलेडोच्या घराच्या प्रवेशद्वारावरची कडी आपल्या सोबत कमरपट्ट्यात बांधून घ्यायला ती विसरली नाही. स्त्रीचा डौलदार, पितळी हात, त्यावर तांब्याचा लहान चेंडू.

विशाल, गडद सागरावरून जोराने घरघरत त्यांचे जहाज पुढे निघाले. लहानशा पण जोरात खवळणाऱ्या लाटांनी आता प्रचंड, भीतिदायक स्वरूप धारण केले. त्यांच्या फेसाळत्या पाण्याचा वर्षाव डेकवर होत होता. शिडे खाली ओढून घेतली होती. नावाडी अविश्वसनीय प्रयासांनी वल्ही मारत होते. आकाश आणि समुद्र, दोन्ही खोल आणि काळेकुट्ट दिसत होते. उंच मनोऱ्यासारख्या उसळणाऱ्या लाटांवर ती म्हातारी बोट वर चढे आणि खाली कोसळे. प्रत्येक गर्जनेसोबत

तिच्या अंगात वेदनेचा कल्लोळ पसरे. त्यात प्रवाशांनी आपापल्या भाषेत केलेल्या प्रार्थनेचा स्वर उमटत होता. हाशेम इस्राएल आणि बिस्मिल्लाहिर्रहमानीर्रहिमचा आवाज एकमेकांत मिसळला होता. तोंडाने शिव्यांचा वर्षाव करत खलाशी इकडून तिकडे धावत होते. दोन उंच डोलकाठ्या एकमेकांच्या अंगावर झुकल्या होत्या. त्यांच्यामुळे पलटण्याचा धोका वाढत होता.

सगळे प्रवासी जहाजाच्या अंधाऱ्या, त्यातल्या त्यात सुखकारक अशा अंतर्भागात जमले. प्रार्थना, उसासे आणि रडणे यांच्या जोडीला आता तिथे उलट्यांचा घाणेरडा दर्प साचून राहिला. भक्कम मनाच्या व्यक्तींनासुद्धा तो वास सहन होईना.

एस्थरने मुलाच्या कपाळाला हात लावून ताप पाहिला. ''पोराचं अंग चांगलंच तापलं आहे,'' ती म्हणाली. बिचारा अब्रम त्याच्या आईच्या कुशीत निपचीत पडून होता.

अत्यंत निराश होत डेव्हिडने त्याची मान इकडून तिकडे हलवली. मग त्याने त्याचा हात अब्रमच्या कपाळावर टेकवला आणि तो हळू आवाजात पुटपुटला, ''आपल्याला हे सहन करायलाच हवं. दुसरा कोणताही पर्याय नाही. सकाळ झाली की सगळं ठीक होईल.'' रेचलने आपल्याजवळची लहान पिशवी गच्च आवळून धरली. अजून एक भीतिदायक लाट आली आणि बोटीचा तळ गदगदून हलला. भयानक गर्जनेसारखा आवाज आला.

''असा विचार कर, एस्थर,'' डेव्हिड म्हणाला. ''आपल्याला या जहाजावर चढता आलं हाच एक चमत्कार होता. निदान हे लोक सभ्य आहेत. काही खलाशी त्यांच्या जहाजामध्ये चढलेल्या ज्यूंना लुबाडतात आणि मग त्यांचे गळे चिरतात अशा घटना आपल्या कानावर आल्या आहेत, हो ना? काही तर अजून भयानक होते. त्यांनी त्यांच्या तावडीतल्या बिचाऱ्या ज्यूंची पोटंही फाडली. आत काही दागिने लपवून ठेवले आहेत का हे पाहायला. पण हे लोक तसे नाहीत. बघशील तू, आपण लवकरच मोरोक्कोला पोहचू आणि मग तिथून आपण इटालीला जाऊ, त्यानंतर इस्तंबूलला. मला खात्री आहे साल्वातोरने तिथे आपल्या छपाईखान्याचा आत्तापर्यंत जम बसवलेला असणार आणि तो आपली वाट पाहत असणार. अजून थोडं धीराने घे, प्रिये.''

एस्थर पुटपुटली, ''हे सगळं संकट माझ्यामुळे ओढवलं आहे. मी सुरुवातीपासूनच साल्वातोर सांगत होते ते ऐकायला हवं होतं. मूर्खासारखा हट्ट करत बसले मी.''

“स्वत:ला दोष देऊ नकोस एस्थर. तुझी काहीच चूक नाही यात. तुझं आपल्या भूमीवर, घरावर मनापासून प्रेम आहे, इतकंच.” अव्रमच्या कपाळावरचा तिचा हात डेव्हिडने आपल्या हातात घेतला आणि तो प्रेमभराने दाबला. त्याचा दुसरा हात आपल्या मुलीच्या हातात होता. जवळ येऊन तिने त्याच्या खांद्यावर आपले मस्तक टेकवले. तिलाही खात्री वाटत होती आता, आपल्या आयुष्यातला हा कठीण काळ लवकरच संपेल. उद्या पुन्हा सूर्य उगवणार आहे आणि नव्या आयुष्याची सुरुवात होणार आहे.

त्याच क्षणाला अजूनपर्यंत झाला नव्हता इतका कानठळ्या बसवणारा जहाजाच्या घरघरण्याचा आवाज आला. डेकवरच्या खलाशांचे भेदरून ओरडणे त्यांच्या कानावर पडले. जहाज अचानक वेगाने उंच लाटेवर चढले आणि मग त्याहीपेक्षा जास्त वेगात खाली घसरून आले. सगळे पाण्याच्या झोतात चिंब भिजले. स्पॅनिश ज्यू, मगरिबचे मुस्लीम आणि ख्रिश्चन खलाशी सगळेच आक्रोशत होते आणि त्या एकमेव सर्वशक्तिमान परमेश्वराची करुणा आपापल्या भाषेतल्या, वेगवेगळ्या नावांनी केलेल्या प्रार्थनेने भाकत होते. अखेरीला एक भयप्रद आवाज होऊन जहाजाचे दोन तुकड्यांमध्ये विभाजन झाले. जहाज दुभंगणारी चीर लोक जिथे जमले होते त्या हॉलच्या बरोबर मध्यावर सरळ रेषेत पडली होती. रेचलने आपल्या भावाला मिठीत घट्ट धरून ठेवले. एस्थर आणि डेव्हिड मात्र क्षणार्धात त्या पाण्यात नाहीसे झाले. रेचलला आपल्या आईचा, वडिलांचा, अगदी देवाचाही विचार करण्याची सवडच मिळाली नाही. ती समुद्रात बुडत होती. पुन्हा तरंगत वर येत होती. थंडगार, खाऱ्या पाण्यामुळे घसा, तोंड, नाक आणि डोळे चरचरून झोंबत होते. सगळात भीतिदायक कल्लोळ तिच्याभोवती होता. आपल्या भावाला सगळी शक्ती एकवटून घट्ट पकडून ठेवणे इतकेच तिला शक्य होत होते, निदान अजून तरी. आता तिला फक्त घोंगावणाऱ्या वाऱ्याचा आवाज ऐकू येत होता. आक्रोश, प्रार्थना, किंकाळ्या, चिरफाळ हे सगळे आवाज त्यात कुठेतरी लुप्त होऊन गेले होते. भोवतालच्या लाटा एक प्रदीर्घ काळ त्यांना त्या अंधाऱ्या, भयानक महासागराच्या आतपर्यंत खेचून नेत राहिल्या.

आणि मग आली एक संपूर्ण शांतता, निरवता. सगळं संपलं. चंद्र पुन्हा पूर्ण तेजाने आकाशात झळकू लागला. एक निरंतर चंदेरी रस्ता अमर्यादित क्षितिजाच्या दिशेने जात होता. त्यावरून रेचलचे थरथरते शरीर वाहत राहिले. अचानक तिचे लक्ष वरच्या लालभडक चंद्राकडे गेले. चंदेरी रस्ता संपण्याची काहीच चिन्हे त्या प्रकाशात तिला दिसली नाहीत आणि त्या वेळी तिच्या आत्म्याला जो भयकारी

कंप सुटला, त्यापुढे शरीराची थरथर काहीच नाही. या प्रचंड जगात ती एकटीच जिवंत होती.

पृष्ठभागावर लाकडाचे तुकडे तरंगत होते. त्यातला एक तिने पकडला. कपाटाचे दार होते ते. कसल्यातरी आंतरिक जाणिवेने तिचे गोठलेले, काळेनिळे पडलेले हात कंबरेच्या पट्ट्यापाशी गेले. त्याच हातांनी तिने अव्रमचे निश्चल शरीर त्या लाकडाला बांधले आणि मग ती त्याच्या शरीरावर झोपली. तिला आता फक्त सूर्य पाहायचा होता. फक्त तोच त्यांचे आयुष्य वाचवू शकणार होता. पुढचा दिवस उगवणार आहे का खरंच?

रेचलने अव्रमला मिठीत कवटाळले. त्या अंतिम, अमर्याद महासागराच्या मधोमध त्यांचे आत्मे एकजीव झाले. आता तिच्याकरता या जगात शिल्लक असलेला फक्त तोच होता. तिने अगदी हलकेच त्याच्या बर्फाळ गालांचे चुंबन घेतले आणि मग एखाद्या आरामशीर बिछान्यावर झोपल्यासारखे तिचे डोळे अलगद मिटले.

जुलै १७, १४९८

इस्तंबूल

त्या दिवशी इस्तंबूलच्या हवेत प्रचंड उष्मा आणि दमटपणा होता. नागरिकांना श्वास आत ओढून घ्यायलाही त्रास होत होता. सकाळची लवकरची वेळ होती. पण मार्मारा समुद्रावरच्या आकाशात ढगांची दाटी झाली होती. याचा अर्थ आजची दुपार असह्य उकाड्याची, उष्ण असणार हे नक्की.

मोशे आणि त्याच्या वडिलांनी पहाटेपासूनच आपल्या छापखान्यात कामाची सुरुवात केली होती. आता ते शहरातले एक नामवंत आणि आदरणीय व्यावसायिक म्हणून ओळखले जात होते. दर वर्षागणीक होणाऱ्या प्रगतीमुळे घरातली सुखसंपत्ती वृद्धिंगत होत होती. त्यांनी स्पेन सोडल्याला आता सहा वर्षे उलटून गेलेली होती. आता आपल्या जन्मभूमीबद्दल ते सुरुवातीच्या वर्षांइतके सतत बोलत नसत. मोशेची आई ग्राझिएला आणि त्याचा भाऊ अब्राहम तर असे वागत जणू त्यांचा जन्म इस्तंबूलमध्येच झाला आहे. नाहमिआस कुटुंब या देखण्या, वैशिष्ट्यपूर्ण शहरात, जिथे जगभरातून, विविध भाषा बोलणारे, विविध दैवतांना पुजणारे, पण मुसलमानी ओट्टोमन साम्राज्याला मानणारे लोक राहतात,

तिथे समाधानाने राहत होते. सुलतानाने ज्यूंकरता नेमून दिलेल्या विभागात ते शांतपणे जगत होते. आपल्या श्रद्धा आणि राहणीमान जपण्यात त्यांना कसलीही आडकाठी येत नव्हती. नशीबवान होते म्हणून ते इस्तंबूलला येऊन पोहचले. मोशेच्या मनात मात्र अजूनही रेचल भरून होती. त्याने लग्न करावे म्हणून त्याच्या आई-वडिलांनी त्याच्यावर टाकलेल्या दबावाला त्याने जुमानले नव्हते. आपले आयुष्य रेचलशिवाय अन्य कोणाही स्त्रीबरोबर व्यतीत करण्याची त्याला जराही इच्छा नव्हती. स्पेनवरून इथे येणाऱ्या जवळपास प्रत्येकाजवळ त्याने चौकशी केली होती, पण आपल्या सुंदर प्रेयसीबद्दल आशेचा एकही किरण दाखवणारी कसलीच माहिती त्याला मिळाली नाही. पण आजवर त्याला वाईट बातमीही मिळाली नव्हती. आपल्या मनातला आशेचा कोंब जिवंत ठेवायला हे कारण पुरेसे होते त्याला. कदाचित ते अचानक इस्तंबूलला येऊन पोचतील, कोणी सांगावं, अगदी आजही? त्याने ढगाळ क्षितिजावर नजर लावली. गोल्डन हॉर्नमध्ये प्रवेश करणाऱ्या जहाजांची संख्या त्याने मोजली. होय, कदाचित आजच येईल रेचल! का नाही?

समुद्राकडे नजर लावून उभ्या असलेल्या आपल्या मुलाकडे पाहून साल्वातोरने दुःखाने मान हलवली, पण तो काहीच बोलला नाही. हृदयातली ही कळ एक दिवस नाहीशी होईल, याची त्याला खात्री होती. पण कधी? त्याला ठाऊक होते, जर आपण त्याला लग्न करायला राजी केले, तर आपल्या बायको-मुलांसमवेत आयुष्य घालवताना त्याची जखम नक्कीच लवकर भरेल. पण तो लग्नाचा विषयही काढू देत नव्हता. त्याचे मन, हृदय अजूनही रेचलशीच जोडलेले होते, हे स्पष्ट दिसत होते; पण त्यांच्या शेजारीच राहणाऱ्या अल्तामिर कुटुंबातली सुंदर मुलगी रिबेका साल्वातोरच्या मते नववधू बनायला अत्यंत योग्य होती. मोशेची ओळख झाली त्याच क्षणी रेचल त्याच्या प्रेमात पडली हे त्यांना ठाऊक होते. मोशेलाही ती तितकीच आवडत होती. बिचारा मोशे, त्याला अपराधी वाटत आहे, बाकी काही नाही. काळानुसार ही भावना निवळेल. त्याच्यावर जबरदस्ती करायची नाही. त्यांनी ठरवलं. ग्राझिएलालासुद्धा हे सांगायला हवे, ती आग्रही स्वभावाची आहे.

''मोशे,'' त्यांनी हाक मारली. ''कामातून विश्रांती का घेत नाहीस थोडी? आज खूप गरम होत आहे. जाऊन आराम कर जरा.''

मोशेने समुद्रावरची आपली नजर काढून वडिलांकडे पाहिले. ''होय, खूपच गरम आणि दमट हवा आहे. काही हालचाल केली नाही तरी घामाघूम व्हायला होतंय.''

ओट्टोमन अशा दिवसांना एय्यम-इ-बाहुर असं म्हणतात.

"एय्यम-इ-बाहुर? त्याचा अर्थ काय आहे?"

"माझ्या समजुतीनुसार त्याचा अर्थ आहे बाष्पीभवनाचा काळ. गरम हवेमुळे समुद्राची वाफ होते आणि वर ढगांचे आच्छादन तयार होते. खरंतर सगळ्यांचीच वाफ होते असं वाटतं. त्यांच्या मते निदान दहा दिवस हे होत राहतं."

"परमेश्वरा, आपलीही वाफ होण्यापासून कसं वाचवायचं?"

"आयुष्य असंच असतं पोरा, निसर्गासोबत सतत झगडा चालू राहतो, माणसांचा... आजूबाजूच्या सगळ्याच जगासोबत."

काहीच उत्तर न देता मोशे पुन्हा आपल्या कामाला लागला. त्याने हिब्रू अक्षरांचे उंचवटे कोरलेली प्लेट वर उचलली आणि ती धातूच्या लंबगोलाकार छपाईयंत्राखाली ठेवली.

दोघांचीही कामात तंद्री लागली होती. अचानक बाहेरून कोणीतरी ओरडलं, "साल्वातोर, साल्वातोर, आहेस का तू?"

तो बाहेर आला तेव्हा अहरिदा सिनेगॉगचे राबी टेकडी चढून नुकतेच समोर आले होते. एक अनोळखी मनुष्य त्यांच्यासोबत होता. साल्वातोरने त्यांना पाहून हात हलवला.

दोघेही धापा टाकत छापखान्यात शिरले. मोशेने आपल्या वडिलांसारखेच त्यांचे आदरपूर्वक स्वागत केले आणि थंडगार चेरीचे सरबत त्यांच्या समोर ठेवले.

"तुम्हाला पाहून खूप आनंद झाला आहे आम्हाला, राबी," साल्वातोर त्यांना म्हणाला. मग ते अनोळखी मनुष्याकडे वळले, "तुमचंही स्वागत आहे." अनोळखी मनुष्य उंचीने लहान आणि बारकुडा होता. त्याच्या मुद्रेवर संकोची भाव होते. 'नव्याने आलेल्या लोकांपैकी एक असणार हा,' नाहमिआसच्या मनात विचार आला. तो मनुष्य हसला.

राबींनी मान हलवली. "साल्वातोर, अजूनही तुला याची सवय झाली नाही, पण ती व्हायला हवी. मला राबी म्हणू नकोस. मी हाहाम आहे. ओट्टोमननी राबी शब्दावर बंदी घातलेली आहे हे तुला ठाऊकच आहे. तरी तू जर मला राबी म्हणत राहिलास तर आपण दोघेही संकटात सापडू हे नक्की."

स्पष्टीकरण देण्यासाठी ते नव्या मनुष्याकडे वळले. "मुसलमान देवाला त्यांच्या भाषेत 'रब' म्हणतात, 'राबी' शब्द त्याच्या जवळचा वाटतो, म्हणून इथे आम्हाला कोणी राबी म्हणू शकत नाही."

तो मनुष्य पुन्हा हसला. साल्वातोर म्हणाला, ‘‘तुमचं बरोबर आहे, आदरणीय हाहाम. यापुढे हे न विसरण्याचा मी पूर्ण प्रयत्न करेन. तुम्हाला माहीतच आहे, सगळ्याच सवयी पुसल्या जाऊ शकत नाहीत लवकर. मला माफ करा.’’

‘‘केवळ आपल्या शांततेखातर आहे हे साल्वातोर. असो, तुझी मी डॉन इशाक सरफटी यांच्याशी ओळख करून देतो. हे तुझ्याच देशातून आले आहेत.’’

साल्वातोरने त्या माणसाचा हात हातात घेऊन आनंदाने हलवला. ‘‘तुमचे स्वागत आहे, मनापासून स्वागत आहे,’’ अत्यंत उत्साहाने तो म्हणाला. पाहुण्यांच्या देशाचे नाव ऐकताच मोशे सावध होऊन संभाषण ऐकत होता. त्याने अधीरपणे विचारले, ‘‘डॉन सरफटी, तुम्ही कोणत्या मार्गाने आलात इथे?’’

साल्वातोरने त्याला ताकीद दिली, ‘‘पाहुण्यांना जरा दम तरी घेऊ दे, मुला.’’

‘‘काहीच हरकत नाही,’’ इशाक म्हणाला. हातातल्या सरबताचा त्याने घोट घेतला. मग पुढे म्हणाला, ‘‘मुला, आम्ही पोर्तुगालमार्गे इथे आलो. फार कठीण, भयानक प्रवास होता...’’

मोशेचे हृदय जोरजोरात धडधडायला लागले; कदाचित हा माणूस भेटला असेल त्यांना! रेचलचं काय झालं नक्की याबद्दल काही कळू शकेल त्यांच्याकडून. ‘‘दे तोलेडो,’’ तो हळू आवाजात पुटपुटला. ‘‘माहीत आहेत तुम्हाला?’’

या वेळी साल्वातोरने आपल्या मुलाला थांबवले नाही. कारण त्यालाही उत्तर ऐकायचे होते. तो माणूस जमिनीकडे पाहत काही वेळ स्तब्ध बसून राहिला. मग त्याने आपलं डोकं उचलून वर पाहिलं. त्याचे डोळे अश्रूंनी भरलेले होते. ‘‘दुर्दैवाने सगळ्यांनाच ही संधी मिळू शकली नाही,’’ तो म्हणाला.

मोशे किंचाळला, ‘‘काय झालं त्यांचं. काय झालं?’’

डॉन सरफटींनी खोल आवाजात उत्तर दिलं, ‘‘लिस्बनमधून निघालेल्या ज्या बोटीत ते बसले होते, ती तीन वर्षांपूर्वी समुद्रात बुडाली आणि कोणीच वाचलं नाही.’’

मोशे उद्‌ध्वस्त झाला. ओरडत, किंचाळत तो बाहेर धावला. ‘‘नाही, हे शक्यच नाही.’’ साल्वातोर खाली कोसळला. राबींनी हळू आवाजात प्रार्थना सुरू केली. डॉन सरफटींनी आपला हात हळुवारपणे साल्वातोरच्या खांद्यावर ठेवला.

एड्रिन

त्या उन्हाळ्यात तुन्दिया आणि मारित्सा नद्यांचे पाणी इतके कमी झाले होते की आता त्या कायमच्याच आटण्याची शक्यता निर्माण झाली. कित्येक महिने जमिनीला थेंबभर पाण्याचाही स्पर्श झालेला नव्हता. असे म्हणायचे की अंतर्भागात दूरवरच्या जमिनी दुष्काळामुळे खोलवर भेगाळलेल्या होत्या. एड्रिनला राहणारे लोक कारागाशकडे जाणाऱ्या रस्त्यावर असलेल्या शतकभरांच्या प्राचीन एल्म वृक्षांखाली गारवा मिळवण्याच्या प्रयत्नात जरा वेळ विसावले होते. त्या वृक्षाच्या प्रचंड खोडातून निघालेली मुळे आणि आकाशाच्या दिशेने विस्तारलेल्या फांद्या जणू परमेश्वराकडे पावसाची करुणा भाकत होत्या. विपिंग विलोच्या झुडपांच्या कृश, लांब फांद्या संथ वाहणाऱ्या पाण्याच्या स्पर्शाकरता आसुसून खाली झुकल्या होत्या. खडकाळ पात्रातून वाहणारा पाण्याचा तो प्रवाह इतका क्षीण होता की एकेकाळच्या रोंरावत वाहणाऱ्या उत्साही नदीचेच हे रूप आहे यावर कोणाचाच विश्वास बसला नसता. खेळणाऱ्या मुलांचा आरडाओरडा सोडला तर आसमंतात बाकी कशाचाच आवाज ऐकू येत नव्हता. सगळेजण आपल्या वाट्याला येईल त्या सावलीमध्ये जणू कसल्यातरी गुंगीत असल्यासारखे शिथिल ग्लानीत पसरले होते.

फक्त प्राचीन एल्मच्या छायेतलीच माणसे नव्हेत, तर शहराच्या मध्यवर्ती भागात राहणारी माणसेही तेच करत होती. मुसलमानांच्या दुहेरी दरवाजे असलेल्या लाकडी घरांचे पिंजऱ्यासारखे सज्जे आणि जाळीदार खिडक्या; पांढऱ्याशुभ्र दगडात बांधलेली आर्मेनियन आणि ज्यू लोकांची दोन मजल्यांची घरे सगळे झाकून ठेवल्यासारखे बंद दिसत होते. सपाट दगडांमध्ये बांधलेली घराची मागची अंगणे सतत विहिरींमधून ओढून काढलेल्या पाण्यांनी शिंपडली जात. बगिच्यामधल्या फुलझाडांनी कोमेजून खालती माना टाकल्या होत्या; कार्नेशन्स, पेट्युनिया, पॅन्सी, डेलिया... सगळ्यांची रया गेली होती. या दाहक उन्हात, असह्य गरमीमध्येही आनंदात डोलत होती ती फक्त चंद्र-फुले. ताटलीभर आकारांच्या, पिवळ्या तेजस्वी रंगाच्या या फुलांनी बहरलेली शेते शहराभोवती पसरलेली होती. क्षितिजापर्यंत त्यांचा विस्तार होता. काहीजण त्यांना सूर्य-फुले म्हणत आणि कदाचित हेच त्यांचे खरे नाव असेल. कारण त्यांचा चेहरामोहरा लहानशा सूर्यासारखाच होता. शीतल चंद्राशी काहीच साम्य नसल्यासारखा.

खरेतर, एड्रिन प्रसिद्ध होते तिथल्या ट्युलिप्सच्या फुलांकरता, पण त्यांचा

ऋतू कधीचाच संपून गेला होता. वसंतात फुललेले विविधरंगी ट्युलिप्सचे ताटवे पाहताना नजर मोहून जायची. ओट्टोमन साम्राज्यातल्या आजवरच्या सगळ्याच सुलतानांप्रमाणे बेयाझितलाही एड्रिनमध्ये राहायला आवडायचे. वर्षातले सहा महिने तो इथेच राहायचा. त्याच्या वडिलांनी जगज्जेता मेहमूद दोन यांच्या राजवटीत बांधलेल्या नव्या सरायमध्ये मुक्काम करायचा.

बाष्पीभवन काळाच्या काही दिवस आधी तो आपल्या संपूर्ण हरेम म्हणजेच जनानखान्यासोबत इस्तंबूलवरून या शहराकडे यायला निघाला होता. उच्च अधिकारी, मंत्र्यांचा ताफाही त्याच्यासोबत होता. एड्रिनमध्ये असताना त्याचा बहुतेक सगळा वेळ सिहानुमा कासिर बघण्यातच जात होता. सरायच्या एक किंवा दोन मजली इमारतींच्या समोरचा हा उंचच उंच मनोरा पाहत बसणे हा त्याचा वेळ घालवण्याचा मुख्य नजारा होता.

पण आज त्यात घालवण्याइतका वेळ नव्हता. कासर-इ-हुमायूनच्या संगमरवरी दिवाणखान्यात, कारंजाच्या तुषारांच्या थंडाव्यात कापिशिबास-इ-कोका मुस्तफा आगा यांच्यासोबत अत्यंत महत्त्वाची बोलणी सुरू होती.

''आगा, आपल्या साम्राज्याला अजून जास्त वेळ फुकट घालवणे परवडणारे नाही. आता आपल्याला पश्चिमेकडच्या मार्गात कोणतेही अडथळे येणार नाहीत. आम्ही आमच्या तसेच आमचा भाऊ सेम याच्याही मुलीचा निकाह इजिप्त आणि इराणच्या शाही घराण्यात लावून दिल्यामुळे पूर्वेकडून काहीही अडथळे येणार नाहीतच आणि बाल्कनपर्यंतचा प्रदेश आम्हाला आमच्या अपेक्षापूर्तीकरता योग्य वाटतो आहे. दालमाशियनचा रस्ता, झारा, मोरा... हे सगळे आमच्या ताब्यात आहेत. सध्या एकाच ठिकाणाची आम्हाला जरा काळजी वाटते, ते म्हणजे व्हेनिस. त्या राजदूत झान्कानीवर आमचा यत्किंचितही विश्वास नाही. हे इटालियन कोणत्याही वेळी कोणतेही संकट उभे करतील. त्यांनी काही हालचाल करण्याच्या आधीच आपल्याला सगळ्या शक्यता गृहीत धरून त्यानुसार तयारी करायला हवी. पोप एफेन्डीचे आम्हाला आभार मानायला हवेत. कारण त्याच्या उत्तेजनामुळे त्यांच्यासोबत लॅटिनमधला करारनामा करणे आम्हाला शक्य झाले. त्यामुळेच आमच्या इच्छेनुसार आता आम्हाला तो कधीही मोडता येऊ शकेल, काहीही आत्मसन्मान न गमावता. आम्ही विवेकी, दूरदृष्टीचे असणार नक्कीच... तुमचं काय मत?''

''मी आपला केवळ एक सेवक आहे हुजूर. आपण नेहमीच योग्य तेच सांगता. आपला सर्वात महत्त्वाचा आणि तातडीचा उद्देश एकच आहे, तो म्हणजे

सेरेनिस्सिमो, अर्थात व्हेनिसचा पाडाव. त्यांना जराही हालचालीची संधी न देता. मिलान, नेपल्स आणि फ्लोरेन्सकडून काहीच प्रतिरोध होणार नाही हे नक्की! मला तर वाटतं हे त्यांच्या दृष्टीनेही उपयोगाचंच असेल. आपला सेवक मुस्तफा आपल्या हुकमाची अंमलबजावणी करण्यास सज्ज आहे, सुलतानसाहेब.''

बेयाझित उठून उभा राहिला. संगमरवरी जमिनीवर त्याने काही निश्चयी पावले टाकली. मुस्तफाजवळ पोचल्यावर त्याने रोखून त्याच्या नजरेत पाहिले आणि तो म्हणाला, ''मुस्तफा पाशा.''

सुलतानांच्या तोंडून पाशा हे संबोधन ऐकल्यावर कपिसिबाशी एकदम गडबडून गेले.

''होय पाशा, मी तसा हुकूम देतो. ताबडतोब निघा आणि जे गरजेचे आहे ते पार पाडा. मी आजपासून तुमची नेमणूक रुमेली बेयलेर्बरी म्हणून करत आहे. सैन्याची जमवाजमव करा; सैनिकांना सज्ज करा आणि इनेहबाहतीला शक्य तितक्या लवकर वेढा घाला. जमिनीवरून हल्लाबोल करा. तोवर आपले नौसेनादल समुद्रमार्गे त्यांना वेढा घालायला सज्ज होईलच! इन्शाल्ला. आमची खात्री आहे तुर्की समुद्र डाकू केमाल रेइस आणि त्याचे दोस्त आपल्या नौसेनेला येऊन मिळाल्यावर ओट्टोमन साम्राज्य पुन्हा रोशन होईल; वैभवशाली होईल आणि त्याचे निशान भूमध्य सागराच्या प्रत्येक कोपऱ्यात झळकेल. अल्लाची मेहेरबानी आहे... ही जमीन... मी ती तुझ्या आणि इस्केन्दर पाशाच्या भरवशावर सोपवतो. आता निघा, वेळ दवडू नका. मी तुम्हाला निरोप देतो.''

कोका मुस्तफा पाशा अतीव नम्रतेने खाली झुकले आणि त्यांनी बेयाझितांच्या कफ्तानच्या टोकाचा मुका घेतला. त्यांच्या ओठांमधून हळुवार आवाजात शब्द उमटले, ''सुलतान हुकूम, मी अल्लाहची प्रार्थना करतो की माझी मान कधीही तुमच्यासमोर अपयशाच्या शरमेने झुकणार नाही.'' मग सिंहासनाकडे पाहत तो धिम्या पावलांनी मागे चालत गेला. बाहेरच्या प्रांगणात पोहचल्यावर तो थांबला. त्याचे डोके भिरभिरत होते. त्या प्रचंड शरीरयष्टीच्या माणसाला मनातून तीव्र इच्छा होत होती की लहान मुलासारख्या आनंदाने आणि उत्साहाने उड्या माराव्यात. त्याला पोपचे वाक्य आठवले, 'तू नक्कीच शाही वजीरसुद्धा बनशील. होय का नाही?' कोणी भविष्य वर्तवले होते आधी की एका गरीब ग्रीक कोळ्याच्या, अलेकोच्या मुलाला, निको न्हाव्याला, स्वत: सुलतान रुमेली बेयलेर्बरी म्हणून नेमतील? कोका मुस्तफा पाशाने एक खोल श्वास घेत आपल्या भरदार छातीत भरपूर ताजी हवा भरून घेत ती अजून फुगवली. जमीन हादरेल

अशी दमदार पावले टाकत त्याला आपल्या दिशेने चालत येताना पाहून बाहेरच्या सगळ्या लोकांनी जराशा भीतीयुक्त आदराने त्याला अभिवादन केले. बाब-इ-हुमायूनच्या दिशेने जाताना तो स्वत:शीच पुटपुटला, 'आज रुमेली बेयलेर्बरी, उद्या शाही वजीर...'

शाही दरबारामधून नव्याने नेमणूक झालेल्या पाशाने बाहेर पडल्यावर केमाल रेइसने तुन्दिया नदीच्या बाजूला उघडणाऱ्या मागच्या दरवाजातून सरायमध्ये प्रवेश केला. तो घाईघाईत सुलतानांना भेटायला गेला.

गडद सावळ्या रंगाच्या, मजबूत बांध्याच्या या तरुण खलाशाला आपल्या दरबारात आलेला पाहिल्यावर सुलतान खूपच खूश झाला. त्याने आपली भलीमोठी जिवणी रुंदावत एक रुंद हास्य केले. सुलतानाच्या पूर्ण बत्तिशीचे असे दर्शन हे एक दुर्मीळ दृश्य होते. "स्वागत आहे, केमाल रईस," तो म्हणाला, "ये, असा जवळ ये. दमला असशील. खाली बस आणि जरा विश्रांती घे."

केमाल खास त्याच्याकरता सेवकांनी लगबगीने जाऊन आणलेल्या आणि सुलतानांच्या पायालगत मांडलेल्या मऊ, गुबगुबीत गादीवर विराजमान झाला. सुवर्णाच्या पेल्यातल्या थंडगार सरबताचा त्याने एक घोट घेतला आणि सिंहासनाच्या दिशेने नजर वळवली.

बेयाझित बसल्या जागी उसळला. एक हात गालांवर चोळत तो म्हणाला, "बोल रेईस, गेलिबोलू बंदरातली काय खबरबात? प्रगती होत आहे ना?"

"आपले सेवक बुराक रेईस, कारा हसन रेईस, हेरेक रेईस हे आपल्या तबियतीच्या आणि सल्तनतीच्या खुशहालीकरता प्रार्थना करत आहेत सुलतानसाहेब. बंदरातले सर्वजण, कप्तानापासून खलाशापर्यंत, मुख्य सेनापतींपासून शिपायापर्यंत, सुतारापासून भाले बनवणाऱ्यापर्यंत प्रत्येकजण आपले तन-मन अर्पून आपल्याकरता झटत आहेत. आपल्याकडे कादिरगा, कालित, फिर्कातल, किर्लान्जीक हे सगळं मुबलक प्रमाणात उपलब्ध आहे. चेकतिरिचीही काही कमी नाही. बरका, अग्रीबार, मावना यांचे सातत्याने उत्पादन चालू आहे. आपल्या माहितीकरता सांगतो, सध्या आपल्याकडे चार महाप्रचंड युद्धनौका आहेत."

"फार छान... आणि गुगेईंचं काय?"

"सुलतान आपल्याला माहीतच आहे. गुगेई म्हणजे अशी नौका जी वाऱ्याच्या जोरदार वेगातही नावाड्याच्या कौशल्याने समुद्रात वेगाने पुढे जाते. शिवाय ती दोन मजल्यांची असते. त्यामुळे तिची बांधणी करणे अतिशय कठीण आणि खर्चीक आहे."

“मी आत्ता या क्षणी बंदरावरच्या मुख्य कोषाधिकाऱ्याला हुकूमनामा धाडतो सोने दुप्पट प्रमाणात उपलब्ध करून द्यायला, ज्यातून दोन गुगेई नौकांची बांधणी केली जाईल. एक तुझ्याकरता, दुसरी बुराक रेईसकरता. मला त्यांना लवकरात लवकर समुद्रात पाहायचे आहे. इनेबाहतीच्या आकाशात तळपणारा तेजस्वी तारा असशील तू... किंवा अश्रद्ध लोकांच्या भाषेत, लेपोन्ते. व्हेनिस उद्ध्वस्त व्हायलाच हवे. माझा तुझ्यावर आणि तुझ्या दोस्तांवर पूर्ण भरवसा आहे. तुम्ही... तुमच्यामुळे भूमध्यसागरी प्रदेश दहशतीने थरकापला होता. हे व्हेनिस तर लहान घास आहे त्यापुढे. तुमची भूक भडकवणारा!”

“सुलतान, आपण नेहमीच योग्य तेच बोलता. सैन्याची तयारी झाली की आम्ही आक्रमणाकरता सुसज्ज होऊ.”

या उत्साहवर्धक संभाषणामुळे बेयाझितच्या चेहऱ्यावर हास्य विलसत होते. “आता जाऊन विश्रांती घे, केमाल रेईस,” तो म्हणाला. “गेलीबोलू फार दूर नाही, पण फार जवळही नाही. आराम कर, जेव, स्नान कर आणि मग बंदरावर परत जा.”

सुलतानांच्या हाताचे चुंबन घेऊन केमल रेईस उठला. “जशी आपली आज्ञा महाराज,” तो म्हणाला. “मला शक्य तितक्या लवकर परतायचे आहे. आपल्याकडे वेळ फार कमी आहे. घोड्यावर बसूनही जेवता येईलच. कर्तव्य पार पाडल्यावर आम्हाला विश्रांतीकरता भरपूर वेळ मिळेल.”

बेयाझितने पुन्हा आपली दंतपंक्ती दर्शवणारे हास्य केले. त्याचे आपल्या या सरदारावर खरेच फार प्रेम होते आणि त्याला खात्री होती की केमाल रेईस आणि त्याच्या सहकाऱ्यांमुळे ओट्टोमन आरमार सशक्त आणि सुसज्ज होईल. तयारी अचूक व्हायलाच हवी. पोर्तुगीज, स्पॅनिश, जिनेव्हिज आणि व्हेनेशियनच्या आरमाराशी मुकाबला आहे...”

“जशी तुझी इच्छा, रेईस,” तो म्हणाला. “तुझे म्हणणे योग्यच आहे... जाऊ शकतोस. नीट, काळजीपूर्वक परतीचा प्रवास कर.”

केमाल रेईस ज्या लगबगीने सुलतानांच्या दरबारात आला होता, तशाच लगबगीत तिथून बाहेर पडला. आरमार सुसज्ज करण्याचा त्याने सर्वशक्तीनिशी निर्धार केला होता. त्याच्यासारख्याला, ज्याने आपले संपूर्ण तारुण्य समुद्रावरच्या सफरींमध्येच व्यतीत केले होते, त्याला जमिनीवरचे हे स्थिर आयुष्य अत्यंत निरर्थक, फालतू वाटत होते. त्याला समुद्रावर परतायचे होते; समुद्रावरच्या थरारक युद्धामध्ये सहभागी व्हायचे होते. ताबडतोब!

फेझ

निळ्या-हिरव्या फरशांच्या शहराचे झळाळते मुख्य प्रवेशद्वार नेहमीप्रमाणेच गर्दीने फुलले होते. लोकांच्या उत्साही जगण्यावर इथल्या अफाट उष्णतेमुळे जराही परिणाम झाला नव्हता. डोळे सोडून आपले संपूर्ण शरिर अनेक कपड्यांच्या थरात गुंडाळून घेणारे बदाऊनी; डोक्यावर फेटे बांधलेले, पायघोळ अंगरख्यातले अनेक लहान-थोर; वेगवेगळ्या देशांमधून आलेले, विविध पोशाखांमधले व्यापारी; खाद्यपदार्थ, सॅटीन, रेशीम आणि मखमलीचे तागे आपल्या पाठीवर लादून घेतलेल्या उंटांचे ताफे; खेचरांवरून आलेले स्थानिक, बाजारातले काही ग्राहक, काही विक्रेते. फेझ, मुस्लिमांच्या पवित्र शहरातला हा सातत्याने ये-जा करणारा माणसांचा ओघ.

पाठीला कुबड असलेला, आपल्या पारंपरिक पांढऱ्या पोशाखातला एक म्हातारा अरब प्रवेशद्वाराशेजारी बसून विश्रांती घ्यायच्या प्रयत्नात होता. आपली पाठ त्याने मागच्या गार भिंतीला टेकवली होती. त्याच्या शेजारी एक गडद डोळ्यांचा, तसाच पोशाख केलेला मुलगा बसला होता. तो माणूस सारखा आपल्या समोरच्या बादलीत हातातला कपडा बुडवून कपाळ आणि मानेवरून फिरवत होता. शेजारच्या मुलाची सतत चाललेली भुणभुण आपल्याला ऐकूच येत नाही असे दाखवण्याचा तो प्रयत्न करत होता. तो मुलगा त्यांच्या शेजारच्या हातगाडीवर विकायला असलेल्या खजुराच्या ढिगातला मूठभर विकत घेण्याकरता त्याच्याकडे पैसे मागत होता. त्याची इच्छा पूर्ण करायला तो माणूस अनुत्सुक दिसत होता. मुलाकडे दृष्टिक्षेपही न टाकता तो मधूनच त्याच्या पायांवर हलकेच लाथ मारत होता! तरीही त्या मुलाने आपल्या हातातली लाकडी तलवार उपसून त्याच्या डोक्यावर टेकवण्याचा आपला खेळ चालूच ठेवला होता. पण शेवटी त्या माणसाची सहनशक्ती संपली आणि तो एका संपूर्ण काळ्या पोशाखातल्या, पाठीवर ओझे घेतलेल्या बाईकडे निर्देश करत जोरात ओरडला, "गप्प बस! थांबव तुझी घाणेरडी बडबड, नाहीतर या यहुदी बाईला देऊन टाकीन तुला आणि मग जाशील सरळ मेलाहला."

तो लहान मुलगा जरा वेळ शांत झाला आणि मग त्याने विचारलं, "मेलाह म्हणजे काय?"

त्या माणसाने पुन्हा एकदा समोरच्या गढूळ पाण्याच्या बादलीत हातातला

कपडा बुडवला आणि दोन्ही हातांनी घट्ट पिळला. ''मेलाह,'' त्याने घाबरवणाऱ्या आवाजात शब्द उच्चारला. ''खूप भयंकर आहे ही जागा.'' त्याने हाताने समोरच्या वाळवंटात क्षितिजाच्या दिशेने दूरवर निर्देश केला. तिथे दरिद्री झोपड्यांची वस्ती होती. तिथे आहे मेलाह. तिथले ज्यू लोक छाटलेल्या मुंडक्यांमध्ये मीठ भरतात. म्हणजे ती मुंडकी उष्णतेने खराब न होता टिकून राहतात. तुझ्यासारख्या मुलांची छाटलेली मुंडकी!''

तो मुलगा प्रचंड घाबरला. आधी त्याने क्षितिजावरच्या त्या धुळकट वस्तीकडे पाहिलं आणि मग पाठीवरच्या ओझ्यामुळे वाकून चालणाऱ्या त्या बाईकडे. हातगाडीवरच्या खजुरांवर त्याने पुन्हा एकदा नजर टाकली आणि मग शांतपणे बसून राहण्याचा त्याने निर्णय घेतला. समोरची ती बाई क्षणभर थबकली. त्यांच्या दिशेने वळण्याच्या इराद्याने. त्याबरोबर तो मुलगा आपल्या वडिलांच्या कुबडामागे जाऊन दडला.

आणि त्याच क्षणी मागून अचानक आलेल्या एका मजबूत हाताच्या पंजाने त्या बाईचे तोंड आवळले. तिचा आवाज बंद केला. दुसऱ्याने तिच्या कंबरेभोवती विळखा घातला आणि मग तिच्या सुटण्याकरता झगडत असलेल्या शरीराला त्याने एका झोपडीत खेचले. तिने विरोध करायचा खूप प्रयत्न केला. सगळे शरीर काळ्या कपड्यात गुंडाळून घेतलेल्या, फक्त गडद काळे डोळे दिसत असलेल्या त्या माणसाने तिला खाली पाडले. तिचा पायघोळ झगा फाडला आणि मग सर्व शक्तीनिशी तो तिच्यावर तुटून पडला. तो इतक्या जोरजोरात श्वास घेत होता की तिला त्याच्या चेहऱ्यावर गुंडाळलेल्या कापडाच्या थरातूनही त्याच्या उच्छ्वासांचे गरम चटके जाणवत होते. अचानक तिच्या शरीरात दोन्ही पायांमधून असह्य वेदनेचा कल्लोळ उठला. वेदनेची लाट तिच्या पोटातून हृदयाच्या दिशेने उसळत गेली. आपल्या शरीराच्या चिंधड्या उडताहेत असे तिला वाटले आणि अचानक आतून आलेल्या प्रेरणेने तिने आपल्या ओठांवर दाबून धरलेल्या त्याच्या हातांचा कडकडून चावा घेतला. अचानक झालेल्या वेदनेमुळे त्याने त्याचा हात वर उचलला. जोराने किंचाळी फोडत असताना रेचलला खोलीत जळत असलेल्या एकमेव मेणबत्तीच्या अंधूक उजेडात रक्ताळलेली बोटे दिसली. त्या माणसाच्या उजव्या हाताच्या पंजाला सहा बोटे होती. सहा बोटांच्या त्या पंजाने तिच्या चेहऱ्यावर जोरदार प्रहार केला. रेचल आंधळी झाली. आता चांदण्या, चंद्र काहीच नव्हता. रेचल तोलेडोचे जग संपूर्ण अंधारामध्ये बुडून गेले.

मे १, १४९९
मेरिला

जीर्ण कपडे घातलेली, लहानसे गाठोडे छातीशी आवळून धरलेली बाई त्या प्राचीन रोमन देवळाप्रमाणे दिसणाऱ्या आलिशान घराच्या दिशेने आली. दोन सुसज्ज सैनिक प्रवेशद्वारापाशी उभे होते.

त्यांच्यापैकी एक काळी कुळकुळीत दाढी असलेला सैनिक ओरडला, ''ए, थांब तिथेच! इथे भिकाऱ्यांना यायची मनाई आहे.''

''सिनोरा मिरो माझी वाट बघत आहेत. मी त्यांना भेटायला इथे आले आहे. भीक मागायला नाही,'' बाईने उत्तर दिले.

सुरक्षारक्षक खदाखदा हसला. ''म्हणजे मेरिलाचे सर्वात श्रीमंत व्यापारी सिनोरा मिरो यांची प्रतिष्ठित पत्नी आपली, एका प्रतिष्ठित भिकारणीची प्रतीक्षा करत आहेत का?''

आपले उर्मट हास्य अजून रुंदावत त्याने आपल्या टोकदार मिश्यांना पीळ भरला. ''तू त्यांची जवळची, प्रिय मैत्रीण तर नव्हेस? काय ग?'' त्याचा सहकारीही या चेष्टेत सामील झाला. मला वाटतं तिला रात्रीच्या मेजवानीचं आमंत्रण असावं. बघ, तिने भेटही आणली आहे त्यांना द्यायला!'' त्याने तिच्या हातातल्या गाठोड्याकडे बोट दाखवत म्हटले. आपल्या छातीशी गाठोड अजूनच घट्ट आवळत ती बाई किंचाळली, ''हात नका लावू याला कृपया! मी शपथेवर सांगते सिनोरा मिरोंनीच मला इथे बोलावलं आहे आणि मला तुम्ही आत जाण्यापासून अडवलंत तर त्या नक्कीच नाराज होतील. तुम्हाला शिक्षाही होऊ शकते!''

तिच्या शेवटच्या वाक्यामुळे सुरक्षारक्षकांच्या रागाचा पारा चढला. ''ए, अर्धवट डोक्याच्या चेटकिणी,'' एकजण जोरात खेकसला. ''तुझ्या या खंगलेल्या पोटाचा कोथळा मी बाहेर काढायच्या आत पळ. नाहीशी हो इथून.''

छातीशी धरलेले गाठोडे पुन्हा पुन्हा हाताने आवळून धरत त्या बाईने संगमरवरी खांबांच्या वरच्या रंगीबेरंगी फुलांनी आच्छादलेल्या सज्जाकडे नजर टाकली आणि ती पुटपुटली, ''ती माझी वाट बघते आहे.'' मग मोठ्या आवाजात म्हणाली, ''माझी प्रतीक्षा केली जात आहे.''

दुसऱ्या उंचीने लहान असलेल्या सैनिकाने आपली तलवार बाहेर उपसली. ''तू जर इथेच थांबून राहिलीस, तर मी तुझं मुंडकं उडवणार आहे! कळलं, थेरडे?''

ती बाई घाबरून मागे सरकली. सैनिकाने आपल्या तलवारीचं टोक तिच्या हातातल्या गाठोड्यावर टेकवलं आणि अचानक एका लहान बाळाच्या रडण्याचा आवाज आला. सैनिक दचकून जागेवरच थबकला आणि एक आवाज घुमला :

''काय गडबड चालली आहे इथे?''

दोघा सुरक्षारक्षकांनी स्वत:ला सावरलं आणि ते तत्काळ मागे वळले. एक सुंदर, अतिशय महागडा पोशाख केलेली स्त्री खिडकीपाशी उभी होती.

उंच सुरक्षारक्षकाने स्पष्टीकरण द्यायचा प्रयत्न केला, ''सिनोरा मिरो, ही भिकारीण...''

त्याचे बोलणे मधेच बाळाच्या पुन्हा ऐकू आलेल्या रडण्यामुळे तोडले गेले. सिनोराने त्या रक्षकाकडे जराही लक्षा न देता फर्मावले, ''तिला आत येऊ द्या, लगेच!''

दोघेही आज्ञाधारकपणे बाजूला झाले.

काही वेळानंतर ती फाटक्या कपड्यांमधली म्हातारी बाई त्या आलिशान हवेलीच्या बाहेर आली. तेव्हा तिच्या छातीपाशी काही नव्हते. मात्र तिच्या कंबरेच्या लहान पिशवीत पाच सोन्याच्या मोहरा होत्या. आपल्या वयाला न साजेशा उत्साहाने ती बंदराच्या दिशेने धावत निघाली. नेपल्सला जाणाऱ्या बोटीमध्ये तिला बसायचे होते.

आपल्या श्रीमंती दालनाच्या सज्जामध्ये बाळाला कुशीत घेऊन उभ्या असलेल्या सिनोरा मिरोने तिच्या पाठमोऱ्या धावत्या आकृतीकडे पाहत हळुवार आवाजात म्हटले, ''रडू नकोस, माझ्या बाळा, तुला आता पोटभर दूध देणार आहे मी. मरिया! मरिया, लगेच इकडे ये!''

एक तरुण मुलगी आवाज ऐकून धावतच दरवाजापाशी येऊन उभी राहिली आणि आपल्या गुबगुबीत, आनंदी चेहऱ्यावर हसू आणत तिने आपल्या मालकिणीकडे पाहिले. तिच्या हातात असलेल्या बाळाकडे पाहून तिला जराही आश्चर्य वाटलं नव्हतं. ''काय आज्ञा आहे, सिनोरा?''

मालकिणीने अतिशय उत्साहपूर्ण, आनंदी स्वरात म्हटले, ''ताबडतोब स्वयंपाकघरात जा,'' ती म्हणाली ''आणि माळ्याच्या बायकोला बोलावून घे. तुला म्हटलं होतं ना त्याबद्दल. माझ्या ख्रिश्चियनला भूक लागली आहे खूप. त्याला दूध पाजायला हवं, लगेच. आणि इकडे येताना कोमट पाणी आणायलाही विसरू नकोस. माझ्या चिमुकल्याला अंघोळही घालायला हवी. त्याचे वडील यायच्या आत छान पोशाख चढवायला हवा त्याला.''

मरियाने बाळाकडे पाहून हास्य केलं. ''किती सुंदर आहे बाळ, बाईसाहेब, त्याला निरोगी दीर्घायुष्य लाभू दे.'' मग ती घाईघाईने दरवाजापाशी गेली. ''एका मिनिटात मी व्हिव्हियनला इकडे घेऊन येते. तिची छाती दुधाने इतकी ओथंबलेली आहे की अजून डझनभर बाळांचे पोट भरेल.''

बाळ आता कळवळून रडत होते. सिनोरा मिरोने काळजीने मरियाकडे पाहत तिला दटावले, ''सांगितलं ना, लगेच जा म्हणून तुला! माझ्या बिचाऱ्या ख्रिश्चियनला भूक अजिबात सहन होत नाही. त्याला भरपूर जेवायचंय.''

मरिया धावत बाहेर जात म्हणाली, ''जशी आपली आज्ञा सिनोरा.''

सिनोरा मिरोने आपला गाल प्रेमभराने बाळाच्या गालाशी टेकवला आणि ती हळुवारपणे म्हणाली, ''माझ्या परमप्रिय परमेश्वरा, पवित्र मातेचा पुत्र, प्रिय जीझस! मी कृतज्ञ आहे. खूप कृतज्ञ.'' अजूनही रडणाऱ्या बाळाला आपल्याला शांतवता येत नाही म्हणून चिंतित होत ती दालनात येरझारा घालायला लागली. एका बाजूला तोंडाने मोठ्या आवाजात परमेश्वराची प्रार्थना म्हणत असतानाच ती रडणाऱ्या बाळाला प्रेमभराने जोजवत होती. अधूनमधून दूध पाजणारी दाई आली का हे बघायला दरवाजाबाहेर दृष्टिक्षेप टाकत होती. पण दाईऐवजी एक बळकट शरीरयष्टीचा मध्यमवयीन पुरुष दालनामध्ये आला. त्याच्या करड्या केसांनी आच्छादलेल्या चेहऱ्यावर रागीट भाव होते. आनंदभराने त्याच्यापाशी येत ती चीत्कारली, ''हे बघ, मार्सेलिस, बघ तरी, आपलं बाळ आलं घरी अखेरीस!''

त्याने आपल्या पत्नीकडे आणि तिच्या हातातल्या बाळाकडे एक दृष्टिक्षेप टाकला. त्याला यात फार काही रस वाटत नव्हता. बाजूच्या आरामखुर्चीत त्याने आपले थकलेले शरीर लोटून दिले. ''जरा शांत रहाशील का तू...'' तिच्या हातातल्या बाळाकडे बोट दाखवत तो म्हणाला, ''आणि तुझं हे.'' आपले वाक्य पूर्ण न करताच त्याने हातांनी आपले दोन्ही कान झाकून घेतले.

सिनोरा मिरो आपल्या बाळात एवढी मग्न होती की तिला आपल्या नवऱ्याची नाखुशी जराही जाणवली नाही. ''थांबेल तो रडायचा. व्हिव्हियन आली की लगेच शांत होईल तो. त्याला खूप भूक लागली आहे. तुम्ही इतक्या लवकर याल असं आम्हाला वाटलं नव्हतं. हो ना, ख्रिश्चियन, सूर्यास्ताच्या आत आपले बाबा घरी येतील असं तुलाही नव्हतं ना वाटलं?''

''ख्रिश्चियन? त्याचं हे नाव आहे तर?''

''नाही, मी दिलं आहे त्याला हे नाव आत्ता.''

''त्याचा बाप्तिस्मा केला आहे का?''

"नाही, नुकताच आठवड्यापूर्वी तो जन्मला आहे.''

त्या माणसाने मुलाकडे पाहिलं. "पण मी तुला एखादा मोठ्या वयाचा बघ असं म्हटलं होतं ना? निदान सहा महिन्यांचा तरी असायला हवा होता. तू त्याचे हात-पाय नीट तपासलेस का? आपण फसवले गेलो नसलो म्हणजे मिळवले.''

"अर्थातच अगदी निरोगी आहे हा! नक्कीच असणार, हे बघ.''

"तुझ्या कमजोरीने तुला आंधळं केलं आहे राफेला. तू त्याचं शरीर नीट तपासलेलं नाहीस, खरं आहे ना हे?''

तिने बाळाला आपल्या छातीशी धरत पुन्हा तेच म्हटलं, "निरोगी आहे हा, अगदी निरोगी.''

तिचा नवरा ताडकन उठला आणि कठोर, निग्रही आवाजात त्याने फर्मावलं, "सोड ते गाठोडं.''

तिने बाळाला सोफ्यावर ठेवलं आणि त्याच्या अंगावरची गुंडाळलेली कापडे तिने बाजूला केली. आवळलेल्या कपड्यांमधून मोकळे झाल्यावर ते बाळ जरा सैलावले आणि त्याचे रडणे थांबले. माणसाने काळजीपूर्वक त्याचे बारकुडे हात-पाय तपासले. बाळाचे पोट जरासे फुगीर होते. बेंबीवर नुकत्याच कापलेल्या नाळेची जखम अजून ओली होती.

राफेलाने प्रेमभऱ्या नजरेने बाळाला पाहिलं. अचानक मार्सेलिस किंचाळला, "हा हरामखोर ज्यू आहे, असं कसं करू शकतेस तू? त्याला परत कर, ताबडतोब त्याला परत कर.''

ती घाबरून मागे झाली. "ज्यू?''

"दिसत नाही का तुला? त्याची सुंता झालेली आहे!''

राफेलाने खाली वाकून बाळाची नुनी पाहिली. त्याच्या सतत हलत्या लहानशा नाजूक पायांच्या मानाने तिचा आकार बराच मोठा दिसत होता. त्याची सुंता झाली होती हे नक्कीच आणि फक्त ज्यूंमध्येच इतक्या तान्ह्या बाळाची सुंता केली जाते.

तरीही ती हट्टाने म्हणाली, "नाही, मी याला परत करणार नाही. त्याची सुंता झाली की नाही याची मला पर्वा नाही. ते माझं बाळ आहे.''

तो माणूस संतापाने ओरडायला लागला. "मला तो नको आहे. एका हरामजाद्या ज्यू मुलाला मी माझं नाव लावू देणार नाही! मी सांगतो ते तुला ऐकायलाच हवं. मी तुला माझी प्रतिष्ठा धुळीला मिळवू देणार नाही. बास झाला हा मूर्खपणा, भयंकर आहे हे.''

अचानक ती शांत झाली आणि थंडगार, अगदी बर्फासारख्या थंडगार आवाजात त्याला म्हणाली, ''मला जे बोलायचं नाही ते जबरदस्तीने माझ्या तोंडून वदवून घेऊ नकोस, नालायका. तुझे पूर्वज ज्यू आहेत, इतर सगळ्याच माजोर्कन्सप्रमाणे. किती पटकन स्वत:च्या स्मृतीतून हे पुसून टाकलंस तू.''

मार्सेलिस मिरोचे डोळे भीतीने बाहेर आले. आपल्या बायकोच्या तोंडच्या या शब्दांनी त्याला एखाद्या जहरी नागासारखा दंश केला होता. त्याचा स्वत:वरचा सगळा ताबा गेला आणि संतापाच्या झटक्यात त्याने मुलावर झडप घातली. त्याच्या चिमुकल्या पायांच्या घोट्यांवर त्याने आपल्या पंजाची पकड बसवली आणि त्याला उलटे पकडून तो खिडकीपाशी गेला. तू त्याला परत करायला नकार देते आहेस. त्यामुळे या घरातून त्याला बाहेर भिरकावण्याचं माझं कर्तव्य मी करतो आहे.'' तो गरजला.

भीतीने थरथर कापणारी राफेला बाळाला त्याच्या हातातून सोडवायचा प्रयत्न करत होती. ''नाही! दयेची भीक मागते मी तुझ्यापाशी. माझं हे सुख हिरावून घेऊ नकोस! मार्सेलिस! अंत:करणापासून विनवते तुला, बाळाला माझ्याजवळ दे!''

त्याचे तिच्या विनवणीकडे जराही लक्ष नव्हते. तो अजूनही तिला धमकावतच होता. ''नालायक, मला म्हणालीस ना. ज्यूसुद्धा म्हणालीस. आता बघच मी काय करतो ते.''

ते बाळ आक्रंदून रडत होते आणि उलटे पकडल्यामुळे श्वास कोंडून जांभळे पडले होते, राफेलाही आक्रंदत होती, ''कृपा कर, भीक मागते मी, त्याला सोड. मी वचन देते. त्याला मी परत करीन. तुझं ऐकेन.''

'ऐकेन' शब्द कानावर पडला आणि मार्सेलिस जरा शांत झाला. त्याने ते बाळ खिडकीतून आत घेतले आणि आपल्या बायकोच्या हातात घृणेने भिरकावल्यासारखे त्याला टाकले. तिने बाळाचे लहानसे उघडे शरीर झटकन पकडले आणि हुंदके देत ती दालनाबाहेर पडली. बाहेर तिला मारिया दिसली. तिच्या हातामध्ये पांढरेशुभ्र मऊ पंचे आणि पाण्याची बादली होती. तिने दयार्द्र नजरेने आपल्या मालकिणीकडे पाहिले. हुंदक्यांमुळे आणि वाहणाऱ्या अश्रूंमुळे राफेलाला श्वासही घेता येत नव्हता. ''व्हिव्हियन कुठे आहे?'' तिने दाटलेल्या आवाजात विचारले.

''तबेल्यात आहे, तिच्या पतीसोबत. इथेच यायला निघाली असेल. तिला बोलवायला मी नोकराला पाठवलं होतं.''

संगमरवरी मार्गिकेतून धावत राफेला मागच्या अंगणात उघडणाऱ्या दाराच्या दिशेने गेली.

व्हिव्हियन आणि तिचा नवरा जुआन आपल्या मालकिणीला अश्रुभरित नजरेने, हातात रडणारे बाळ घेऊन त्यांच्या दिशेने धावत येताना पाहून थक्कच झाले. कसाबसा श्वास घेत राफेला म्हणाली, ''पवित्र मातेची शपथ आहे तुला, या बाळाला घे.''

जुआन गडबडून म्हणाला, ''बाईसाहेब, कृपा करून शांत व्हा. मी थोडं पाणी आणतो तुमच्याकरता.''

व्हिव्हियनने हातातला पेला राफेलाकडे दिला आणि बाळाला आपल्याकडे घेऊन त्याला अंगावरच्या झग्याची ऊब दिली.

''माझ्या नवऱ्याला तो नको आहे,'' राफेला कशीबशी अस्पष्ट आवाजात म्हणाली, ''तो त्याला ठार मारायला निघाला होता! कृपा कर आणि हे बाळ तुझ्याकडे ठेव.'' अचानक तिला नोकरांच्या समोर आपली असहाय अवस्था उघडी झाल्याचे जाणवले आणि ती थांबली. आवंढा गिळत तिने आपल्या भावना लपवल्या आणि ती म्हणाली, ''...निदान काही काळ तरी.''

व्हिव्हियन आणि जुआनने एकमेकांकडे पाहिले. ''तुमच्या सगळ्या आज्ञा आम्ही आनंदाने पाळतो, सिनोरा मिरो, पण तुम्हाला माहीतच आहे आमची आधीच चार मुलं आहेत आणि त्यांची पोटंही आम्हाला नीट भरता येत नाहीत,'' हवेलीच्या बगिच्याचा माळी जुआन म्हणाला.

व्हिव्हियनने त्याला दुजोरा दिला. ''काय करावं कळत नाही, मालकीणबाईसाहेब, खरंच खूप कठीण आहे.'' आपल्या नवऱ्याकडे वळून ती पुढे म्हणाली, ''तुम्ही याला गावाकडे घेऊन जाऊ शकाल. कदाचित मदर कोराकडे? ती याची देखभाल करू शकेल. खूप दयाळू हृदय आहे तिचं... आणि काही आर्थिक मदत करता आली तर...'' बोलणं अर्धवट सोडून तिने सिनोरा मिरोकडे अर्थपूर्ण नजरेने पाहिलं.

राफेलने झटकन तो दुवा पकडला आणि त्याच क्षणी तिने आपल्या गळ्यातला बहुमोल कंठा काढून व्हिव्हियनच्या हातात दिला. जाड सोन्याच्या साखळीला माणके आणि पाचू जडवलेला भलामोठा क्रॉस लटकत होता. ''त्या बाईकडे ने याला जुआन... जितक्या लवकर शक्य होईल तितक्या लवकर... माझ्या नवऱ्याच्या कानावर याचा आवाज पुन्हा पडता कामा नये.''

ती उठून उभी राहिली. आपले केस, पोशाख सारखा केला. मग बाळाकडे

तिने एक अखेरचा दृष्टिक्षेप टाकला आणि सावकाश पावले टाकत हवेलीकडे जायला वळली. दुःखावेगाने तिचे खांदे झुकले होते. अचानक मागे वळून ती म्हणाली, ''त्याचं नाव ख्रिश्चियन आहे,'' आवाज उंचावून ती पुन्हा म्हणाली, ''ख्रिश्चियन.''

''लांडग्यासारखा भुकावलेला हा मुलगा! त्याला जरा दूध पाजू दे मला,'' व्हिव्हियन किंचित अभिमानाने आपल्या नवऱ्याकडे पाहत म्हणाली. खेडेगावात जाण्याकरता तो घोड्याला तयार करत होता. जुआनने संमतिदर्शक मान हलवली.

बाळाने अधाशासारखी तिच्या स्तनांना लुचायला सुरुवात केली. त्याचा चिमुकला चेहरा तिच्या भरदार छातीशी बिलगला होता. आपले चिमुकले हात त्याने कसेबसे तिच्या स्तनांवर टेकवले होते. व्हिव्हियन आश्चर्याने किंचाळली, ''याच्या उजव्या हाताला सहा बोटं आहेत!''

जुआनने मान झटकली. ''मग काय झालं? काय माहीत, चांगलंच असेल ते! कदाचित आपल्या सहा बोटांमध्ये जास्त आयुष्य पकडू शकेल तो... आपल्याला जमलं नाही तितकं. तुझं दूध पाजून झालं की मी त्याला लगेच कोराकडे घेऊन जातो. सिनोरा मिरोचा क्रोध ओढवून घ्यायची मला जराही इच्छा नाही.''

जुलै २८, १४९९
इनेबाहती-लेपोन्ते

''केमाल रेईस... केमाल रेईस...''

व्हेनेशियन आरमाराच्या युद्धनौकेवरचे प्रमुख नौदल अधिकारी अल्बन अर्मेनिओ ब्रोदाना बेटासमोर समुद्राच्या लाटांवर हेलकावत असलेल्या ओट्टोमन आरमारातल्या नौसिनिकांच्या तोंडचा हा घोष ऐकून संतापाने थरथरत होते. ''केमाल! हलकट लफंगा,'' ते रागाने पुटपुटले. ''नालायक केमाल! खुनी, निर्दयी अत्याचारी, हरामजादा!'' आता सूड घ्यायची वेळ होती. ओट्टमन साम्राज्याला व्हेनिस आश्चर्याचा धक्का देणार होते आणि केमालला शापमुक्त करणारा होता अल्बान. डोके भादरलेल्या या तुर्काने तीन वर्षांपूर्वी त्याच्या तीन नौका जाळल्या होत्या; त्याच्या सैन्यदलाला ठार केले होते आणि सगळी मालमत्ता लुटली होती. त्या भयंकर दैत्यापासून स्वतःची सुटका करून घेत

अल्बान कसाबसा जीव वाचवून पळाला होता. पण आता तलवार उपसून याचा बदला घेण्याची संधी त्याच्यासमोर होती.

व्हेनेशियन आरमार गेल्या काही वर्षांमध्ये सुसज्ज, बलाढ्य बनले होते. त्यांच्याजवळ १६० नौका होत्या आणि बहुतेक सगळ्या दुमजली, भरपूर शस्त्रसाठा, तोफगोळ्यांनी भरलेल्या. त्याशिवाय २२ फ्रेंच आणि होड आयलंडवरून आलेल्या दोन युद्धनौकाही समरांगणात त्यांच्या बाजूने लढायला सज्ज होत्या.

बेयाझितने गेलिबोलूमध्ये बलाढ्य आरमार सुसज्ज केले आहे याची खबर मिळताच त्यांनीही आपली सगळी क्षमता पणाला लावून आरमार बळकट करायचे प्रयत्न केले होते. दोन मोठी जहाजे सोडली तर ओट्टोमन आरमाराकडे बहुतेककरून लहान युद्धनौकाच होत्या. आणि त्यांच्या सैनिकांना समुद्री युद्धाचा जास्त अनुभव नव्हता. उलट व्हेनेशियन्स निर्विवादपणे अनुभव आणि शक्तीच्या बाबतीत सर्वोच्च मानले जात होते. नौसेनाप्रमुख अन्तोनिओ ग्रिमानी आपल्या जहाजांसहित इथे आले होते. त्यांचा प्रतिस्पर्धी नौसेनाप्रमुख लोरेदानोसुद्धा कोर्फूवरून पोहचले होते. या अटीसकट की त्यांची पंधरा जहाजे सेरेनिस्सिमोच्या आरमारामध्ये सामील केली जावीत. आपले वैयक्तिक वैर ते या युद्धाच्या मधे आणणार नव्हते. अल्बान अर्मेनिओला आपल्या भविष्यकालीन विजयाबद्दल खात्री होती. जर ते दोन समुद्री चाचे ओट्टमन आरमाराला जाऊन मिळाले नसते, तर हे युद्ध म्हणजे केवळ एक पोरखेळ ठरला असता. तरीही अंतिम निकाल त्याच्या बाजूनेच लागणार होता. तो स्वत:च्या हातांनी केमलचा शीरच्छेद करणार होता. त्याने त्याच्या अधिकाऱ्यांना आपल्या बाजूला बोलावले आणि समोरच्या दोन युद्धनौकांकडे जहाजचालकाला निर्देश केला. त्याने हातातले चक्र गर्कन फिरवून केमाल रेईसच्या दिशेने कूच केले.

खरेतर अल्बानने ज्या केमालचे नाव ऐकले होते तो कोणीतरी वेगळा होता. येनिसेहिर सान्काकचा तो केमाल होता. ज्या युद्धनौकेचा त्यांनी वेध घेतला होता त्याचा प्रमुख होता बुराक रेईस आणि त्याच्या आदेशाचे पालन करणाऱ्यांपैकी एक होता हा केमाल रेईस आणि त्याशिवाय अजून दोघे, कारा हसन आणि हेरेक रेईस. अल्बानचा शत्रू असलेल्या त्या दुसऱ्या केमाल रेईसची युद्धनौका किनाऱ्यापाशी कुठेतरी होती.

प्रदीर्घ काळ लेपोन्ते शहर बेयाझित दोनच्या आज्ञेनुसार ओट्टोमन सैन्याच्या हजारो शिपायांनी आणि पायदळाच्या सैनिकांनी वेढलेले होते. तीन किल्ले आणि समुद्रपातळीवर उभारलेली बुरुजांची रांग असलेली शहराची तटबंदी ओट्टोमन

सैन्याने केलेल्या तोफगोळ्यांच्या भडिमारामुळे उद्ध्वस्त झाली होती, परंतु समुद्री साहाय्य न मिळाल्यामुळे त्यांना अजूनही शहरावर कब्जा मिळवता आला नव्हता. कप्तान दाऊद पाशाच्या नेतृत्वाखाली असलेले समुद्री सैन्य खडतर हवामानामुळे अगदी नुकतेच येऊन पोहचले होते.

अल्बानचा कट्टर शत्रू असलेल्या केमाल रेईसने अत्यंत बारकाईने व्हेनेशियन आरमाराची पाहणी केली. त्याचे तुळतुळीत, केशविहीन मस्तक सूर्याच्या किरणांमुळे चमकत होते. आपल्या कर्णभूषणांशी एका हाताने चाळा करत त्याने आपल्या भरघोस काळ्या मिश्यांना पीळ भरला. आपल्या उघड्या शरीरावर त्याने जांभळा रुमाल पांघरला होता. लाल रेशमाची त्याची सलवार झगमगत होती. अस्वस्थपणे त्याने आपल्या कंबरेच्या खंजिरावर हात ठेवला आणि दंडावरचे गर्जना करणाऱ्या सिंहाचे गोंदण खाजवले. ''व्हेनेशियन्स...'' दात आवळत तो पुटपुटला. त्याच्याकडे त्यांच्या सामर्थ्याविषयीची पुरेशी माहिती होती. त्यांना एकेकाला एकटे गाठून जर त्याला मुकाबला करता आला असता तर त्याने त्या प्रत्येकाला लीलया यमसदनाला धाडले असते याबद्दल त्याला अजिबात शंका नव्हती, पण आताची वास्तव परिस्थिती तशी नव्हती. संख्याबळाबद्दल बोलायचे तर ओट्टोमन सैन्य समुद्री युद्धाकरता पुरेसे होते, पण पुरेशा युद्धनौका आणि जहाजे त्यांच्या ताफ्यात नव्हती. लहान नौका पुष्कळ होत्या. या लहान बोटी चपळ होत्या. अचानक हालचाल करण्याकरता अत्यंत उपयोगी. सर्वात मोठी समस्या होती खलाशांचा अपुरा अनुभव. या बाबतीत केमाल सध्या आपल्या दोस्तांच्या ज्ञानावर भरवसा ठेवून होता. ते सगळे खात्रीलायक, हुशार अधिकारी होते. हे युद्ध ते नक्कीच जिंकतील. त्यांना जिंकायलाच हवे. लेपोन्ते शहरासमोरच्या डोंगरशिखरावर असलेल्या आपल्या छावणीत सुलतान बेयाझित त्यांच्याकडून येणाऱ्या या वार्तेची आतुरतेने वाट पाहत होता. केमालने त्याला विजयाचे वचन दिले होते आणि तो ते पाळणार होता.

व्हेनेशियन जहाज किनाऱ्यावर असलेल्या बुराकच्या नौकेचा वेध घेत चालून येत असल्याचे त्याला दिसले. त्याचा मित्र त्यांना हुसकावून लावण्यास समर्थ होता. त्याने थोड्या वेळानंतर त्यांच्यावर मागून हल्ला चढवण्याचा निर्णय घेतला.

इनेबाहती आग ओकणाऱ्या तोफांच्या जाड धुराखाली अदृश्य झाले होते.

अल्बान अर्मेनिओची जहाजे यायच्या अगोदरच त्यांच्यावर बुराक रेईसच्या नौकेवरून तोफगोळ्यांचा भडीमार सुरू झाला. दोन व्हेनेशियन तराफे आगीच्या लोळात सापडले होते. त्यांना आगीत भस्मसात होताना पाहून अल्बानचे मस्तक फिरले. त्याने आपल्या नौसैन्याला आगेकूच करायला फर्मावले. नौदल अधिकारी लोरेदानो आपली जहाजे घेऊन त्याच्या मदतीला आला. प्रत्येकी हजार सैनिक असलेल्या दोन तराफ्यांनी जहाजाच्या दोन्ही बाजूंना आपापल्या जागा घेतल्या. व्हेनेशियनांनी आपल्याकडचे फास असलेले साखळदंड फेकले आणि कंबरेच्या तलवारी उपसून झुंडीने ते ओट्टोमन जहाजाच्या आलिशान डेकवर झेपावले. खंजीर आणि तलवारी एकमेकांना भिडल्या. घमासान चकमक उडाली. तळपत्या पात्यांमधून ठिणग्यांचा वर्षाव झाला. रक्त गोठवणाऱ्या भिन्न भाषिक किंकाळ्यांनी आसमान दुमदुमले. बुराक रेईस आणि त्याच्या खलाशांनी त्वेषाने आपले खंजीर चालवले. तोंडाने ते गर्जना करत होते, ''अल्लाह, अल्लह...'' पण त्यांची परिस्थिती बिकट होत चालली. व्हेनेशियन्सची संख्या जास्त होती आणि ते जास्त शक्तिवान होते. प्रत्येक क्षणाला एक नवा खलाशी रक्तबंबाळ अवस्थेत डेकवर कोसळत होता. बुराक रेईसला जहाजाच्या शिडापाशी असलेल्या तोफेच्या खांबावर केमाल रेईसचा मृतदेह निर्जीवपणे लटकलेला दिसला. हेरेक रेईसही ठार झाला होता. आपला खंजीर परजून बुराक रेईस पुढे घुसला. एका व्हेनेशियनचे त्याने दोन तुकडे केले आणि चपळाईने मागे वळून त्याने दुसऱ्याच्या पोटात तोच खंजीर खुपसून कोथळा बाहेर काढला. पण अंतिम निकाल काय लागणार आहे याचा अंदाज येण्याइतका तो अनुभवी होता. तो केवळ एक नौसैनिक असता तर त्याने नक्कीच जीव बचावण्याकरता पळ काढला असता, पण आता तो ओट्टोमन आरमाराचा नौदल प्रमुख होता. तो पाठ दाखवून पळणार नव्हता. लढत असताना तो नशिबाची बाजी कशी पलटवता येईल याचा विचार करत होता. संधी मिळताच त्याने हसनला आपल्या बाजूला बोलावले. त्याच्यापर्यंत पोहचण्याकरता हसनने वाटेतल्या निदान चार व्हेनेशियनांना उभे कापले. ''खाली जा आणि तळघरातून नाप्था तेलाचे बुधले आणि तेलात भिजलेले कापसाचे बोळे घेऊन वर ये,'' बुराकने हुकूम दिला. ''आणि मग या दोन्ही तराफ्यांना आगी लाव!''

हसन शूर योद्धा होता पण त्यालाही विचारल्यावाचून रहावेना. ''पण मग आपणही आगीत जळून खाक होऊ ना?''

अजून एका शत्रुसैनिकाला कापून काढताना बुराक रेईस ओरडला, ''होऊ दे, हसन! आपण त्यांना भाजून काढू, मग आपण जळालो तरी हरकत नाही.'' हसनने अंतिम प्रार्थनेचा उच्चरवाने चीत्कार केला. ''हकिमी हिलाल अल,'' आणि मग तो जहाजाच्या खालच्या भागाकडे धावला. काहीच क्षणांनंतर त्याने अजून दहा खलाशांना मदतीला घेऊन दोन्ही तराफ्यांना आग लावली. दारूगोळ्यांचे पेटारे भयानक स्फोट होऊन उद्ध्वस्त झाले. सगळेच दाट धुराच्या पडद्याआड लुप्त झाले. आणि अखेरीला बुराकच्या जहाजालाही आगीच्या लोळांनी लपेटले. व्हेनेशियन तराफे आणि ओट्टोमन जहाज आगीच्या ज्वाळांमध्ये भस्मसात व्हायला लागले. केमाल रेईसला ठार करायला निघालेला अल्बान अर्मेनिओ मृतांमध्ये होता. आपल्यासोबत तो अजून शेकडो सैनिकांनाही परलोकात घेऊन गेला. त्यातच एक होता केमाल रेईसचा जिगरी दोस्त बुराक.

केमालने बंदराच्या दुसऱ्या टोकाला असलेल्या शत्रुसैन्याचा खातमा केला होता, पण त्याला बुराकच्या मदतीला येणे शक्य झाले नाही. समोरचा भयानक विध्वंस त्याने अश्रुपूर्ण नजरेने पाहिला. पण तो काहीच करू शकत नव्हता.

समुद्राच्या मध्यावर महाभयानक स्फोटात ज्वाळांच्या भक्षस्थानी पडलेल्या तीन नौकांच्या या सैतानी अग्निप्रलयाचा तोच एकमेव साक्षीदार नव्हता. नौदल प्रमुख अन्तोनिओ ग्रिमानी, ज्याने बालपणापासून सातत्याने नौदल प्रमुख लोरेदानो यांच्या यशाचा हेवा केला होता, तोही हा अग्निप्रलय पाहत होता. जाणूनबुजून त्याने लोरेदानोच्या मदतीला जायचे टाळले आणि आता समाधानाने तो आपल्या प्रतिस्पर्ध्याचा भयानक अंत पाहत उभा होता. जराशा मनाविरुद्धच त्याने दोन वेळा तोफगोळे उडवून आपल्या जहाज ताफ्याला कोर्फूकडे कूच करायची आज्ञा दिली. त्याला परतताना पाहून होड्स आणि फ्रेंच जहाजांनीही युद्धातून माघार घेत किनाऱ्याकडे मोर्चा वळवला.

ओट्टोमनांनी सागरी युद्ध जिंकले होते आणि उर्वरित भाग अगदीच सोपा होता. पेरिटोरिओ, ओर्माझिओ आणि निआ कास्त्राच्या किल्ल्यांवरच्या सैनिकांनी या पराभवानंतर हताश होऊन शस्त्रे खाली ठेवली.

जुआनो मोरी, किल्ल्याच्या प्रमुख सेनाधिकाऱ्याने जाहीर केले, ''बचावाचे प्रयत्न चालू ठेवणे निरुपयोगी आहे. आपण लेपोन्ते गमावले आहे.''

सप्टेंबर १, १४९९

इनेबाहती–लेपोन्ते पठार

सूर्य मावळून बराच काळ झाला होता. वाऱ्याच्या मंद झुळका वाहत असूनही हवेतला उष्मा कमी झाला नव्हता. सुलतान बेयाझित आपल्या राजेशाही तंबूसमोर उभा राहून लेपोन्ते शहरातून उठणारे धुराचे लोट पाहत होता. तो मुस्तफा पाशाकडे वळला. "तुझे यश देदीप्यमान आहे," नंतर त्याने अनातोलिअन बेयलेरबेयी सिनान पाशाकडे पाहिले, "तुझेसुद्धा." पोटावर हात दुमडून उभ्या असलेल्या त्या दोघांनी नम्रपणे म्हटले, "महामहिन सुलतान, हा विजय आपला आहे. परमेश्वराने आम्हाला कायमच आपल्यासोबत राहू द्यावे." जरा वेळ सगळे संपूर्ण शांततेत उभे राहिले. सुलतानाने समुद्राकडे नजर टाकली. मग आपण जिंकून घेतलेल्या जळणाऱ्या शहराकडे पाहिले. त्याच्या चेहऱ्यावर त्या क्षणी किंचित तुच्छता होती.

"शूरवीर इस्केन्दर पाशा यांनी संपूर्ण प्रदेश आता आपल्या ताब्यात घेतला आहे. त्यामुळे पुढच्या गोष्टी सुरळीत पार पडतील. आपले पवित्र युद्ध चालूच राहील, जोवर या बाल्कन प्रदेशातील प्रत्येक किल्ल्यावर आपला ध्वज फडकत नाही तोवर. इथे एकही चर्च शिल्लक नसेल ज्यातून आपल्या अझानचे प्रतिध्वनी उमटणार नाहीत..."

"सुलतानसाहेब, किल्ल्याच्या बुरुजावर आपला ध्वज आता फडकत आहे आणि चर्चचे मशिदीमध्ये रूपांतरण पूर्ण झाले आहे. आम्ही तिथे नमाजाची प्रार्थना करून आलो आहोत. आता तुम्ही शांतपणे विश्राम करा," मुस्तफा पाशा म्हणाला.

"आपल्या शहिदांकरता स्मृति प्रार्थना?"

"त्या तीन दिवस चालूच राहतील."

"हे नुकसान माझ्याकरता आत्म्यामध्ये खंजीर खुपसला जावा तसे आहे. ते सगळेच योद्धे अनमोल होते. बुराक रेईस, हसन रेईस आणि असंख्य शिपाई, सैनिक, खलाशी... आजपासून या ब्रोदाना बेटाचे नामकरण 'बुराक रेईस बेट' असे केले जावे.

सगळेजण एका आवाजात म्हणाले, "आपली आज्ञा शिरसावंद्य आहे खाविंद."

बेयाझितचे डोळे अंधारलेल्या क्षितिजाकडे वळले होते. "हीच का ती जागा जिथे इटालियन गिआउर राहतो?"

"होय, सुलतानसाहेब", सिनान पाशाने उत्तर दिले, "आपले निशाण लवकरच तिथेही फडकेल, इन्शाल्ला."

बेयाझितचा आवाज कृत्रिम कळवळ्याने भरला होता. "या जागी आमच्या बंधुराजाचा मृत्यू झाला. त्याला गमावल्यावर मोठ्या प्रयासांनी पाच वर्षांनी आम्हाला त्याची शवपेटिका त्यांच्याकडून ताब्यात घेता आली. आता तो शांतपणे बुरसा इथल्या त्याच्या कबरीत आमच्या इतर पूर्वजांसोबत निद्रा घेत आहे."

पाशांनी सेमच्या आत्म्याकरता हळू आवाजात प्रार्थना म्हणायला सुरुवात केली. त्यांच्या चेहऱ्यावर धार्मिक श्रद्धा निथळत होती. मुस्तफा पाशाच्या डोळ्यांमध्ये क्षणभराकरता अपराधभावना तरळून गेली.

बेयाझितने पुन्हा आजूबाजूच्या परिसरावरून नजर फिरवली. त्याचा चेहरा विचारमग्न होता आणि कपाळावर आठ्यांचे जाळे. मग तो म्हणाला, "पाशा, मी तुम्हाला हुकूम देतो इनेबाहती बंदराच्या दोन्ही तीरांवर दोन किल्ले समोरासमोर बांधले जावेत. एक मोरा बाजूला आणि दुसरा त्याच्या समोर. या किल्ल्यांमुळे आपल्याला इटालियन धोक्यापासून सतर्क राहणे शक्य होईल."

"आपण कायम योग्य तेच बोलता सुलतान! उद्याच किल्ल्यांच्या बांधकामाला सुरुवात होईल."

"आणि... आणि आम्हाला व्हेनेशियनांसारखी जहाजे बांधून हवी आहेत. मुस्तफा पाशा, हे काम तुझ्या देखरेखीखाली होईल. इथे ताबडतोब जहाज बांधणी बंदर उभारा आणि इटालियनांसारखी चाळीस जहाजे बनवा."

हे काम पार पाडण्याकरता येणाऱ्या अडचणींची मुस्तफा पाशाला कल्पना होती, पण तो काय करू शकत होता? त्याने आज्ञाधारपणे उत्तर दिले, "जशी आपली आज्ञा, महाराज."

बेयाझितने आनंदाने हवा श्वासात भरून घेतली. "आपल्या इब्राहिम पाशाची तब्येत कशी आहे?" त्याने विचारले.

"सुलतानसाहेब," सिनान पाशा म्हणाला, "आम्ही वजीर महोदयांना आपल्या विजयाची आनंदाची बातमी दिली आहे आणि त्यांनी बिछान्यातून आपल्या सलामतीची प्रार्थना केली. दुर्दैवाने त्यांची तब्येत ठीक नाही. आजारपणामुळे आणि वृद्धत्वामुळे ते खूप अशक्त झाले आहेत. त्यांचे उद्या काय होईल याची शाश्वती कोणीच देऊ शकत नाही. सगळे मौलवी त्यांच्या तंबूत आहेत आणि ते त्यांच्याकरता कुराणाचा पाठ करत आहेत."

"त्यांची स्वर्गाकडे वाटचाल सुरू आहे, ओट्टोमन साम्राज्याचे ते एक

महान वजीर होते. आम्ही कृतज्ञ आहोत. मृत्यू कोणाचाही होऊ शकतो, परंतु साम्राज्य चिरायू झाले पाहिजे. त्यामुळे त्यांची जागा कोण घेऊ शकेल याचा आपल्याला विचार करायला हवा.''

दोन्ही पाशांमध्ये अचानक उत्साहाची लहर निर्माण झाली. मुस्ताफा जागेवरून उठून उभा राहिला. सिनानने आपली अनावर उत्सुकता दिसू नये याचा ओठ चावत आटोकाट प्रयत्न केला. सुलतानाने त्यांच्याकडे एक ओझरता दृष्टिक्षेप टाकला आणि जणू स्वत:शी बोलत असावे अशा आवाजात तो म्हणाला, ''आपले हेरसेक्ली... त्यांना वजीर असण्याचा आधीचा अनुभव आहे. युद्धामध्येही त्यांचा खूप उपयोग झाला.'' त्याने मुस्तफा पाशाकडे रिकाम्या नजरेने पाहिले. मग मागे-पुढे येरझारा घातल्या, काही नावे घेतली. ''मोरा सान्काक बेयी हलिल... इस्केन्देर पाशा... याकुप पाशा... इस्केन्देरनेसुद्धा ओट्टमनची एकनिष्ठतेने खूप सेवा केली आहे. एकही व्यक्ती नसेल राज्यात ज्याने त्याचे नाव ऐकलेले नाही.''

सुलतानाच्या बाजूला उभे असलेले दोन्ही पाशा आश्चर्याने थक्क झाले. हे उघड होते की दोघांनाही आपले नाव जाहीर झालेले ऐकायची उत्सुकता होती. ग्रॅन्ड वजीर हा साम्राज्यातला दुसऱ्या क्रमांकाचा महत्त्वाचा माणूस. बेयाझितने त्याचे पुटपुटणे चालू ठेवले. येरझारा घालताना तो आपली पांढरी दाढी कुरवाळत होता. काही वेळाने तो आपल्या राजेशाही छावणीच्या आत लगबगीने शिरला. आत जाताना पाशांकडे न पाहताच त्याने हुकूम दिला, ''मेसिह पाशाला बोलावून घ्या.'' आणि मग तो तंबूच्या आत गेला.

पाशांचे स्वप्न निदान आत्ता पूर्ण होण्याची काहीच चिन्हे नव्हती. निराशमुद्रेने ते सुलतानांच्या हुकमाची अंमलबजावणी करायला गेले.

त्याउलट मखमली उशांवर डोके टेकलेल्या बेयाझितच्या मुद्रेवर समाधान होते. आपल्यासमोर उभ्या असलेल्या मुख्य प्रवेशरक्षकाला तो म्हणाला, ''समारंभ. मला इस्तंबूल शहरामध्ये समारंभाचा जल्लोश साजरा व्हायला हवा आहे या विजयाबद्दल. आतिषबहाद्दरांना आपले कलाकौशल्य दाखवू द्या. त्यांना फटाक्यांची आतिषबाजी करायला सांगा. झगमगाट व्हायला हवा. शहरातल्या प्रत्येकाला अन्नदान करा. सर्वांनी आनंदाने आणि अभिमानाने या विजयामध्ये सहभागी व्हायला हवे. त्यांना मेजवान्या द्या. खाता-पिताना त्यांनी सुलतानाचे शुभचिंतन करायला हवे.''

इस्तंबूल

ज्या वेळी सुलतान लेपोन्तेमध्ये आपल्या सैन्याने मिळवलेल्या भरघोस यशाबद्दल जल्लोष साजरा करण्याचा हुकूम देत होता त्याच वेळी. इस्तंबूलमध्ये साल्वातोर नाहमिआस एका वेगळ्याच लगबगीमध्ये उत्साहाने मग्न होता. त्याच्या आणि त्याच्या मुलाच्या आयुष्यातील एक महत्त्वपूर्ण प्रसंग उंबरठ्यावर होता. मोशेच्या विवाह समारंभाची तो तयारी करत होता. रेचल पुन्हा दिसेल याची आशा संपुष्टात आल्यावर त्याने अखेरीला रिबेकाशी लग्न करण्यास संमती दिली होती. या निर्णयामुळे तो आनंदी नाही असे कुणालाही वाटले नसते. रिबेका कोमल हृदयाची, दयाळू वृत्तीची तरुण मुलगी होती. ती मोशेच्या प्रेमात पडलेली आहे हे कुणालाही दिसले असते. साल्वातोर आनंदात होता आणि मोशेही कायम आनंदात राहणार होता. इस्तंबूलला येण्याचा त्याचा निर्णय अतिशय हुशारीचा ठरला होता. त्यामुळे त्याला स्वत:चा आणि त्याच्या कुटुंबाचा क्रूरधर्मवेड्यांच्या चौकशीसत्रापासून बचाव करता आला. जरी अजूनही त्याच्या हृदयात तोलेडोंच्या आठवणींनी कळ उमटत असली तरी वास्तव परिस्थिती त्याला विसरता येत नव्हती. ते अजूनही जिवंत होते. बिचारे तोलेडो, त्यांची दैवगती निष्ठुर होती. मुख्य राबी आणि दोन जवळच्या कौटुंबिक मित्रांच्या साक्षीने मुलाने सही केलेल्या केतुबाची गुंडाळी करत असताना त्याने दु:खावेगाने उद्गार काढले, ‘‘माझा प्रिय मित्र डेव्हिड, माझा दुर्दैवी मित्र...’’

‘‘साल्वातोर, तू कुठे आहेस? तुला उशीर होतो आहे. लवकर ये, विवाह समारंभाला आता सुरुवात होईल.’’

ती ग्राझिएला होती. आपल्या कुरळ्या केसांवर तिने चमकदार गोंडे लावलेला, भरतकाम केलेला, रेशमी जाळीदार रुमाल बांधला होता. तिने बिनबाह्यांचे, केशरी रेघांचे, पिवळे जाकीट आणि पायघोळ निळा पोशाख परिधान केला होता. इस्तंबूलमध्ये स्थायिक झाल्यानंतरच्या काळात तिचे वजन खूप वाढले होते, पण तिच्या नवऱ्याच्या नजरेत ती अजूनही सुंदरच होती.

‘‘मी येतो आहे,’’ साल्वातोर म्हणाला. केतुबाची गुंडाळी त्याने एका मखमली कापडात ठेवली आणि ग्राझिएलाला दाखवली. ‘‘ही अतिशय महत्त्वाची आहे, ठाऊक आहे ना?’’

‘‘विवाहाचे करारपत्र? मला त्याचे महत्त्व ठाऊक नाही? स्त्रीच्या आयुष्यातला हा बहुमोल खजिना आहे,’’ तिने हसून म्हटले.

साल्वातोरने मिश्कीलपणे म्हटले, ‘‘मग वचनांना आणि प्रेमळ शब्दांना नंतर काही किंमत असते की नाही?’’ दोघेही हसत होते.

‘‘होय साल्वातोर, त्यांनाही नक्कीच खूप महत्त्व आणि किंमत असते, पण सगळ्या स्त्रियांना एक विशेष सुरक्षितता जास्त महत्त्वाची वाटते. योग्यच नाही का ते? आणि पुरुषांच्या दृष्टीनेही ते महत्त्वाचेच आहे. त्याला त्याचे आयुष्य तात्पुरत्या आभासामध्ये आणि आनंदामध्ये घालवणे शक्य नाही. हे कुटुंबाच्या दृष्टीने भल्याचे आहे...’’

‘‘ठीक आहे, ठीक आहे, थांबूया आपण. तुझे म्हणणे संपूर्ण मान्य. मी परमेश्वराकडे प्रार्थना करतो की कोणत्याही पुरुषाला त्याची जबाबदारी आणि कर्तव्य यांचा विसर पडू देऊ नकोस. पत्नी, मुले यांच्यावाचून पुरुषाच्या आयुष्याला काही अर्थ नाही. एक प्रेमळ कुटुंब असणे, ही जगातली सर्वात बहुमोल गोष्ट आहे. तुला ठाऊक आहे, तुझी, मुलांची आणि पुढे नातवंडांचीही, काळजी आणि संरक्षण करणे यापेक्षा कोणतेही काम मला जास्त प्रिय नाही. सगळ्यांकरता योग्य आखणी आणि व्यवस्था करणे गरजेचे आहे. आत्ता आणि नंतर कायमकरता निघून गेल्यानंतरच्या काळातही. कठीण आहे, ग्राझिएला, प्रिये... आयुष्य खरंच कठीण आहे.’’

तिने आपला गुबगुबीत चेहरा एका बाजूला झुकवला. तिच्या चेहऱ्यावर समजूतदार मातेचे भाव होते. तिने हलके स्मितहास्य केले आणि मग आपल्या पतीच्या खांद्याला धरून ओढत ती म्हणाली, ‘‘चल आता, आपल्या सगळ्यांनाच आता कर्तव्य, जबाबदारी पार पाडायची आहे. उगीच त्याचं स्तोम माजवू नकोस. चल लवकर, आपल्याला उशीर होतो आहे.’’ हातात हात घालून दोघेही जिना उतरून खालच्या बागेत गेले.

प्राचीन परंपरेनुसार साल्वातोरने विवाह समारंभ बागेत, रात्रीच्या वेळी, उघड्या आकाशाखालीच केला जावा याबद्दल आग्रह धरला होता. लक्षावधी चमकत्या ताऱ्यांच्या साक्षीने पार पडणारा विवाह समारंभ हा पुढच्या अर्थपूर्ण, यशस्वी वैवाहिक जीवनाची नांदी ठरणारा होता हे निश्चित.

आकाश खरोखरच चमकदार लुकलुकत्या तारकांनी खचाखच भरले होते. पृथ्वीवरील सर्व दागिन्यांच्या एकत्रित लकाकीपेक्षाही त्यांची चमक जास्त होती. रात्र सुखद शीतल होती. बागेच्या भिंतीवर पसरलेल्या मोगऱ्याच्या वेलीमधून मादक सुगंधाची लयलूट होत होती. हनीसकल आणि गुलाबांच्या सुवासाची त्याला साथ होती. बागेच्या सर्व कोपऱ्यांत स्त्री-पुरुष गर्दी करून उभे होते.

मधोमध राबी धर्मगुरू अल्तामिरा यांच्यासोबत चर्चा करत होते. ग्राझिएला लगबगीने एका लहान खोलीमध्ये शिरली. तिथे मोशे तिची वाट पाहत होता. केतुबा राबीकडे सोपवून साल्वातोरही त्यांच्याजवळ गेला. त्याने आपल्या मुलाचा हात हातात घेतला, प्रेमभराने दाबला आणि मूकपणाने त्याच्या खांद्यावर थोपटले. मग ते सगळे बाहेर आले. बागेच्या दुसऱ्या टोकाकडून रिबेका त्यांच्या दिशेने चालत येत होती. तिचे आई-वडील मागोमाग लहान पावले टाकत धिम्या गतीने चालत होते.

रिबेकाच्या चेहऱ्यावर पारदर्शक रेशमी आच्छादन होते. चमकदार रेशमी गोंडे आणि रंगीत खड्यांनी ते सुशोभित केले होते. तिच्या कपाळावर लहान सोन्याच्या मुद्रा जडवलेला कापडी पट्टा होता. तिच्या केसांमध्ये निळ्या, लाल, हिरव्या, पिवळ्या मण्यांच्या लांब माळा जडवलेली आभूषणे होती; तिच्या अंगातला हिरवा पोशाख मखमलीचा होता. त्यावर तिने सोनेरी जरीकाम केलेले जाकीट घातले होते. त्यावर झगमगती शाल पांघरली होती. तिची कर्णभूषणे, कंगन, गुडघ्यांपर्यंत पोहचणारा कोलोना, तिचे यार्दान जिनो आणि विशेषत: डोक्यावरचा पक्षी आणि फुलांची नक्षी असलेला मुकुट हे सगळेच अत्यंत सुंदर दिसत होते. आपल्या नाजूक, शुभ्र, सडपातळ बोटांनी तिने आपल्या लांब, पायघोळ पोशाखाची कडा हलकेच वर उचलून धरली होती. त्यावर पाय पडून अडखळायला होऊ नये म्हणून. तिची लाजरी नजर जमिनीवर लागली होती.

दोन्ही कुटुंबे राबीच्या समोर उभी राहिली. नंतर पालकांनी फिकट पिवळ्या रंगाच्या मलमलीच्या वस्त्राची चार टोके हातात धरली आणि ते नवऱ्या मुलाच्या डोक्यावर धरले. वधूने कुटुंबाचे प्रतीक असलेल्या या कापडी छताच्या भोवती, तोंडाने प्रार्थना म्हणत सात फेऱ्या मारल्या आणि मग तीसुद्धा त्याच्या खाली जाऊन नवऱ्या मुलाच्या शेजारी उभी राहिली.

राबींनी आता प्रार्थना म्हणायला सुरुवात केली. ती झाल्यावर त्यांनी मोठ्या आवाजात केतुबा वाचून दाखवला आणि वराच्या हातात सोन्याची अंगठी दिली. थरथरत्या हातानी मोशेने ती अंगठी रिबेकाच्या बोटात घातली. त्यानंतर राबींनी वाईनचा चषक त्यांच्या समोर धरला. एक घोट घेऊन मोशेने तो चषक जमिनीवर आपटून फोडला. सगळ्या पाहुण्यांनी, "माझाल तोव!" असा आनंदाने चीत्कार केला. परमेश्वराच्या, ताऱ्यांच्या आणि प्रियजनांच्या साक्षीने दोघे विवाहबद्ध झाले होते. त्यांच्याकरता सुसज्ज केलेल्या खोलीमध्ये ते दोघे जायला निघाले तेव्हा त्यांच्यावर बार्ली, गहू, ज्वारी आणि तांदळाच्या दाण्यांचा वर्षाव करण्यात आला. समृद्धी आणि वंशवृद्धीचे ते प्रतीक होते.

तरुण मुले-मुली टाळ्या वाजवत पुढे आल्या आणि त्यांनी नाच-गाण्यांना सुरुवात केली. स्त्रिया स्वयंपाकघरात धावल्या. त्यांनी तयार केलेल्या चवदार भोजनाच्या मांडणीकरता. प्रत्येक पारंपरिक खाद्यपदार्थ निगुतीने बनवण्यात आला होता; कोन्डूकोस, बोरेकास, बोजोस, हुएवोस, पिरासाफुकीस, अल्मोड्रेटेस, काश्कारिकास आणि गायो कॉन आव्रामिलास पक्वानांनी टेबलावर आपापली जागा घेतली. प्रत्येकजण मेजवानीचा आस्वाद घेत होता; खात-पीत मजा करत होता. आनंदाच्या या जल्लोशाची मजा चाखण्याकरता प्रत्येकजण भुकावला होता.

हास्य-आनंदाने भरलेला, संगीताच्या स्वरांनी सजलेला, चमकत्या चांदण्यांमधला हा सुंदर सप्टेंबर महिन्यातला विवाह समारंभ प्रदीर्घ काळ नाकारण्यात आलेल्या सौख्याचे, आनंदाचे प्रतीकचिन्ह होता. बालातच्या ज्यू जमातीच्या स्मृतींमध्ये अनेक वर्षे कोरल्या गेलेल्या वेदना, छळाच्या दुःखद आठवणींवरचा हा सुखद उतारा होता.

ऑगस्ट १८, १५०३
व्हॅटीकन

गेला आठवडाभर रोम एका सनसनाटी अफवेमुळे थरकापले होते. सत्त्याहत्तर वर्षे वयाचा अलेक्झांडर सहावा, जो त्याच्या पोपपदाचे अकरावे वर्ष साजरे करण्याकरता शहरभर विविध मेजवान्या, समारंभ यांचे आयोजन करण्याच्या तयारीत गुंतला होता; तो मृत्यूच्या उंबरठ्यावर उभा आहे असे बोलले जात होते. प्रत्येक रस्त्याच्या कोपऱ्यात पोप आणि त्याचा मुलगा सीझर यांच्याबदलच्या ताज्या बातमीची चर्चा करणारे लोकांचे घोळके उभे होते. व्हॅटीकनच्या वर्तुळाच्या जवळ असलेले लोक पोप आणि त्यांचा मुलगा सीझर हे कार्डिनल ड्रियन कोर्नेटो यांच्यासोबत केलेल्या रात्रीच्या जेवणानंतर भयानक पोटदुखी होऊन कसे गंभीर आजारी पडले याबद्दल कुजबुजत होते. सीझर निदान काही दिवस अंथरुणात काढून बरा तरी झाला, पण पोपना अजूनही खूप वेदना होत होत्या आणि त्या कमी व्हायची काहीच चिन्हे नव्हती. तपशील मोजकेच होते पण लोकांना खात्रीच होती की या सगळ्याचा संबंध कोणत्याही आजारपणाशी नाही. उघड होते की दोघांनाही कशामुळे किंवा कोणामुळे तरी विषबाधा झाली होती.

अलेक्झांडर सहावा आणि त्याचा मुलगा सीझर या दोघांना सत्ता आणि

संपत्तीची अमर्याद हाव होती. त्यांच्या नावावर जमा असणारे असंख्य रक्तरंजित, निष्ठुर कारनामे हे दोघे पिता-पुत्र आपल्या ध्येयसाध्याकरता कोणत्या थराला जाऊ शकतात याचे निदर्शक होते. त्यांच्यात यत्किंचितही दयेचा लवलेश नव्हता. अगदी एकमेकांकरताही. त्यांच्या मार्गातला ताजा अडथळा होता त्यांच्या भ्रष्ट, अनागोंदी कारभाराला सक्त विरोध असणाऱ्या कार्डिनल ड्रियन कोर्नेटो यांचा. सत्तेच्या हव्यासापोटी आंधळे झालेले हे पिता-पुत्र कार्डिनल यांचा काटा काढण्याकरता त्यांच्यावर विषप्रयोग करण्याचा कट आखत होते, पण आपण तयार केलेल्या सापळ्यात स्वत:च अडकू याची सुतराम कल्पना त्यांना नव्हती.

कार्डिनल यांना जेव्हा पोपकडून रात्रीच्या मेजवानीचे आमंत्रण आले, त्याच वेळी आपल्याला सावज बनवण्याचा कट आखला जात असल्याचा अंदाज त्यांना आला होता. त्यांना हेही माहीत होते की पोपमहाशयांकडून स्वत: दिले गेलेले हे आमंत्रण नाकारणे केवळ अशक्यच नाही तर असंमतही आहे. अखेर ती धोकादायक संध्याकाळ समोर येऊन ठेपली आणि त्यांना या मेजवानीला हजर राहणे भागच पडले. बोर्गियाच्या राजवड्यापर्यंतच्या प्रवासात त्यांचे रक्त भीतीने कानापर्यंत उसळ्या मारत होते.

वयस्कर कार्डिनलांचे स्वागत पोपनी विनम्रतेने, आपल्या खूप जवळच्या मित्राचे करावे तसे केले. आपुलकीने ते त्यांना सुवर्ण दालनाकडे घेऊन गेले. सोनेरी मुलामा चढवलेल्या फर्निचरनी सजलेले ते दालन अतिशय भडक अभिरुचीचे दिसत होते. सगळा राजवाडाच अतिश्रीमंतीने आणि उधळपट्टीने ओसंडून वाहत होता. छतावर आणि भिंतींवर सुप्रसिद्ध चित्रकार पिन्चुरिशिओ याने रंगवलेली प्रचंड मोठ्या आकारातली धार्मिक चित्रे होती. कार्डिनलनी इकडे तिकडे पाहिले आणि आपण एखाद्या अजस्र दागिन्यांच्या पेटीत बंदिस्त असल्याचा भास त्यांना झाला. हे एका धर्मगुरूचे राहण्याचे ठिकाण आहे, हे पाहता तिथली अतोनात सजावट, उंची सामानाची रेलचेल अत्यंत विसंगत होती. पोप बोलता बोलता जेव्हा म्हणाले की 'व्हॅटीकनच्या खर्चावर नियंत्रण आणणे जरुरीचे आहे' त्या वेळी कार्डिनलांनी आश्चर्याने वासलेला आ मिटता मिटेना. पोपमहाशयांनी नंतर अशीही सूचना केली की 'चैनीच्या वस्तूंवर खर्च करण्याऐवजी तो निधी सेवाभावी कारणांकरता उपयोगात आणला जावा. असे करणे हीच खरी धार्मिकता आहे.' त्यांचे हे बोलणे ऐकताना कोर्नेटोंचा आपल्या कानांवर विश्वासच बसत नव्हता. त्यानंतर मग पोपनी संभाषणाचा विषय त्यांनी नुकत्याच घेतलेल्या राजकीय निर्णयांकडे वळवला. नुकतीच त्यांनी कॅथोलिक सहायक संस्थेच्या सर्वोच्च

पदावर राणी इसाबेला आणि राजा फर्दिनांद यांची नेमणूक केली होती. आपल्या या निर्णयामागची कारणे त्यांनी अगदी मोकळेपणाने कार्डिनलांना सांगितली. मात्र, स्पेन पोपसंप्रदायाप्रति पुरेशी निष्ठा दाखवत नसल्यामुळे आपण नाखूश असल्याचेही त्यांनी दर्शवले. स्पॅनिशांनी हल्लीच नेपल्स ताब्यात घेतल्याच्या घटनेचाही त्यांनी तीव्र निषेध व्यक्त केला. आपल्या राजकीय योजनांमध्ये पोपची संमती असण्याची त्यांना अजिबात गरज वाटत नाही हे उघड होते.

त्या रात्री पोपमहाशयांचे वागणे नेहमीपेक्षा काहीसे वेगळे होते. आपल्या मुलांबद्दल बोलताना ते काहीसे भावुक झाले. विशेषत: अगदी तरुणपणीच निधन पावलेला आपला मुलगा जुआन याच्या आठवणीने त्यांच्या नेत्रांमध्ये पाणी तरळले, हे पाहून कार्डिनलही जरासे गहिवरले. आपली खूप लाडकी, सुंदर मुलगी लुक्रेजिया हिच्या नशिबात अजून काय वाढून ठेवले आहे याची चिंताही त्यांनी व्यक्त केली. तिचा पुन्हा विवाह झाला होता, तिसऱ्यांदा, पण तरीही ती सुखी नव्हती. तिचे नवे लग्न पूर्णपणे अयशस्वी ठरले होते. लुक्रेजिया आणि तिचे असमाधानी आयुष्य याबद्दल कोर्नेटोंना आधीपासूनच बरीच माहिती होती. प्रतिष्ठित, उच्च घराण्यांमध्ये झालेले तिचे लागोपाठचे विवाह बोर्गियाच्या महत्त्वाच्या राजकीय आणि वासाहतिक निर्णयांचा हिस्सा होते. ती बिचारी मुलगी आपल्या महत्त्वाकांक्षी वडिलांच्या आणि भावाच्या हातातली एक बाहुली बनलेली होती. अशीही अफवा होती की दोन वर्षांपूर्वी जन्माला आलेल्या लुक्रेजियाच्या अपत्याचे पितृत्व या दोघांपैकीच एकाचे होते. उघडपणे नसली तरी इटालीच्या नागरिकांमध्ये याबद्दल चर्चा होतच होती. बाळाच्या जन्मामागचे गूढ आणि व्हॅटीकनमध्ये चालणाऱ्या कुप्रसिद्ध स्वैर लैंगिक निशा–संमेलनांमधली तिची उपस्थिती बोर्गिया कुटुंबामधल्या या अनैतिक लैंगिक नातेसंबंधांच्या अफवेला खतपाणीच घालत होती. दुसऱ्या बाजूला, सीझरनेच लुक्रेजियाच्या दुसऱ्या पतीची तीव्र मत्सरापोटी हत्या केली आहे यात काही गुपित राहिले नव्हते. आजारी अवस्थेत बिछान्यात झोपलेला असताना त्याला ठार मारण्यात आले होते. बिचाऱ्याला बचावाची संधीही मिळू शकली नाही. हे सगळे कुटुंबच भ्रष्टाचाराने पोखरलेले होते. त्यांच्या स्वैर अनैतिक कृत्यांना कशाचाही धरबंद नव्हता. निष्ठुर खुनी अलेक्झांडरनेच शुद्ध लोभी हव्यासापोटी ओट्टोमन राजपुत्र सेम याच्यावर विषप्रयोग केला होता. आणि तरीही अलेक्झांडरच्या चेहऱ्यावरचे दु:खाचे दाट जाळे पाहून, त्याचा भावुक थरथरता आवाज ऐकून कार्डिनल क्षणभर हेलावलाच. अशा प्रामाणिक भावनाप्रकटीकरणापुढे तटस्थ राहणे अशक्यच होते.

आपल्या काळजातले दु:ख व्यक्त करत असताना पोप अतिशय विकल दिसत होता. त्या भावनिक प्रदर्शनामुळे कार्डिनल इतका प्रभावित झाला की त्याला अलेक्झांडरच्या हेतूंबद्दल साशंक राहिल्याबद्दल मनातून शरम वाटू लागली.

अलेक्झांडरचा लाडका मुलगा सीझर — रोमानाचा ड्यूक, पोपच्या सैन्याचा मुख्य कप्तान, फ्रेंच नावर्सचा जावई, दुसरा व्हॅलेंटिनो (व्हॅलेन्तिनोइसचा ड्यूक) सन्मानित, रोमचा सर्वात रुबाबदार पुरुष त्यांचे संभाषण संपत आले असताना त्यांच्यापाशी आला. त्याचा बळकट पुरुषी रुबाब त्याच्या चेहऱ्याच्या देखणेपणाला द्विगुणित करत होता. त्याच्या शारीरिक सौंदर्याइतकेच त्याचे व्यक्तिमत्त्वही आकर्षक होते, पण ते जरा गोंधळात पाडणारेही होते. त्याच्या वागणुकीत इतका विरोधाभास असे की तो दुभंग व्यक्तिमत्त्वाचा आहे की काय अशी शंका यावी. त्याच्यात दया, सहानुभूती या भावनांची इतकी कमतरता होती की माणसाचा गळा दोन्ही हातांनी आवळून त्याला ठार मारायला तो जराही कचरत नसे. आणि मग तो मधेच सर्वसामान्य जनतेत मिसळून जाई, भिकाऱ्यांना दया दाखवी, गरिबांशी आवर्जून बोलायला जाई. एखादा दिवस तो आळशीपणाने, अख्खा दिवस बिछान्यात लोळून निष्क्रियपणे घालवे, तर दुसऱ्याच दिवशी त्याच्या अगदी विरुद्ध वर्तणूक! उत्साहाने उड्या मारत सगळीकडे फिरत राही. अशा वेळी त्याच्या अंगात कमालीचा उत्साह आणि ऊर्जा संचारे. पुढचे अनेक दिवस तो जराही विश्रांती घेत नसे. काही वेळा तो तासन्तास एकही शब्द बोलत नसे; तर काही वेळा इतकी बडबड करत राही की त्याला शांत बसवणेच अशक्य. त्याचा सर्वात आवडता उद्योग होता सामाजिक प्रतिष्ठा असलेल्या उच्च पदांवरील लोकांचा उपमर्द करणे. अर्थातच, त्याने आपल्या वडिलांच्या स्थानाचा पुरेपूर फायदा उठवत स्वत:चा वेगाने उत्कर्ष करून घेतला होता. बोर्गियाच्या राज्यनिर्मितीकरता तो काहीही आणि कशाचाही त्याग करायला तयार होता. ती त्याच्या आयुष्यातली सर्वोच्च महत्त्वाकांक्षा होती. सध्या तो सर्वात बलिष्ठ सत्तास्थानावर होता आणि आपले स्वप्न सत्यात उतरवण्याची जय्यत तयारी त्याने केली होती. असे म्हणतात मॅकिआवेलीला आपली राजकीय विषयावरची अभिजात कादंबरी 'द प्रिन्स' लिहिण्याची स्फूर्ती सीझरच्या व्यक्तिमत्त्वातून आणि त्याच्या राजकीय कौशल्यातूनच मिळाली. सीझर असा एकमेवद्वितीय व्यक्तिमत्त्वाचा होता; रक्तपिपासू निष्ठुरता, आवेगी स्वभाव, आंधळी महत्त्वाकांक्षा आणि अमर्याद हाव या सगळ्याचे विचित्र मिश्रण असलेला. कार्डिनलला या पिता-पुत्रांबद्दल नुसती नावडच नाही, तर तीव्र घृणा होती आणि त्याला खात्री होती की ही भावना एकतर्फी नाही.

सीझरने आपले वडील पोप अलेक्झांडर यांच्याप्रमाणेच कोर्नेटो यांची अगत्याने विचारपूस केली. थोडा वेळ ख्यालीखुशालीचे विनम्र संभाषण झाल्यावर ते भोजन दालनात गेले. बोर्गियाच्या प्रतिष्ठेला साजेल अशा तऱ्हेने आदरातिथ्याची जय्यत तयारी होती. कोर्नेटोला अगत्यपूर्वक त्यांनी बसायला सांगितले. सगळेच बसल्यावर सीझरने कुणाचेही लक्ष जाणार नाही ही काळजी घेऊन बुर्चार्डला खूण केली. तो पोपचा दीर्घ काळाचा एकनिष्ठ सेवक आणि वैयक्तिक सहायकही होता. खुणेचा संदेश मिळताच बुर्चार्डने लगेचच दोन चमकदार चांदीच्या चषकांमध्ये मद्य भरले आणि ते घेऊन तो पाहुण्यांसमोर आला. आपल्या समोरचा, डाव्या बाजूचा चषक त्याने कार्डिनलकरता ठेवला होता आणि बाकी दोन पोप आणि सीझरकरता. कार्डिनल बराच वेळ मद्याच्या चषकांकडे निरखून पाहत राहिला. त्या सुंदर व्हेनेशियन चषकांमधले मद्य अतिशय आकर्षक, मोहमयी दिसत होते पण त्याला स्पर्श करावासा त्याला वाटेना. त्याच्या मनात तीळमात्रही शंका नव्हती की या जेवणाच्या निमंत्रणामागचा खरा हेतू त्याच्यावर विषप्रयोग करून कायमचा संपवून टाकण्याचाच आहे. फक्त त्याला ते विष खाद्यपदार्थांमध्ये आहे की मद्यामध्ये हे ठरवता येईना. जर ते खाद्यपदार्थांमध्ये असेल तर सगळ्यांची नजर चुकवून बशा बदलणे अशक्यच होते, पण या मद्यचषकांच्या बाबतीत त्याला काहीतरी नक्कीच करता येईल. मृत्यूच्या भीतीमुळे त्याच्या बुद्धिमत्तेला चालना मिळाली आणि मग कार्डिनलने अचानकपणे सगळ्यांचे लक्ष जवळच्या उघडझाप करणाऱ्या पडद्यावरच्या चित्राकडे वेधले, तो चीत्कारून म्हणाला, ''काय विलक्षण सुरेख, अगदी परिपूर्ण आहे हे चित्र! मला फक्त इतकंच कुतूहल आहे की जॉन द बाप्टिस्टने पवित्र बायबल आपल्या उजव्या हातात धरण्याऐवजी डाव्या हातात का धरलं असावं?'' या अनपेक्षित निरीक्षणात्मक शेऱ्यामुळे भांबावून जात बोर्गियांनी आपले लक्ष चित्राकडे वळवले. अलेक्झांडर तर जेवणाच्या टेबलावरून उठला आणि चित्राच्या अगदी जवळ गेला. दरम्यान, आपल्या वडिलांच्या मागोमाग सीझरही टेबलावरून उठल्याची संधी साधून कार्डिनलने आपल्या चषकातले मद्य मोठ्या गोल बाटलीत ओतून टाकले आणि तो पुन्हा इतर दोन चषकांच्या मधे ठेवला.

''नाही... पवित्र बायबल उजव्या हातातच आहे!'' अलेक्झांडर पुन्हा आपल्या टेबलापाशी परत येताना म्हणाला. ड्रियनने दिलगिरीच्या स्वरात म्हटले, ''ओह, खरंच की! तुमचे अगदी बरोबर आहे. माझे डोळे दगा देत आहेत बहुधा मला. काय करणार, वय झालं आता.''

जेवणाच्या टेबलापाशी पोचल्यावर सीझरने चेहऱ्यावर मिश्कील भाव आणून कार्डिनलचा आता रिकामा असलेला चषक उचलला आणि तो पुन्हा मद्याने भरला. ड्रियन कार्डिनल त्या रात्री अगदी कमीतकमी जेवला आणि प्याला. त्याउलट सीझर आणि त्याच्या वडिलांनी जेवणावर अगदी आडवा हात मारला.

अखेर मेजवानी संपली. वृद्ध कार्डिनलने आपल्याला दुसऱ्या दिवशीच्या बैठकीची तयारी करायची असल्याचे सांगून त्यांचा लगेचच निरोप घेतला. प्रवेशद्वारासमोर त्याच्याकरता उभ्या असलेल्या वाहनात एकदाचा जाऊन बसल्यावर त्याने आपली पाठ मागे टेकली आणि एक मोठा सुटकेचा श्वास सोडला. मृत्यूच्या यमदूतांची नजर चुकवण्यात आपण यशस्वी झालो आहोत याची त्याला नक्की खात्री वाटत होती. निदान आजच्या रात्री तरी. कार्डिनल आपल्या घरी पोचला पण नव्हता, इकडे बोर्गियांनी आपल्या छातीत खूप जळजळ होत असल्याची तक्रार केली. आणि मग काहीच तासांनंतर त्यांचे चेहरे पोटात होणाऱ्या असह्य वेदनेमुळे पांढरे फटफटीत पडले.

त्यांच्या जीवावर बेतले असल्याचे चिन्ह दिसू लागल्यावर बुर्चार्ड सावध झाला आणि त्याने ताबडतोब वैद्यकीय मदतीला पाचारण केले, परंतु दुर्दैवाने त्यांच्या हातात फार काही करण्यासारखे राहिले नव्हते. दोन्ही पिता-पुत्रांनी भरपूर मद्यपान केले होते, कार्डिनलकरता बनवलेले मद्य त्यात मिसळले आहे याची जराही शंका मनाला न शिवता. बोर्गियांनी केलेला खुनाचा कट अशा तऱ्हेने त्यांच्या स्वतःच्याच जीवावर उलटला होता.

सीझर अजूनही डगमगत का होईना, पण तीन पूर्ण दिवस भयानक आजाराला तोंड दिल्यावर अखेरीस स्वतःच्या पायावर उभा राहिला. आपल्या वडिलांच्या तब्येतीची विचारपूस करायला गेल्यावर त्याच्या लक्षात आले की ते काही यातून वाचणार नाहीत. वडिलांच्या जगण्याबद्दल जरी त्याला अजिबात आस्था नसली तरी त्यांच्या मृत्यूनंतर स्वतःचे काय होईल याबद्दल त्याला नक्कीच चिंता होती. त्याला ठाऊक होते नव्या पोपला बोर्गियांविषयी अजिबात सहानुभूती वाटणार नव्हती आणि त्याचे सुप्रतिष्ठित सन्मानपद लगेचच हिरावून घेतले जाईल. वडिलांच्या पोप असण्याचे त्याला मिळणारे सगळे फायदे संपुष्टात येतील आणि पुन्हा कधीच त्याला आपले हे शक्तिवान स्थान प्राप्त करून घेता येणार नव्हते. त्याने इतक्या त्वरित हालचालींना सुरुवात केली की आपल्या मृत्युशय्येवर असलेल्या पित्याच्या शेजारी क्षणभरही उभे राहण्याइतका वेळ त्याच्याकडे शिल्लक नव्हता. आपल्या माणसांना सोबत घेऊन तो व्हॅटीकनमध्ये

घुसला आणि खजिन्यातून जेवढे काही उचलता येईल तेवढे त्यांनी घेतले. ही लुटालूट पोप अजूनही आपल्या आयुष्याशी झुंजत असताना चालू होती. काही मिनिटांच्या अवधीतच त्यांनी व्हॅटीकनमधून पलायन केले.

अनेक वर्षे बुर्चार्ड व्हॅटीकनमध्ये चाललेल्या सर्व कारवाया आणि कारस्थानांचा मूक साक्षीदार होता. सगळ्या खिलाडींना तो चांगलेच ओळखून होता. अलेक्झांडर, लुक्रेजिया, सीझर सगळ्यांनाच. लोकांना मिळणारी अंगावर काटा येईल इतकी भयानक आणि निर्घृण वागणूक त्याने पाहिली होती. बुर्चार्डच्या जागी दुसरा कोणीही असता तर वृद्ध पोपला होणाऱ्या वेदनेमुळे तो आनंदितच झाला असता. आपल्या वागणुकीची योग्य शिक्षा मिळते आहे याला, असे वाटून. पण बुर्चार्डला तसे वाटले नाही. त्याला ठामपणे वाटत होते की आपल्यातल्या कमतरतांमुळे हतबल झालेला हा एक निरागस अपराधी आहे. आपल्या मालकाच्या मुलांनीही त्याला साथ दिलेली नाही. पोप अतिशय सहृदय वृत्तीचा आहे आणि जेवढे शक्य होईल तितके चांगले काम तो करत असतो यावर त्याचा पूर्ण विश्वास होता. अभिजात कलेच्या प्रति पोपचा जो सुप्रसिद्ध, औदार्यपूर्ण पाठिंबा होता त्यामुळे बुर्चार्डला तो एक हळव्या हृदयाचा, गैरसमजांचा धनी झालेला माणूस वाटत होता.

अलेक्झांडर कमी उजेडाच्या खोलीत झोपला होता. एकतर तो वेदना असह्य होऊन बिछान्यात गडबडा लोळत तरी असे, किंवा मेल्यासारखा ताठच्या ताठ पडून. त्याच्या टक्कल पडलेल्या डोक्यावर घामाचे थारोळे साचलेले होते. त्याच्या शेजारी एकनिष्ठ सेवक बुर्चार्ड सोडला तर कोणीही फिरकत नव्हते. त्याच्या देखभालीकरता असलेले वैद्यकीय पथक आता त्याला वाचवण्याकरता काही करणे शक्य नाही असे ठरवून बाजूच्या खोलीत दारू पीत, गप्पा मारत बसले होते. त्यांची मौजमजा त्या मरणोन्मुख माणसाच्या जीवावर चालू होती.

अल्केझांडरने अनपेक्षितपणे आपले डोळे उघडले आणि काहीतरी अस्पष्टपणे बोलण्याचा प्रयत्न केला. बुर्चार्ड ताबडतोब खाली वाकला आणि आपला कान त्याच्या तोंडाशी नेऊन त्याने त्याला अजून बोलते करायचा प्रयत्न केला. ''मालक, बोला, काहीतरी बोला. कृपा करून मला सांगा तुम्हाला काय हवं आहे,'' त्याने कळवळून विनंती केली. अलेक्झांडरला श्वास घेणेही अशक्य झाले होते. मोठ्या प्रयासाने त्याने पुन्हा बोलायचा प्रयत्न केला. त्याचा आवाज अपष्ट, घरघरता येत होता. तो जेमतेम इतकेच म्हणू शकला, ''लुक्रेजिया... बिचारी लुक्रेजिया.'' त्याचे हेच अखेरचे शब्द ठरले आणि त्याची मान एका बाजूला कलंडली.

आणि अशा तऱ्हेने अलेक्झांडर सहावा याचे अनोखे आयुष्य आणि पोपपदाची कारकीर्द संपुष्टात आली. ते एक झगमगते, पापी आयुष्य होते. वैशिष्ट्यपूर्ण आवेग आणि दिखावा यांची किनार असलेले. एका पोपचे जसे आयुष्य असायला हवे तसे ते नक्कीच नव्हते.

बुर्चार्डने नेमणुकीवर असलेल्या धर्मगुरूंना ही बातमी सांगितली. त्याने त्यांना खोलीत येऊन बसण्याची आणि या मृत्यूने आनंदित, बेभान झालेल्या रोमन लोकांच्या संभाव्य दांडगाईमुळे देहाला काही नुकसान होऊ नये म्हणून त्याचे रक्षण करण्याची विनंती केली. हे काम अशक्य असल्याचे सिद्ध झाले. विजेच्या वेगाने बातमी पसरली आणि राजवाड्याच्या रक्षकांनी मृत पोपच्या देहाजवळ बसलेल्या धर्मगुरूना हुसकावून लावले. त्यांनी नजरेला पडेल ते लुबाडायला सुरुवात केली. असे करताना ते पोपच्या नावाने अपमानास्पद शिव्याशाप उच्चारत होते. काहींनी तर मृतदेहाला लाथा मारायला, धक्काबुक्की करायला सुरुवात केली.

हे सगळे शांतपणे सहन करणे बुर्चार्डकरता अतिशय वेदनादायी होते. या सगळ्या गदारोळात तो आपल्या मालकाच्या शरीराला सांभाळण्याचा, ते नीट राखण्याचा आटोकाट प्रयत्न करत राहिला. शेवटी जेव्हा सैनिक पांगले आणि राजवाड्याचे रक्षक दारूच्या नशेत हेलपाटले, तेव्हा त्याने तो मृतदेह आपल्या पाठुंगळीला घेतला आणि तो जवळच्या एका लहान चॅपेलमध्ये गेला. तिथे त्या देहाला तसेच टाकून तो शहरात गेला. अंतिम संस्काराकरता त्याला माणसांना मदतीला बोलावणे भाग होते. तळपत्या उन्हात बुर्चार्डने अनेक घरांचे दरवाजे ठोठावले पण त्याला यश आले नाही. खूप प्रयत्नांनंतर त्याला काहीजण सापडले जे अगदी नाखुशीनेच त्याला मदत करायला तयार झाले. अखेर जेव्हा तो त्यांना घेऊन चॅपेलमध्ये पोचला, तेव्हा त्याला अलेक्झांडरचे प्रेत फुगलेले आणि रंगहीन अवस्थेत दिसले. शरीर एवढे सुजले होते की ते शवपेटीमध्ये शिरेना. शेवटी पोपच्या अंगावरचा सरंजाम उतरवून त्याला त्यांनी कसेबसे शवपेटीत कोंबले. त्याला एखाद्या दरिद्री, बेवारस भिकाऱ्यासारखे त्या लहान चॅपेलच्या मागच्या बाजूच्या दफनभूमीत पुरण्यावाचून त्यांच्यापुढे दुसरा मार्गच नव्हता. अशा तऱ्हेने पोप अलेक्झांडर आपल्या वैभवाच्या, समृद्धीच्या शिखरावर असताना मरण पावला...

अलेक्झांडरच्या मृत्यूमुळे दुःखी झालेला बुर्चार्ड हा बहुधा एकमेव होता. मातीच्या ताज्या ढिगाऱ्यापुढे उभा राहून त्याने थोडा वेळ प्रार्थना म्हटली. हे स्पष्ट होत नव्हते की तो त्या मृतात्म्याला शांती मिळावी म्हणून प्रार्थना म्हणत

होता की आजवरच्या त्याच्या पापांमध्ये मूक सहभागी होण्याबद्दल क्षमायाचना करत होता. काही वेळानंतर त्यानेही दफनभूमीतून काढता पाय घेतला. चॅपेलची गल्ली, गावाकडे जाणारा रस्ता आणि भोवतीची शेतजमीन त्याच्या डोळ्यांइतकीच कोरडीठाक होती.

नेपल्स

नेपल्सच्या टेकडीवरच्या उंच जागी जेव्हा त्याला पुरला त्या वेळी अम्रान पोपसारखा एकटा नव्हता. टायफसबाधित इतर शेकडो जण त्या सामूहिक दफनविधीत त्याला सोबत करत होते. खरेतर तो फक्त एक खोल खड्डा होता. भोवती लिंबांची रास असलेला. साथ आटोक्याबाहेर गेली होती आणि सर्व शहरभर मृत्यूचे थैमान चालू होते. रोज अनेक जीव घेतले जात होते. नीट दफनसंस्कारांकरता किंवा मृताच्या धार्मिक समारंभाकरता ना पुरेसा वेळ होता ना साधन आणि पैसा. या उदासवाण्या पांढऱ्या खड्ड्यामध्ये त्यांना शक्य तितक्या लवकर लोटले जाई. चर्चच्या काही मोजक्या स्वयंसेवकांव्यतिरिक्त इतर कोणीही त्या मृत्यूच्या खड्ड्याजवळ जायला धजावत नव्हते. अगदी रेचल आणि अलेग्रियालासुद्धा थोड्या अंतरावर उभ्या राहूनच पाहत होत्या.

अलेग्रियाने तिच्या नवऱ्याच्या अंतिम विश्रांतीच्या जागेकडे एकदा शेवटचे पाहिले. दुःखाने तिचा चेहरा ताणला गेला होता. केवरा कद्दिश नाही; प्रेतवस्त्र नाही; एखादी प्रार्थनाही म्हटली गेली नाही... ती स्वतःशीच पुटपुटली. 'बिचारा माझा अम्रान... त्याचं नीट दफनही होऊ शकलं नाही.'

रेचलने हळुवारपणे त्या दुःखाने कोलमडून गेलेल्या स्त्रीच्या खांद्यावर हात ठेवला. ''असं नको म्हणूस अलेग्रिया. मृत्यू ही परमेश्वराची इच्छा आहे. तो आता त्याच्याजवळ, स्वर्गात गेला आहे.

''मी कशी राहू आता त्याच्याशिवाय?'' ती वृद्ध स्त्री रडायला लागली.

''परमेश्वराला आपण जसं रहायला हवं वाटतं तसंच. कधी दुःखात, वेदनेत, कधी आनंदात, हसत. माझ्याकडे बघ... मीही सगळं सहन करतच गेले आहे आणि अजूनही जिवंत आहे.''

अलेग्रियाने आपल्या अश्रूभरल्या डोळ्यांनी रेचलकडे पाहिले. तिने हळुवारपणे रेचलचा हात सहानुभूतीपूर्वक दाबला.

लांबून पाहताना त्या दोघींपैकी नक्की कोण तरुण आहे हे सांगता येणं अवघड झालं असतं. रेचल केवळ २७ वर्षांचीच होती, पण त्या दफनभूमीवरून लांब जात असताना दोघींची पावलं दुःखावेगाने जडभारी झाली होती; दोघींच्याही डोक्याला बांधलेला रुमाल उदासपणे हवेत हलत होता; दोघीही थकलेल्या दिसत होत्या.

त्या दोघी टेकडीवरच्या चिंचोळ्या वाटेवरून खाली उतरत होत्या त्या वेळी नेपल्स शहरातली अजून एक सुंदर संध्याकाळ मावळतीच्या मार्गाला लागली होती. क्षितिजावरचा सूर्य भल्यामोठ्या, राक्षसी केशरी गोळ्यासारखा दिसत होता. रात्रीच्या आगमनाची तयारी म्हणून पूर्व दिशा आधीच जांभळट पडली होती. दूर अंतरावरचा समुद्र चमकदार पिवळ्या रंगापासून गडद केशरी रंगाच्या सर्व छटांमध्ये चमकत होता. काही समुद्रपक्षी खडकाळ किनाऱ्यावर घिरट्या घालत होते. हलक्या वाऱ्यावर एक शिडाची नौका संथपणे झुलत होती.

नेपल्समधल्या एका पायऱ्यांच्या रस्त्यावरून दोघी चालत गेल्या. घरांमधल्या बाल्कन्यांमध्ये बांधलेल्या दोरीवरचे रंगीत कपडे इतस्तत: हलत होते. स्वयंपाकघरांमधल्या खिडक्यांतून विविधरंगी आवाज आणि स्वाद बाहेरच्या हवेत पाझरत होते. दगडाळ पायऱ्यांवरून दोघीजणी सावकाश खाली उतरत असताना त्यांना बाजूच्या अंगणातून एका लहान मुलीचा गाणे गातानाचा गोड आवाज ऐकायला आला.

हे सगळं त्या दिवशी घडलं, जेव्हा माझा जन्म झाला
हे सगळं त्या दिवशी घडलं, जेव्हा मी मोठी झाले.
हे सगळं त्या दिवशी घडलं, जेव्हा मी प्रेमात पडले
हे सगळं त्या दिवशी घडलं, जेव्हा माझं लग्न झालं
ला... ला... ला...

अलेग्रिया काही वेळ दम खात उभी राहिली. मग बंदरावरच्या एका भिंतीवर बसली. तिला श्वास लागला होता. तिने आपले हात छातीवर दाबून धरले. तिचा श्वास जड येत होता. रेचल तिच्या बाजूला उभी होती, आपली वयस्कर मैत्रीण स्वतःला सावरायची वाट पाहत. शेवटी अलेग्रिया स्वतःहून बोलायला लागली. तिने प्रेमळपणे रेचलकडे पाहिले आणि ती म्हणाली, ''निघून जा! ही जागा सोडून तू निघून जा, रेचल!'' रेचलवर ती स्वतःच्या मुलीसारखे प्रेम करत होती आणि तिचे मन वळवायचेच असा तिने निश्चय केला होता.

''ऐक मुली, तुला शक्य तितक्या लवकर इस्तंबूलला जायला हवं. अजूनही

तू खूप तरुण आहेस आणि तुझ्यासमोर तुझं सगळं आयुष्य आहे. इथे अजून राहावंस असं काही नाही तुझ्याकरता. स्पॅनिशांच्या हातात राज्यसत्ता गेली आहे. त्यामुळे पुन्हा एकदा चौकशीसत्रांना प्रारंभ होईल. आपल्या लोकांचे शांततेचे दिवस आता संपले. मी आता म्हातारी झाले आहे आणि आयुष्याकडून माझ्या काही अपेक्षा शिल्लक नाहीत. इतकं सहन करून झालं आहे की आता काही आशादायक घडेल याचीही आशा नाही. पण तुला शक्य तितक्या लवकर इथून बाहेर जायला हवं. इस्तंबूलमध्ये नव्याने आयुष्य सुरू करण्याकरता. मला खात्री आहे तू तिथे सुरक्षित राहशील आणि आनंदीही.''

आपल्या वृद्ध मैत्रिणीचे सांगणे रेचल मूकपणे ऐकत होती. अश्रुभरल्या नजरेने तिने वर पाहिले आणि ती म्हणाली, ''जेव्हा कधी मी पुढे जाण्याचा, धावण्याचा प्रयत्न केला, त्या वेळी माझ्या काळजाचा तुकडा, माझ्या आत्म्याचा एक भाग कायम मागेच राहिला. आता माझ्यातली 'मी' उरलेलीच नाहीये. एक पोकळ कवच आहे फक्त शिल्लक! त्यातला आत्मा विखरून गेला आहे, माझ्या मागच्या मुक्कामांच्या ठिकाणी. इस्तंबूल जर आपल्या माणसांकरता स्वर्ग असेल तर माझ्यासारख्या हतभागी व्यक्तीला तिथे शांतता, आनंद कसा मिळेल? माझ्यासारख्या पापी व्यक्तीला निष्पाप माणसांसोबत त्यांच्या दफनभूमीत पुरले जाण्याचा कोणताही हक्क नाही. मी... अगदी... माझी स्वत:ची...''

अलेग्रियाने पुढे झुकून रेचलच्या तोंडावर आपला हात ठेवला. तू स्वत:ला दोषी मानू नकोस, मुली,'' ती म्हणाली. स्वत:वर इतकं अपराधांचं ओझं लादून घेऊ नकोस. तुझ्यासमोर परमेश्वराने जो मार्ग आखून दिलाय त्यावरून तू फक्त चालून गेलीस. त्यामुळे तू पापी ठरत नाहीस. आणि तसंही, ते मूल योग्य व्यक्तींच्या हातात आहे आणि माझ्यावर विश्वास ठेव, आपल्यापेक्षा अधिक चांगलं आयुष्य त्याच्या वाट्याला येईल.'' रेचलच्या घशातून कोरडे हुंदके उमटत होते. अलेग्रियाने प्रेमाने तिच्या चेहऱ्याला स्पर्श केला आणि ''एक विसरू नकोस,'' ती म्हणाली, ''पाप घडलंच असेल, तर त्याचं प्रायश्चित्त मला भोगायला हवं आहे, तुला नाही.''

अलेग्रिया सावकाश जागेवरून उठली आणि त्या दोघी पायऱ्या उतरून खालच्या रस्त्यावर आल्या. सूर्य आता मावळला होता. सगळीकडे अंधार दाटून आला होता. धिमेपणाने रस्ता चालून जात त्या आपल्या वस्तीकडे परतल्या. गरीब ज्यू लोकांची वसाहत. लहान मुले पकडापकडीचा खेळ खेळत पळत होती; वृद्ध माणसे घरांच्या भिंतींना टेकून विसावा घेत होती; दमट, उष्ण हवेमुळे

येणारा थकवा घालवत, समुद्रावरून एखादी तरी थंड हवेची झुळूक येईल याची प्रतीक्षा करत. साथीच्या रोगाने घातलेल्या मृत्यूच्या थैमानानंतरही रस्त्यांवर अजून जिवंतपणा शिल्लक होता. बरीचशी घरे आता रिकामी झाली होती; रस्त्यातून जाताना त्यांना अजूनही अनेक लोक निघून जाण्याकरता सामानांची बांधाबांध करत असलेले दिसले. नशिबाने एखादे खेचर मिळालेच तर ते त्याच्या पाठीवर सामान लादून निघायची तयारी करत होते. सगळे थकलेले चेहरे, त्यावर दु:खाचा, नैराश्याचा भाव दाटून आलेला.

त्यांचं दुमजली घर जवळ आले, जिथे त्या दोघी अजूनही इतर पाच कुटुंबांसोबत राहत होत्या. अलेग्रियाने वळून रेचलकडे पाहिले आणि ती पुन्हा एकदा म्हणाली, 'रेचल, तुझा जर परमेश्वरावर विश्वास असेल, तर इथून निघून जा आणि पुन्हा नव्याने आयुष्याला सुरुवात कर. निदान आम्हा सर्वांकरता तरी तू हे कर. आमच्याकरता तरी निघून जा इथून.'' रेचलच्या खांद्यावर अजून एकदा तिने थोपटले; तिला धीर द्यावा या उद्देशाने आणि मग त्या घरात शिरल्या.

रेचल थोडा वेळ दरवाजासमोर उभी राहिली. तिला इतके थकल्यासारखे आणि हताश वाटत होते, की आपण का, कसे आणि नेमके काय करायला हवे हे ठरवण्याइतकी मानसिक ऊर्जाच तिच्यात शिल्लक नव्हती. शारीरिक आणि भावनिकदृष्ट्या ती पूर्णपणे कोलमडली होती. गेल्या अनेक वर्षांमधल्या दारुण परिस्थितींमध्ये तिला जे सहन करायला लागले त्यामुळे आता तिच्या डोळ्यांत रडण्याकरता अश्रूंचा टिपूसही शिल्लक नव्हता. पण तिला रडावेसे वाटत होते. धाय मोकलून रडता आले तर किती बरे होईल. पूर्वायुष्यातल्या वेदनांना अश्रूंमध्ये वाहवून टाकता आले तर! तिने जबरदस्तीने आपल्या आईला आठवून पाहिले. मग वडिलांना, तिच्या दोन भावांना आणि अगदी मोशेलाही. पण काहीच उपयोग झाला नाही. तिच्या हृदयासारखेच तिचे अश्रूही गोठलेले होते.

काय करावे हे न सुचून ती मागे वळली आणि अजाणतेपणाने तिने बागेच्या भिंतीवरच्या जिरेनियमच्या वेलीवरची काही पाने खुडली. बोटांमध्ये चुरगळल्या गेलेल्या जिरेनियमच्या पानांचा कडुसर वास तिच्या नाकात शिरला आणि तिने आपल्या हातांकडे पाहिले. अजूनही तिचे हात सुंदर दिसत होते; लांबसडक, डौलदार बोटांमुळे त्यांचे सौंदर्य खुलले होते. तिने दोन्ही हात आपल्यासमोर धरले आणि मग आकाशाच्या दिशेने ताणले. मनात दाटून आलेल्या कसल्या तरी तीव्र संवेदनेमुळे ती बधिर झाली होती आणि तशाच अवस्थेत ती बराच वेळ आपल्या हातांकडे टक लावून पाहत राहिली. चंद्रप्रकाशात त्यांना कसले तरी वेगळेच रूप आले होते. परमेश्वराची मूक याचना करण्याकरता जणू ते वर उचलले गेले होते.

आणि मग तिला सहावे बोट दिसले. तिच्या तोंडावर झाकल्या गेलेल्या त्या मजबूत, काळ्या हाताच्या पंजावरचे सहावे बोट. लहानशा, चिमुकल्या हातावरचे सहावे बोट... तिच्या स्तनांपर्यंत पोहचायला आसुललेले... आपण सहाव्या बोटापासून कुठेही पळून जाऊ शकणार नाही हे तिला माहीत होते. ती कुठेही गेली तरी ते तिच्या पाठलागावर येईल. तिच्यात संताप आणि उद्वेग दाटून आला. दोन्ही हात खाली आले. या सगळ्याला नक्कीच कोणीतरी जबाबदार आहे. तिच्या संतापाचा उद्रेक झाला आणि ती किंचाळली, ''नरकात जा, इसाबेला! मी तुला तसा शाप देते आहे...''

नोव्हेंबर २६, १५०४
मेदिना देल काम्पो

शेकडो मेणबत्त्या आणि तेलाचे दिवे जळत होते पण तरीही त्या उदास राजवाड्यातले काळोखे औदासीन्य दूर होत नव्हते. भिंतीमध्ये धडधडून पेटलेल्या शेकोटीची ऊब तिथल्या गोठलेल्या वातावरणात ऊब निर्माण करायला असमर्थ होती. तो एक गडद काळोखी, मनावर दडपण आणणारा हिवाळ्यातला दिवस होता. भीती, दुःख आणि वेदनेने भरलेला. जुनाट खिडक्या, दरवाजांच्या फटींमधून येणारे वारे दगडी मार्गिकांमध्ये घुमत होते आणि मग कमानदार छतांच्या जीर्ण, दमट भिंतीवर जाऊन रेंगाळत होते. दीर्घ कालावधीत, तासन्तास मुसळधार पावसाचे थेंब मोकळ्या आवारात पडत राहिल्याने तिथल्या जमिनीचा पिवळेपणा विरला होता आणि आता सगळा प्रदेश दाट, गढूळ तपकिरी दिसत होता. ओथंबलेले गडद आभाळ जमिनीला घाबरवत होते आणि माणसांच्या अंतरात्म्यांनाही! रक्त गोठवणाऱ्या गडगडाटामुळे आणि विजेच्या कडकडाटामुळे त्या अनेक शतकांच्या जुन्या इमारतीच्या भिंती थरथरत होत्या. वैराण राखाडी पठाराचाही थरकाप झाला होता.

पण वादळ, गारठा किंवा पाऊस यांपैकी एकही कारण लोकांना घरात राहण्याकरता पुरेसे वाटत नव्हते. शहरातल्या चिखलपाण्यांनी भरलेल्या रस्त्यावर लोकरी शाली आणि पायघोळ स्वेटर्समध्ये स्वत:ला गुरफटवून घेतलेल्या स्त्री-पुरुषांची गर्दी होती. गजबजलेल्या रस्त्यांच्या दोन्ही बाजूंनी पुराच्या पाण्याच्या जणू नद्याच वाहत होत्या.

रविवार होता. स्पॅनिश कॅथोलिक धर्मीयांची चर्चच्या मासमध्ये सहभागी होऊन पवित्र मातेच्या समोर मेणबत्त्या लावायला आणि क्रुसावर चढवलेल्या येशू ख्रिस्ताच्या प्रतिमेसमोर गुडघे टेकवायला जाण्यासाठी लगबग सुरू होती. त्यांच्या प्रिय राणीच्या तब्येतीकरता त्यांना प्रार्थना करायची होती.

कॅथरिनने आपल्या आईच्या वेगाने वर-खाली होणाऱ्या धपापत्या छातीकडे चिंताक्रांत नजरेने पाहिले. त्या भल्यामोठ्या, पडदे लावलेल्या पलंगावर राणी एखाद्या लहान बाहुलीसारखी दिसत होती. तिचे लांब, पांढरे केस उशीवर अस्ताव्यस्त पसरले होते. त्या केसांच्या महिरपीत तिचा चेहरा अजूनच फिकट दिसत होता. झोपेतही तिने आपल्या हडकुळ्या बोटांमध्ये तिच्या गळ्यात नेहमीच असणारा मोठा क्रॉस गच्च पकडला होता.

कॅथरिनने बाजूला उभ्या असलेल्या, रात्रभर तिच्यावर देखरेख करण्याकरता जाग्याच असलेल्या आपल्या आईच्या दरबारी सचिवाला अगदी हळू आवाजात विचारले, ''तुमचा काय अंदाज आहे अल्फोन्सो? तिच्या तब्येतीमध्ये काही सुधारणा होईल का?''

आपल्या हनुवटीवरची लहानशी दाढी कुरवाळत त्याने हातातल्या कॉफीचा घोट घेत उत्तर दिले, ''माझी तशी खात्रीच आहे राजकुमारी. आपल्या मातोश्रींनी आयुष्यभर अतिशय कठीण प्रसंगांना तोंड दिलेले आहे आणि प्रत्येक वेळी त्यांनी त्यावर यशस्वीपणे मात केली आहे. मग हे तर साधंसुधं आजारपण आहे. त्यांची तब्येत लवकरच पूर्ववत होईल. अजिबात काळजी करू नका. कॅथॉलिक इसाबेला यांना पवित्र आत्म्याचे, पित्याचे आणि पुत्राचे संरक्षक कवच लाभलेले आहे.''

त्याच क्षणी राणीने आपले डोळे जरासे उघडले आणि ती पुटपुटली, ''कॅथरिना,'' राजकुमारीने पुढे झुकून तिचा हात धरला. इसाबेलाचा चेहरा आणि आकृती हाडाच्या सापळ्यासारखी कृश दिसत होती. तिच्या कोरीव चेहऱ्यावरचा सगळा मांसलपणा निघून गेला होता. अगदी अशक्त आवाजात ती म्हणाली, ''तू अजून इथे का आहेस? तुला ताबडतोब परतायला हवं. लवकरच तुझ्या डोक्यावर इंग्लंडच्या महाराणीचा मुकुट चढेल. राणीची जागा तिच्या राजवाड्यात असते.''

''तुला इथे असं आजारी सोडून जायची मला अजिबात इच्छा नाही, आई. जर तुला मी लंडनला परतायला हवं असेल, तर तू राणी म्हणून मला आज्ञा कर हवं तर.''

अरागोन आणि कॅस्तीलियाच्या महाराणीने हसण्याचा क्षीण प्रयत्न केला.

तिला ते खूप कठीण जात होते. ''म्हणजे आता इंग्लंडच्या भावी महाराणींना परत धाडायचे असेल तर आम्हाला बरं व्हायलाच लागेल, असं दिसतं आहे,'' आपल्या मुलीचा हात जरासा दाबत ती म्हणाली. ''कॅथरिन, माझ्या मृत्यूनंतर स्पेनची एकसंधता केवळ तुझ्याच हातात आहे. खरंतर वारस जुआना आहे, पण... आपल्या सगळ्यांना माहीत आहे; इतरांनाही माहीत आहे; तिच्या पतीच्या विश्वासघातामुळे तिच्यावर मानसिक परिणाम झाला आहे. तिला स्पेनची पर्वा नाही; चर्चचीही नाही. तिचं सगळं लक्ष केवळ फिलिपवर केंद्रित आहे.'' आपली मान खेदाने हलवत ती पुढे म्हणाली, ''तिला तर सगळ्यांनी आता पदही बहाल केलं आहे, पागल जुआन. का वागते ती असं? मला काही समजतच नाही. एवढ्या मोठ्या साम्राज्यापुढे एखाद्या पुरुषाला एवढं महत्त्व द्यायचं? ती जगातली सर्वात शक्तिमान स्त्री बनू शकते आणि हे वास्तव लवकरच प्रत्यक्षात येणार आहे हेही तिला समजत नाही.''

कॅथरिनने छातीवर क्रॉसची खूण केली. ''कृपा कर,'' ती कळवळून म्हणाली, ''कृपा कर आणि असं बोलू नकोस, तू पुढील अनेक वर्षं आमच्यावर राज्य करणार आहेस.''

इसाबेलाने अत्यंत थकव्याने डोके हलवले. तिच्या कृश मानेवर ते डोके जरा जास्तच मोठे दिसत होते. ''मला हे नक्कीच कळत आहे, राजकुमारी...'' ती म्हणाली, ''...लवकरच माझी तुझ्या प्रिय भावाशी, जुआनशी, लाडकी बहीण इसाबेल आणि माझा प्रिय मिगेल यांच्याशी भेट होईल.''

तिने पुन्हा आपले डोळे मिटून घेतले. आपल्या हरवलेल्या ठेव्याबद्दल बोलताना तिला कायमच यातना होत. जुआन हा तिचा एकुलता एक मुलगा होता आणि अगदी लहान वयातच त्याचा मृत्यू झाला होता. हे असहनीय दुःख पेलण्याची जेमतेम शक्ती तिच्यात आली, पण लगेचच मुलगी, पोर्तुगालची राणी, इसाबेल गेली. तेही या दोन साम्राज्यांचे एकीकरण होण्याची प्रक्रिया पूर्ण होण्याच्या टप्प्यावर असताना. त्यानंतर तिने आपली सगळी आशा नातू मिगेल याच्यावर केंद्रित केली, पण तोही अचानक, इसाबेल गेल्यावर लगेचच, मृत्यू पावला. कसला तरी शाप असावा तसे हे मृत्युसत्र सुरू होते. राणीच्या मनात कायम हा विचार असे. शाप... तिला ते सगळे ज्यू आठवत जे तिच्या हुकमामुळे देशोधडीला लागले; स्पेन सोडून गेले. हजारो ज्यू... पण आधी तोर्कीमेदा, मग चौकशी समिती, कार्डिनल, बिशप, अगदी पोपनेही तिला हे गरजेचे आहे असे सांगितले होते; आवश्यक कृत्य. जे घडून गेले ती पवित्र चर्चचे रक्षण

करण्याकरता परमेश्वराने व्यक्त केलेली दैवी इच्छा होती आणि त्याचीच सत्ता चिरंतन चालणार होती. आपल्या सुकलेल्या ओठांनी तिने क्रॉसचे चुंबन घेतले आणि पुन्हा कॅथरिनकडे पाहिले. ''राजकुमारी, अल्फोन्सोला आमंत्रण धाडाल का?''

''अल्फोन्सो इथेच आहे, आई, कालची रात्र त्याने माझ्या सोबत तुझ्याशेजारी घालवली आहे.''

दरबारी सचिव तिच्या पलंगापाशी गेला आणि तो नम्रपणे खाली झुकला.

''तू जा विश्रांती घे, मुली. मला अल्फोन्सोला काही मजकूर लिहायला सांगायचा आहे.''

राजकुमारीने महाराणीच्या फिकट गालांचे चुंबन घेतले. ''तुम्हाला मी या आधीच सांगितले आहे, महाराणी, जर तुम्हाला माझी इथली उपस्थिती नको असेल, तर तुम्ही तुमची तब्येत सुधारायला हवी.'' हसण्याचा प्रयत्न करत ती दालनातून बाहेर पडली.

''आपण करारपत्राचे काही भाग करूया,'' इसाबेला म्हणाली. ''इबेरियाचे एकत्रीकरण, चर्चचे पुनरुज्जीवन, जिब्राल्टरचा ताबा, नव्या सापडलेल्या भूमीबद्दल नव्या योजना...'' तिला लगेचच थकवा येत होता आणि काही शब्द उच्चारून झाल्यावर ती श्वास घ्यायला थांबत होती. अस्पष्ट आवाजात ती पुढे म्हणाली, ''अल्फोन्सो, कोलंबोची काही बातमी आली का? मला मरण्यापूर्वी एकदा त्याला भेटायचं आहे.''

''परमेश्वर रक्षण करेल, महाराणी! दोनच दिवसात तुमच्या तब्येतीला आराम पडेल आणि तोवर कोलंबो इथे पोचेल. स्पेनच्या जवळ पोचला असणार तो आत्तापर्यंत.''

खरेतर त्या वेळेपर्यंत कोलंबो आपल्या देशात पोहचलाही होता, पण राणीला भेटला नव्हता. कारण त्याच्या जहाजाचा नांगर अजून बंदरात पडला नव्हता.

अनेक महिन्यांच्या खडतर, खवळलेल्या सागरी लाटांमधून केलेला प्रवास अखेर संपला होता, पण तो राणीसारखाच आजारी पडला होता. अतिशय दमटपणा, उष्णकटीबंधीय आजार, रोगराई, वसाहतींमधला सत्तासंघर्ष या सर्वांच्या परिणामांमुळे तो अक्षरश: मृत्यूच्या उंबरठ्यावर उभा होता.

काही निष्ठावान सैनिकांनी त्याला बंदरावर वाहून नेले. तो स्वत: सुप्रसिद्ध खलाशी होता पण गुडघ्यांना आलेली सूज इतकी होती की त्याला काही पावले

टाकणेही अशक्य होते. त्यांनी त्याला घोडागाडीवर चढवले आणि लगेचच राजवाड्याच्या दिशेने ते रवाना झाले. पण तोवर खूप उशीर झाला होता. नोव्हेंबरच्या त्या भयंकर रात्री गाडीवान घोड्यांच्या पाठीवर चाबकाचे फटकारे ओढत त्यांना वेगात दौडवत होता; नव्या भूमीला जिंकून घेणाऱ्या योद्ध्याला त्याच्यावर कायम विश्वास टाकणाऱ्या, त्याच्या पाठीशी उभ्या राहणाऱ्या राणीकडे लवकरात लवकर पोहचवण्याकरता. त्याला हे ठाऊकही नव्हते की तिने आधीच आपले डोळे कायमचे मिटले आहेत. मेदिना देल काम्पोच्या राजवाड्यातल्या आपल्या बिछान्यात ती चीरनिद्रा घेत आहे.

जुलै १४, १५०५
माम्रामाता गाव

"ख्रिश्चियन, सांभाळून जा, शेळ्या हरवू नकोस."

कोरा आईने हातातले पुडके मुलासमोर धरले. त्यात तिने थोडे चीझ आणि पावाचा तुकडा गुंडाळला होता. मुलाचे केस काळे कुरळे होते आणि डोळे इतके गडद की त्यातला पांढरा भाग जवळपास दिसतच नव्हता.

त्याने ते पुडके एका लांब काठीला बांधून खांद्यावर घेतले. मग आपल्या दोन शेळ्यांच्या गळ्यात बांधलेली दोरी पकडली. त्यातली एक फिकट तपकिरी आणि दुसरी पांढऱ्या रंगाची होती. मग तो गंभीर चेहऱ्याने म्हातारीला म्हणाला, "मला दुसऱ्या टेकडीवर जायचे आहे आणि सूर्यास्ताच्या आत परतायचे आहे."

कोराने काही न बोलता त्याचे डोके थोपटले आणि होकारार्थी मान हलवली. ख्रिश्चियनने आपल्या शेळ्या घेऊन डोंगरावर चढायला सुरुवात केली. पहिल्या टेकाडावर पोहचल्यावर त्याने मागे वळून कोराला हात केला. तिनेही आपला हात हलवला.

कोराने आजवर अनेक मुलांना सांभाळले होते, पण ख्रिश्चियनसारखा आजवर कोणीच नव्हता. तो अतिशय हुशार, समाधानी वृत्तीचा, बुद्धिमान आणि वयाच्या मानाने आश्चर्यकारकरीत्या परिपक्व मुलगा होता. ती त्याला माझा छोटासा काळा किडा म्हणत असे. फक्त एक आठवड्याचा होता जेव्हा त्याला एका गलिच्छ कपड्यात गुंडाळून तिच्या हातात सोपवले गेले होते आणि त्यानंतर आजवर त्याचा जराही त्रास झाला नव्हता. गेल्या सहा वर्षांतल्या एकाही दिवशी तो कधी

आजारी पडला नव्हता. चालायला आणि बोलायलाही तो इतरांपेक्षा लवकर लागला होता. सर्वांत महत्त्वाचे त्याने कधीही तिला आपल्या कुटुंबाविषयी प्रश्न विचारला नव्हता. ज्या वेळी ती त्या खेड्यातल्या लोकांना, 'ख्रिश्चियन माझ्या घराचा मुख्य खांब आहे,' असे सांगायची त्या वेळी सगळे तिची थट्टा करायचे, पण तिचा त्याच्यावर ठाम विश्वास होता. तिला त्याचे अस्तित्व दैवी आहे असेही वाटायचे. ही झोपडी, या शेळ्या, शेत, बाग हे सगळं त्याच्यामुळे आहे; त्याच्यामुळे तिच्या नशिबात शुभ योग आले. आपला छोटा काळा किडा नीट मार्गाला लागला आहे याची खात्री पटल्यावर कोरा परत येऊन आपल्या रोजच्या कामाला, केशरी रंगाच्या माशांच्या जाळ्याच्या डागडुजीला लागली.

ख्रिश्चियन संपूर्ण सकाळ शेळ्यांना घेऊन फिरला; कधी तो खालच्या गवतावर झोपून निळ्या आकाशात सतत तरंगणारे ढग पाहायचा, किंवा दगडावर बसून खाली संथपणे वाहणारा झरा निरखायचा. तो आपल्या शेळ्यांशी गप्पा मारायचा. खडक चढून वर जायचा. भूक लागल्यावर त्याने चवीने जवळचा पाव आणि चीझ खाल्ले. दुपारी सूर्य माथ्यावर आला तेव्हा एका मोठ्या खडकाच्या सावलीखाली झोपून गेला.

स्वप्नात त्याला किड्यांचा राजा दिसला. त्याच्या डोक्यावर मुकुट होता आणि कंबरेला एक धारदार खंजीर. किड्यांच्या राजाने त्याच्याकडे बोट दाखवले आणि स्वत:जवळ बोलावले. ख्रिश्चियन त्याच्याजवळ जायचा प्रयत्न करत होता, पण चालणे खूप कठीण होते. कारण पाय टेकवायला खाली जमीनच नव्हती. मातीऐवजी त्याच्या पावलांखालून हजारो लोक सरपटत होते. किड्यांच्या राजाजवळ पोहचण्याकरता त्याला त्यांना चिरडून पुढे जावे लागत होते. सिंहासनाजवळ तो पोहचताच राजाने त्याच्या मुकुटातला सर्वांत मोठा चमकदार खडा काढून ख्रिश्चियनला दिला. लाल रंगाचा, रक्तासारख्या लाल रंगाचा खडा. मग त्याने आपल्या अनेक हातांपैकी एक हात भल्यामोठ्या पोत्यात घातला आणि एक भलामोठा स्तन त्यातून बाहेर काढला. दुधाने भरलेल्या त्या भल्यामोठ्या स्तनाचे भलेमोठे स्तनाग्र त्याने ख्रिश्चियनच्या तोंडात दिले. तो प्रचंड भुकावल्यासारखा स्तन चोखत होता. दुधाने त्याचे तोंड भरले होते. ते त्याच्या घशात, नाकात शिरले. त्याला श्वास घेता येईना. श्वास घेता येत नसल्याने त्याचे डोळे बाहेर आले. आता त्याचा स्फोट होणार आणि तो मरणार होता. पण अचानक राजाने आपल्या खंजिराने त्याचा गळा चिरला आणि मग हवा त्याच्या फुफ्फुसांमध्ये शिरली. ख्रिश्चियन लोळत होता, वळत होता; पाण्याबाहेर

काढलेल्या माशासारखा वळवळत होता. छोटा काळा किडा गुदमरत होता, बुडत होता...

त्याने भयंकर घाबरून आपले डोळे उघडले. घामाने त्याचे केस भिजले होते. आपल्या शेळ्या कुठे आहेत यावर त्याने नजर टाकली. त्या अजूनही हिरव्या गवतावर चरत होत्या; त्यांची भूक कधीच भागणार नसल्यासारख्या. सूर्य मावळायला आला होता. त्याने आपल्या शेळ्या गोळा केल्या आणि घराकडे परतायला लागला.

माग्रामाता गावातले आपले लहानसे घर त्याला दिसायला लागले, तेव्हा जवळपास अंधार पडला होता. पण तरी त्याला समुद्रातल्या तीन बोटी दिसल्या. प्रत्येकीवर दोन डोलकाठ्या होत्या. त्या खडकांच्या मागे होत्या. लहान बोटी त्यांच्या मधून किनाऱ्यावर ये-जा करत होत्या. त्याने चालण्याचा वेग वाढवला. म्हणजे परदेशी खलाशी पुन्हा आले तर कदाचित कोरा आई त्यांना आपल्याकडची थोडी वाईन विकेल. मग चांगले पैसे मिळतील. मग त्यांना अजून एक काळ्या रंगाची शेळी विकत घेता येईल. तो धावायला लागला. त्याच्या शेळ्याही त्याचा पाठलाग करत मागे आल्या.

तो आपल्या गावात पोहचला तेव्हा त्याला एका विचित्र भीतीने घेरले. सुन्न शांतता होती. त्याने शेळ्या खुंटाला बांधल्या आणि तो हाका मारत घरात शिरला. ‘‘कोरा आई, कोरा आई... कुठे आहेस तू?’’ काहीच उत्तर आले नाही. बागेच्या भिंतीजवळून त्याला एक सावली सरकताना दिसली. तो घाबरला. कोणीतरी अगदी हळू आवाजात त्याला हाक मारत होते. तो त्या सावलीजवळ गेला. ती तीच होती. कोरा आई. ती खाली पडली होती. तिच्या पोटात एक सुरी खुपसलेली होती आणि सगळीकडे रक्ताचा सडा होता. ‘‘ख्रिश्चियन, ख्रिश्चियन,’’ ती वृद्ध स्त्री आपल्या अशक्त थरथरत्या आवाजात म्हणाली. तो जवळ आला आणि वाकला. कोराचे डोळे आता पांढऱ्या रंगाचे दिसत होते. तिच्या तोंडातून लाळेचा फेस येत होता. आपली सगळी शक्ती एकवटून ती म्हणाली, ‘‘ख्रिश्चियन पळून जा, तुझी आई ज्यू आहे बाळा, पळ...’’

ख्रिश्चियन इतका प्रचंड घाबरला होता की त्याला काहीच समजत नव्हते. भेदरून तो उभा राहिला. अचानक त्याला लघवीची भावना होत होती आणि त्याच क्षणी एका मजबूत हातांनी त्याचे कुरळे केस पकडले आणि त्याला आपल्या जाडजूड पकडीत दाबून धरले. हेले गेल बकालिम बुराया सेनी पिक कुरुसू.

तो भयानक हल्ला झेलताना त्याला आपली लघवी आवरता आली नाही. त्या माणसाचे हात आणि सलवार भिजून गेली. ‘‘हाय अल्ला. इन सेझासी पिच’’ तो अगम्य भाषेत किंचाळला.

केमाल रेईसने आपले भादरलेले डोके खाजवले आणि मग माग्रामाता गावातून पकडून आणलेल्या मुलांचे निरीक्षण केले; आठ मुली आणि चार मुले. सगळी एका कोपऱ्यात थरथरत उभी होती आणि रडत होती. काही मूकपणे अश्रू गाळत होते. काहींनी भोकाड पसरले होते. ‘‘त्यांना गप्प कर,’’ केमाल रेईसने आज्ञा दिली. ‘‘मुलींना वेगळ कर आणि मग मुलांची तयारी कर.’’

माजी खलाशी दीर्घ काळ समुद्रावर होता. सुलतान बेयाझितने अखेर बेनी अहमेरच्या लोकांना मदत करायचे ठरवले होते आणि आपल्या आरमारातल्या तीन नौकांना केमाल रेईसच्या नेतृत्वाखाली तिथे पाठवून आपल्या साम्राज्यात त्यांना आणण्याची आज्ञा दिली होती. त्याने जवळपास दीड हजार मुस्लिमांना, ज्यांचा धर्मवेड्या ख्रिश्चनांकडून कित्येक वर्षे छळ होत होता, त्यांना जमा केले होते आणि आता तो त्यांना घेऊन इस्तंबूलला परत निघाला होता. त्यांची बोट खरेतर समुद्रप्रवासात भेटलेल्या इतर बोटींवरच्या लुटीने भरली होती, पण तरीही त्यांना अल्जेरिया आणि मोरोक्कोच्या मधे लागलेल्या या लहान गावातल्या मिळेल त्या चीजवस्तू लुबाडण्याचा मोह आवरला नव्हता. अर्थात सुरुवातीला त्यांचा उद्देश गावातून केवळ वाईनची काही पिंपं आणि खारवलेले मासे फुकटात उचलण्याचा होता, पण तिथली सुदृढ मुले पाहिल्यावर त्यांची नियत बदलली आणि मग जे दिसेल, आवडेल ते उचलून बोटीवर घेऊन जायचे त्यांनी ठरवले.

भूमध्य सागराच्या गर्द निळ्या पाण्यात त्यांनी आपली बोट पुढच्या प्रवासाकरता लोटली तेव्हा त्यांनी मागे सोडलेल्या माग्रामाता गावात काहीच जिवंत उरलेले नव्हते, ख्रिश्चियनच्या शेळ्यांसकट. त्यांची कत्तल करून कधीच सोलून तयार केले होते. आता रात्री डेकवर सुंता उत्सव साजरा होणार होता त्या वेळी त्यांचे मांस भाजले जाणार होते आणि आता त्या मांसाचा खमंग वास मिसळलेला धूर बोटीवरून यायला सुरुवातही झाली.

जे नियम आहेत; पद्धत आहे त्यानुसार सगळ्या जबाबदाऱ्या पार पाडायचा हुकूम केमालने दिला होता. एकाही मुलाला भीती वाटता कामा नये असे वाटत होते. आता आपल्या रुंद छातीवर दोन्ही हातांची घडी घालून तो स्वत: सगळ्या तयारीवरून काळजीपूर्वक नजर फिरवत होता. मुख्य खलाशाकडे वळून तो म्हणाला, ‘‘सुंताविधी अतिशय काळजी आणि आदरपूर्वक केला जावा. तो

तितक्याच महत्त्वाचा विधी आहे. शिवाय काय सांगावं, कदाचित या मुलांपैकीच एखादा पुढील काळात पाशा, वजीर, अगदी महावजीरही बनेल.''

मुख्य खलाशाने आपल्या लठ्ठ पोटावरून हात फिरवत म्हटले, ''आपलं बोलणं खरं आहे रेईस आणि या बिचाऱ्या गरिबांना जरा मजा तरी करायला मिळेल या निमित्ताने. गेली अनेक वर्षं बिचारे खूप संकटं झेलत आहेत. त्या गिऔरच्या जुलमी कारभारात किती सोसावं लागलं असेल यांना? काही वेळापूर्वीच मी त्यांच्याशी जरा बोललो. काहींना त्यांच्या मुलांचीही सुंता व्हावी असं वाटतं.''

अगदी आनंदाने, केमाल म्हणाला, ''अल्लाहच्या दरबारात पुण्य मिळवण्याचा हा अगदी उत्तम मार्ग आहे.''

काळ्या वर्णाच्या लोकांनी डेक गच्च भरून गेला होता; काहीजण आनंदी मुद्रेने संभाषणात मग्न होते, तर काही उदास नजरेने आपल्याला जबरदस्तीने सोडाव्या लागलेल्या जमिनीकडे वळून पाहत होते. अनेक आकारांची खोकी, गाठोडी आणि पिशव्या कोपऱ्यात रचून ठेवलेल्या होत्या. पडदानशिन स्त्रिया एका बाजूला एकमेकींशी हळू आवाजात कुजबुजत होत्या आणि त्यांचे नवरे इकडे तिकडे भटकत मधेच एखाद्या नावाड्याच्या कामात लुडबुडायचा प्रयत्न करत होते, आपल्यावरच्या उपकारांची जणू परतफेड करायला.

भल्याथोरल्या वळलेल्या मिश्या असलेला, दोन्ही हात गोंदणांनी भरलेला एक खलाशी रेईसकडे घाईघाईने आला. ''एका मुलाची आधीच सुंता झालेली आहे रेईस.''

''म्हणजे याचा काय अर्थ? तू एका मुस्लीम मुलाला पळवलंस?''

''नाही, त्याचं नाव ख्रिश्चियन आहे आणि आम्ही पकडलं तेव्हा त्याच्या गळ्यात क्रॉस होता.''

''अल्लाह, अल्लाह,'' आपल्या कानाच्या पाळ्या ओढत केमाल पुटपुटला.

एक नावाडी मधेच म्हणाला, ''तो नक्कीच ज्यू असणार. धर्मबदल झालेल्यांपैकी.''

खलाशी म्हणाला, ''त्याच्या उजव्या हाताला सहा बोटं आहेत आणि तो सतत शिव्या-शाप देतो आहे.''

''त्या सहा बोटांच्या, सुंता झालेल्या, शिवीगाळ करणाऱ्या ख्रिश्चियनला माझ्यापुढे हजर करा. माझ्या डोळ्यांनी त्याला पाहू दे.''

''जसा आपला हुकूम रेईस,'' खलाशी म्हणाला आणि जिन्यावरून खाली गेला. केमाल रेईस पुन्हा हातातला नकाशा काळजीपूर्वक निरखून पाहू लागला.

''म्हणजे हसन, आपण आजपासून तीन, जास्तीतजास्त चार आठवड्यांत इस्तंबूलला पोचू असं मला वाटतंय. तुझं काय मत?''

''इन्शाल्ला, तुम्ही म्हणता तसंच होईल.''

कप्तानाच्या समोर आणले तेव्हा ख्रिश्चियन जोरजोरात किंचाळत होता, ''मिएर्दा, मिएर्दा.''

खलाशाने त्याचे बकोटे घट्ट पकडले होते पण त्या मुलाच्या प्रत्येक झटक्यामुळे त्याची पकड ढिली होत होती. त्यामुळे सगळे हसत होते.

बघता क्षणीच केमाल रेईसला हा कुरळ्या केसांचा, काळ्या डोळ्यांचा मुलगा अतिशय आवडला. त्याला बघून त्याला आपला दिवंगत प्रिय मित्र बुराकची आठवण झाली. ख्रिश्चियनच्या डोक्यावरून हात फिरवण्याकरता त्याने आपला हात पुढे केला आणि तत्क्षणी त्याला एक लहानशी लाथ बसली. ''अरे काय हे, निर्लज्जा,'' तो म्हणाला. मग त्याने त्याची लहानशी हनुवटी पकडली आणि थेट त्याच्या नजरेत रोखून पाहिले आणि अगदी हळुवार स्वरात त्याला म्हणाला, ''पेसादो एल निनो, पेसादो. सायलेन्सिओ, सायलेन्सिओ, सी?''

आपल्या भाषेत कोणीतरी बोलत आहे हे पाहून ख्रिश्चियन थोडा शांत झाला. त्याने बारकाईने या अनोळखी पुरुषाकडे पाहिले. केमाल रेईसने त्याला वर उचलून आपल्या मांडीवर बसवले. मग तो त्याच्या माणसाला म्हणाला, ''याला इतरांपासून वेगळं काढण्याचं काहीच कारण नाही. बुराकची आधीच सुंता झालेली असू शकते. मेजवानीचा आनंद यालाही लुटू दे. भरपूर जेवून-खाऊन बिछान्यात झोपू दे याला. रात्री त्याला त्याचे बक्षीसही देण्यात येईल.''

सहा बोटांच्या ख्रिश्चियनला माहीत नव्हते की आजपासून तो बुराक नावाने ओळखला जाणार आहे. पण या अनोळखी, भीतिदायक दिसणाऱ्या माणसांनी भरलेल्या बोटीवर त्याला मिळालेल्या या नव्या दोस्ताच्या प्रेमामुळे आणि आपुलकीच्या वागणुकीमुळे तो खूश झाला होता. त्याने आपल्या लहानशा बोटांनी नौकेचे दिशादर्शक यंत्र पकडले. त्याचे काळेभोर डोळे क्षितिजावर लागले होते.

करंडीत पिवळ्या द्राक्षांचे घोस भरताना मारिया म्हणाली, ''जाते आहेस तर तू आता. योग्य तेच करते आहेस असं मला वाटतं. मुस्लिमांचा सर्वाधिक भरणा असला तरी इस्तंबूल या गचाळ जागेपेक्षा कितीतरी उत्तम आहे. तुझ्या जागी मी असायला हवी असं वाटत आहे.''

आपल्याला आयुष्यात काय किंमत मोजावी लागली आहे हे रेचलला ठाऊक होते पण तिने गप्प राहायचे ठरवले. तिने एका लहान वेलीवरून अजून एक घोस काळजीपूर्वक कापला. या वर्षी पीक उत्तम आले होते. सान्तोरिनीच्या द्राक्षांच्या मळ्यातल्या पाच वर्षांच्या अनुभवातून तिला बरंच काही शिकता आलं होतं.

मारिया पुढे म्हणाली, "आणि हे किती छान आहे... तुला काही मूल नाही काळजी घ्यायला. डोक्याला कसली चिंताच नाही. रोज रात्री पिटून काढणारा नवराही नाही तुला. तुला कल्पना नाही मला किती सहन करायला लागतं याची. तो नालायक मारिओ मारून टाकणार आहे मला. मळ्यात दिवसभर राबते मी. मग घरातली कामं करते. स्वयंपाक, स्वच्छता, कपडे धुणे. त्याच्या सगळ्या भुका मला भागवाव्या लागतात. कळतंय ना मी काय म्हणाले?" तिने एक डोळा बारीक करत विचारले. "पण कशानेच तो खूश होत नाही. कशानेच. मला तुझ्यासोबत येता आलं तर..."

रेचल हसली. "अजून ते तितकंसं पक्क झालेलं नाही." तिचा आवाज इतका शांत आणि हळू होता, जणू ती स्वत:शीच बोलत होती. "आणि तसंही मला त्याने फार फरक पडत नाही. तिथे जाणं, किंवा इथे राहणं... माझ्याकरता दोन्ही सारखंच आहे. पण जर नाक्सोसच्या ड्यूकने परवानगी दिली तर मला नाही वाटत ते मला मागे राहू देतील. मला इस्तंबूलला जावंच लागेल."

मारियाचे काळे डोळे विस्फारले. तिने आपल्या नाकाचा शेंडा बोटाने जरा वर उंचावला आणि मग आपल्या कृश कंबरेवर हात ठेवत ती म्हणाली, "तू खरंच इतकी मूर्ख आहेस का रेचल? जगातल्या सर्वात सुंदर शहराला इतकं तुच्छ लेखते आहेस तू? तिथे गेल्यावर तुला सगळी सुखं मिळतील तरीही! सूर्याच्या कडक उन्हाचा तुझ्या डोक्यावर परिणाम झाला आहे का?"

तळपत्या उन्हामुळे खरोखरच रेचलची त्वचा रापली होती. तिचे हिरवे डोळे त्या तपकिरी वर्णावर चमकत होते. तिने आपले लांब, कुरळे केस डोक्यावर उंच बांधले होते. तिच्या दु:खद भूतकाळातल्या दिवसांमध्ये होती त्यापेक्षा ती आता खूप सुदृढ आणि जास्त सुंदर दिसत होती. त्या शांत बेटावर तिला निवांत निवारा मिळाला होता. उभी राहत तिने आपल्या कपाळावरचे घामाचे थेंब टिपले आणि करंडी हातात उचलून घेतली. द्राक्षाच्या मळ्याशेजारच्या गावात तिला ती घेऊन जायची होती. "मी येतेच लगेच," ती हळू आवाजात म्हणाली.

चवड्यांवर बसून मारिया पुन्हा द्राक्षांचे घोस कापायला लागली. तिने

नंतर काहीच न बोलता फक्त आपले खांदे उडवले होते. ती थोडी पुढे गेल्यावर रेचलला तिच्या हृदयस्पर्शी आवाजातले एक उदास प्रेमगीत ऐकू आले.

खरेच होते ते! इतक्या वर्षांनंतर ती आता सान्तोरिनीचा निरोप घेणार होती. तिला आपला पहिला दिवस आठवला. ज्या बोटीतून ते ओट्टोमन साम्राज्याच्या राजधानीकडे चालले होते त्या बोटीच्या कप्तानाने तिला आणि वीस सेफार्दी कुटुंबीयांना सान्तोरिनीच्या खडकाळ बेटांवर उतरवून टाकले होते. त्यांनी प्रवासाकरता जितकी रक्कम भरली होती त्यात तो त्यांना इथवरच नेऊ शकतो असा निष्ठुर शेरा त्याने त्यांना सोडून निघून जाताना मारला होता.

अथांग निळ्या महासागरात कोणीतरी निराधार सोडून दिल्यासारख्या दिसणाऱ्या या बेटावर, तिथल्या मूळ रहिवाशांच्या तक्रारी सहन करूनही रेचलला तिथे राहायला आवडले होते. खरेतर असेही म्हणता येईल की ती या बेटाच्या प्रेमात पडली होती. इतके शांत, एकांत असलेले बेट. त्याचा खडकाळ किनारा समुद्रातून थेट उगवल्यासारखा. किनाऱ्यावरचा वाळूचा पट्टा बारीक काळ्या दगडांचा बनलेला. इथली जमीन भाजल्यासारखी लाल. या सगळ्यामुळे या बेटाला रौद्र रूप प्राप्त झाले होते आणि रेचलच्या त्या वेळच्या मानसिकतेला ते साजेसे होते. द्राक्षांच्या मळ्याभोवती असलेल्या पांढऱ्या चुन्याने रंगवलेल्या घरांमध्ये, किल्ल्याला जोडून असलेल्या लहान दगडी इमारतींमध्ये किंवा खडकांमध्ये कोरलेल्या लहानशा गुहासदृश जागांमध्ये राहणारी इथली सगळी माणसे कट्टर ग्रीक आणि त्यांचे प्रमुख होते एक अहंकारी व्हेनेशियन कुटुंब. ज्यांचे नाव गिआकामोस. बेटाच्या मध्यावर असणाऱ्या, उंच भिंतीने वेढलेल्या आपल्या राजवाड्याला ते वर्षातून दोन-तीनदा भेट देत आणि करवसुली करत. त्यांच्यावाचून बाकी कोणीच तिथे यायचे नाही. अगदी क्वचित, काही वेळा उन्हाळ्यात आणि हिवाळ्यात खलाशी तिथे आपल्या बोटी नांगरत. त्या वेळी गावातले लोक खेचरावर बसून उंच खडकाळ किनारा ओलांडून खाली उतरत. काही वस्तूंची विक्री करायच्या उद्देशाने. द्राक्षांचे मळे आणि मासेमारी यावर त्यांचा उदरनिर्वाह चालायचा. पाण्याचा स्रोत म्हणजे फक्त पाऊस. बेटावर सगळीकडे लहान रांजण भरून ठेवलेले होते.

अजून वैशिष्ट्यपूर्ण इमारती म्हणजे इथली चर्च. निळ्या घुमटांच्या या इमारती आगळ्या होत्या. असे म्हणतात की वादळातून जे खलाशी वाचायचे ते या बेटावरच्या जमिनीवर पाय टेकल्यावर लगेच आपल्याला शक्य होईल त्या आकारात चर्चची इमारत बांधायचे. जगायची पुन्हा संधी मिळाली म्हणून आपली

कृतज्ञता परमेश्वराकडे व्यक्त करण्याचा मार्ग म्हणून. या एकाकी बेटावरच्या लोकांनी ज्यूंना कधीही त्रास दिला नाही, जे आश्चर्यकारकरीत्या त्यांच्यामध्ये राहायला आले. कॅथोलिक्सपेक्षा हे जास्त सहनशील होते. सुरुवातीच्या काही दिवसांत तर त्यांनी आपल्या घरांमध्येही त्यांना आश्रय दिला होता. स्त्रिया आणि मुलांमध्ये ते चांगले मिसळून गेले. नंतर हे ज्यू गिआकामोसच्या द्राक्षाच्या मळ्यांमध्ये कामाला लागले.

सान्तोरिनीचा बाह्य किनारा समुद्राला चुंबन केल्याप्रमाणे खाली उतरून स्पर्शत होता. समोरचा भाग खडकाळ असला तरी त्यावर सुंदर वाळूचे किनारे होते. काल्देराभोवती उभे उंच सुळके होते. त्यामुळे मधे लहान बंदर निर्माण झाले होते. त्या बंदराच्या प्रवेशद्वारापाशी दोन मध्यम आकारांची बेटे होती आणि काल्देराच्या आतमध्ये अजून दोन लहान, विचित्र बेटे होती. खरेतर ही दोन ज्वालामुखांची वर आलेली टोके होती; ज्यांचा बाकी भाग पाण्याने वेढलेला होता. अनेक वेळा त्यांच्यातून निघालेला धूर आकाशात जाताना दिसे. अशा वेळी समुद्र गरम होई आणि जमीन सान्तोरिनीवासीयांसारखीच थरथर कापे. भूतकाळात अनेकदा झाला होता तसा पुन्हा ज्वालामुखीचा स्फोट होईल अशी भीती त्यांच्या मनात असे. त्यांची ही भीती योग्यच होती. कारण त्यामुळे भयानक विध्वंस झाला होता. असे म्हणतात या बेटांच्या मागे जमिनीच्या पोटात गाडले गेलेले एक प्राचीन काळातले राखेचे शहर आहे. अंजिरांच्या झाडांमधले संगमरवरी खांब आणि द्राक्षांच्या मळ्यात सापडणारे भाजलेल्या मातीच्या मडक्यांचे तुकडे काल्देरामधल्या या दोन उघड्या, विचित्र बेटांपासून असलेल्या धोक्याचे निदर्शक होते.

सान्तोरिनीमध्ये अंजिर आणि द्राक्षे सोडली तर इतर काहीही हिरवे अस्तित्व नव्हते. सगळा भाग कोरडा रखरखीत, जणू आतवर जळाल्यासारखा. पण यांपैकी कोणतीच गोष्ट रेचलला घाबरवणारी नव्हती. कदाचित ज्वालामुखीतला उफाळता लाव्हा आणि ज्वाळा आपलाही घास घेतील आणि या दुःखद आयुष्याचा अंत होईल अशी आशा तिला वाटत होती.

सुरुवातीला लोकांनी तिच्याशी जवळीक साधायचा प्रयत्न केला, पण तिच्या मनातल्या अभेद्य भिंतीवर त्यांचे डोके आपटल्यावर त्यांनी तिचा नाद सोडून दिला आणि तिच्या विचित्रपणासकट तिला एकटे सोडले. काहीजणांच्या मते ही काहीच न बोलता मुकेपणाने फिरत राहणारी ज्यू मुलगी वेडसर, निरुपद्रवी होती. रेचलला त्यांच्या या मताची अजिबात फिकीर नव्हती. उलट तिला त्यांच्या

या मतामुळे बरेच वाटायचे. कारण त्यामुळे तिला स्वतंत्रपणे राहता यायचे आणि कोणाचा त्रास व्हायचा नाही.

तिथल्या ज्यू कुटुंबीयांचीही तिच्याशी जवळीक नव्हती. फक्त मारिया तिच्याशी मोकळेपणाने बोलायची आणि आपल्या आयुष्यातले सगळे खाजगी तपशील तिला सांगायची. कधी कधी ती हुंदके देऊन रडायची. कधी आनंदाने हसायची. रेचल काहीच प्रतिक्रिया न दर्शवता तिचे बोलणे ऐकून घ्यायची. बोलावेसे वाटले तरी तिच्याजवळ सांगण्यासारखे काय होते? स्वत:च्या दु:खभऱ्या कहाण्या? सोळा वर्षे ती वेदना, दु:ख आणि पश्चात्तापाच्या गर्द कोलाहलात जगत होती. असंख्य प्रकारच्या यातना आणि छळ तिने सहन केला होता. जीवघेणी भूक, तहान आणि रोगराईशी ती झुंजली होती. मृत्यूची टांगती तलवार डोक्यावर घेऊन ती कित्येक वर्षे जगली होती. आपले सगळे कुटुंब तिने गमावले होते. तिच्याकडे स्वत:चे घर नव्हते. तोलेडोचा विचार मनात आला की तिथल्या बहुमोल आठवणींनी तिचे हृदय जळायचे. त्या आगीची दाहकता कोणत्याच ज्वालामुखीतल्या ज्वालांमध्ये नव्हती.

गावात पोहचल्यावर तिला राबी सालोमन भेटले. त्यांनी परगोलेमध्ये आश्रय घेतला होता. त्यांनी तिला बोलावले. ''रेचल ये, जवळ ये मुली, मला तुझ्याशी बोलायचं आहे.''

हातातली करंडी तिने खाली ठेवली. दोन्ही हातांचे तळवे अंगातल्या झग्यावरच्या कापडाला पुसले आणि मग ती त्या वृद्ध राबींजवळ गेली. इथे त्यांना आपले सिनेगॉग बांधायची परवानगी नव्हती, पण त्याऐवजी राबीच्या घरातल्या प्रशस्त दालनांमध्ये ते अनेक वर्षे मुक्तपणे आपल्या प्रार्थना करत. रेचलची झोपायची खोली या प्रार्थनादालनाच्या मागेच होती. नेपल्सच्या सुरुवातीच्या काळात राबींनी तिची पित्यासारखी काळजी घेतली होती. जेव्हा तिने एकटीने अलेग्रिया सोडून न जाण्याचा हट्ट केला होता, त्या वेळी राबींनीच तिला त्यांच्यासोबत येण्याचा आग्रह केला होता. त्यांना रेचलबद्दल सगळी माहिती होती. अगदी सहा बोटांच्या त्या व्यक्तीविषयी आणि सहा बोटांच्या बाळाबद्दलही.

''बस इथे, मुली, जरा विश्रांती घे. आज खूप गरम होत आहे.'' क्षितिजावर दिसणाऱ्या फिक्या राखाडी ठिपक्याकडे त्यांनी निर्देश केला. ''ते नाक्सोस आहे, डुकीची राजधानी. आज बातमी आली आहे की आपल्या इस्तंबूलला जाण्यासंदर्भात ड्यूकचा ओट्टोमनसोबत करार झाला आहे. जहाज आलं की आपण लगेच इथून जाऊ. आशा आहे की लवकरच...''

रेचल काहीच प्रतिसाद न देता समुद्राकडे टक लावून पाहत बसलेली पाहून त्यांना आश्चर्य वाटले. या बातमीचा तिच्यावर काहीच परिणाम झालेला दिसत नव्हता.

‘‘तुला आनंद झालेला दिसत नाही, रेचल. काय अडचण आहे?’’

रेचलने दुःखाने आपला ओठ चावला. ‘‘मला असं वाटतं,’’ ती म्हणाली, ‘‘इथे राहायची सवय झाली आहे मला.’’

‘‘पण इथे आपल्याला खरे ज्यू म्हणून राहता येत नाही. इस्तंबूल इथून फार दूर नाही. केवळ दोन-तीन दिवसांचा प्रवास आहे. तिथे आपल्याला आपले सिनेगॉग मिळेल. प्रत्येकाला राहायला घर मिळेल. तुलाही आपल्या घरात राहता येईल, मुली.’’

‘‘नाही, मला स्वतःचे घर नको आहे आता. माझं घर मागे, तोलेडोमध्ये राहिलं आहे.’’ तिच्या डोळ्यांमध्ये अश्रू होते. ‘‘राबी, कृपा करा, मला एकटीला सोडून जाऊ नका.’’

त्यांनी तिच्या केसांवरून हलकेच हात फिरवला, ‘‘काय बोलते आहेस, रेचल. तुला एकटीला सोडून मी कसा निघून जाईन? पण एक नक्की लक्षात ठेव, एक दिवस तुझे स्वतःचे घर असेल. त्यात तुझ्या स्वतःच्या मुलांच्या हास्याचे प्रतिध्वनी उमटतील. देव तुझ्या पदरात हा आनंद नक्की टाकेल. तुझे दुःख, वेदना सगळं एक दिवस नाहीसं होईल.’’

रेचलने अश्रू पुसले.

‘‘आणि मुली, आज रात्रीच सगळं सामान आवरून ठेव. कोणी सांगावं कदाचित उद्याच येईल जहाज.’’

रेचल नंतर काहीच बोलली नाही. तिच घर असणे कसे शक्य होते? कोणाबरोबर मांडणार ती संसार? मुळात कोणाला इच्छा असेल तिच्यासोबत राहायची? ती उठून उभी राहिली. मान खाली घालूनच तिने करंडी रिकामी केली आणि पुन्हा द्राक्षाच्या मळ्याकडे चालू लागली. मारिया अजूनही गात होती :

दुःखा तू माझे दार वाजवू नकोस
मी माझी चूल पेटवली आहे
माझे अन्न शिजवते आहे
माझा पती लवकरच समुद्रावरून परतेल
दुःखा तू माझे दार वाजवू नकोस.

रेचल स्वप्नातही स्वतःचे घर पाहत नव्हती! मात्र तिने त्यांच्या तोलेडोच्या

घराची कडी काळजीपूर्वक आपल्याकडच्या लहान थैलीत जपून ठेवली होती. स्त्रीच्या पितळी हातांच्या तळव्यात असलेला तांब्याचा चेंडू.

सप्टेंबर १४, १५०९
इस्तंबूल

आधीचे नाव ख्रिश्चियन आणि नवे नाव बुराक असलेल्या त्या मुलाला गेल्या चार वर्षांत केमाल रेईसच्या प्रेमळ छत्रछायेत आई-वडिलांची उणीव कधीच जाणवली नाही. डोके भादरलेल्या, हातांवर गोंदण असलेल्या, भरघोस मिश्या आणि भीतिदायक चेहरा असलेल्या त्या माणसाचे त्याने उत्तर आफ्रिकेच्या किनाऱ्यावरून आणलेल्या या मुलावर निरतिशय प्रेम होते, पण दुर्दैवाने त्याला जास्त वेळ त्याच्या सहवासात घालवायला मिळत नव्हता. ओट्टोमन आरमारातला तो सर्वात महत्त्वाच्या अधिकाऱ्यांपैकी एक होता आणि त्याला भूमध्य सागरातल्या वादळांशी शर्यत करत एका मागोमाग एक विजय मिळवत जगणे भाग होते. आपल्या कादिर्गाच्या छावणीमध्ये अगदी मोजक्या रात्री त्याला घालवायला मिळत. अखेर त्याने ठरवले की सुलतानाची परवानगी घेऊन बुराकला एन्देरुनला घेऊन जायचे आणि त्याचेही भवितव्य उज्ज्वल व्हायची हमी घ्यायची.

कडक शिस्तीच्या शाळेतले पहिले काही दिवस मुलाला तिथे अनोळखी असल्याने कठीण गेले, पण लवकरच तो तिथे रुळला. आपली विलक्षण बुद्धिमत्ता आणि हुशारी यामुळे लगेचच तो सर्वांमध्ये उत्तम ठरला. आपल्या या चमकदार शिष्याबद्दल ओदा केथुदासीच्या आशाही पल्लवित झाल्या होत्या. छावणीत असतानाच बुराक लिहा-वाचायला शिकला होता आणि आता त्याला अधिक शिक्षणाची तहान लागली होती. त्याला अरेबिक येत होती आणि पर्शियनही त्याला जड गेली नाही. गणितातली अवघड उदाहरणेही तो सहज सोडवायचा आणि फिकिहचे धडे शिकताना तो इतक्या सफाईदारपणे मुद्द्यांचे विश्लेषण करायचा की त्याचे शिक्षकही चकित व्हायचे.

खेळांमध्ये तो प्रवीण होता. कुस्ती, तीरंदाजी, तलवारबाजी, जेरीडचे खेळ... तो सगळ्यात अग्रणी होता. पण त्याला सगळ्यात मजा यायची शिकारी पक्ष्यांच्या प्रशिक्षणात. वयाच्या दहाव्या वर्षीच त्याने ओट्टोमन दरबारात आपण दोगानसिबाशी व्हायचे ठरवून टाकले होते. मधूनच केमाल रेईसच्या सहवासाची बुराकला आस लागायची, पण एकंदरीत तो आनंदात होता.

रात्रीच्या जेवणानंतर मुले एकत्रित प्रार्थना करायची आणि मग छात्रनिवासात जाऊन झोपायची. काहीजण लगेचच घोरायला लागायचे, तर काही या कुशीवरून त्या कुशीवर करत बराच वेळ कंटाळत राहायचे, पण नंतर लगेचच त्या झोपायच्या दालनात सन्नाटा पसरे आणि अशा वेळी बुराकला केमाल रेईसची आठवण यायची. आपले पांढरेशुभ्र दात दाखवत तो मनापासून खदाखदा हसायचा ते त्याला डोळ्यांसमोर दिसायचे आणि त्याचा कोमल आवाज त्याला ऐकू यायचा : 'सिलेन्सिओ, सिलेन्सिओ, सी?' आणि मग त्याला कोरा आईची आठवण यायची. 'पळून जा ख्रिश्चियन, तुझी आई ज्यू आहे.' डोळे मिटायच्या आधी माग्रामातामधली असंख्य दृश्ये त्याच्या मनात तरळायची. शेळ्या, डोंगर, झरे, निळ्याभोर आकाशात चीत्कारत घिरट्या घालणारे ससाणे...

त्या रात्री आकाशात पूर्ण चंद्र होता. लोखंडी गजांमधून त्याचा जादूई प्रकाश पाझरत होता आणि सगळे झोपायचे दालन गूढ मेणबत्तीच्या प्रकाशासारखे उजळून निघाले होते. पांढरा रंग जास्तच शुभ्र दिसत होता. अंधाऱ्या जागा चंद्राच्या दीप्तीने तेजाळल्या होत्या. बुराकला झोप येत नव्हती तरीही त्याला ठाऊक होते की पहाटेच त्याला जाग येईल.

बुराकलाच फक्त झोप येत नव्हती असे नाही. एन्देरुनपासून सात मैलांवर एक स्त्रीसुद्धा जागीच होती. ती रेचल होती. अनेक वर्षे दुःख झेलल्यावर, तोलेडोंची ही मुलगी, अखेर ओट्टोमन साम्राज्याच्या राजधानीत पोहचण्यात यशस्वी झाली होती.

अजूनही अगदीच गरज पडल्याशिवाय ती बाहेर पडली नव्हती; राबी सालोमन, किंवा आता इस्तंबूलमध्ये त्यांना हाहाम म्हणत, तिला अनेकदा तसा आग्रह करत असूनही अख्खा दिवस ती सिनेगॉगच्या मागच्या बाजूला असलेल्या घरांच्या स्वच्छतेत घालवायची. प्रार्थनेच्या वेळी ती दालनाच्या अंधाऱ्या कोपऱ्यात इतरांच्या नजरांपासून स्वतःला दडवत उभी राहायची.

ते जिथे राहत होते ती जागा गोल्डन हॉर्नच्या दक्षिण बाजूच्या एका टेकडीवर होती. विरुद्ध किनाऱ्याला पेरा म्हणत. तिथे सुप्रसिद्ध गलाता टॉवर होता; जेनोइसेस आणि व्हेनेशियन्सची दगडी घरे होती.

उदास नजरेने ती आजूबाजूचा परिसर न्याहाळत होती. धक्क्यावर अनेक कोळ्यांनी आपापल्या बोटी नांगरून ठेवल्या होत्या. त्या वाऱ्यावर झुलत होत्या. त्यांची शिडे उतरवलेली होती आणि जाळ्यांची थप्पी लाकडी डेकवर रचलेली होती. काहीजणांनी मासे भाजण्याकरता शेकोट्या पेटवल्या होत्या. त्यांच्या

ज्वाळांची प्रतिबिंबे समुद्राच्या पाण्यावर वाऱ्याच्या झुळकींसोबत हलत होती. चंद्रप्रकाश तेजाळला होता. गोल्डन हॉर्न खऱ्या सोन्यासारखा झळकत होता. या सुंदर दृश्यामागे जमिनीच्या पोटात उजव्या दिशेने बॉस्फोरसचा पट्टा सुरू होऊन तो उत्तरेला काळ्या समुद्रापाशी जाऊन पोहचत होता. दक्षिणेला मार्माराचा समुद्र पसरला होता.

पेरा आणि नव्या सराईच्या, ज्याला तोपकापी नाव होते, मधोमध गोल्डन हॉर्नचे प्रवेशद्वार होते. ते गर्ल्स टॉवरच्या मागे एखाद्या चौकटीसारखे दिसत होते; जे बरोबर समोरच्या बाजूला होते, उस्कुदार समोर एखाद्या जादूई खेळण्यासारखे दिसणारे. गोलाकार घुमट आणि मशिदींचे उंच मीनार चंद्रप्रकाशात चमकत होते. त्यामुळे इस्तंबूल एखाद्या परीकथेतील शहरासारखे गूढ, सुंदर दिसत होते.

असे म्हणतात पूर्ण चंद्राच्या रात्री एका सुंदर तरुणीचा चेहरा दृग्गोचर होतो. रेचलने आकाशात पाहिले. डोना लूनाचा चेहरा पाहून तिच्या ह्रदयात भय दाटून आले. तिला ती रात्र आठवली ज्या वेळी ती आणि अव्राम अज्ञातात खेचले गेले, समुद्राच्या बर्फाळ विळख्यात, तेव्हा असाच पूर्ण चंद्र होता. बागेच्या प्रवेशद्वाराच्या दोन्ही दरवाजांवरून सोडलेल्या हनिसकलच्या वेलीवरून सुगंध पसरत होता. त्यामुळे रात्र अधिकच प्रफुल्लित झाली होती. रेचलच्या मनात तिच्या आईचा, वडिलांचा आणि दोघा भावांचा विचार होता. 'तुम्ही सगळे आत्ता इथे असायला हवे होतात', ती पुटपुटली. त्यांना नक्कीच आवडले असते इथे, विशेषत: तिच्या वडिलांना. आणि अचानक तिला चाइम आठवला. टेकडीवरून घरंगळत ताजोकडे जाणारा आणि मोशे... कदाचित तोही अव्रामसारखाच मेला असेल. अव्राम आणि इतर अनेक दुर्दैवी जीवांसारखा. आणि मग तिला आपल्या आत्म्याच्या अंधाऱ्या, खोल दडवून ठेवलेल्या एका कोपऱ्यातून सणसणत वर आलेली ती तीव्र वेदना जाणवली. ती वेदना जी तिने गेली अनेक वर्षे उराशी बाळगली; ती वेदना जी स्वत:लाही कधी आठवू नये यासाठी तिने इतकी वर्षे धडपड केली. हीच ती वेदना जी एखाद्या तरुण मातेला तिच्या नवजात अर्भकाला कायमचा गमावल्यावर आपल्या दुधाने भरलेल्या स्तनांमध्ये जाणवते. तीव्र, अकस्मात आणि असहनीय. तिने डोळे घट्ट मिटून घेतले, हात जुळवले आणि आपली बोटे इतकी गच्च, संपूर्ण शक्तीनिशी दाबून धरली की जणू तिला त्यांचा भुगा करायचा होता. ''मला माफ कर परमेश्वरा,'' ती म्हणाली. ''तू बहाल केलेल्या पुत्राची भेट मी नाकारली याबद्दल मला माफ कर. त्याला टाकून

दिल्याबद्दल मला क्षमा कर, तुला करता आली तर... मला स्वतःला माफ करता येत नाही.''

या उदास, उष्ण सप्टेंबरच्या रात्री अजून एक निद्रानाश झालेली व्यक्ती होती. एक लूना. पण ही लूना आकाशातली नाही, जमिनीवरची होती. आठ महिने वयाच्या लूना बाळाचा चेहरा सततच्या रडण्यामुळे जांभळा पडला होता. तिच्या आक्रोशात भटक्या कुत्र्यांचे विव्हळणे मिसळले होते. इस्तंबूलमधले सगळे कुत्रे आजच्या रात्री सतत विव्हळत होते.

रिबेका लगबगीने छोटी पावले टाकत इकडून तिकडे फेऱ्या मारत होती. हातात लहान बाळ असल्याने मनात दाटलेली अधीरता तिच्या पावलांमध्ये उमटली होती. त्याला शांत करायला ती माहीत असलेली सगळी अंगाई गीते गात होती. पण बाळ कशामुळेही शांत होत नव्हते. अनेकदा त्याचे दुपटे बदलले. त्याच्या चिमुकल्या ओठांमध्ये स्तनाग्र दिले तरीही. मोशेही बिछान्यातून उठून बसला होता. झोपाळू डोळ्यांनी तिला शक्य ती मदत करत होता. लूना त्यांचे तिसरे अपत्य होते आणि अनुभवी असूनही तिच्या अशा हट्टी रडण्यावर काय उपाय करायचा हे त्यांना कळत नव्हते.

''कदाचित तिचा कान दुखत असेल,'' मोशे म्हणाला, ''किंवा पोटात कळ आली असेल.'' रिबेकाने आपण गोंधळून गेलो आहोत हे दर्शवायला ओठ दुमडले. तिच्या डोळ्यांखाली उमटलेल्या काळ्या वर्तुळांमुळे ती अधिकच थकलेली वाटत होती. ''आपण माझ्या आईला बोलवायचं का?'' तिने विचारले.

''या वेळी? भयंकर आहे हे! तिला माझ्याजवळ दे.''

बाळाला नवऱ्याच्या हातात सोपवल्यावर रिबेका थकून सोफ्यावर जवळ जवळ कोसळलीच. शुद्धच हरपली जणू तिची. मोशेने लूनाला हातात जोजवायला सुरुवात केली. त्याला आपल्या पत्नीची खूपच दया येत होती. ती अगदी कष्टाळू, प्रेमळ बाई होती. दिवसभर ती घराची, मुलांची काळजी घेत खपत असायची. काहीच मदत नव्हती तरी ती उत्तम निभावत होती. कसलीही तक्रार न करता. आता ती खूपच बारीक आणि अशक्त दिसायला लागली होती.

लूनाला घेऊन मोशे बाहेर बागेत गेला आणि रिबेका लगेचच घोरायला लागली. आपली आई कोणती अंगाई गाणी गायची हे त्याने आठवायचा प्रयत्न केला. बागेच्या मधोमध एक प्रचंड मोठे बदामाचे झाड होते. त्याखाली असलेल्या बाकावर तो बसला. रात्रीच्या ताज्या हवेत लूनाही जरा स्वस्थ झाली.

मोशेने तिला हृदयाशी धरले. तिच्या चिमुकल्या शरीरावर आपल्या लांब कोटाचे आवरण घातले. त्याचे अर्थातच आपल्या सगळ्याच मुलांवर प्रेम होते, पण लूना खास होती. तिचे डोळे हिरवे होते आणि तिचे मऊ, पातळ केस हळूहळू लाल दिसायला लागले होते. प्रत्येक वेळी तिच्याकडे पाहताना त्याला रेचल आठवायची, पण हे गुपित त्याने अगदी खोल हृदयात दडवून ठेवले होते.

बिचारी रेचल... किती अविचल प्रेम केले त्याने तिच्यावर, जरी आता ते प्रेम एखाद्या गतकाळातल्या स्वप्नासारखे वाटायला लागले होते. तोलेडो, ताजो, लाकडी पूल, दगडी भिंती, चिंचोळे रस्ते, क्षितिजापार पसरलेले पिवळ्या मातीचे प्रदेश... सगळे आता भूतकाळात जमा झाले होते, दूरवरच्या भूतकाळात. तो खरेच विसरून गेला असता कधीकाळी तो तोलेडोमध्ये राहायचा; जर एकांतात हे असे मधूनच हळवे क्षण आठवत राहिले नसते तर. इथे इस्तंबूलमध्ये त्यांचा अगदी गतिमान, व्यस्त दिनक्रम होता. पण तरीही रेचल त्याच्या स्मृतींमधला एक अविस्मरणीय कोपरा व्यापून होती; जी सतत त्याच्या अंतरात्म्यातून वर डोकवायची. झटका बसल्यासारखा तो मागे झाला आणि बदामाच्या विशाल खोडाला पाठ टेकवून त्याने लूनाला घट्ट छातीशी कवटाळले.

त्याच क्षणी त्याला ते झाड हलल्यासारखे वाटले. तो भास होता की भूकंप झाला होता? तो उठून उभा राहिला आणि आंतरिक जाणिवेने तो घरापाशी गेला, रिबेकाला हाक मारायला, पण दुसऱ्याच पावलाला त्याला आधीपेक्षा शंभर पटींनी जास्त धक्का जाणवला आणि सोबत एक भयानक आवाजही. लूनाला हातात घेऊनच तो बागेच्या दुसऱ्या टोकाला कोसळला. ते प्रचंड झाड गदागदा मागे-पुढे हलत होते. जणू आता ते जमिनीच्या पोटातल्या मुळांसकट खाली कोसळणार होते. त्याच्या फांद्या जमिनीवर घसपटत होत्या. मोशेने आपल्या मुलीला छातीशी घट्ट धरले. आपल्या आजूबाजूच्या जमिनीची होणारी भयानक थरथर पाहून त्याचे डोळे भयचकित झाले होते.

...आणि मग सगळीकडून आक्रोशाचा, कोलमडण्याचा आवाज येऊ लागला. जमीन अविरत थरथरत होती. माती वादळात सापडलेल्या समुद्रासारखी वर उसळत होती. पण नंतर ते थांबले. आता सगळे खाली कोसळत होते. घरे, मशिदी, चर्च, इस्पितळे आणि हजारो वर्षे जुन्या भिंतीसुद्धा एकामागून एक गडगडाटी आवाज करत कोसळत होत्या. जे वाचले त्यांना आपण आंधळे झालो असे वाटले. आणि मग इस्तंबूलच्या चारही दिशांनी आगीच्या ज्वाळा उठल्या आणि ओट्टोमन साम्राज्याची राजधानी जळता आगीचा गोळा बनली. किंकाळ्या,

हुंदके, आक्रोश, आक्रंदन यांच्या प्रतिध्वनींनी त्या हेवा वाटाव्या अशा अद्वितीय सौंदर्याला झाकोळून टाकले. जीव बचावलेले उद्ध्वस्त रस्त्यांवर उभे होते. मुलांना पोटाशी घेतलेल्या आया आपली जळती घरे डोळ्यांतल्या अश्रूंच्या पडद्याआडून पाहत होत्या. पुरुषांनी मिळेल त्या बादल्यांमध्ये पाणी भरून त्या आगीशी झगडायचा व्यर्थ प्रयत्न करून पाहिला.

एन्देरुनच्या भिंती कोलमडून पडल्या आणि त्याचे संपूर्ण छप्पर उद्ध्वस्त झाले. भल्या पहाटेच्या किंकाळ्या त्या भग्नावशेषांमध्ये घुमत होत्या. भीती आणि काळजीने ग्रासलेले शिक्षक मातीच्या मोठाल्या ढिगाऱ्यांच्या खाली कोणा विद्यार्थ्याचे श्वास घेणारे शरीर दिसते आहे का याचा शोध घेत होते. जवळपास सगळ्याच इमारती कोसळल्या होत्या. एकच फक्त अजूनही उभी होती ती म्हणजे बुराक आपल्या मित्रांसोबत जिथे झोपला होता ती छात्रनिवासाची इमारत. अनवाणी पावलांनी तो मोठ्या मुलांसोबत इतर दुर्दैवी मुलांना मदत करायला धावत होता.

त्या रात्री दीड हजार घरे कोसळली आणि पुढच्याच सेकंदाला पाचशे लोक मृत्युमुखी पडले. एग्रिकापी ते येदीकुलेपर्यंतच्या इस्तंबूलच्या भिंतीचे तीन थर खाली कोसळले आणि पुढे इशाक पाशाच्या महालाच्या दरवाजापर्यंतच्या भागाचे जबरदस्त नुकसान झाले. लहान एकशे नऊ मशिदी आतल्या माणसांसकट उद्ध्वस्त झाल्याची नोंद केली गेली. लहान मशिदीच नव्हे तर मोठ्या मशिदींचीही या विध्वंसक भूकंपात प्रचंड पडझड झाली. फेथ मशिदीतल्या चार खांबांमधला मुख्य दगड उद्ध्वस्त झाला आणि विशाल घुमट डाव्या बाजूला कलला. नुकतीच बांधलेली बेयाझिद मशीद भक्कम दिसत होती, पण इस्पितळ, मदरशे आणि मागच्या बाजूच्या लहान इमारतींचे तुकडे झाले. हादिम अली पाशा मशिदीचा घुमट तर पूर्ण कोसळला.

किराझे

अश्व चौकातल्या सहा खांबांपैकी एकही आता शिल्लक नव्हता. सगळेजण आधी न्हावी असलेल्या आणि आता नवा वजीर झालेल्या मुस्तफा पाशाच्या छावणीबद्दल बोलत होते. आता त्या जागी फक्त एक उद्ध्वस्त ढिगारा होता. त्याच्या घोडदळाचे सहाशे शिपाई आणि त्यांचे घोडे यांची ती दफनभूमी होती.

भूकंपाने गरीब-श्रीमंत सगळ्यांना समान पातळीवर आणले होते आणि सुलतानाचे नशीबही त्यांच्यापेक्षा वेगळे नव्हते. पहिला धक्का बसला तेव्हाच तो घाबरून बाहेर राजवाड्याच्या बागेत धावला होता आणि अजून तो पुन्हा आत गेला नव्हता. बेयाझित पुढचे बरेच दिवस तंबूत राहिला आणि नंतर तो एदिर्नेला गेला. इस्तंबूल पाळण्यासारखे झोके घेत होते.

हा विध्वंस पुढे कायम चालूच राहणार का असे वाटायला लागले. केवळ जमीनच नव्हे तर समुद्रही हिंदकळत होता. दहा मीटरहून उंच लाटांचे डोंगर गलाता आणि इस्तंबूलच्या भिंतीवर आदळत होते आणि पेराच्या रस्त्यावर जे काही होते ते सर्व त्यांनी गिळंकृत केले होते. जुन्या जलवाहिन्यांच्या जागी आता फक्त तुटके अवशेष शिल्लक होते. इस्तंबूल, जगातल्या सर्व शहरांची महाराणी, निसर्गाच्या प्रकोपामुळे उद्‌ध्वस्त झाले होते.

केवळ इस्तंबूललाच भूकंपाचे धक्के बसले नव्हते. रुमेली आणि अनातोलियाच्या नागरिकांनाही भीतीने कापरे भरले होते. काळ्या समुद्राच्या प्रदेशात असलेल्या कोरम शहरामधली जमीन खोलवर भेगाळली होती. त्यात अख्खे मनुष्यप्राणी गडप झाले होते. दिमेतोका, बेयाझितचे जन्मशहर, जमीनदोस्त झाले होते. अमास्या, सिवास आणि तोकात या शेजारच्या शहरांनाही भूकंपाचे धक्के बसले होते. विचित्र घटनांच्या बातम्या रोज नव्याने कानावर येत राहिल्याने लोक भयभीत झाले होते. पारदर्शक डोळ्यांचे नेत्रहीन मासे विहिरीतून आणि गरम पाण्याच्या झऱ्यांमधून वर येत होते. किळसवाणे, वळवळते गडद हिरव्या रंगाचे विषारी कीटक आणि साप शेतातल्या जमिनींवर पसरले होते... ओट्टोमनांनी या भयानक घटनेला नाव दिले होते कुसुक कियामेत.

हा विध्वंस पंचेचाळीस दिवस सुरू होता. अकराव्या दिवशी बेयाझितने एदिर्नेला प्रयाण केले, पण भूकंपापासून बचाव होणे अशक्य होते. तो एदिर्नेला गेला त्यानंतर दुसऱ्याच आठवड्यात तिथली जमीन जोरदार धक्क्यांनी हादरली आणि सहाच दिवसांनी त्या प्रदेशात एका वादळाने भयानक थैमान घातले. तुन्दिया नदीच्या पात्राला पूर आला आणि त्या जलप्रलयात भूकंपाच्या धक्क्यातून जे काही वाचले होते ते सगळे वाहून गेले. अशी अफवा होती की सुलतानाने इस्तंबूल आणि एदिर्नेच्या भिंतीची तातडीने दुरुस्ती करण्याकरता ठरवायच्या योजनेकरता दिवाणे आममध्ये जी बैठक बोलावली होती त्यामध्ये त्याने आपल्या वजिरांना संतापाने सुनावले, ''हे सगळं तुमच्यामुळे झालं आहे! तुम्ही भयानक अन्याय आणि जुलूम केला आहे जनतेवर आणि तुमच्या अत्याचारांचे बळी

ठरलेल्यांचा आक्रोश आकाशापर्यंत जाऊन पोचला आणि त्यानेच या दैवी प्रकोपाला आमंत्रण दिलं!"

लोकांनी दिवस-रात्र मशिदी, सिनेगॉग आणि चर्चच्या नशिबाने अजूनही उभ्या राहू शकलेल्या इमारतींमध्ये आश्रय घेतला. फक्त संत सोफियाच्या इमारतीमध्ये प्रार्थना करायला मज्जाव करण्यात आला. कारण सुलतानाच्या हुकमावरून तिथल्या भित्तिचित्रांवर, ती मुस्लीम धर्मानुसार पापी ठरतात या कारणाने जे आच्छादन घालण्यात आले होते, ते या भूकंपाच्या धक्क्यामध्ये त्यावरच्या प्लास्टरच्या थराचे तुकडे पडल्याने नष्ट झाले आणि ती चित्रे पुन्हा ढळढळीत सूर्यप्रकाशात स्वच्छ दिसायला लागली होती. काहींनी हे कुसुक कियामेतच्या परिणामामुळे घडते आहे हे मान्य केले होते, पण ख्रिश्चन धर्मीयांच्या मते हे पवित्र पिता, पुत्र आणि आत्म्याने मुस्लिमांना दिलेले प्रत्युत्तर होते.

नोव्हेंबर ८, १५०९

बालात

राबी सालोमन यांचे सिनेगॉग भूकंपातही एकसंध राहिलेल्या इमारतींपैकी एक होते. आता त्यांचे कर्तव्य केवळ प्रार्थना घेण्यापुरतेच सीमित राहिले नाही. तो वृद्ध माणूस दिवस-रात्र या विध्वंसाचे बळी ठरलेल्या अनाथ, आजारी आणि जखमींची सेवाशुश्रूशा करण्याचे काम करत होता.

रेचलही त्याला मदत करत होती. सिनेगॉगच्या बागेत उभारलेल्या तंबूमध्ये असंख्य लोकांनी आश्रय घेतला होता. रोज त्यांच्याकरता मोठ्या रांजणांमध्ये अन्न शिजवले जाई; कपडे धुतले जात. रेचलने या दुर्दैवी जीवांच्या सेवेकरता स्वत:ला वाहून घेतले होते. रोजच्या अथक कामामुळे येणाऱ्या प्रचंड शारीरिक थकव्यानंतरही तिच्या चेहऱ्यावर एखाद्या संतासारखी असीम शांती आणि प्रसन्नता असे. मुले आणि वृद्धांना तिच्या सहवासात राहायला अतिशय आवडे. त्यांना सोबत पुरवताना आणि कामे उरकताना तिची तारांबळ उडे. कधी विहिरीतून पाणी उपसणे; कधी भाज्या चिरून देणे; कधी दूध उकळवणे अशा कामांकरता इकडून तिकडे धावत असतानाही अनेकदा तिच्या कडेवर एखादे मूल असे, तर दुसरा लहानगा तिच्या झग्याचे टोक पकडून असे.

हवेतली थंडी आता जास्तच वाढू लागली. विशेषत: रात्री. सालोमन

आपला चेहरा आकाशाकडे वळवून परमेश्वराची करुणा भाके 'पास्तिर्मामधला उन्हाळा अजून लांबू दे' म्हणून. अचानक थंडीचा जोर वाढला तर परिस्थिती अजूनच कठीण झाली असती. बेयाझितच्या आदेशानुसार शहराची स्थिती पूर्ववत व्हावी म्हणून अथक प्रयत्न चालू होतेच, पण अजूनही ती आटोक्यात येत नव्हती. अर्थात नुकसानच एवढे जबरदस्त होते की सगळे लगेच सुरळीत होईल अशी अपेक्षा कोणीच करत नव्हते.

इस्तंबूलच्या रहिवाशांपैकी अनेकजण जे शहर सोडून गेले होते ते पुन्हा आपल्या घरांमध्ये राहायला यायला कचरत होते. निराशेने आपले हात हलवत ते आसपास फेरफटका मारून जात पण काही उपयोगाचे काम त्यांच्याकडून होत नसे, त्याऐवजी उगीच कसल्यातरी भीतिदायक अफवा पसरवण्याचे, पुन्हा नव्याने भूकंपाची शक्यता आहे अशा गोष्टी सांगण्याचे काम ते करत. अशा आतून कोलमडलेल्या माणसांपेक्षा रेचल आणि तिच्यासारख्या काही लोकांमुळेच शहरातले जनजीवन पूर्वपदावर यायला मदत होत होती.

इस्तंबूल शहरात एकोणतीस हजार बांधकामाचे मजूर बाहेरून मागवले गेले. त्यांच्याकडून काम करून घेण्याकरता दहा हजार स्थापत्य अभियंते उपस्थित होते. त्यात सुप्रसिद्ध हायेर्तिन आणि मुरातसारख्यांचा समावेश होता. इमारतींच्या पायाचा, एकंदरच जमिनीचा तोल अविश्वसनीयरीत्या बदललेला असल्याने त्यांच्यासमोर मोठेच आव्हान उभे होते. शहराच्या पुनर्बांधणीच्या कामांमध्ये ज्यू लोकांचा मोठा सहभाग होता. प्रत्येकालाच आपले भूकंप, आगीमुळे पडझड झालेले घर दुरुस्त करण्याची घाई होती. भूकंपानंतर सगळ्या ज्यू, ग्रीक, अर्मेनियन घरांची लुटालूट सैन्यातल्या शिपायांनी केली होती. त्यांचा लोभीपणा इतका होता की धन लुबाडण्याकरता त्यांनी दुर्घटनेतून वाचलेल्यांची हत्या करायलाही मागेपुढे पाहिले नाही. अखेर या क्रूर सैन्याला ताब्यात ठेवण्याचे काम सुलतान पाशांच्या खंजिराच्या धारेनेच केले. या कुसुक कियामेतमध्ये इस्तंबूलच्या मुस्लीम नागरिकांपेक्षा जास्त फटका बसला होता बालातच्या अल्पसंख्याकांना आणि आता त्या सगळ्यांना रेचलच्या दयाळू हातांचा सहारा होता.

त्या दिवशी सालोमनच्या प्रार्थनेचा स्वीकार केला गेला बहुधा! सूर्याची उबदार उष्णता वातावरणात होती. जराही गार वारा सुटला नाही. कणीक मळणाऱ्या बायका तर चक्क गाणी गात होत्या. भूकंपातल्या मातीच्या ढिगाऱ्यांचे रंग फुललेल्या क्रिसेन्थेममुळे लाल, पिवळे, गुलाबी दिसायला लागले होते.

असे वाटत आहे जणू काहीच घडून गेलेले नाही. रेचलला विस्मय वाटला.

आयुष्य किती विचित्र आहे! सतत आश्चर्यचकित करत असते ते! कधी चांगल्या, कधी वाईट अर्थाने.

सालोमनने तिला हाक मारली. त्याच्या कडेवर एक लहान मूल होते. रेचलने तिच्या हातात असलेल्या वृद्ध स्त्रीचा हात दुसऱ्या एका स्वयंसेवकाच्या हातात सोपवला आणि ती त्याच्याकडे गेली.

"या अनाथाचा सांभाळ कर," राबी म्हणाले, "तिची आई आणि बहिणी तिला सोडून कायमच्या निघून गेल्या आहेत. हिच्या कुटुंबात आता फक्त एकटे वडीलच आहेत आणि त्यांना काम करणे भाग आहे. त्यांनी हिला काही काळापुरते आपल्याजवळ सोपवले आहे. संधी मिळाली की ते आपल्या मुलीला भेटायला लगेच येतील.

रेचलने तिच्यासारखेच हिरवे डोळे आणि लाल केस असलेल्या त्या मुलीला प्रेमाने आपल्या कुशीत घेतले आणि तिच्या मऊ गालांवरून हळुवारपणे आपली बोटे फिरवली. मुलगी खुदकन हसली. हसताना तिचे दोन चिमुकले दात दिसले, तांदळाच्या कण्यांप्रमाणे.

रेचलने दुसऱ्या गरीब बाईला मदत करायला लगबगीने जाणाऱ्या राबींना हाक मारून विचारले, "हिचे नाव काय आहे, हाहाम सालोमन?"

"लूना!"

रेचलने पुन्हा तिच्याकडे पाहिले. तिची गुलाबी त्वचा, चमकदार लाल केस यामुळे ती चंद्रापेक्षाही जास्त सूर्यासारखी दिसत होती. "मी तिला सोलिका अशी हाक मारीन." ती म्हणाली, "सोलिका."

राबींनी आपला हात हलवून दर्शवले, "तुला जे आवडेल ते."

रेचलने सोलिकाला आपल्या पाठुंगळीवर बांधूनच दिवसभर काम केले. हातातले काम संपल्यावर मग ती एका शांत कोपऱ्यात गेली आणि तिने त्या लहान बाळाला आपल्या मांडीवर झोपवले. तिला जोजवताना ती अंगाई गाणी गात होती. दोघीही लगेचच गाढ झोपी गेल्या.

सालोमनसोबत फिरणारा मोशे त्याची लांब दाढी आणि विस्कटलेले केस यामुळे कोणी वेगळाच माणूस दिसत होता. त्याचे वजनही खूप घटले होते. केवळ आपल्या मुलीखातर तो जगत होता. त्याचे बाकी सगळे कुटुंब या भूकंपात नष्ट झाले होते. सिनेगॉगमध्ये तो आपल्या मुलीला भेटायला आला होता.

राबीने भिंतीजवळ झोपलेल्या त्या दोघींकडे निर्देश केला आणि आपल्या ओठांवर बोट टेकवून त्याने मोशेला गप्प राहायची खूण केली.

'नशिबाने आपली मुलगी सुरक्षित हातांमध्ये आहे,' त्याच्या मनात विचार आला. त्याने तिच्याकडे पाहिले, लूना एका बाईच्या मांडीवर झोपली होती. त्या बाईचा चेहरा शालीने झाकला होता. इतक्यात हवेच्या हलक्या झोताने शाल बाजूला सरकली आणि एक फिकटसर चेहरा, भोवती लाल केसांची महिरप असलेला दृग्गोचर झाला. वळून जायच्या बेतात असलेला मोशे अकस्मात थबकला. ती असू शकेल का? त्याने अगदी काळजीपूर्वक चेहऱ्याचे निरीक्षण केले. तोच चेहरा, तेच केस, तशीच बोटे...

आपण जे पाहतो आहोत त्यावर विश्वास न बसून तो किंचाळला, "अरे देवा!" राबी चकित झाले. त्यांचा हात खेचत तो त्यांना एकच प्रश्न पुन्हा पुन्हा विचारत राहिला, "तिचं नाव काय आहे, तिचं नाव काय आहे?"

सालोमन उत्तरले, "तिचं नाव रेचल आहे, रेचल दे तोलेडो."

मोशे पुन्हा किंचाळला. आपले हात उंचावून म्हणाला, "अरे देवा, माझा विश्वासच बसत नाहीये."

आवाजाने रेचलला जाग आली. तिने काय चालू आहे हे पाहायला आपल्या आसपास नजर फिरवली. आणि तिला मोशे दिसला. तोच होता तो. मधे इतकी वर्षे उलटून गेल्यावरही तिने आपले पहिले प्रेम असलेला तो चेहरा झटकन ओळखला. आश्चर्याने ती इतकी थक्क झाली की आपण काय करावे हेच तिला सुचेना. मग तिने बाळाला खाली ठेवले आणि भयभीत होत ती मागे धावत गेली. तिने दार आतून बंद करून घेतले. कोणाकरताही तिने ते उघडले नाही. अगदी राबींनाही तिने प्रतिसाद दिला नाही. ती जमिनीवर पडली होती. इतक्या वर्षांच्या हुंदक्यांनी तिचे शरीर गदगदत होते. ती रडत होती, अखंड रडत होती.

जून १, १५१०

इस्तंबूल

भूकंपाच्या भयानक विध्वंसानंतर कोसळून पडलेली ओट्टोमनांची राजधानी पुन्हा एकदा स्वत:च्या पायावर उभी राहत होती आणि आधीपेक्षाही जास्त सुंदर दिसायला लागली होती. केवळ इस्तंबूल आणि गलाताची तटबंदीच नव्हे तर गलाताचा मनोरा, गलातातली धान्यकोठारे, मुलीचा मनोरा, यालदिझ्ली कापीचा दीपस्तंभ, तोपकापी सराय, लहान-मोठे चेकमेई पूल, रुमेलीचा किल्ला, आनादोलू आणि सिलिव्री या सगळ्यांचे रुपडे दुरुस्तीनंतर अधिकच खुलले.

शहराची डागडुजी पूर्ण झाल्याची अधिकृत बातमी आली त्या दिवशी सुलतानांनी खास बनवून घेतलेले अन्नपदार्थ, मिठाया चांदीच्या थाळ्यांमधून शहरातल्या सर्व गोरगरिबांना वाटल्या. तीन दिवस हा मेजवान्यांचा सोहळा चालू होता. आपल्या लोकांनी भूकंपाचे, आगीचे, लुटालुटीचे, आर्थिक नियोजनाकरता वसूल केलेल्या प्रचंड करांचे कटू दु:ख विसरून जावे असे त्याला वाटत होते. सर्वांनाच अशा काहीतरी मन रमवणाऱ्या गोष्टींची गरज भासत होती.

तीन दिवस जनतेने खाल्ले-प्यायले, मजा केली. शहराच्या प्रत्येक कानाकोपऱ्यात असा उत्सव चालू होता. सगळ्या प्रमुख चौकांमध्ये झुले लावले होते. मनोरंजनाची साधने होती. कारागोझाचे खेळ, नर्तक, कसरतपटू, अस्वल आणि माकडांचे खेळ करणारे दरवेशी, कसेबाज, जादूगार यांनी आपले कौशल्य दाखवून प्रेक्षकांची विविध प्रकारे करमणूक केली. झुकेर शिल्पकारांनी साखरेपासून लहान सुंदर बाहुल्या बनवण्याची कला रस्त्यावर प्रदर्शित केली. अश्वमैदानावर घोडदळातल्या सैनिकांनी आणि तीरंदाजांनी आपल्या करामती दाखवून लोकांना थक्क केले. रात्रीच्या वेळी सजवलेले कंदील आणि मशालींची झगमगणारी मिरवणूक निघाली. फटाक्यांची रोशणाई करणाऱ्या कलाकारांनी तलावाच्या काठी, अंधारलेल्या आकाशात आपल्याकडच्या रंगीबेरंगी फटाक्यांनी सप्तरंगाची उधळण केली. शहरातल्या नागरिकांनी या करमणुकीत आपले मन रमवले आणि भूकंपाच्या साऱ्या वेदना भूतकाळात गाडून टाकल्या आणि इस्तंबूल शहराने पुन्हा एका नवजीवनाचा श्वास घेतला.

दोन मिनिटांच्या त्या थरथराटामुळे अनेक लोकांचे आयुष्य अनेक अर्थांनी कायमचे बदलून गेले. त्यातली एक रेचल होती. हा भयानक विध्वंस तिच्या अनेक वर्षांच्या दु:खी, वेदनामय आयुष्यात अनपेक्षितपणे आनंदाचा एक झरा घेऊन आला आणि त्याच क्षणी तिला आपल्या कटू भुतकाळाचा खऱ्या अर्थाने विसर पडला.

नोव्हेंबरच्या त्या रात्री राबी सालोमन अखेर आपल्या बंद खोलीचा दरवाजा उघडण्याकरता रेचलचे मन वळवण्यात यशस्वी झाले. अश्रूंनी तिचा चेहरा भिजला होता. राबींनी हळुवारपणे तिच्या केसांवरून हात फिरवून तिला शांत केले. रेचलने पुन्हा मोशेला न भेटण्याचा निश्चय केला होता. आपल्या दुर्दैवी आयुष्याची तिला शरम वाटत होती. एकच गोष्ट ती पुन्हा पुन्हा सांगत होती, ''मी पापी आहे, मी पापी आहे, मी त्याला लायक नाही.'' वृद्ध राबींनी पुढचे अनेक तास

तिला तोरा धर्मग्रंथातली वचने वाचून दाखवली. आयुष्यात भोगलेल्या यातनांमुळे रेचलचे मन गढुळले होते. ती गोंधळून गेली होती. अखेर ती इतकेच म्हणू शकली, ‘‘मला वेळ हवा आहे.’’

इकडे मोशेही सुन्न मनःस्थितीतच होता. तोलेडोंच्या वियोगाला आता अठरा वर्षे उलटून गेली होती. रेचलचे त्याच्या आयुष्यात पुन्हा झालेले हे आगमन काळ्याकुट्ट कोलाहलात अचानक उगवलेल्या सूर्याच्या किरणाइतके सुखद होते. रोज तो सिनेगॉगमध्ये तिला भेटायला, तिच्याशी बोलायला यायचा पण ती त्याला भेटायला नकार द्यायची. त्याला तिच्या या वागण्याचा अर्थच कळत नव्हता. मग एक दिवस राबींनी त्याला रेचलची सगळी कहाणी तपशीलवार सांगितली. जेव्हा त्यांचे बोलून संपले तेव्हा मोशेचे डोळे पाण्याने भरलेले होते. तो काहीच म्हणाला नाही. काय बोलू शकणार होता तो? नंतर त्याने शपथ घेतली की त्या घटनांचा पुनरुच्चार तो कोणाकडेच, अगदी राबींकडेही, करणार नाही आणि त्याने त्याचा शब्द मरेपर्यंत पाळला. सालोमनने त्याला खात्री दिली की ते रेचलशी बोलतील आणि त्याच्याशी लग्न करायला तिचे मन वळवतील.

नोव्हेंबरच्या अखेरीला, एका बर्फाळ दिवशी, साध्यासुध्या समारंभात दोघे विवाहबद्ध झाले. त्यांच्या डोक्यावर पिवळ्या मलमलीचे छत्र धरायला आता कोणतेही नातेवाईकच शिल्लक राहिलेले नव्हते. त्यांना अनोळखी असणाऱ्या, पण त्यांच्याविषयी मनात सद्भावना असणाऱ्या दोन वयस्कर पुरुषांनी आणि दोन वयस्कर स्त्रियांनी त्यांच्याकरता हा पवित्र विधी पार पाडला. मोशे आणि रेचल अखेरीस पुन्हा एक झाले, पण त्याकरता त्यांना अविश्वसनीय किंमत मोजावी लागली होती.

रेचल त्यांच्या नव्या घराच्या बागेमध्ये, नुकत्याच चालायला शिकलेल्या सोलिकासोबत फेरफटका मारत होती. आता सगळेच तिला सोलिका म्हणत होते. तलावाजवळ पोचल्यावर त्या तिथल्या एका बाकावर बसून पाण्यातला सोनेरी माशांचा सुळकन इकडून तिकडे जाण्याचा खेळ पाहत होत्या. रेचलने अगदी आपल्याचसारखे केस असलेल्या त्या मुलीच्या डोक्यावर हलकेच थोपटले. मग तिने आपला हात आपल्या फुगीर दिसणाऱ्या पोटावर ठेवला. ती गरोदर होती आणि आतल्या बाळाचे हुंकार तिला जाणवत होते. आकाशातल्या सूर्याच्या किरणांपेक्षाही उबदार असं काहीतरी तिच्या पाठीला स्पर्शत होते. तिचा अंतरात्मा सुखावत होता. तो शांत, उबदार स्पर्श होता तिच्या आयुष्यातल्या आनंदाचा.

❑❑❑

दोन

एप्रिल २५, १५१२

नवी सराय

सुलतान बेयाझितला अतिशय थकवा जाणवत होता. इतके नैराश्य आणि वृद्धत्व. दोन वर्षे त्याच्या साम्राज्यात अराजक माजले होते. कारण होते त्याच्या मुलाने बापाच्या मृत्यूनंतर सिंहासनावर आपलाच हक्क असल्याचा दावा केला होता, सुलतान जिवंत असतानाच. घोडदळातल्या शिपायांचा पाठिंबा मिळाल्यावर सलिमचे जे वागणे होते ते अविश्वसनीय होते. ट्राब्झोन सान्चाकबेयी याने याआधी आपली अधाशी नजर आपल्या वडिलांच्या पदावर लावली होती. त्याला नैसर्गिकपणे सत्ता आपल्या हातात सोपवली जाण्याइतका धीर नव्हता.

''एक पुत्र आपल्या पित्यासोबत असे करू शकतो का कोका मुस्तफा पाशा?'' त्याने आपल्या वजीर-ए-आझमना प्रश्न केला.

''सगळीच मुलं सारखी नसतात सुलतान,'' त्याने उत्तर दिले. आपल्या छातीवर दोन्ही हात बांधून तो मान खाली घालून उभा होता. त्याच्या चेहऱ्यावर दुःखी भाव होते. आपला शहजादा एहमत नक्कीच असे काही करणार नाही, आणि शहजादा कोरकुतचा स्वभावही आपल्याला चांगला माहीत आहे. त्यामुळे त्याच्याबद्दलही हेच म्हणता येईल. पण शहजादा सलिम त्यांच्यापेक्षा खूप वेगळा आहे. तो खूप संतापी आहे आणि अतिशय महत्त्वाकांक्षी.

''शिपायांनी कोरकुतला पाठिंबा दिला नाही याचे कारण त्याचा मृदू स्वभाव आणि विवादास्पद चारित्र्य हे आहे मुस्ताफा पाशा! खरेतर तो माझ्या दृष्टीनेही सिंहासनावर बसण्याकरता योग्य उमेदवार नाही. माझ्या मते साम्राज्याचा सुलतान व्हायला एहमतइतका लायक कोणीच नाही. आपण कितीही थांबवायचा प्रयत्न केला तरी सलिम बधला नाही. आपण त्याच्याशी नीट बोलून संवाद साधायचा

प्रयत्न केला, वचन दिले. पण निष्पन्न काय? काही नाही. त्याने नकार दिला. आपण सैन्य जमा केले आणि युद्धभूमीवर त्याला धडा शिकवला. त्याला त्याच्या सासऱ्याच्या, तार्तारातल्या खानांच्या, राज्यात हाकलवून लावले. काय झाले? त्याने तरीही बंड चालूच ठेवले. आणि आता तो पुन्हा इतक्या जवळ येऊन राज्याला हादरा देतो आहे.''

मुस्ताफा पाशा उठून खिडकीपाशी जाऊन उभा राहिला. बाहेरच्या परिसराचे निरीक्षण करत. त्याला माहीत होते हजारो शिपाई, घोडदळाचे सैनिक त्यांनी ताब्यात घेतलेल्या वजिरांसकट राजवाड्यावर चाल करून येत आहेत आणि राज्यातले अर्ध्याहून अधिक नागरिक त्यांच्या मागोमाग घोषणा देत येताहेत, 'सुलतान तुम्ही म्हातारे झाला आहात, आम्हाला सलिम हवा आहे, आम्हाला सलिम हवा आहे!' राजवाड्याच्या दगडी तटबंदी असलेल्या परिसरात त्यांच्या आवाजांचे प्रतीध्वनी उमटत आहेत.

बेयाझितचे डोळे अश्रूंनी भरले. ''हरामखोर, क्रूर, कृतघ्न!'' तो किंचाळला. आपण त्यांच्या अन्नपाण्याची सोय केली, त्यांचं रक्षण केलं, त्यांचं मन रिझवलं. त्यांची घरं कोसळली, त्याखाली ते चिरडले गेले तेव्हा आपण त्यांना हात देऊन उभं केलं. या शहराला कोणी पुन्हा आपल्या पायावर उभं केलं? कोणी? आणि आता बघा, ते त्यांची कृतज्ञता कशी व्यक्त करत आहेत ते!'' मुख्य वजिरांकडे वळून ते म्हणाले, ''शिपायांच्या युद्ध आरोळ्या ऐकू यायला लागल्या आहेत. मुस्तफा पाशा, मला वाटतं आता आपले दिवस संपले आहेत. राजमुकुट आमच्या या संतापी पुत्राच्या डोक्यावर ठेवण्यावाचून आमच्यापुढे दुसरा पर्याय नाही. दूत पाठवा, त्याला कळवा की साम्राज्याचा ताबा घ्यायला तो येऊ शकतो. अर्थात आमची अट आहे, आम्ही सकाळी पूर्ण केलेल्या करारपत्रामधल्या सर्व गोष्टींची पूर्तता त्याने करायला हवी. माझा त्याच्यावर यत्किंचितही विश्वास नाही.''

सलिमचाही आपल्या वडिलांवर जराही विश्वास नव्हताच आणि त्यांच्या माणसांवरही. त्याच्या भव्य, गोल चेहऱ्यावरचे निळे डोळे चिंताक्रांत दिसत होते. बाहेरची गर्दी त्याच्या नावाने जयघोष करत होती; त्याच्याशी एकनिष्ठ असल्याचे दावे करत होती पण तरीही त्याची चिंता जराही कमी झाली नव्हती. बंडखोर शहजादा पहिल्या आणि दुसऱ्या चौकामधल्या प्रवेशद्वारापाशी वाट पाहत होता. सुलतानांच्या तोंडातून बाहेर पडणारे शब्द माफीचे असतील की शिरच्छेदाचा हुकूम सोडणारे असतील याचा काहीच अंदाज नसलेले अनेक वजीर आणि पाशा धडधडत्या अंत:करणाने कावुशाच्या नेतृत्वाखाली तिष्ठत उभे होते.

कदाचित त्याचे पिताजी त्याला ठार करण्याकरता योग्य संधीची वाट पाहत असतील. गेल्या सत्तावीस वर्षांत ते त्याला फक्त आज सकाळी पाच मिनिटे भेटले होते. एक थकलेला, शक्तिहीन वृद्ध माणूस, डोळ्यांमध्ये काहीच चमक शिल्लक नसलेला, सगळा वेळ आपल्या आजारपणाच्या तक्रारी सांगत असलेला. एवढ्या मोठ्या साम्राज्याचा अधिपती असलेला खरेच हाच माणूस होता का? दालनात तो मागे-पुढे फेऱ्या मारत होता तेव्हाही त्याला खूप त्रास होतो आहे हे जाणवत होते. सलिमचा गेलेला आत्मविश्वास पुन्हा परत आला. नाही, आता त्याने त्यांना सर्व बाजूंनी घेरले होते. सिंहासनाचा त्याग करण्यावाचून बेयाझितांच्या पुढे दुसरा कोणताच मार्ग शिल्लक नाही. आणि तसे झाले नाही, तर सलिमने या राजवाड्याच्या भिंतीखाली आपल्या बापाला गाडून टाकण्याचा निश्चय केला होता. सुलतान होण्याकरता आपल्या वृद्ध बापाच्या मृत्यूची वाट बघत बसण्याचा त्याचा जराही इरादा नव्हता. नजीकच्या भवितव्यात अनेक गोष्टींची पूर्तता करण्याचे त्याच्या मनात होते. अनेक ध्येये डोळ्यांपुढे होती... ओट्टोमन साम्राज्याचा सुलतान म्हणून त्याचे नाव घोषित झाल्याबरोबर तो त्याचा एकुलता एक मुलगा सुलेमान याला केफेवरून परत बोलावून घेणार होता. तिथे त्याची नेमणूक सान्चाकबेयी म्हणून झालेली होती. इस्तंबूलमधल्या त्याच्या अनुपस्थितीत त्याचा प्रतिनिधी म्हणून तो योग्य होता. आणि मग आपल्या कृष्णमेघ घोड्यावर स्वार होऊन, मोठे सैन्य घेऊन पर्शियाच्या शाह इस्माईलवर तो हल्ला करणार होता.

त्याच वेळी कोका मुस्तफा पाशा दोन प्रशस्त चौकांना विभागणाऱ्या प्रवेशद्वारापाशी असलेल्या मंद उजेडात अवतीर्ण झाला. त्याच्या मागे उच्च अधिकाऱ्यांचा भलामोठा ताफा होता. त्यांना पाहताच सलिमच्या डोक्यावरचे केस भीतीने ताठ उभे राहिले. तो इतका चकित झाला होता की होता त्याच जागी पुतळ्यासारखा खिळून उभा राहिला. वजीर-ए-आझम त्याच्या दिशेने आले; खाली वाकून त्यांनी त्याच्या पायघोळ अंगरख्याच्या टोकाचे चुंबन घेतले आणि ते म्हणाले, "आपले साम्राज्य चिरायू होवो, सुलतान."

सलिमने खोल श्वास घेतला. आपले खांदे ताठ केले. त्याची एक केसाळ, कुरळी भुवई अर्धवर्तुळाकार ताणली गेली. आपल्या उजव्या कानातली सोन्याची कडी त्याने हलकेच चाचपली. त्याचे निळे डोळे संताप आणि भीती अशा दोन्ही भावनांमुळे इतके चमकत होते की कोणालाही त्याच्या नजरेला नजर भिडवणे अशक्य झाले होते. तिथे उपस्थित असलेल्या प्रत्येकाची नजर जमिनीवर

लागली होती. कोका मुस्तफाचीही. पण सलिमला त्याच्यासमोर झुकलेल्या या माणसाच्या चेहऱ्यावरील भीती आणि चिंता लगेचच जाणवली होती. त्याच्या शत्रूंच्या यादीत या माणसाचे नाव अगदी वर होते आणि शक्य तितक्या लवकर तो त्याची वासलात लावणार होता हे नक्की. कापियागासींनी मार्ग दाखवला आणि त्या सगळ्यांनी एकत्रितपणे पुढे कूच केले; आपल्या माजी सुलतानाच्या भेटीकरता.

त्याच दिवशी दुपार संपत आलेली असताना आपला मुलगा सलिम याच्याकरता आपल्या सिंहासनावरून पायउतार झाल्यावर बेयाझितला या नव्या सरायमध्ये एक रात्रही काढायची इच्छा नव्हती म्हणून तो आपल्या सर्वात विश्वासू अधिकाऱ्यांसोबत जुन्या सरायमध्ये निघून गेला. सलिमने आपण किती एकनिष्ठ पुत्र आहोत हे दाखवण्याकरता आपल्या कृष्णमेघ घोड्यावर स्वार होऊन पित्याच्या राजेशाही मेण्याला सोबत केली. त्याने तीन वैद्यांची आणि दहाहून जास्त हालायिकांची बेयाझितच्या सेवेत नेमणूक केली आणि मग तो परतला. तो निघून गेल्यानंतर माजी सुलतान दुःखभराने आपल्या सरदारांना म्हणाला :

ज्यांनी माझी रोटी हिरावून घेतली
ज्यांनी मला मागे एकटं सोडून दिलं
ज्यांना खरं काय आहे ते माहीत आहे
त्या सगळ्यांनी बघावं सलिमने माझं काय केलं आहे ते.

ऑगस्ट २५, १५१५
बालात

मी सुंदर आहे, सुंदर आहे, सर्वात सुंदर आहे, हो.
सुलतानांची लाडकी, मी कॅस्टीलियनांची राजकन्या आहे, हो.

नाहमिआस कुटुंबातली छोटी मुलगी आपल्या आईची गोंडे लावलेली पिवळी शाल, जी तिच्या पावलांपर्यंत पोचत होती, अंगावर घेऊन तलावाकाठी गाणे गात होती. गाताना तिचे कुरळे केस इतस्ततः उडत होते. प्रत्येक महोफ शब्दाच्या वेळी ती आपले डोळे मिटून घेई. अपल्या दाट, लांब पापण्यांची फडफड करे आणि आपले पाऊल जमिनीवर तीनदा आपटे.

विशाल मलबेरी वृक्षाच्या सावलीखाली मांडलेल्या मेजाभोवती बसलेले

१४० किराझे

पुरुष हे गोड गाणे ऐकताना रंगून गेले होते. अवघ्या पाच वर्षांच्या एस्थरला सगळ्यांचे लक्ष आपल्याकडे वेधून घेणे अगदी छान जमत होते. तिचा आविर्भाव लहान मुलीपेक्षा एखाद्या नर्तकीसारखा होता.

त्यांचा शेजारी डॉक्टर साल्वो म्हणाला, ''मोशे, मोठी झाल्यावर तुझी मुलगी तुझ्या डोक्याला चांगलाच त्रास देणार आहे बघ. सौंदर्यवती होणार आहे ती.''

मोशेने तिला उचलून आपल्या कडेवर घेतले आणि तिचे तेजस्वी कुरळे केस प्रेमभराने कुरवाळत तो म्हणाला, ''माझी सर्वात लाडकी आहे ही! माझं गोड सफरचंद!'' तिचे गुबगुबीत हात हातात धरून त्याने हलवले. आनंदाने ती खिदळायला लागली.

रेचलने स्वयंपाकघरातून हाक मारली, ''एस्थर, बाळा, इकडे येतेस का जरा?''

बाबांनी तिला खाली ठेवले आणि तिच्या पाठीवर हलकी थाप मारत तो म्हणाला, ''जा, आपल्या आईकडे, पिल्ला.''

पळत आत जायच्या आधी एस्थरने मेजावरच्या काचेच्या भांड्यातून मूठभर चेरी उचलल्या. त्यातली एक तिने आपल्या कानात डूलसारखी अडकवली आणि मग नाचत, गात ती घरात शिरली. दरवाजातून आत जायच्या अगोदर ती पुन्हा पुरुषांच्या दिशेने वळली आणि ओरडली, ''मी सुंदर आहे, मी सुंदर आहे, सर्वात सुंदर, हो!'' लालभडक चेरी तिच्या काळ्याभोर कुरळ्या केसांमध्ये लकाकत होत्या.

एती, एस्थरच्या मदतीकरता असलेली सिब्रिको कुटुंबातली मुलगी, तिला बघून हसत मोठ्या आवाजात म्हणाली, ''किराझे, ये, स्वयंपाकघरात तुझं स्वागत आहे.'' रेचलने त्या तरुण रोमानियन मुलीकडे प्रश्नार्थक नजरेने पाहिले. रोमानियन ज्यू हे ओट्टोमनांच्याही आधीपासून इथे राहत होते आणि आपल्या जन्मभूमीला सोडून ते कधीच बाहेर स्थलांतरित झाले नव्हते. ते बिझेन्टीन होते. सेफार्दी ज्यूंकडून ते स्पॅनिश भाषा शिकले होते आणि त्या बदल्यात त्यांना तुर्की भाषा शिकवली.

''नाव, टोपणनाव,'' एतीने उत्तर दिले, ''किराझ शब्दाचा अर्थ तुर्कीमध्ये चेरी असा होतो आणि किराझे हे स्त्रियांच्या डौलदारपणाला उद्देशून म्हटलेले विशेषण आहे.'' ती खिदळत म्हणाली, ''आहे ना तिला हे शोभून दिसणारं? तिचे हे लालचुटूक ओठ बघा! तिच्या केसांमधल्या चेरींपेक्षाही ते जास्त सुंदर

दिसत आहेत. लक्ष ठेवा या लबाड मुलीकडे! थक्क करणार आहे ती सगळ्यांना! ये इकडे, एतीच्या मिठीत ये शोन्या!''

मूकपणाने हे दृश्य पाहताना मत्सराची एक हलकीशी झुळूक सोलिकाच्या हृदयाला स्पर्शून गेली. रेचलने तिचे ज्वालेसारखे लाल केस प्रेमाने कुरवाळले. ''माझी लाडकी सोलिका, ती पण सुंदरच आहे. या दोन सुंदर पऱ्या माझ्या घरात आहेत. किती नशीबवान आहे मी,'' ती म्हणाली.

आपल्या बहिणीचा सोलीला खरेच मत्सर वाटत होता, पण तिने आपल्या भावना कधी उघडपणे दर्शवल्या नव्हत्या. लोकांच्या आकर्षणाचा केंद्रबिंदू बनणे तिला कधीच जमले नव्हते. ती एकतर आपल्या आईला मदत करत असायची किंवा तिचे वडील जी पुस्तके इतक्या काळजीपूर्वक छापत, त्यांच्याकडे ती बघत राही. दोघी बहिणी एकमेकींपेक्षा खूप वेगळ्या होत्या आणि एस्थरचे आपल्या आई-वडिलांचा स्वभाव, वागणुकीशीही अजिबात साम्य नव्हते. खरेतर एस्थरपेक्षा सोलीच जास्त रेचलसारखी होती; बाह्य आणि आंतरिक सौंदर्य अशा दोन्हींच्या बाबतीत. ती हुबेहूब रेचलसारखीच होती असे म्हटले तरी त्यात काही अतिशयोक्ती नव्हती. ज्यांना या कुटुंबाच्या पार्श्वभूमीची माहिती नव्हती ते म्हणत, ''रेचल, कसं जमलं तुला आपली इतकी हुबेहूब प्रतिमा तयार करणं? ही सोली म्हणजे रेचलचं लघुरूप आहे. तेच केस, तेच डोळे, तोच स्वभाव...''

अगदी पहिल्या दिवसापासूनच रेचल सोलीमध्ये खोलवर गुंतली होती. दुर्दैवी रिबेकाच्या या मुलीला तिने प्रेमाने आपलेसे केले होते, जणू तीच तिची खरी आई होती. अतिशय ममतेने तिने तिचा सांभाळ केला होता. आणि मोशेची सर्वात लाडकी होती एस्थर.

रेचल बागेत नेण्याकरता खाद्यपदार्थांच्या बशा भरत होती. एती जमीन पुसत होती. कोपऱ्यातले पिठाचे पोते उचलत असताना ती घाबरून किंचाळली, ''ईईईऽऽ घोण आहे इथे!'' तिच्या आवाजात किळस होती.

सोलीने घाबरून आपल्या आईच्या स्कर्टला गच्च पकडले. एस्थर कुतूहलाने पुढे झाली. तिने त्या किड्याकडे पाहिले आणि त्याच्यावर पाय ठेवून त्याला चिरडून टाकले. मग तिने आपल्या बुटाची टाच जमिनीवर घासून स्वच्छ केली. रेचल, एती आणि सोली सगळ्यांनी आपले डोळे घृणेने मिटून घेतले होते. एस्थर खिदळत टाळ्या पिटायला लागली आणि आनंदाने ओरडली, ''घाबरट, घाबरट!''

एती थक्क झाली होती, ''किराझे, तुला कीटकांची भीती वाटत नाही?''

सोली मधेच म्हणाली, ‘‘तिला कशाचीच भीती वाटत नाही. दिवसभर ती किडे, कीटक मारत असते. तिला कशाचीच भीती नाही आणि तिला कुणाचीच दया येत नाही. तुला माहीत आहे, एस्थर कावळ्यांना दगड मारत असते आणि कधी कधी मांजरीनाही आणि...’’

रेचल म्हणाली, ‘‘थांबवा हे! मला मळमळायला लागलं आहे. तुम्हाला आठवण करून द्यायला हवी आहे, की आपल्याला भरपूर कामं संपवायची आहेत. बागेतले लोक भुकेले आहेत. चला सगळे.’’

मलबेरीच्या झाडाखाली बैठक मारून बसलेल्यांमध्येही शोषण होणाऱ्या, दयेस पात्र असणाऱ्यांबद्दलच चर्चा चालू होती, पण त्यात कीटकांचा समावेश नव्हता, तर नव्या सुलतानाच्या जुलमी शासनाबद्दल बोलणे चालू होते. संतापी सलिम बालातच्या बगिच्यामध्ये बसलेल्या लोकांमध्येही आपल्या दहशतीचा प्रभाव पाडण्यात यशस्वी झाला होता.

डॉक्टर साल्वो म्हणाले, ‘‘त्याने चार वजिरांना रात्री जेवायला बोलावले आणि चावुशेसने कोका मुस्तफाला काळा अंगरखा घालायला दिला, त्याचा अर्थ काय ते तुम्हाला माहीत आहेच...’’

सगळ्यांनी मूकपणे माना हलवल्या. डॉक्टर पुढे म्हणाले, ‘‘त्याची मान मुरगळून त्यांनी त्याचे मृत शरीर भटक्या कुत्र्यांसमोर फेकले.’’

विणकर सिब्रिकोने त्यात भर घातली. ‘‘ज्या माणसाने स्वत:च्या सख्ख्या भावांना आणि पुतण्यांना ठार मारले तो त्याच्याशी एकनिष्ठ नसलेल्या वजिराला काय दया दाखवणार? त्याने नेमके किती वजीर आजवर मारले आहेत याचा आकडाही मला सांगता येणार नाही. उगाच नाही मुसलमान लोक एकमेकांना शाप देताना म्हणतात, तू सलिमचा वजीर होशील.’’

मोशे म्हणाला, ‘‘आणि तो आपल्या वडलांशीही कसा वागला आहे.’’

‘‘होय, खरंच आहे ते,’’ डॉक्टर साल्वो म्हणाले, ‘‘माझ्या माहितीनुसार, आमच्यापैकीच एक, डॉक्टर डॅनन यांची त्या योजनेवर नेमणूक झाली होती. मला खात्री आहे त्याने सुलतान बेयाझित दुसरा याच्यावर विषप्रयोग केला. त्याला परागंदा केल्याच्या तिसऱ्याच दिवशी तो आपल्या एकनिष्ठ सरदारांसोबत त्याच्या जन्मगावी दिमेतोका इथे जात असताना प्रवासाच्या दरम्यानच तो अचानक आजारी झाला आणि आत्यंतिक वेदनांनी त्याचा मृत्यू झाला.’’

सिब्रिको पुटपुटला, ‘‘अविश्वसनीय दगाबाजी!’’

मोशे म्हणाला, ‘‘या सर्वात मला शहजादा मेहमेत याची दैवगती काळजाला

भिडली. शहेनशाहांचा मुलगा मेहमेत. फार दु:खद कहाणी आहे त्याची. जेमतेम सात वर्षांचा मुलगा आणि तो बिचारा त्याचा शिरच्छेद करणाऱ्यांकडे कळवळून प्राणांची भीक मागत होता, 'मी सुलतानांची रोज सेवा करीन, एका सोन्याच्या तुकड्याच्या बदल्यात, कृपा करून मला मारू नका!' पण अर्थातच त्याचा काही उपयोग झाला नाही. सलिमने त्याच्या पाचही पुतण्यांचा शिरच्छेद करायची आज्ञा दिली होती. आलमशाहांचा वीस वर्षांचा मुलगा ओस्मान याने खूप विरोध केला असं ऐकलं. त्याने एका सैनिकाच्या पोटात सुराही खुपसला. दुसऱ्याचा हात तोडला, पण शेवटी व्हायचं होतं ते झालंच. असं म्हणतात, काकाने आपल्या रक्ताच्या पुतण्यांचे खून खिडकीच्या आड उभे राहून पाहिले.''

मेजाभोवती बसलेल्या सगळ्यांचेच चेहरे पडले होते. सिब्रिको उत्तेजित स्वरात म्हणाला, ''त्याने निदान चाळीस हजार अलेविसांची कत्तल केली असं म्हणतात. त्याने वय, नावानिशी मुस्लीम धर्मातील या पंथाला मानणाऱ्या लोकांच्या याद्या केल्या! त्याला अनातोलियामध्ये एकही अलेवी पुरुष जिवंत ठेवायचा नव्हता. धार्मिक हत्याकांडच आहे हे!''

हत्याकांड शब्दाच्या उल्लेखानेही ते सगळे हाडापासून थरकापले. मोशे म्हणाला, ''याची झळ आपल्यालाही बसेल असं तुम्हाला वाटतं का?''

डॉक्टरने आक्षेप घेत आपली मान हलवली. ''नाही'' तो म्हणाला, ''त्याचे सगळे डॉक्टर ज्यू आहेत, आपल्याला धोका नाही. शिवाय त्याला ज्यूंशी काही देणंघेणंही नाही. त्याचं सगळं लक्ष पूर्वेकडे केंद्रित आहे. त्याला पर्शियातून शीतेंची सत्ता उखडून टाकायची आहे. शाह इस्माईलला त्याने आधीच पराभूत केलं आहे. त्याचा सगळा जनानखाना, अगदी बायकोलाही, त्याने आपल्या ताब्यात घेतलं. तुमचा विश्वास बसणार नाही, पण त्याने या बाईला त्याच्या एका पाशाच्या स्वाधीन केलं. दोघेही मुसलमान आहेत, सलिम आणि इस्माईल... पण ओट्टोमन सुलतान कसलेही नियम पाळत नाहीत. त्याला कोणाबद्दलही आदर नाही. असं म्हणतात तो घराच्या बागेत असल्यासारखा तबरिजमध्ये फिरतो. त्याने बाहेरून जबरदस्तीने हजारो कलाकार, चित्रकारांना इस्तंबूलमध्ये आणवले आहे. अर्थात आता वारे त्याच्या दिशेने वाहत आहेत; त्याच्याकडे सत्ता आहे; संधी आहे. मी असं ऐकलं आहे की कुर्दिश नेता इद्रिसी बित्लिसी याच्याशी त्याने संगनमत केलं. ओट्टोमन दरबारातलं ते एक प्रसिद्ध, महत्त्वाचं नाव आहे. आता आणि मग त्याच्या मदतीने अनेक कुर्दिश अमिद, बित्लिस, हसनकेयफ, मुसल आणि उर्फा साम्राज्यात सामील झाले आहेत. सगळे ओट्टोमन झाले आहेत आता.

मला वाटतं आता इजिप्तवर त्याचं लक्ष आहे. त्याला संपूर्ण पूर्व आपल्या ताब्यात हवा आहे, पण कोणी सांगावं, नंतर तो पश्चिमेकडेही वळेल."

"त्याचे त्यांच्याशी खूप चांगले संबंध आहेत," सिब्रिकोसने माहिती दिली. "माझ्या काही व्हेनेशियन मित्रांकडून मला हे कळलं आहे. सेमिझ चावुश आणि त्याच्या समितीचे सान मार्को चौकात अतिशय भव्य स्वागत केलं गेलं. संसदेकडे जाताना सलिमच्या राजदूतासोबत त्यांचे दहा राजनैतिक अधिकारी होते. दहा... खरं वाटतंय का तुम्हाला? ब्रेह ब्रेह ब्रेह... नक्कीच ही खास व्हेनेशियन शैली. याचाच अर्थ असा की त्यांचे संबंध शांततापूर्ण आहेत आणि राहतील. त्यांचा हंगेरियन लोकांसोबत वाद नाही, रशियनांसोबतही नाही. तुझं बरोबर आहे, तो कशाला आपल्या भानगडीत पडेल?"

"मला वाटतं, तरीही आपल्याला काळजी घ्यावी लागेल. नवा सुलतान क्रूर जनावर आहे, हे आपण लक्षात ठेवायला हवं," मोशे म्हणाला.

दरम्यान बागेच्या प्रवेशद्वारावर कोणीतरी सातत्याने ठकठक करत होते. त्या आवाजाने सगळेच चिंतित होऊन उभे राहिले. मोशे दार उघडायला गेला, पण रेचल त्याच्या पुढे धावली. अचानक बागेत हसण्या-खिदळण्याचा जल्लोश झाला. आत प्रवेश केलेले नवे पाहुणे होते सिब्रिकोस आणि साल्वोच्या बायका आणि त्यांची मुले. त्यांच्या हातात भाजलेल्या मातीची भांडी होती. त्यावर पांढऱ्याशुभ्र जाळीच्या कापडाचे आच्छादन.

"अरे वा, छानच!" सगळे पुरुषही आनंदाने ओरडले आणि पुन्हा सैलावून खाली बसले.

एस्थर पाहुण्यांच्या गराड्यात नाचत-गात होती. सगळ्यांनाच तिला उचलून घ्यायचे होते. तिच्या गालांचे चुंबन घ्यायचे होते. आपल्या आईशेजारी उभी राहून सोली त्यांच्याकडे लांबूनच मूकपणे पाहत होती. एती चीत्कारून म्हणाली, "मला तर ती म्हणजे एक चमत्कारच वाटतो आहे. अप्रतिम सौंदर्य आणि इतकी बुद्धिमत्ता!"

त्या रात्री मेजवानी संपवून घरी परतलेले नाहमिआस कुटुंबीयांचे पाहुणे शांतपणे झोपू शकले नाहीत. मध्यरात्रीनंतर काहीच वेळात इस्तंबूलमध्ये एक भयानक आग लागली आणि त्यात जवळपास तीन शेजाऱ्यांची जळून राख झाली. आगीच्या ज्वाळांचे थैमान बघणाऱ्यांमध्ये एक होता सुलतान सलिम. पिरी पाशांकडे वळून तो म्हणाला, "शिपायांना हवं होतं म्हणून आपण काझास्कर काफेर चेलेबीच्या खुनाचा हुकूम दिला. हे त्याच्या शापामुळे झालं असावं. आपण अन्याय केला बहुधा. परमेश्वर पुढील संकटांपासून आपलं रक्षण करो."

पिरी पाशाला ठसकाच लागला. सलिम इतका अनाकलनीय होता की, प्रतिसाद म्हणून काही म्हणायचीही सोय नव्हती. अगदी, 'होय', 'तुमचे बरोबर आहे,' हे सांगायचीही.

सलिमने कानातला सोन्याचा डूल चाचपला आणि आपल्या जाडजूड मिशीला पीळ दिला. टक लावून तो आकाशात उफाळणाऱ्या ज्वाळांकडे पाहत होता. सैतानाच्या मुखातून निघालेल्या असंख्य जिभांसारख्याच वाटल्या त्याला त्या. अकस्मात त्याने विचारले, ''आरमाराची काय खबर पाशा?''

''सुलतान, थोड्याच काळात तुमच्या हुकमाची अंमलबजावणी करायला ते सज्ज होईल. गोल्डन हॉर्नच्या बंदरात रात्रंदिवस काम चालू आहे.''

''जर झाले नाही तर मला कळवा, जर झाले नाही तर...'' गर्जना करून तो तिथून निघून गेला.

सप्टेंबर २५, १५१७

एदिमे

''हे तुझे ससाणे, असं वाटतंय ते गरुडावर हल्ला करायला आतुर झाले आहेत, सहाबोट्या.'' एक हात डोळ्यांवर सावलीकरता आडवा धरून शहजादा सुलेमान निळ्या आकाशात चीत्कारत उडणाऱ्या पक्ष्यांचे निरीक्षण करत होता.

''आहेतच ते शूर. आपण नेहमीप्रमाणेच अचूक निरीक्षण केलं आहे शहजादे. याच कारणामुळे अनेक जण मेले आहेत, खरे शिकारी आहेत ते.''

शिकारी पक्ष्यांनी एक काळा पक्षी पकडला होता. तीरंदाजांनी आपले धनुष्य ताणले आणि बाणाचा नेम धरला.

बुराक गेली काही वर्षं शहजादा सुलेमानच्या ससाण्यांचा प्रमुख प्रशिक्षक होता. सलिमने जेव्हा शाह इस्माईलवर हल्ला चढवला त्या वेळी त्याची या कामावर नेमणूक झाली होती. आपल्या एकुलत्या एक मुलाला त्या वेळी सलिमने दरबारातला आपला प्रतिनिधी केले होते. शिकार करण्याची आवड आणि शिकारी पक्ष्यांबद्दलचे आकर्षण यामुळे ही दोन तरुण मुले, त्यांचे सामाजिक स्तर वेगळे असले आणि जगातल्या दोन भिन्न भागांमधून ते आलेले असले तरी, एकमेकांची दोस्त बनली होती.

सुलेमानने काळ्या पक्ष्यावर संधी साधून तीर सोडला. आपले कर्तव्य

बजावलेला एक ससाणा खाली सूर मारून आपल्या मालकाच्या दिशेने आला. दुसरा मात्र अजूनही हट्टाने गरुडाचा पाठलाग करत होता.

बुराकने एक लहानसा बहिरी ससाणा पिंजऱ्यातून बाहेर काढला. त्याच्या छातीवरची मऊ पिसं कुरवाळली आणि तोंडाने प्रार्थना पुटपुटत त्याला आकाशात मुक्त केले.

फिकट, बारीक चेहऱ्याचा, आकड्यासारखे तीक्ष्ण नाक असलेला आणि पाठीत किंचितसे पोक असलेला शहजादा तो पक्षी आकाशात दूरवर उडत लहान ठिपक्यासारखा दिसायला लागेपर्यंत त्याचे निरीक्षण करत राहिला आणि मग आपल्या भात्यात हात घालून त्याने एक बाण बाहेर काढला, धनुष्यावर लावला आणि त्याची चाचणी घेतली.

''माझे अब्बा सुलतान सलिम अखेर इस्तंबूलला सहीसलामत परत आले. अल्लाची कृपा.''

''इन्शाल्ला. यापुढे ओट्टोमन हेच इस्लामचे मुख्य. सुलतानांचे आभार! अल्लाहची त्यांच्यावर मर्जी आहे.''

''आमेन. माझे अब्बा अगदी सुरुवातीपासून या विषयासंदर्भात आग्रही होते. तरी पण मला वाटतं कापिआगासी हसनचं स्वप्न हा एक शुभसंकेत ठरला.''

''होय शहजादे, तो एक दैवी संकेतच होता. प्रत्येकालाच असं स्वप्न पडत नाही. अल्लानेच ते त्यांना दाखवलं. नाही तर त्यांना कशाला चार अरब आपल्याजवळचा धार्मिक खजिना त्यांच्या हातात सोपवत असल्याचे स्वप्नात दिसेल? ''

''होय, आणि आता ते स्वप्न खरं ठरलं आहे. माझ्या अब्बांनी इस्लामचा मौल्यवान वारसा राजधानीत आणला आहे. दूत म्हणाला ते अतिशय समाधानी दिसत होते. त्यामुळे युनुस पाशा समारंभाचाही त्यांना विसर पडला.''

सहा बोटांच्या बुराकने अजून एक ससाणा काळ्या पक्षाच्या पाठलागावर असलेला दाखवला. शहजाद्याने आपले धनुष्य सज्ज केले आणि त्यातून एक तीर सणसणत हवेत सोडला. आपल्या लक्ष्याच्या उरात जाऊन तो घुसला. तपकिरी रंगाचा शिकारी कुत्रा, जो आत्तापर्यंत सहनशीलतेने बसून होता, तो हा संदेश मिळताच तीरासारखा धावला आणि काही क्षणांनी परत आला; आपल्या तोंडात लटकते बक्षीस घेऊन.

ससाणा परतला; बुराकच्या खांद्यावर जाऊन बसला, आपल्या तीक्ष्ण

डोळ्यांनी आजूबाजूच्या परिसरावर नजर ठेवत. त्याचे डोके वेगाने इकडे तिकडे गोलाकार फिरत होते, सगळ्या शिकारी पक्ष्यांची ही खासियत.

सुलेमान आपल्याला मिळालेल्या यशावर खूश होता. त्याने अभिमानाने हुंकार दिला.

''तुम्ही युनुस पाशांबद्दल सांगत होता, शहजादे.''

किराझे

''आपलं तोंड बंद न ठेवल्याची किंमत त्यांनी मोजली. इजिप्तवरून परतत असताना ते सरकासिअन बे, ज्यांना माझ्या अब्बांनी राज्यप्रमुख नेमले होते, त्यांच्या विरोधात बोलले. त्यामुळे त्यांचा पारा चढला. त्यांनी ताबडतोब त्यांच्या खोगिराच्या दोऱ्या कापायचा हुकूम दिला. तुला चांगलाच माहीत आहे त्याचा अर्थ... लगेचच त्यांचे मुंडके उडवण्यात आले. माझे अब्बा, असं म्हणतात, युनुसचं रक्ताळलेलं मुंडकं हातात घेऊन ते दीर्घ काळ घोडेस्वारी करत होते. त्यांच्या संतापापासून अल्ला सगळ्यांना वाचवो. मलाही.''

''पण शहजादे, आपण त्यांचे एकुलते एक पुत्र आहात.''

''त्याने काही फरक पडत नाही. ते वडिलांपेक्षा सुलतान जास्त आहेत. ओट्टोमन साम्राज्याचे ते सुलतान आहेत आणि जगभरातल्या इस्लामचे खलिफा.''

बुराक काही बोलला नाही. या प्रकारच्या संभाषणाला त्याच्या दृष्टीने काही अर्थ नव्हता. वडील, आई, काका, घर... हे सगळे त्याच्या अनुभवकक्षेच्या पलीकडचे होते. त्याच्या अंधारमय भूतकाळातली एक कोरा आई तेवढी त्याला आठवत होती, पण तिची आठवणही पुरेशी स्पष्ट नव्हती. आणि केमाल रेईसही होता. हसरे डोळे, बळकट हातांनी त्याला उचलून घेणे, जाड मजबूत बोटांनी त्याला दिवित पकडायला शिकवणे... कदाचित वडील असेच असतात, पण त्याला हे कळण्याइतपत अनुभव मिळाला नव्हता. काही वर्षांपूर्वी शूर केमाल रेईस समुद्रावर त्याच्या सहकाऱ्यांसह गायब झाला. एका भयानक वादळात ते सापडले. आयुष्यभर त्याने ज्या निळ्याशार भूमध्य सागरावर इतक प्रेम केल तोच त्याला आपल्याकडे कायमचा घेऊन गेला.

त्याने थोडे गोंजारून पुन्हा ससाण्याला सोडून दिले आणि सुलेमानने दुसरा बाण भात्यातून काढला.

"माझे शूर अब्बा कैरोमध्ये राजदूतांना भेटले. व्हेनेशियन राजदूतांसोबत ते दमास्कसला गेले आणि अजून एक, मेकेन्जिओ आपल्या आरमाराला घेऊन इस्तंबूलला परत आला आहे. सगळे करार नव्याने केले गेले आहेत. आपल्या सुलतानांनी सायप्रस पुन्हा व्हेनेशियन राज्याकडे सुपूर्द केलं आहे, पण अर्थातच यानंतर ते मेम्लुकांऐवजी आपल्याला वार्षिक आठ हजार दुकत इतका कर देतील."

वयाने लहान असला तरी शहजाद्याला राजकारणात बराच रस होता आणि केफे, मनिसा सान्चाकला असताना, तिथल्या कारभाराची व्यवस्था बघत असताना त्याला चांगलाच अनुभवही मिळाला होता. त्याच्या वडिलांचा त्याच्यावर इतका विश्वास होता की ते दोन वेळा युद्धावर गेले असताना त्यांनी आपला प्रतिनिधी म्हणून राज्यकारभार त्याच्यावर सोपवला होता आणि आता तो एदिर्नेचा राज्यपाल होता.

"आता पश्चिमेवर लक्ष केंद्रित करायची वेळ आली आहे," आपल्या दोन बोटांमध्ये बाण खेळवत धनुष्यात बसवायच्या तयारीत असताना तो म्हणाला.

बुराक आपले तीक्ष्ण काळे डोळे रोखून आकाशाचे निरीक्षण करत होता. त्याचे दोन्ही हात कंबरेवर होते. सुलेमानकडे वळून तो म्हणाला, "व्हेनिस?"

"नाही, हंगेरी. या जागी मी जाणार आहे. बुडापेस्ट, बेलग्रेड, व्हिएन्ना."

शहजाद्यांच्या निशाणांना खूप महत्त्व होते.

ससाणा काळ्या पक्षाच्या मागे लागला होता. सुलेमानचा बाण या वेळी त्याच्या पंखावर लागला. पक्षी वेड्यावाकड्या गिरक्या घेत खाली आला. कुत्रा आधीच त्याला पकडायला धावला होता.

"चल सहाबोट्या, जाऊया आपण." शहजादा म्हणाला. "माझे अब्बा यायच्या आत आपण अजून खूप वेळा शिकारीला जाऊ शकतो. मनिसा, सरुहानला परतल्यावर मात्र तशी संधी फार मिळणार नाही. तिथे इतके पक्षीही नाहीत, पण त्याऐवजी आपण हरणाच्या शिकारीला जाऊ शकतो."

बुराकने हसून मान डोलावली. आपल्या सहा बोटांपैकी त्याने दोन बोटे तोंडात घालून जोरात शिट्टी वाजवली. गरुडाचा पिच्छा पुरवणारे ससाणा आणि बहिरी ससाणा ताबडतोब पंख फडफडवत परत आले.

शिपाई, नोकर आणि इतर कामगारही त्या शिट्टीचा आवाज ऐकून सामानाची आवराआवर करायला आणि एदिर्नेला परतायची तयारी करायला आधीच तिथे आले होते.

मावळत्या सूर्याच्या किरणांचे प्रतिबिंब तलावाच्या पाण्यावर पडल्याने तो सोनेरी दिसत होता. शेतातली सूर्यफुले मलूल झाली होती. त्यांची पिवळी मुखे खाली झुकल्याने दिसणाऱ्या फक्त काळ्या काटक्या उदास वाटत होत्या. पक्ष्यांच्या थव्याला शिकारी परत निघाल्याची जणू जाणीव झाली होती आणि ते आकाशात मोठ्या संख्येने झेपावून जणू आव्हान देत होते. त्यांच्या पंखांच्या फडफडण्याचा आवाज त्यांच्या किलबिलाटापेक्षाही मोठा येत होता. पेटलेल्या क्षितिजाच्या दिशेने आपल्या पंखांची उघडमिट करत उडणारे ते पक्षी एकत्रित एक महाप्रचंड पंखा वाटत होते.

सप्टेंबर ८, १५२०
नवी सराय

सलिमच्या भावी योजना त्याच्या मुलाहून वेगळ्या नव्हत्या. पूर्व अनातोलिआ, इराण आणि इजिप्त आता पूर्णपणे त्याच्या आधिपत्याखाली होते आणि आता पश्चिमेकडे सरकायची वेळ आली होती. खरेतर पूर्वेला युद्ध चालू असतानाच्या वर्षांमध्येही त्याने ओट्टोमन-व्हेनेशियन संबंध सुरळीत चालू राहावेत याला खूप महत्त्व दिले होते. डुकीला पोहचलेला त्याचा अखेरचा प्रतिनिधी होता घोडदळातला युनुस. रशियन आणि हंगेरियनांबरोबर नव्याने केलेले करार हे त्यांच्या संबंधातल्या स्थैर्याचे निदर्शक होते आणि लवकरच ओट्टोमन आणि स्पॅनिश या दोन साम्राज्यांमध्येही काही नव्या वाटाघाटी होण्याची शक्यता होती. सलिमला नवा पोप लिऑन दहावा याच्या कडव्या धर्मनिष्ठांची फौज तयार करण्याच्या महत्त्वाकांक्षेची कल्पना होती आणि म्हणूनच आपले नवे आरमार लवकरात लवकर सज्ज व्हावे याकरता तो इतका उत्सुक होता. त्याला माहीत होते या संघर्षामध्ये भरभक्कम समुद्रसत्ता असणे किती महत्त्वाचे होते. पण अजूनपर्यंत जहाजांची गुणवत्ता किंवा संख्या याबाबत त्याने जे ध्येय ठरवले होते त्याच्या जवळपासही त्याच्या आरमाराची सुसज्जता पोहचलेली नव्हती. या कमकुवत बाजूमुळे त्याला स्पेनसोबत चांगले संबंध राखणे अजून तरी भाग होते. भविष्यात मुसलमानांविरुद्ध ख्रिश्चनांचे एकीकरण होण्याच्या धोक्यापासून बचाव व्हावा याकरता हे गरजेचे होते. नव्या सरायला भेट दिलेला स्पॅनिश राजदूत मोठ्या समाधानाने त्याच्या देशाकडे परत जायला निघाला होता. सुलतानांतर्फे

भेट मिळालेला सोन्याच्या जरीत विणलेला कफ़्तान आणि त्याहीपेक्षा पाच हजार सुवर्णमुद्रांची थैली हे त्याच्या खुशीचे मुख्य कारण. आपल्या व्यवहारावर साखरपेरणी करण्यात सलिम हुशार होता. त्याने स्पॅनिश दरबारात संदेश पाठवला होता की, 'आम्ही पवित्र कामामे चर्चला भेट द्यायला येणाऱ्या ख्रिश्चनांवर कोणतीही करआकारणी करणार नाही.' त्यामुळे निदान सध्या तरी सुलतानाच्या मार्गात या दिशेने कसलेही काळे ढग डोकावणार नसल्याची खात्री होती. अर्थात तरीही आरमार सुसज्ज करण्याचा त्याचा इरादा पक्का होताच.

तो एक थंडगार, शांत दिवस होता. सरायचा बगिचा हिवाळ्यातल्या नेहमीच्या जळत्या रंगांमध्ये सजलेला होता. लालभडक पाने आणि पिवळ्या फुलांचा गालिचा. फांद्यावर पानांमागे दडलेली स्वॅलोंची घरटी रिकामी होती. शहराचे एकनिष्ठ पंखेवाले नागरिक, चिमण्या, ज्या आपल्या घरांना कधीच सोडून जात नाहीत, त्या सुंदर संगमरवरी पुतळे आणि गाणारी कारंजी असलेल्या शाही तलावात आनंदाने चिवचिवत होत्या. सुलतान सलिम आणि त्याचा आवडता सहकारी हसन खान हे बागेतल्या मार्गिकेवरून आपला नेहमीचा सकाळचा फेरफटका मारत असताना बोलत होते. मात्र सध्याच्या मन:स्थितीत बगिच्याचे रंगीबेरंगी, सुगंधी सौंदर्य त्यांना जराही आकर्षित करत नव्हते.

त्यांच्यावर कामाची जबरदस्ती करण्याकरता शारीरिक इजा हाच एक मार्ग आहे, नाहीतर सगळा आळशी कारभार तसाच चालेल.

सुलतानाचा राग शांत व्हावा म्हणून हसन खान जरा समजुतीच्या स्वरात म्हणाला, "पुढच्या काळात तसंही काम कमी आहे, बरंचसं मार्गाला लागलं आहे, सुलतान. सुसज्ज आरमार उभं करणं हे सोपं काम नाही."

सलिम फेऱ्या मारायचा थांबून म्हणाला, "मग ते मूर्ख मला होड बेटांवर चालून जायला प्रवृत्त का करत आहेत?" सुलतान नाराज मन:स्थितीत असला की आपल्या शब्दांची कायम पुनरावृत्ती करायचा. तसेच त्याने आताही केले. "ते मूर्ख, ते मूर्ख, ते मूर्ख!" त्याने आपले दात-ओठ चावले. "मी वजिरांकडे चौकशी केली. बेटांवर ताबा मिळवायला किती दारूगोळा गरजेचा आहे. निर्लज्ज मूर्ख! तब्बल चार दिवसांनी ते सांगतात की आपल्याकडे जेमतेम चार महिने पुरेल इतका साठा आहे. आता याला काय करायचं? मूर्ख, मूर्ख, मूर्ख!"

अशा वेळी गप्प राहून फक्त ऐकायचं असतं हे कळण्याइतपत हसन खान शहाणा आणि अनुभवी होता.

"माझे आजोबा महान योद्धा महमद यांनीही होड्स जिंकायचा प्रयत्न केला

होता, पण अल्लाने त्यांना तिथले मद्य चाखून विजय साजरा करण्याची संधी बहाल केली नाही. मलाही ही संधी मिळाली नाही तर? नाही, इतका कमी दारूगोळा असताना त्या बेटांच्या भिंती पार करण्यात काही अर्थ नाही. त्यांना माझे तोंड शरमेने काळं करायचं आहे का? मला ठाऊक आहे आपले ध्येय साध्य करायला निदान आठ महिन्यांचा अजून अवधी आहे.''

सलिमने हताशपणे संतापाने येरझारा घातल्या आणि मग तो पुन्हा हसन खानला म्हणाला, ''आठ महिने पुरेल इतका दारूगोळा अतिशय गरजेचा आहे. त्याशिवाय होड्सकडे कूच करणे अशक्य आहे मला आणि ओट्टोमन सैन्याला.'' सुलतान काही वेळ गप्प राहिला. मग म्हणाला, पण या वेळी त्याचा आवाज शांत आणि उदास होता, ''खरंतर, मला आतून वाटत आहे की आता यापुढे मी कूच करणार आहे ते केवळ स्वर्गाच्या दिशेने.''

''परमेश्वर तुम्हाला दीर्घायुष्य देवो, सुलतान! वाऱ्याने तुमच्या तोंडचे हे शब्द लगेच वाहून न्यावेत आणि नष्ट करून टाकावेत. भरपूर वर्षं सौख्यात जगावं तुम्ही ही अल्लाहची इच्छा आहे. आम्हाला कधीही तुमचा वियोग सहन करायला लावू नका, सुलतान! आमेन.''

सलिमने संतापून नकारार्थी हात हलवला. तो काहीच बोलला नाही. त्याला अतिशय थकवा आला होता. तो निराश दिसत होता.

''आपण एदिर्नेला काही काळ विश्रांती घ्यावी. तिथली ताजी हवा...''

''ओह, हा एदिर्ने,'' सुलतान किंचित उत्साहित स्वरात म्हणाला. आपल्या पूर्वजांप्रमाणेच त्यालाही तिथे जायला खूप आवडे. ''हा काळ तिथे जायला सर्वात उत्तम आहे. शिकारीचा मौसम आहे हा.'' अचानक त्यांचा चेहरा वेदनेने आक्रसला. ''जरा या जागी नीट निरखून बघ, हसन खान. असं वाटत आहे माझ्या पाठीला काहीतरी चावलं आहे.''

हसन खानने बागेच्या भिंतीजवळ उभ्या असलेल्या सेवकाला खुर्ची आणायला सांगितले. सुलतान त्यावर बसला आणि खाली वाकला. हसनने काळजीपूर्वक पाहिले पण त्याला काही वावगे दिसले नाही. नंतर त्याने आपला हात सलिमच्या कफ्तानाच्या आत घातला आणि त्याची केसाळ, गोरी कातडी आपल्या बोटांनी चाचपून पाहिली. एका विवक्षित जागी सलिम वेदनेने किंचाळला. ''इथे याच जागी, तू आत्ता जिथे दाबलं आहेस तिथेच.''

त्या जागी कठीण, लालसर रंगाची गाठ होती. त्याच्या उजव्या खांद्याच्या अगदी मागे. एक मोठं गळू, अजून न पिकलेलं. सलिमने त्याला ती पिळायला

सांगितली, पण त्याने नकार दिला, ''सुलतान, अजून थोडं थांबायला हवं आपल्याला. निदान तीन दिवस. मग त्याच्यावर काय उपाय करायचा ते ठरवता येईल आपल्याला. आता त्याला जास्त जोरात दाबूनही चालणार नाही. तुम्ही कृपया विश्रांती घ्या. मला ठाऊक आहे यामुळे तुम्हाला किती वेदना होत असतील आणि त्यामुळे तुम्ही थकत आहात. मला अनेकदा या संकटाचा सामना करायला लागला आहे, त्यामुळे मला माहीत आहे.''

''तीन दिवस विश्रांती? आपण इतके कमकुवत नाही हसन खान आणि शिवाय आपण उद्या एदिर्नेला जायला निघत आहोत.''

''सुलतान, एवढं मोठं गळू झालेलं असताना घोडेस्वारी करणं अशक्य आहे. आपण एदिर्नेला नंतर जाऊ शकतो. तुम्हाला बरं वाटल्यावर...''

सलिमने हसत त्याच्या पाठीवर थाप मारली. ''ठीक आहे, ठीक आहे, आपण विचार करू यावर. आता तू जा आणि पिरी पाशाला इकडे पाठव.''

हसन खान आदराने झुकला आणि तिथून गेला. सुलतानही लगेचच हमाममध्ये गेले. तिथल्या संगमरवरी लादीवर झोपून भरपूर घाम येऊ द्यायचा आणि मग कुणाकडून तरी ते मऊ झालेले वैतागवाणे गळू पिळून घ्यायचे असे त्याने ठरवले.

ऑक्टोबर २२, १५२०
लंडन

हिवाळा नव्हता पण अंगावर पुरेसे गरम कपडे न घालता कोणी बाहेर पडले तर नक्कीच गोठून जाण्याइतकी थंडी हवेत होती. शहर पूर्णपणे दाट धुक्याने वेढले होते. हेन्री आठवा लांबलचक कातडी अस्तर असलेल्या कोटात स्वत:ला संपूर्ण गुंडाळून घेऊन घरातल्या शेकोटीसमोर आगीच्या ज्वाळांकडे पाहत विचारांमध्ये गढून गेला होता.

'कदाचित या सगळ्या समस्यांचे मूळ मी देवाशी आणि पवित्र धर्मग्रंथाशी केलेल्या प्रतारणेमध्ये असावे,' तो स्वत:शी पुटपुटला. ''माझ्या दिवंगत भावाच्या पत्नीशी विवाह करण्याची चूक मी केली आहे. पण इंग्लंडच्या उज्ज्वल भवितव्यासाठी, ग्रेट ब्रिटनकरताच मी ते केलं. असं केल्याने स्पेन आपल्या ताब्यात येईल असा विचार मी केला, पण आता त्याची किंमत मला मोजायला

लागत आहे. आमचं एकही अपत्य जन्मल्यानंतर श्वास घेऊ शकलं नाही. मेरीचा फक्त अपवाद. आमच्या मृत अपत्यांची नेमकी संख्याही मला सांगता येणार नाही. माझं पाप आहे हे, माझंच पाप... यामुळेच मी इतके प्रयत्न करूनही पोप बनू शकलो नाही आणि म्हणूनच आता माझ्याऐवजी कार्ल चौथा रोमन-जर्मन साम्राज्याचा पवित्र धर्मगुरू म्हणून सन्मानाने मिरवत आहे. माझ्या नावाला आणि माझ्या साम्राज्याला चिकटलेलं हे दुर्दैव मला पुसून टाकायलाच हवं ताबडतोब.''

सल्लागार थॉमस मूर त्याचे हे बोलणे अगदी काळजीपूर्वक ऐकत होता. त्याने वळून वोल्सीकडे पाहिले. तोही राजाच्या अगदी जवळचा होता. हा सगळा मूर्खपणा त्याच्याच दुष्ट मानसिकतेचा परिणाम होता. रिकामा झालेला खजिना आणि राजाचे अगदीच अकल्पित, पूर्ण होणे अशक्य असलेल्या स्वप्नांमागे धावणे आणि अर्थातच राजकुमारी कॅथरिना आणि हेन्री आठवा यांच्यातले खालावलेले वैवाहिक संबंध या सगळ्याचा त्याला हातभारच लागला होता. आपल्या फायद्याकरता काहीही करायला तो तयार असे आणि आपल्या ध्येयपूर्तीकरता राजाला तो एखाद्या कळसूत्री बाहुल्याप्रमाणे नाचवत होता. दुर्दैवाने तो अतिशय बुद्धिमान आणि हुशार होता.

घसा खारत वोल्सी म्हणाला, ''माझं असं मत आहे की, या अशुभ परिस्थितीतून शक्य तितक्या लवकर तुम्हाला मार्ग काढायला हवा आहे, महाराज. त्याकरता सर्वात पहिल्यांदा आपल्याला पोपकडून तुमच्या घटस्फोटाची प्रक्रिया सुरू करण्याची परवानगी मिळवायला हवी.''

ज्वाळांवरून आपली नजर न काढता हेन्री म्हणाला, ''आणि त्याने ती नाकारली तर आपण काय करायचं?''

क्षणाचाही विचार न करता वोल्सीने जाहीर केले, ''मग आपणही त्याला नाकारायचं. तशी वेळ आपल्यावर आणली तर आपण पोपच्या आधिपत्यापासून वेगळे होऊ.''

थॉमस मूर भयभीत झाला. अत्यंत महत्त्वाच्या गोष्टीबद्दल अशा बेफिकिरीने बोलणे हा अक्षम्य वेडेपणा होता आणि त्यावर मत व्यक्त केल्यावाचून त्याला राहावेना. ''मग हे सर्वात मोठं पाप ठरणार नाही का? आपण मार्टिन ल्यूथरला पाठिंबा देणार आहोत का? प्रोटेस्टंटपंथाचा स्वीकार करणार आहोत का?''

''अजिबात नाही,'' वोल्सीचा स्वर अगदी ठाम होता आणि चेहऱ्यावरचे हास्य गूढ. शेकोटीजवळ जाऊन त्याने हात उबदार केले. ''नाही, आपण दुसऱ्या कोणत्याही चर्चला पाठिंबा देणार नाही आहोत. आपण आपले चर्च स्थापन करू. एन्लिकन चर्च!''

स्वतःवरच्या जबरदस्त नियंत्रणाकरता प्रसिद्ध असलेला मूर आपला मानसिक तोल गमावण्याच्या बेतात होता. तो किंचाळला, "मूर्खपणा आहे हा!" राजा आणि त्याचा दुसरा सल्लागार थक्क होऊन त्याच्याकडे पाहायला लागले. मूरने झटकन स्वतःवर ताबा मिळवला आणि शांत स्वरात तो म्हणाला, "पूर्णपणे अयशस्वी होणारी ही योजना आहे. युरोपमध्ये सध्या जो मोठा राजकीय बदल झालेला आहे तो लक्षात घेता ज्याचे परिणाम आपल्याला नीट ठाऊक नाहीत अशा गोष्टीवर लक्ष केंद्रित करणं हे आपल्या साम्राज्यात अराजक माजवणारं होऊ शकतं; रक्तपातही होऊ शकतो आणि जर त्याला एक साधा घटस्फोट कारणीभूत असेल, तर कबूल करतो की हे मला अमान्य आहे. ही पूर्णपणे चुकीची गोष्ट आहे, अन्यायी आणि क्रूरसुद्धा!"

वोल्सीने त्याची भुवई उपहासाने उंचावली.

हेन्री आठवा खरोखरच लगेच घटस्फोट घेण्याच्या कल्पनेने उत्साहित झाला होता. त्यामागचे कारण काही प्रमाणात स्वतःची अपराधी भावना कमी करणे हे होते आणि तो दुसऱ्या स्त्रीच्या प्रेमात पडला हेही आणखी एक कारण होते.

त्याने त्वरेने ही चर्चा थांबवली, "नाही यात काही चूक नाही!" उठून उभा राहत तो संतापाने म्हणाला, "जोवर मला माझ्या पापांमधून मुक्ती मिळत नाही, तोवर मला कार्लच्या, पागल जुआनाफच्या मुलाच्या आणि तू उल्लेख केलेल्या नव्या युरोपियन प्रदेशातल्या अतिसंवेदनशील फ्रॅन्काईसच्या विरोधात उभं राहता येणार नाही."

आपल्या प्रतिस्पर्ध्याला राजाकडून योग्य ती ताकीद मिळाली हे पाहून वोल्सी आनंदित झाला. "ग्रेट ब्रिटन हे संपूर्ण जगावर सत्ता गाजवणारं शक्तिशाली साम्राज्य बनणार आहे," तो म्हणाला. "आणि त्याच्यासमोर कोणाचीही उभं राहण्याची हिंमत होणार नाही. पश्चिमेच्या राष्ट्राला नाही आणि पूर्वेच्याही नाही. फ्रॅन्काईस नाही, कार्ल नाही आणि सुलेमानही नाही!"

"सुलेमान?" राजाने विचारले.

"कॉन्स्टँटिनिपोलिस," मूरने उत्तर दिले.

"ओह, असं का? तो सुलेमान... मुसलमानांचा नवा नेता." हेन्रीने तिरस्काराने आपला हात झटकला. निदान सध्या तरी फ्रॅन्काईसवर मात करण्याकरता सुलेमानला बाजूला ठेवूया.

नवी सराय

सुलेमान ओट्टोमन साम्राज्याचा प्रमुख सत्ताधीश बनला त्याला एक महिना झाला होता. सगळ्या गोष्टी खूप जलद झाल्या.

अनुभव आणि हुशार हसन खानने दिलेला सल्ला धुडकावून लावून सुलतान सलिम त्या दिवशीचे त्यांचे संभाषण संपल्यावर हमाममध्ये घुसले होते. उष्ण संगमरवरी लादीवर वाफेच्या ढगांमध्ये तो अनेक तास झोपून राहिला, काखेतले गळू त्यामुळे पिकेल या आशेने. इतकेच नाही तर आपल्या हमाममधील सेवकाला त्याने ते पिळून काढायची आज्ञा दिली. त्यानंतर त्याची तब्येत अजूनच बिघडली. तरीही तो हट्टाने एदिर्नेला जायला निघाला आणि प्रवासादरम्यानच त्याचे अंग तापले, पाठ प्रचंड सुजली. आणि कोर्लू पठारावर त्याचा अकस्मात मृत्यू झाला. त्याच प्रदेशात जिथे तो आपल्या बापाविरुद्ध निर्णायक लढला होता.

सुलतानाच्या मृत्यूची बातमी त्याचा मुलगा सारुहान सोडून इतर सर्वांपासून तीन दिवस लपवून ठेवण्यात आली. सारुहान अथक घोडदौड करत राजधानीत येऊन पोचला. त्याहच्यासोबत त्याचे मौलवी, पाशा आणि त्याच्या इतक्याच वयाचे दोघे तरुण होते; एक होता सहा बोटे असलेला बुराक आणि दुसरा होता इब्राहिम.

इब्राहिमचे वडील पार्गा या ग्रीक गावात कोळी होते. तुर्की चाच्यांनी त्याला पळवले आणि गुलाम म्हणून मनिसामध्ये राहणाऱ्या एका वृद्ध स्त्रीला विकले. काहीतरी निमित्ताने त्याची भेट सुलेमानशी झाली आणि सुलेमान त्याच्या बुद्धिमत्तेमुळे, विशेषत: व्हायोलिनवादनातील त्याच्या कौशल्यामुळे, प्रभावित झाला आणि आपल्यासोबत दरबारात घेऊन आला. शहजादा सुलेमान, सहा बोटांचा बुराक आणि पार्गाचा इब्राहिम हे त्यांची प्रत्येकाची पार्श्वभूमी इतकी भिन्न असूनही गेली अनेक वर्षे एकमेकांचे जानी दोस्त होते. मनिसा ते इस्तंबूल हे अंतर तिघांनीही एकत्रच घोददौड करत काटले. आपल्यापुढे भविष्याने काय ताट वाढून ठेवले आहे याचे गूढ तिघांपैकी कोणालाही ठाऊक नव्हते.

राजधानीत आल्यावर लगेचच नव्या सुलतानांनी कुलुस आक्चे म्हणजेच शिक्क्यांची नाणी सगळ्या शिपायांमध्ये वाटली आणि शांततेत राज्यारोहण केले. नव्या सुलतानांना कोणीच प्रतिस्पर्धी नव्हता. कारण त्याचे आजोबा आणि वडील यांनी केवळ एकच शहजादा जिवंत राहील याची खबरदारी घेतली होती. शहजाद्यालाही एकच पुत्र होता.

सुलेमानने ताबडतोब आपण ठरवलेली ध्येये आणि आकांक्षेची पूर्ती करायला सुरुवात केली. वजीर, पाशा आणि मौलवींच्या अनेक सभा भरल्या गेल्या; ज्यात महत्त्वाच्या गोष्टी ठरवल्या गेल्या.

या काळात इस्तंबूलला वेगवेगळ्या युरोपियन देशांकडून नव्या ओट्टोमन सम्राटांकरता बहुमोल नजराणे आणि शुभेच्छांसहित किती राजदूत येत होते याची गणतीच नाही. आज फ्रेंच राजा फ्रॅन्काईस याचा दूत सुलतानांच्या दरबारात आला होता.

राजदरबारातील औपचारिक स्वागत समारंभ पार पडल्यावर दूताने आलंकारिक शब्दांमधल्या शुभेच्छांचा वर्षाव आपल्या राजातर्फे सुलतानांवर केला आणि पॅरिसवरून खास आणलेल्या भेटी पेश केल्या. फ्रॅन्काईस, जो प्रबोधकाळाचा उद्गाता आणि प्रवक्ता होता, त्याने स्वत: खास निवडून पाठवलेल्या सुंदर भेटवस्तू उच्चतम कलेचा नमुना होत्या. प्लुमे सेट, घड्याळे, आरसे, खास विणून घेतलेले उंची कापड, क्रिस्टलच्या वस्तू... अशा सोन्या- चांदीत मढवलेल्या वस्तूंवर असंख्य हिरे, माणके, पाचू, सफायर आणि ओपल जडवलेले होते. या वस्तू केवळ महागड्याच नव्हत्या तर एकमेवाद्वितीय अशा विशेषत्वाने घडवून घेतलेल्या होत्या. याव्यतिरिक्त भेटवस्तूंच्या सजावटीमध्ये कुठेही अंक घातले जाऊ नये याची विशेष काळजी घेतली गेली होती. कारण अशी चिन्हांकने इस्लामच्या नियमांमध्ये बसत नाहीत. यावरून फ्रेंच राजाचा सुलतानांप्रति असलेला अतीव आदर व्यक्त होत होता. दुभाषी राजदूताच्या भाषणाचा अनुवाद पेश करत होता :

"...आमचे नवे तेजस्वी सुलतान आणि महामहिन राजा यांच्यातली मैत्री, ओट्टोमन आणि फ्रेंच या महाशक्तींमधली युती यामुळे दरबारात हर्ष आणि सन्मान भरलेला आहे, तो पुढेही असाच कायम राहावा. या संघटित शक्तीमुळे युरोपवर वर्चस्व गाजवू इच्छित असलेल्या शार्लकिन..."

सुलेमानने हाताच्या इशाऱ्याने त्याला थांबवले.

"फ्रेंच राजाला चिंताग्रस्त व्हायची काही आवश्यकता नाही. आम्ही त्यांचे रक्षण करायला समर्थ आहोत. आम्ही कधीही आमच्या मित्रांचा घात करत नाही. शार्लकिनबद्दल बोलायचं तर आम्ही लवकरच त्याचा बंदोबस्त करू. तुमच्या राजाला हा संदेश द्या, म्हणजे त्यांना चिंता वाटणार नाही."

त्यानंतर राजदूत सुलतानांनी भेट दिलेले चांदीच्या तारांनी सुशोभित खोगीर हातात घेऊन त्या राजेशाही दरबारातून बाहेर पडला.

सुलेमानांना भेटायला आलेला दुसरा पाहुणा होता साध्या काळ्या पोशाखातला एक धर्मगुरू ज्याच्यासोबत त्यांनी बराच वेळ चर्चा केली. तो मार्टिन ल्यूथरच्या भक्तगणांपैकी होता. बराच काळ संभाषण झाल्यानंतर त्याने युरोपात नव्याने पाय रोवू पाहणाऱ्या या धार्मिक गटाला आपला संपूर्ण पाठिंबा द्यायचे ठरवले. ओट्टोमनचे सम्राट, इस्लामचे प्रमुख नेते सुलेमान यांना खात्रीपूर्वक वाटत होते कॅथॉलिक जगाशी सामना करताना युद्धातील शस्त्रकौशल्य आणि सोन्याच्या मोहरांचे आमिष या दोन्ही गोष्टींचा त्यांना सारखाच उपयोग होणार आहे.

त्यांनी आपला निर्णय घेतला होता. संपूर्ण युरोप पादाक्रांत करायची सुरुवात हंगेरीपासून करायची. पहिला निशाणा बेलग्रेड आणि मग इतर शहरे. भविष्यकालीन विजयाची संपूर्ण तरतूद पूर्ण झाल्यावर ते कूच करणार होते. हंगेरीच्या राजाने ओट्टोमन संदेशवाहकाची, जो नव्या सुलतानांच्या राज्यारोहणाची बातमी पोहचवायला गेला होता, केलेली हत्या सुलेमानांच्या सहनशक्तीचा अंत करणारी शेवटची ठिणगी ठरली होती. हंगेरियन गिउरला आयुष्यभराचा धडा शिकवण्याचा त्यांनी निश्चय केला. शक्य असते तर त्यांनी लगेच मुसंडी मारली असती, इतका त्यांचा संताप अनावर झाला होता. संपूर्ण पश्चिमेला ताब्यात घ्यायचे त्यांचे ध्येय होतेच, पण थोडा काळ थांबणे भाग होते, अगदी थोडा...

सुलेमान आता खरोखरच थकला. रात्रंदिवस तो अखंड काम करत होता. थोडा काळ विश्रांती, जीवाची करमणूक गरजेची होती. सुलतान असला तरी अखेरीस तो माणूसच होता.

तो उठून उभा राहिला. त्याचे अधिकारी काही पावले मागे सरकले. दिवाण बरखास्त झाला होता.

आता त्याच्या दृष्टीने सर्वात महत्त्वाची होती, क्रिमिअन खानने राज्यारोहणाची भेट म्हणून पाठवलेली ती तरुण रशियन रखेल, जिचा विचार सातत्याने त्याच्या मनात होता.

तीन दिवसांपूर्वी त्याने तिला हरेममध्ये पाहिले होते. इतर जणींच्या मानाने ती फार सुंदर नव्हती, पण सुलतान तिच्याकडे आकर्षित झाला होता. तिला खरेतर स्थूल म्हणावे लागले असते, तिचे नाक लांब आणि बाकदार होते, पण तिच्या चेहऱ्यावरचे मोहक हास्य आणि डोळ्यांमधली चमक यांची तरुण सुलतानाला मोहिनी पडली होती.

हरेमच्या दिशेने जात असताना त्याने तिचे नाव हुर्रम ठेवायचे निश्चित केले. त्याचा अर्थ हास्य. रात्री बुद्धिबळ खेळत असताना त्या मुलीने त्याला अनेकदा हसवले होते.

डिसेंबर २८, १५२२
र्‍होड्स

तटबंदीवर अनेक महिने धडकत असलेल्या तोफा शांत झाल्या. चर्चचा घंटानादही निमाला. र्‍होड्सच्या दगडाळ रस्त्यावर एकाही नागरिकाचा पदरव आता उमटत नव्हता. घमासान युद्धातून बचावलेले जे कोणी होते, त्यांनी भयभीत होऊन बेटांच्या आसपास गुप्त जागांवर आश्रय घेतला होता. ओट्टोमनांच्या घेराबंदीच्या काळात सहाशे सरदार आणि साडेचार हजार सैनिकांचे आश्रयस्थान असलेल्या किल्ल्यांच्या उंच बुरुजांवर आता मुसलमान साम्राज्याचे हिरवे निशाण फडकत होते. र्‍होड्स पराभूत झाले होते.

"आम्ही कसलेही वचन देणार नाही," सुलेमान सुलतानने सरदारांच्या प्रतिनिधीला बजावले, "आमचे दिवंगत काका सेम यांचा मुलगा आणि उर्वरित कुटुंबाला आधी आमच्यासमोर आणले जावे. तसे झाले नाही तर या बेटावरची एकही व्यक्ती जिवंत राहणार नाही. एकही नाही!"

सुलतानांची ही अट मान्य करण्यावाचून त्या वृद्ध प्रतिनिधीला गत्यंतरच नव्हते. हजारो निष्पाप नागरिकांच्या जीवाचा प्रश्न होता. अगतिक आवाजात तो उत्तरला, "आपली आज्ञा शिरसावंद्य आहे. काही तासांतच आम्ही त्यांना शोधून आपल्यासमोर पेश करू."

तो निघून गेल्यावर सुलतान इब्राहिम आणि सहा बोटांच्या बुराककडे वळून म्हणाला, "काय वाटतं, त्या धर्मभ्रष्ट गिउरला घेऊन येतील ते?"

"त्यांच्यापुढे दुसरा कोणता मार्ग नाही, सुलतान!" इब्राहिम म्हणाला. बुराकनेही त्याला अनुमोदन दिले.

या दोन्ही तरुणांनी आपले युद्धकौशल्य सिद्ध केले होते. आपल्या बुद्धिमत्तेच्या जोरावर दोघांनीही अधिकारपदातले उच्च स्थान प्राप्त करून घेतले होते. लवकरच पाशा होण्याची त्यांची पात्रता होती.

"वाट पाहूया," सुलतान म्हणाला, "जर आज त्यांना आपल्यासमोर आणले नाही, तर उद्या आपणच त्यांना शोधून काढू. हरामखोर, निर्लज्ज, धोकेबाज! ख्रिश्चन धर्म स्वीकारला त्याने. आपल्या पवित्र महामहिन, सामर्थ्यशाली मेहमत दुसरा याचा नातू. धर्मभ्रष्ट निघाला. एक कॅथॉलिक! त्याला याची सजा दिल्याशिवाय मला क्षणभरही झोप लागणार नाही."

सगळे अधिकारी आणि पाशा एका स्वरात ओरडले, "धिक्कार असो त्याचा!"

दुपारची प्रार्थना करण्याकरता सुलतान सिंहासनावरून पायउतार झाला. ''आमचे पिताश्री सुलतान सलिम यांना परमेश्वर स्वर्गात सुखाने ठेवो. त्यांनी आखलेल्या योजनांनुसार पावले उचलल्यामुळेच ऱ्होड्सवर विजय मिळवणे आम्हाला शक्य झाले.''

खरेतर संतप्त सलिमने आखलेल्या युद्धनीतीचाच त्यांनी उपयोग करून घेतला होता. शाही वजीर जे सलिमच्या दरबारातही महत्त्वाच्या उच्च अधिकारपदावर होते, त्यांनी सलिमने स्वत: तयार केलेला तपशीलवार नकाशा आणि कागदपत्रे सुलेमानला दाखवल्यावर बेटाभोवती वेढा घालण्याची रणनीती बनवण्याकरता सुलेमानला काहीच श्रम पडले नव्हते. ओट्टोमनांनी बाल्कनवर सातत्याने चढवलेले हल्ले पाश्चिमात्य जगाला चकित करून गेले होते आणि आता महत्त्वाचे लष्करी ठाणे असलेले ऱ्होड्स हातून गेल्यावर ते आत्यंतिक निराश झाले होते. शार्लकिन आणि इतर युरोपियन राजांच्या मनात निर्माण झालेल्या दहशतीमुळे सुलेमानची करमणूक होत होती. चारी दिशांनी आकाशात उठणारी अझान आणि सैनिकांच्या तोंडच्या विजयाच्या आरोळ्या त्याच्या कानांना प्रेमगीताप्रमाणे सुखावत होत्या. परतल्यावर इस्तंबूलमध्ये जल्लोश उडवून हा विजय साजरा करण्याचे त्याने मनाशी योजले होते. या महान विजयात सगळ्यांना सामील करून घ्यायलाच हवे.

दालनातून बाहेर पडण्याआधी तो पाशांपैकी एकाला उद्देशून म्हणाला, ''तुरुंग रिकामे केले आहेत का?''

''होय सुलतान महाशय, तीन हजार मुसलमानांना मुक्त केले आहे.''

''वा, वा! फारच छान पाशा.''

दरबारातले अधिकारी सुलतानांच्या मागोमाग चर्चच्या इमारतीकडे रवाना झाले. आता तिचे मशिदीमध्ये रूपांतर झाले होते.

प्रार्थनेनंतर दोन तासांनी सेम सुलतानाचा मुलगा मुरात आणि त्याच्या कुटुंबीयांना ओट्टोमनांच्या हवाली करण्यात आले.

मुराद आणि त्याचा मुलगा सेम यांनी ख्रिश्चन पोशाख केला होता. त्याची पत्नी आणि दोन मुली बाजूला भीतीने थरथर कापत उभ्या होत्या.

सुलेमानांनी त्या स्त्रियांकडे बोट दाखवून त्यांना बाहेर न्यायचा आदेश दिला. मग तो आपल्या चुलत भावाकडे वळला. त्याने चाळिशी पार केली होती. केस आणि दाढी शुभ्र दिसत होती. आदरपूर्वक आवाजात तो म्हणाला, ''सुलतान महोदय, ओट्टोमनांच्या सिंहासनावर आमचा कसलाही अधिकार नाही. आम्हाला फक्त आपल्या दयेची भीक हवी आहे. आम्ही इथे अतिशय साध्ये

आयुष्य जगत आहोत. माझ्या कुटुंबीयांपैकी कोणाचाही आपल्या वैभवशाली साम्राज्याला त्रास होईल असे वर्तन करण्याचा इरादा नाही. आम्हाला प्राणांची भीक द्या. जर शिक्षाच करायची असेल तर माझी गर्दन तुमच्यापुढे पेश आहे, पण कृपया माझ्या कुटुंबीयांना सोडून द्या. आम्ही आजन्म तुमच्याकरता प्रार्थना करू.''

''प्रार्थना म्हणालास तू? एका धर्मभ्रष्टाची प्रार्थना?''

''मालिक...''

''तुझं पापी तोंड बंद कर! माझ्या आणि तुझ्या अंगातलं रक्त सारखं आहे याची मला शरम वाटते आहे. ख्रिश्चन धर्म स्वीकारल्याचं तू कबूल केलेलं आहेस, हो ना?''

त्याने आपली मान दुःखाने खाली झुकवली. आपली नावे, धर्म सगळे बदलूनही त्यांना ओट्टोमनांच्या संतापापासून स्वतःला वाचवता आले नव्हते. आपल्या शेजारी भीतीने कापत उभ्या असलेल्या आपल्या मुलाच्या विचाराने आता त्याचे हृदय वेदनेने कळवळत होते.

सुलतानाने दालनाच्या दरवाजापाशी आज्ञेची वाट पाहत तिष्ठत उभ्या असलेल्या मुंडके उडवण्याचे काम करणाऱ्या शिपायांना खूण केली. त्यांनी पुढे येऊन हिंस्रपणे मुराद आणि त्याच्या मुलाचा कब्जा घेतला. त्यांना बाजूच्या खोलीत नेले; जिथे त्यांना ठार मारण्यात येणार होते. मात्र हे कृत्य त्यांची मान मुरगळून पार पाडण्यात येणार होते. नेहमीप्रमाणे मुंडके उडवून नाही. कारण राजरक्ताचा एकही थेंब जमिनीवर पडून फुकट जाता कामा नये हा नियम होता.

ते दुर्दैवी पिता-पुत्र दोघेही असहायपणे स्वतःचा जीव वाचवण्याकरता झगडत होते आणि त्याच वेळी हाताने क्रॉसची खूण करत लॅटिन भाषेत परमेश्वराची करुणा भाकण्याचा प्रयत्न करत होते.

सुलेमान अधीरपणे ओरडला, ''तौबा... तौबा...'' मग बुराककडे वळून म्हणाला, ''जा आणि त्याच्या बायकांना घेऊन ये. लहान-मोठ्या सगळ्यांना. त्यांना ताबडतोब इस्तंबूलला पाठवायची व्यवस्था करा. आता त्यांची काळजी घेणे ही आमची जबाबदारी आहे.''

''जशी आज्ञा, महाराज.'' बुराक सुलतानाच्या हुकमाची अंमलबजावणी करण्याकरता गेला. बाजूच्या खोलीसमोरून जाताना त्याने आत नजर टाकली तेव्हा त्याला दिसले, वडील आणि मुलगा खालच्या दगडी फरशीवर पडले होते. त्यांचे पाय आणि हात निर्जीवपणे शरीरावर लटकले होते. शिपायांनी त्यांचे काम

केले होते. सामर्थ्यशाली महमत दुसरा याच्या नातवाच्या गळ्यात अडकलेला क्रॉस अजूनही झुलत होता.

सहा बोटांच्या बुराकने अनेक युद्धे पाहिली होती. अनेकांची मुंडकी स्वत:च्या हाताने उडवली होती. अनेक माना मुरगळल्या होत्या, पण आता जे दृश्य त्याने पाहिले होते त्यामुळे तो अतिशय अस्वस्थ झाला होता. त्यामागचे कारण त्याला कळत नव्हते आणि अचानक कोरा आईची आकृती धूसरपणे त्याच्या नजरेसमोर तरळली आणि तिचा आवाज कानांना ऐकू आला, 'ख्रिश्चियन, पळून जा, तुझी आई ज्यू आहे...'

त्याने त्वरित स्वत:ला सावरले आणि जणू काळाचा पडदा पार करून त्याच्यापर्यंत आलेला हा आवाज आणि दृश्य झटकून टाकण्याकरता त्याने आपली मान हलवली. डोळे मिटून घेतले.

मुरादची बायको, त्याची मुलगी आणि त्याच्या बायकोची भाची लिलियन जिचे सगळे कुटुंब आक्रमणाच्या काळात नाहीसे झाले होते, त्यांना किल्ल्याच्या प्रवेशद्वारापाशी असलेल्या एका दालनात आणण्यात आले. त्यांनी एकमेकींना घट्ट मिठीत धरून ठेवले होते आणि त्या तोंडाने प्रार्थना पुटपुटत होत्या. सगळ्यांच्या डोळ्यांमध्ये भीती आणि वेदना होती. सहा बोटांचा बुराक त्यांच्या जवळ गेला आणि जसे केमाल रेईसने अनेक वर्षांपूर्वी त्याच्या बाबतीत केले होते, तसेच त्याने मृदू आणि हळू आवाजात इटालियन भाषेत त्यांच्याशी संभाषण करत आश्वासन दिले की त्या सुरक्षित आहेत.

त्याने आपला हात हळुवारपणे मुरादच्या बायकोच्या खांद्यावर ठेवला होता. दयार्द्र नजरेने सगळ्यांकडे पाहत त्याने त्यांना आपल्यासोबत बंदरावर उभ्या असलेल्या जहाजाकडे यायला सांगितले. ते त्यांना घेऊन ओट्टोमन साम्राज्याच्या राजधानीकडे रवाना होणार होते. सगळ्या बायका असहायपणे आक्रोश करत होत्या पण आता या अनोळखी माणसामुळे त्यांना किंचितसा धीर आला. खांदे पाडून, अश्रूभरल्या नजरेने त्या खोलीबाहेर पडल्या. फक्त लिलियन जणू बधिर झाल्यासारखी मागे जमिनीवर खिळून उभी होती. बुराक तिच्या जवळ गेला आणि त्या भेदरलेल्या, नाजूक, सोनेरी केसांच्या तरुण मुलीचा हात त्याने हातात घेतला. तिने बुराकच्या खोल, गर्द काळ्या डोळ्यांमध्ये पाहिले. ती भारल्यासारखी झाली होती. त्याने हळुवारपणे तिला दरवाजाच्या दिशेने ओढले.

त्या दुपारी सेम सुलतानाच्या मुलाच्या कुटुंबीयांनी जहाजाच्या डेकवर उभे राहून दूर जाणारा किनारा शोकमग्न मुद्रेने पाहिला. या बेटाचे हे शेवटचे दृश्य त्यांना

आपल्या स्मृतीत कोरून घ्यायचे होते; कधीही न विसरण्याकरता. लिलियन आपल्या मावशीच्या बाजूला झुकली आणि हळू आवाजात कुजबुजली, ''त्याचं नाव बुराक आहे, असं ऐकलं.''

ऑगस्ट २९, १५२६
बालात

सोलीचे वडील खोलीत आले, तेव्हा ती सोफ्यापाशी बसून प्रार्थना करत होती.

''माझी ही हुशार मुलगी किती सुंदर दिसते आहे नववधूच्या पोशाखात,'' मोशेनी खाली झुकून तिच्या गालांचे चुंबन घेतले. ''पण हे अश्रू कशाकरता, बेटा?'' त्याने हनुवटीला धरून तिचा नाजूक, गोरा चेहरा वर उचलला. तिच्या हिरव्या डोळ्यांमध्ये बघत त्याने खिशातल्या हातरुमालाने तिचे अश्रू पुसले.

सोली हसली. ''माझ्या खऱ्या आईचा विचार करत होते,'' ती हळू आवाजात म्हणाली. मोशेने जराशा त्रासिक मुद्रेने आजूबाजूला पाहिले. तिचे हे शब्द अजून कोणी ऐकले नाहीत ना याची खात्री करून घ्यायला. क्षणभर तो अवाक झाला होता.

''काळजी करू नका बाबा,'' सोली म्हणाली. ''रेचलशी याचा काही संबंध नाही आणि खरं सांगायचं तर ती माझी एकमेव आई आहे. मला अजून कोणी आठवतही नाही तिच्याशिवाय. ज्या रिबेकाने मला जन्म दिला तिच्या काहीच स्मृती माझ्यापाशी नाहीत. रेचल किती मनापासून माझ्यावर प्रेम करते हे मला माहीत आहे. आमच्याकरता वाहून घेतलं आहे तिने स्वत:ला. माझंही खूप प्रेम आहे तिच्यावर. माझा उद्देश तिच्या प्रेमाची प्रतारणा करणे हा नव्हता. फक्त विचार करत होते मी.''

मोशेने तिचे लाल केस कुरवाळले. ''तुझ्यात तुझ्या आईचा, रिबेकाचा, चांगुलपणा आहे. तुझे आयुष्य सुखात जावो इतकीच माझी इच्छा.''

वडील आणि मुलगी मूकपणे एकमेकांच्या मिठीत काही वेळ उभे राहिले. बगिच्यातून अनेक उत्फुल्ल आवाज येत होते. त्यातला उंच आवाज एस्थरचा होता. ''मला काहीच घाई नाही. सर्वात रुबाबदार, श्रीमंत आणि तरुण मुलालाच मी निवडीन. म्हाताऱ्याशी लग्न करायचा माझा कोणताही इरादा नाही. कधीच नाही!''

सोलीने निःश्वास सोडला.

"तिच्याकडे लक्ष देऊ नकोस बेटा. तू घरातून जाणार म्हणून ती जरा चिडचिडी झाली आहे इतकंच, कदाचित जरासा मत्सरही वाटत आहे तिला."

आपल्या माथ्यावरच्या जाळीदार आच्छादनाशी चाळा करत तिने आपले खांदे उडवले.

नवरा मुलगा, डॉक्टर मोर्दोहे चिपरुत हा आपली भावी पत्नी सोलीपेक्षा वयाने बराच मोठा होता. त्याची पस्तिशी उलटून गेली होती आणि दाढीचे काही केस पांढरे झाले होते. दिसायलाही तो फार देखणा नव्हता. पण तो मृदू आणि विनम्र होता, शिवाय ओट्टोमन दरबारातल्या महत्त्वाच्या वैद्यकीय तज्ज्ञांमध्ये त्याची गणना होती. सगळे लक्ष आपल्या व्यवसायात गुंतल्यामुळे त्याला आपल्या लग्नाबद्दल विचार करायला इतकी वर्षे वेळ झाला नव्हता. डॉक्टर साल्वो यांच्यामुळे त्याचा नाहमिआस कुटुंबीयांशी परिचय झाला होता. प्रामाणिकपणे सांगायचे तर तो काही सोलीच्या प्रेमात प्रथमदर्शनीच पडला होता असे नाही. मोशेंची मोठी मुलगी काही फार आकर्षक नव्हती. खरेतर केवळ सौंदर्याच्या विचार केला तर तिची दखलही कोणी घेतली नसती. याउलट तिची बहीण एस्थर, जिला बहुतेक सगळे किराझे म्हणून ओळखत, ती दिवसेंदिवस जास्तच आकर्षक दिसायला लागली होती. सोलीची तिच्याशी स्पर्धा होऊच कशी शकेल? एस्थरचे तिच्या जन्मापासूनच एक उच्च, वैशिष्ट्यपूर्ण स्थान निश्चित झाले होते. सोलीची ही बहीण आपल्याला हवे आहे ते कसेही करून मिळवणाऱ्यांपैकी होती.

पण असे असूनही डॉक्टर मोर्दोहेंना नाहमिआस कुटुंबाला दिलेल्या एक-दोन भेटींमध्येच सोलीसोबत गप्पा मारायला खूप आवडू लागले होते. वयाच्या मानाने तिचे शिक्षण, बहुश्रुतता जास्त होती. तिचे वाचन भरपूर होते. वडिलांच्या छपाईच्या व्यवसायामुळे तिचा पुष्कळसा वेळ त्यांनी छापलेल्या पुस्तकांच्या सहवासातच जात असल्याने हे साहजिकच होते. आणि ती अतिशय विनम्र, गोड स्वभावाची तसेच हसरी होती. मोर्दोहेंनी आपल्या मनात काय आहे ते जरासे घाबरतच मोशेंपाशी उघड केले, नकाराची अपेक्षा ठेवूनच, पण त्यांना ज्याची अपेक्षा होती तसे अजिबातच घडले नाही. मोशे, रेचल किंवा सोली यांपैकी कोणीच त्यांच्या मागणीला नकार दिला नाही, उलट अतिशय आनंदाने त्यांनी मान्यता दिली.

आपल्या मुलीचे लग्न ओट्टोमन दरबाराशी थेट संबंध असलेल्या

व्यावसायिकाशी होत असल्यामुळे रेचल आनंदात होती. मोशेंना डॉक्टरांच्या सामाजिक प्रतिष्ठेमुळे आनंद वाटत होता. शिवाय ते अतिशय सभ्य वागणुकीचे गृहस्थ होते; त्यांच्या लाजऱ्या, अंतर्मुख मुलीला ते चांगल्या प्रकारे समजून घेणारे होते. त्यांनी लगेचच आपला होकार त्यांना कळवून टाकला.

फक्त एकाच व्यक्तीला हे अमान्य होते. ती म्हणजे एस्थर. तिला हे लग्न होत असल्याचा अतिशय राग होता. अजिबातच खूश नव्हती ती. अनेक दिवस ती चिडून ओरडत होती, ''तो डॉक्टरडा म्हातारडा आहे आणि ती सोली मूर्ख आहे!''

तिला अतिशय मत्सर वाटत होता, पण त्यामागचे खरे कारण स्पष्ट होत नव्हते; कदाचित आपल्या बहिणीवरच्या तिच्या प्रेमामुळे असेल, किंवा डॉक्टरांची प्रतिष्ठा, संपत्ती यामुळेही असेल. अर्थात तिच्या आक्षेपाकडे कोणीच लक्ष दिले नाही. दोन महिन्यांनंतरची तारीख विवाहाकरता ठरवण्यात आली. लवकरच समारंभाला सुरुवात होणार होती.

वडिलांनी मुलीचा हात हातात घेऊन निघण्याची तयारी केली आणि त्याच वेळी रेचल आत आली. आनंदाने तिचा चेहरा चमकत होता. काहीच न बोलता ती सोलीजवळ गेली आणि तिने तिला प्रेमाने मिठीत घेतले. आवेगाने तिचे शरीर कापत होते. बाहेर बगिच्यामध्ये तरुण मुला-मुलींनी आपला जल्लोश सुरूही केला होता. हास्य, खुशी आणि गाण्यांच्या आवाजात स्वयंपाकघरातून टेबलापर्यंत आणल्या जाणाऱ्या मेजवानीच्या खाद्यपदार्थांनी भरलेल्या थाळ्यांचा, काचेच्या भरलेल्या पात्रांचा आवाज किणकिणत होता. पुन्हा एस्थरचा आवाज त्या सर्वांमधून उच्च स्वरात ऐकू आला नाही; अजिबातच नाही. मी लग्न करीन तर सर्वात रुबाबदार, श्रीमंत आणि तरुण मुलाशीच.

राजेशाही जनानखाना

''नेयलन, माझ्यासाठी अजून एक थंडगार चेरीच्या सरबताचा पेला आणायला सांग,'' हुर्रेम आपल्या टपोरलेल्या पोटावरून हात फिरवत रागीट चेहऱ्याने म्हणाली.

मोठे, निळे डोळे असलेली, सोनेरी केस डोक्यावर उंच बांधलेली ती तरुणी नक्षीदार पितळी टेबलापाशी बसून झालर विणत होती. तिने हातातले ते

काम तसेच टेबलावर टाकले आणि आपल्या मालकिणीचा हुकूम पूर्ण करायला ती धावतच बाहेर गेली. नेयलन... गेली चार वर्षे राजेशाही जनानखान्यामध्ये सुलतान सुलेमानच्या आवडत्या स्त्रीच्या सेवेत असणाऱ्या लिलियनचे हे नवे नाव होते आणि आता तिला याच नावाची सवय झाली होती.

थोड्या वेळानंतर ती हातात चांदीचा चषक घेऊन परत आली. तिने त्यातले सरबत हुर्रेम आणि सुलतानांची बहीण, तरुण शाही वजीर इब्राहिम पाशांची पत्नी हातिस सुलतान यांच्या सोन्याच्या पेल्यांमध्ये काठोकाठ भरले आणि मग ती पुन्हा आपली झालर विणण्याच्या कामाकडे वळली.

''या गरम हवेपुढे मला गरोदरपणाचा त्रासही जास्त सहनीय वाटतो आहे,'' हुर्रेमने तक्रारीच्या स्वरात म्हटले, ''पण आनंदाची गोष्ट आहे की मला हे फार काळ सहन करायला लागणार नाही. माझे प्रिय सुलतान इथे पोचायच्या आतच माझं बाळंतपण पार पडेल.''

''इन्शाल्ला हुर्रेम, देवाची मर्जी असेल तसे होईल. तुला या खेपेला मुलीला कुशीत घ्यायला आवडेल का?''– सलिमची बहीण.

हुर्रेम आश्चर्यचकित झाली. ''मुलगी? नाही! अजून मुलीची वेळ आलेली नाही. तुला नक्कीच माहीत आहे की साम्राज्याकरता एकच शहजादा पुरेसा नाही.''

''मूल मला सारखंच वाटतं. मुलगा आणि मुलगी असा काही फरक करावासा मला वाटत नाही.''

''ते तुझ्या बाबतीत खरं असेल आणि तू त्यात समाधानी असशील, हातिस सुलतान, मी नाही. मला तीन मुलगे हवे आहेत. मग एक मुलगी झालेली चालेल. मला शहजादे हवे आहेत, कदिन सुलतान नाहीत,'' ती मजेत म्हणाली. आपल्या ठाम विचारांवर ती खूश होती.

हुर्रेमचे शब्द आपल्याला उद्देशून आहेत याची जाणीव आपल्याला झालेली नाही असे हातिसने सोंग केले. तिने सरबताचा घोट घेतला. ''तुझं बरोबरच आहे सखी. खूप मुलगे म्हणजे खूप आराम आणि अनेकदा हरामही. अर्थात पहिला मुलगा सर्वात प्रिय असतो, नाही का? सलिमकडे बघ, तो चालायला लागला आहे आणि आता बोलायचाही प्रयत्न करतो आहे. माशाल्ला अगदी निरोगी आहे तो. देव त्याला दीर्घायुष्य, यश देवो. तुला माहीतच आहे, तो अगदी त्याच्या मोठ्या भावाची, मुस्तफाची हुबेहूब प्रतिकृती आहे. मुस्तफा त्याच्या सामर्थ्यवान पित्यासारखाच हुशार आणि बुद्धिमान आहे. भविष्यात त्यांच्या शौर्याची आणि प्रतिष्ठेची धुरा तो समर्थपणे पेलेल. इन्शाल्ला.''

मुस्तफाचा उल्लेख होताच हुर्रेमच्या चेहऱ्यावरचे हास्य गोठले. सुलेमानच्या

माजी प्रिय पत्नीच्या मुलाचा उल्लेख कोणी केला की तिचा आपल्यावरचा ताबा सुटत असे. त्या राणीची इतर तीन मुले मृत झालेली होती, पण हा अजून जिवंत होता आणि आपल्या वडिलांच्या नजरेतला तारा होता. इतरही वजीर, विशेषत: शाही वजीर इब्राहिम, हातिसचा पती, यांचा तो लाडका होता. हुर्रेमला ते सहन होत नव्हते. मुलाला आणि त्याच्या आईला राजवाड्यातून हाकलून देण्यात तिला यश आले होते पण अजूनही सुलतानांचा वारसदार मुस्तफाच होता. कारण तो पहिला मुलगा होता.

तिने पुन्हा हसण्याचा प्रयत्न केला, पण या वेळी तिच्या चेहऱ्यावर आणि आवाजातही ताण जाणवत होता. "कोणाला खात्री देता येणार, हातिस सुलतान?" ती म्हणाली. "आयुष्यात काहीच ठरवल्यानुसार घडत नाही. केवळ अल्लाहच ठरवतो कोणी जगायचं, कोणी मरायचं आणि नंतर सिंहासनावर कोण बसणार तेही." तिने नेयलनला खूण केली, "अजून एक कप सरबत दे, जीव जळत आहे."

हुर्रेम काय सुचवू पाहत होती हे कळून घेण्यात हातिसला रस नव्हता. "साम्राज्याचा वारसदार योगायोगाने ठरत नाही हुर्रेम. आपल्या सगळ्यांनाच माहीत आहे पुढचा सुलतान कोण आहे : जो शुद्ध ओट्टोमन रक्ताचा आहे आणि जो आपले स्थान हासिल करायला समर्थ आहे. म्हणजे मुस्तफा..." तिचे डोळे हुर्रेमच्या जळत्या नजरेला भिडले आणि तरीही ती आपल्या मुलायम आवाजात पुढे बोलत राहिली, "सलिमसारखा. आता जन्माला येणाऱ्या नव्या शहजाद्यासारखा."

"बेयाझित," हुर्रेम म्हणाली, "मी त्याला त्यांचे नाव द्यायचे ठरवले आहे आणि जर चुकून मला मुलगी झालीच, तर ती मिहरिमाह या नावाने ओळखली जाईल. मला हे हवं आहे आणि माझ्या सुलतानांना जे मला हवं तेच हवं आहे. ते कधीही मला नाही म्हणत नाहीत, माझं मन मोडत नाहीत, देव त्यांचे भले करो."

"हुर्रेम, तू गैरसमज करून घेऊ नकोस, पण मला कुतूहल वाटतं. माझ्या भावाने गेली अनेक वर्षं एकही गुलाब हुंगला नाही, तुझ्याव्यतिरिक्त. तो इतका तुझ्या प्रेमात आहे, तुझी सगळी स्वप्नं पूर्ण करायचा तो प्रयत्न करतो. स्त्रीला याहून बहुमोल अजून काय हवं असतं! कसं साध्य करतेस तू हे? मी ओट्टोमन रक्ताची आहे आणि शाही वजिरांची धार्मिक सहमती असलेली पत्नी, आमचा विवाह समारंभ इतिहासात नोंदवला जाण्याइतका अद्वितीय होता, पण तरीही मी हे कबुल करते की, अनेकदा माझ्या इच्छा, आकांक्षा माझ्या पतीने पायदळी

तुडवल्या आहेत. तुझ्या मस्तकावर नक्कीच सैतानाचे पीस खोवलेले आहे. तू इतकी खास आहेस, तुझी इतर कोणाशी तुलनाच होऊ शकत नाही. तुझी बुद्धिमत्ता, तुझं चतुर वागणं, तुझं खदखदून हसणं...''

या शाब्दिक फुलांच्या वर्षावात दडलेली काट्यांची बोच जाणवण्याइतपत हुर्रेम हुशार होती, पण तिनेही आपल्या खऱ्या भावना आपल्या अजून एका खदखदून हास्यामागे दडवल्या. ''तू किती विलक्षण आहेस प्रिये, अग यात काहीच जादू नाही. धार्मिक संमती असो वा नसो, लग्नबंधन हे एखाद्या सौंदर्यासारखं असतं हे आपल्याला मान्य करायलाच हवं. अगदीच क्षणभंगुर! अगदी चेहऱ्यावर आलेल्या क्षुल्लक तारुण्यपिटिकेमुळेही ते बघता बघता नाहीसं होतं. पण विचारपूर्वक एकत्र आलेले, मनोमिलन झालेले पुरुष आणि बाई... कोणीही त्यांचं बंधन तोडू शकत नाही, अगदी कायदेशीर विवाह झालेल्या सौंदर्यवतींचा ताफाही मधे येऊ शकत नाही. तुझ्या बंधुराजांचं काही फक्त माझ्या डोळ्यांवरच प्रेम नाही. अंगात तुझ्यासारखं राजेशाही रक्त असण्यासारखी मी भाग्यवान नाही. माझे वडील गरीब धर्मगुरू होते. ते अनेकदा आम्हाला पोटभर खायलाही घालू शकत नसत. पण आम्ही हे शिकलो की अंगात शहाणपण असेल तर आपल्याला हवं ते साध्य करता येतं. धार्मिक सहमतीने झालेला विवाह याच्यापुढे टिकू शकत नाही.''

हुर्रेम हे ठासून बोलत होती, पण तिचे मन गढूळले होते आणि ती अस्वस्थ झाली होती. जर हे इतकेच महत्त्वाचे असेल तर ते तिलाही हवे होते. सुलेमान येताक्षणी ती धार्मिक, कायदेशीर विवाह करण्याबद्दल त्याच्याकडे हट्ट करणार होती. तो हंगेरीवरून आला की...

हातिसलाही फार ठीक वाटत नव्हते. तिने कपाळावर आठ्या घालून आपला गाल कंटाळून जात खाजवला. मग तिने अजून एक हल्ला केला, ''पण हुर्रेम, आपला शानदार विवाह व्हावा असं प्रत्येक मुलीचं स्वप्न नसतं का?''

तिला उत्तर द्यायच्या ऐवजी सुलतानांच्या प्रिय पात्राने नेयलनकडे वळून तिला विचारलं, ''तुला काय वाटतं, हवं आहे का तुलाही?''

नेयलनने आपला लाजून लाल लाल झालेला चेहरा वर उचलला आणि सोनेरी केसांच्या बटा कपाळावरून मागे करत ती म्हणाली, ''मी... मी काय सांगू मालकीण,'' ती गडबडून म्हणाली, ''अल्लाची मर्जी असेल तर होईल.''

हुर्रेमने पुन्हा एकदा तिचे खास हास्य केले, ''अर्थातच अल्लाच्या मर्जीने होईल नेयलन, का नाही?''

त्या मुलीने आपला चेहरा खाली झुकवला. वधू बनण्याचं स्वप्न... ती नक्कीच ते बघत होती, पण तिच्या स्वप्नांचा राजकुमार दूर होता, खूप दूर.

हातिस सुलतानने एका घोटात आपलं सरबत संपवलं. "आता मला जायला हवं," ती म्हणाली. "कळा सुरू झाल्या तर मला निरोप पाठव हुर्रेम, मी लगेच येईन. माझ्या भावाने तुझी जबाबदारी आमच्यावर सोपवली आहे."

"नक्कीच हातिस सुलतान, बाळाची बाहेर यायची वेळ झाली तर मी लगेच तुम्हाला निरोप पाठवीन... मला तुमच्याशिवाय अजून कोण आहे इथे? सगळे हंगेरीला आहेत, सगळेच."

नेयलनने उत्सुकतेने विचारले, "बुराक पाशाही तिथेच आहे का?"

आपले पोट सांभाळत हुर्रेम खळखळून हसली, "ओह, नेयलन, तुझ्यामुळे माझं बाळ लवकर बाहेर येणार आहे. म्हणजे तुला बुराक पाशाची काळजी वाटते? तू अजून धीर धरावास हे बरं! बुराक अजून पाशा झालेला नाही. अधिकारपदांची खैरात बोटांसारखी होत नाही बरं का."

हातिस सुलतानने जाताना नेयलनच्या केसांवरून हात फिरवला. "मला माहीत आहे तुझं हृदय त्याच्यात गुंतलं आहे मुली. काळजी करू नकोस. इब्राहिम पाशा आले की मी त्यांच्याशी बोलून लग्नाचं ठरवते."

जनानखान्याबाहेरच्या अरुंद मार्गिकेमध्ये उघडणाऱ्या दरवाजापाशी हातिस सुलतानाला सोडायला गेलेल्या हुर्रेमला अजूनही हसू आवरत नव्हते. "तर मग तू पाशा म्हणालीस नेयलन, पाशा?" तिने मुलीच्या पाठीवर थोपटलं, "पण अशी एक म्हण आहे, जो तेलाचा दिवा लावतो, तो तेल पितो आणि जो मेणाचा दिवा लावतो, तो मध पितो. आणि सगळ्यात महत्त्वाचं, अल्ला ज्याच्या त्याच्या प्रार्थनेनुसार ज्याला त्याला आपली खैरात वाटत असतो."

मोहाक्स

सावल्या खूप आधीपासूनच लांब व्हायला लागल्या होत्या, ज्या वेळी दीड लाख हंगेरियन योद्धे, त्यांच्यासोबत सत्तर हजार जर्मन, झेक, इटालिअन, पोलिश आणि स्पॅनिश शस्त्रसज्ज सरदारांची फौज ओट्टोमनांच्या तीन लाख सैन्याशी सामना करण्याकरता मोहाक्सच्या पठारावर आपला तळ ठोकून सज्ज झाली तेव्हाच युद्धाला कधीही तोंड फुटू शकते याची जाणीव नसलेल्या रातकिड्यांची

एकसुरी किरकिर सातत्याने चालू होती. त्यांना साथ होती दोन्ही बाजूंच्या अश्वदलातल्या मागचे-पुढचे खूर जमिनीवर आदळत आपली अस्वस्थता दाखवून देणाऱ्या घोड्यांच्या फुरफुरीची. अधीर आणि संतप्त सैनिकांच्या मोजताही येणार नाहीत इतक्या रांगांमधून धातूच्या तळपत्या शस्त्रांची लखलखती आभा मावळत्या सूर्याच्या केशरी रंगात मिसळून डोळ्यांना दिपवून टाकणारी रक्तरंजित प्रभा आसमंतात फाकवत होती.

सुलतान सुलेमानच्या छातीवर चांदीचे चिलखत होते. मस्तकावर तीन पिसे खोवलेला राजेशाही कावुक होता. एका हातात भलीमोठी ढाल, कंबरेला पाचूच्या मुठीची वक्राकार तलवार खोचून तो सैन्यदलाच्या पुढच्या रांगेच्या मधोमध आपल्या पांढऱ्याशुभ्र घोड्यावर स्थिर उभा होता. आजूबाजूला घोड्यांच्या असंख्य शेपट्या आणि सोनेरी चांदतारा असलेली लाल-हिरवी निशाणे हवेत संथपणे हेलकावत होती. ''बिस्मिल्लाहिर्रहमानिर्रहिम,'' सुलतानाच्या आवळलेल्या ओठांमधून शब्द बाहेर पडले.

आणि मग हा मूक मुस्लीम इशारा मिळताच सैन्यातले शिपाई पराकोटीच्या त्वेषाने, तोंडाने 'अल्लाह, अल्लाह!' अशा आरोळ्या देत समोरच्या हंगेरियन सैन्याच्या रांगांवर तुटून पडले. हे हंगेरियन सैनिक त्यांच्या शौर्यासाठी आणि युद्धांच्या अनुभवाकरता सुप्रसिद्ध होते. तलवारी, कट्यारींचा खणखणाट, सैनिकांचे चीत्कार, योद्ध्यांच्या गर्जनांनी युद्धभूमी दणाणून टाकली. सणसण आवाज करत हवेतून उडणाऱ्या हजारो बाणांच्या वर्षावात रातकिड्यांचा आवाज क्षणार्धात बंद झाला. बहुधा त्यांचा आवाज समोर दिसणारे मानवजातीचे क्रौर्य पाहून दहशतीने कायमचाच बंद झाला होता.

पुढच्या केवळ अर्ध्या तासात पठारावर रक्ताच्या नद्या वहायला लागल्या. तलवारीच्या एका घावात धडापासून वेगळी झालेली मुंडकी घोड्यांच्या टापांखाली चिरडली जात होती. दोन्ही सैन्यदलातले कट्यारीच्या धारेने पाठ, पोट चिरले गेलेले सैनिक वेदनांनी विव्हळत होते. जे क्षणार्धात मृत्यूच्या स्वाधीन झाले ते नशीबवान गणले गेले, पण हात, पाय तुटलेले, बाणांनी शरीराची चाळण उडालेले दुर्दैवी सैनिक प्रचंड संख्येने युद्धभूमीवर होते. ओट्टोमनांनी माघार घ्यायला सुरुवात केली. हंगेरियन सैन्य विजयी आरोळ्या ठोकत त्यांना मागे ढकलत होते. या वेळी विजय आपलाच असल्याची त्यांना खात्री पटली होती. शिपायांच्या फौजा सुलतानाच्या घोड्याच्या दिशेने जमा व्हायला लागल्या. आता त्या अगदी नजीक आल्या.

हंगेरियन राजा लायोशच्या सैन्याला हर्षाच्या उकळ्या फुटत होत्या. मार्कझाली नावाच्या एका सैन्याधिकाऱ्याने सुलतानाला पाहून हर्षभरित चीत्कार केला. ''जीझसची शपथ घेऊन सांगतो, एकतर या माणसाला मी माझ्या हातांनी ठार करीन नाहीतर याला गुलामांच्या बाजारात उभं करीन! सम्राटाच्या वेषातल्या या विदूषकाला मी साखळदंडाने बांधून नेईन!'' आणि मग त्याने सुलेमानाच्या दिशेने एका मागोमाग एक बाणांचा वर्षाव सुरू केला. छातीवरच्या चिलखतावर बाण सणसण करत आपटत असूनही तो मागे झाला नाही. संतापलेल्या हंगेरियन सरदाराने अजून एक बाण धनुष्याला लावला. ''जीझसची शपथ!'' धनुष्याची प्रत्यंचा खेचत तो किंचाळला आणि अचानक लाल गोंडा लावलेला एक बाण त्याच्या गळ्यात घुसला. मार्कझालीने दोन्ही हातांनी बाण गच्च आवळला. त्याच्या तोंडातून रक्ताचे पाट वाहत होते आणि दोन्ही डोळे बाहेर लटकत होते. घोड्यावरून तो पुढे झुकला आणि लगेचच रिकाम्या पोत्यासारखा त्याचा मृतदेह खाली कोसळला. मागून येणाऱ्या सैनिकांनी त्या मृतदेहाकडे जराही लक्ष न देता त्याला ओलांडून पुढे धाव घेतली.

सुलेमानाने मागे वळून तो लाल गोंडेवाला बाण कुठून आला याचा शोध घेतला. तो बुराकचा होता.

माघार घेताना ओट्टोमन सैन्य पूर्व आणि पश्चिम दिशेला चंद्रकोरीच्या आकारात पसरले. हंगेरियनांना आपल्या विजयाची पूर्ण खात्री झाली होती. हा दिवस अनातोलियाचा, धर्महीन न्हाव्याचा म्हणून ओळखला जाणार होता. पण काहीतरी अघटित घडून येत होते. चंद्रकोरीची दोन्ही टोके एकत्र येत होती. आणि अखेरीस पायदळाचे आणि घोडदळाचे सैन्य बोस्नियाच्या बे हुस्रेवच्या आदेशाखाली एकत्र आले आणि त्यांनी लायोशच्या राजाच्या सैनिकांना घेरले. हंगेरियनांच्या अपेक्षेपेक्षा वेगळ्या दिशेने युद्धाचा निर्णय लागत होता. वेढ्याच्या आत त्यांचे सैन्य जखडले गेले होते आणि क्षणार्धातच त्यांना परिस्थितीचा अंदाज आला, आता कोणतीही आशा करणे व्यर्थ होते.

सुलेमान ताबडतोब त्याच्या घोड्यावर स्वार झाला आणि त्याच क्षणी तोफा धडाडू लागल्या. या भयंकर प्रतिहल्ल्यामध्ये हंगेरियन सैन्य तासाभरातच संपूर्णपणे नेस्तनाबूत झाले.

सूर्य मावळून बराच काळ लोटला होता. पठाराला किंवा त्याच्या बाजूच्या गर्द दलदलीला उजळून टाकणारा चंद्रप्रकाशही नव्हता. या मिट्ट काळोखात इथे सर्वत्र हजारो मृतदेहांचा खच पडलेला आहे असे कोणाला कल्पनेतही वाटले

नसते. दलदलीतल्या बेडकांच्या आवाजामध्ये विव्हळणाऱ्या जखमींचे आवाज मिसळून नाहीसे होत होते. या जखमींमध्येच चोवीस वर्षे वयाचा हंगेरियन राजा लायोशही होता. ओट्टोमन सैन्याने हंगेरियन सैन्याचा पूर्णपणे खातमा केला होता.

विजयी सुलतान आपल्या राजेशाही छावणीमध्ये आपले उच्च अधिकारी आणि पाशांच्या समवेत युद्धाच्या परिणामांची चर्चा करत होता. रुमेली फौजांच्या दोन्ही अधिकाऱ्यांचे, शाही वजीर इब्राहिम पाशा आणि अनातोलियन सैन्याचा मुख्याधिकारी बेहराम पाशा यांचे, त्याने तोंड भरून कौतुक केले आणि त्यांना उत्तम नजराणे पेश केले. पण त्याच्या सर्वाधिक कौतुकाचा वर्षाव झाला होता बाली बे याच्यावर; ज्याच्या कुशाग्र बुद्धिमत्तेने या युद्धनीतीची आखणी केली.

अत्यंत विनम्रतेने, मान खाली झुकवून बाली बे सुलतानाचे स्तुतीपर शब्द ऐकत होता. ''अल्लाची तुमच्यावर सदैव मेहेरबानी आहे सुलतान.'' तो म्हणाला, ''हा विजय माझ्यामुळे नाही, तुमच्यामुळेच आम्हाला लाभला आहे. तुम्हाला कायम सलामती लाभो. आपण आज हंगेरियनांना दलदलीमध्ये गाडून टाकले आहे आणि उद्या बुदामध्ये याचीच पुनरावृत्ती होईल. अर्थात आपल्याविरुद्ध लढायला कोणी शिल्लक राहिले असेल तरच.''

पायदळाचा प्रमुख बनलेल्या बुराकने पुढे येऊन सांगितले, ''मी तिथे जाऊन काय चालले आहे याची टेहळणी केली. शहर पूर्णपणे रिकामे झालेले दिसत आहे. कोणीही काफिर तिथे दिसत नाही. फक्त काही ज्यू आहेत. त्यांच्या नत्यीने, यासेफने, शहराची किल्ली आपल्या हाती सुपूर्द करण्याकरता तयारी केली आहे. शिपायांच्या आगमनाची ते उत्सुकतेने वाट पाहत आहेत. त्यांची आपल्याकडे केवळ एकच विनंतीवजा इच्छा आहे. आपली परवानगी असेल तर ते इस्तंबूलला येऊ इच्छितात.''

''आपण त्यांना एकत्र करून लगेचच आपल्यासोबत डॅन्यूबच्या नदीवरच्या प्रवासात घेऊन जाऊ. ते सालोनिका किंवा इस्तंबूलमध्ये स्थायिक होऊ शकतील, बुराक पाशा.''

सहा बोटांचा बुराक सुलतानांनी त्याला उद्देशून केलेल्या पाशा या संबोधनामुळे चकित झाला. काही क्षण तो स्तब्धच उभा राहिला.

सुलेमान हसला, ''मी तुझी सेगेदिन प्रदेश ताब्यात घेण्याकरता नेमणूक केली आहे. आमच्या जीवावर उठलेल्याला तू दिलेली सजा आमच्या नजरेतून सुटलेली नाही. आम्ही तुझे धैर्य आणि शौर्य बऱ्याच काळापासून निरखित आहोत. तुझ्या या नव्या अधिकारात तुझे भवितव्य अधिक उज्ज्वल होवो.

बुराकने आदरपूर्वक खाली वाकून सुलतानांच्या अंगरख्याचे तीन वेळा चुंबन घेतले आणि आदरपूर्वक त्याचे टोक आपल्या कपाळावर टेकवले. "अल्लाह तुम्हाला वैभवशाली आयुष्याचा मानकरी करो, सुलतान. आपली पवित्र साथ कायम आमच्यासोबत राहो."

एप्रिल १२, १५२९
गलाता

सोली आणि डॉक्टर मोर्दोहे यांचे घर नेहमीच्या प्रघातानुसार शहरातल्या ज्यू वसाहतीमध्ये नव्हते. गलाताच्या गोल्डन हॉर्नच्या विरुद्ध बाजूला ते राहत होते. त्यांचे घर व्हेनेशियनांसारखे जाड दगडांच्या भिंतींचे, प्रशस्त सज्जे असलेले होते. त्यातून अतिशय मनोहारी दृश्य दिसत असे. डॉक्टरांना समुद्र फार आवडे, परंतु केवळ हे एकच कारण घराकरता ही जागा निवडण्यामागे नव्हते. त्यांना आपल्या युरोपियन सहकाऱ्यांच्या नजीक राहायचे होते. त्यामुळे ज्ञान, अनुभव यांचे आदान-प्रदान सहज शक्य होते. ते इतर ज्यूंपेक्षा वेगळे होते आणि ओट्टोमनांसारखेही नव्हते. अर्थात त्यांचे पूर्वजही इतरांचे पूर्वज जिथून आले होते त्याच प्रदेशातील होते. त्यांचे कुटुंबीय बार्सेलोनावरून व्हेनिसला आणि तिथून इस्तंबूलला स्थलांतरित झाले होते. ते आपली धार्मिक कर्तव्ये पार पाडत नाहीत असे कोणीही म्हणाले नसते. मात्र त्यांना आपली ओळख आधी डॉक्टर म्हणूनच आहे असे वाटत होते. धार्मिक ओळख त्यापुढे दुय्यम होती. आपल्या व्यवसायावर त्यांचे निरतिशय प्रेम होते आणि अभिमानही होता. दुर्धर आजार झालेल्या रुग्णाला बरे करणे हे त्यांच्या दृष्टीने सर्वात पवित्र कर्तव्य होते. वैद्यकीय विषयावरची नवनवी पुस्तके वाचण्याचा त्यांना छंद होता आणि त्या संदर्भात त्यांचा न्टवर्प, व्हेनिस आणि लंडन येथील दोस्तांसोबत पत्रव्यवहार चाले. त्यातून नवे वैद्यकीय उपचार, औषधे यांची ते माहिती करून घेत.

सोलीला आपल्या पतीची व्यवसायावरील निष्ठा आणि प्रामाणिकपणे झोकून देत काम करण्याची वृत्ती यांचा अभिमान होता. वयामध्ये अंतर असूनही सोलीला डॉक्टरांच्या जीवनशैलीशी जमवून घ्यायला काहीच कठीण गेले नाही. तिला जमेल तशी ती त्यांना मदतही करत होती. आपले घरकाम संपल्यावर ती पुस्तके नीट रचून ठेवणे; औषधे बनवणे अशी कामे आनंदाने करी. त्यांना

अजूनही मूल झाले नव्हते. त्याबद्दल जरा चिंता होती, पण ती इतरांपुढे, अगदी कुटुंबीयांपुढेही, उघड होऊ नये याची काळजी ती घेत होती.

तिचे पुस्तक वाचनाचे वेड तसेच होते. तिच्या वाचनातली पुस्तके काही युरोपातून मागवलेली होती, तर काही तिच्या वडिलांनी छापलेली. एक पुस्तक वाचून झाले की लगेचच ती ते बदलून घ्यायला बालातला धाव घेत असे. त्यामुळे तिला आपल्या आई-वडिलांसोबत वेळ घालवायची संधीही मिळे. गोल्डन हॉर्नकडे पाहत ते एखाददोन तास शांतपणे बसून राहत. त्यांच्यापुढे एकच समस्या होती. त्याची चर्चा त्यांनी अजून एकमेकांशीही केली नव्हती, ती म्हणजे एस्थरची दिवसेंदिवस कठीण होत चाललेली वागणूक.

सोलीच्या बाबतीतला तिचा उर्मटपणा अजूनच वाढला होता. कधी कधी तर तिचे वागणे उद्दामपणाचेही असे. बऱ्याचदा छापखान्यात असताना दोघींमध्ये वाद होत. कधी कधी गलातामध्ये. एस्थर तिच्या बहिणीच्या घरी क्वचितच जाई, पण जेव्हा जायची तेव्हा प्रत्येक वेळी डोक्याला आधीपेक्षा जास्त त्रास होत असे. सोलीला तोंड उघडण्याची संधीही न देता ती तिची टीका चालू करे, ‘‘इथे राहायला लागल्यापासून तू स्वत:ला कोण समजायला लागली आहेस? हुर्रेमसोबत पेलाभर सरबत काय पिऊन आलीस, तुझ्या डोक्यात हवाच गेली आहे. तू स्वत:ला शहाणी समजून का बोलते आहेस?’’

तिला शांत करण्याचे उपाय शोधून काढण्याचा डॉक्टरांचा सगळा चांगुलपणा फुकट जात असे. ‘‘कृपा करून तुम्ही यात पडू नका, डॉक्टर. तुमचा अमूल्य वेळ तुम्ही तुमच्या किमती रुग्णांकरता खर्च करा. माझ्यासारख्यांकरता नाही.’’

तिच्या वाईट वर्तणुकीपुढे सगळ्या कुटुंबीयांनी हात टेकले होते. रेचलला अनेकदा वाटे की लग्न हा यावरचा उपाय आहे, पण एस्थर या विषयावर एक शब्दही ऐकून घ्यायला तयार नसे. त्यांच्या मते तिच्याकरता योग्य असलेल्या एखाद्या मुलाचे नाव त्यांनी घेतले की ती किंचाळून म्हणे, ‘‘तो? त्या मूर्खाशी मी लग्न करावं असं तुम्हाला वाटत आहे? तुमचं डोकं फिरलं आहे का? थांबवा हे!’’ अशा चिडखोर मनःस्थितीत ती असली की मोशे ती लहान बाळ असल्यासारखे तिला जवळ घेऊन, तिच्या केसांवरून हात फिरवत म्हणे, ‘‘शांत हो, माझ्या काळ्या केसांच्या परी, माझी किराझे. तुझी इच्छा नसेल तर आपण नको करूया, बाळा.’’

अशीच एकदा एस्थरने तिच्या बहिणीच्या घराला भेट दिली होती. हवा थंड नव्हती, पण उबदारही नव्हती. बाल्कनीवर चढलेल्या विस्टेरियाच्या वेलीला

बहर आला होता आणि हवेत लिलॅकच्या फुलांचा मंद, ताजा सुगंध दाटला होता. येऊ घातलेल्या वसंताची चाहूल देणारा वारा झुळझुळत होता. गडद हिरव्या पाईन वृक्षांच्या आणि जुदास वृक्षाच्या जांभळ्या फुलांनी बहरलेल्या फांद्यांमधून डोकावणाऱ्या समुद्रावर थोडी राखाडी, थोडी निळी छटा दिसत होती. तोफाने बंदरावर तीन परदेशी निशाणे असलेली जहाजे नांगरलेली होती. त्यातली दोन रिकामी दिसणारी जहाजे संथपणे मागे-पुढे झुलत होती. किंचित चिरा गेलेल्या त्यांच्या डोलकाठ्या एका बाजूला झुकल्या होत्या. तिसऱ्या जहाजावर जड सामानाची चढ-उतार करणाऱ्या खलाशांची गर्दी होती. त्यांचा गलबला बाल्कनीतही ऐकू येत होता.

या कशाकडेच लक्ष नसलेले डॉक्टर हातातल्या पुस्तकात बुडून गेले होते. अधूनमधून ते हातातल्या लिंबाच्या सरबताचा घुटका घ्यायचे. सोली पुन्हा एकदा आपल्या बहिणीशी संवाद साधण्याचा प्रयत्न करत होती. आपल्या बोलण्यातून काही नवीन वाद निर्माण होऊ नये याची ती आटोकाट काळजी घेत होती.

"तुला हवं तर, पुढच्या वेळी शाही जनानखान्याला भेट देताना मी तुलाही सोबत नेईन," ती हळू आवाजात म्हणाली.

एस्थरने खांदे उडवले. "मी काही मरत नाहीए तिथे जायला."

"अर्थातच ग. फक्त तुला कल्पना देऊन ठेवली. शाही जनानखाना खूप आलिशान, अप्रतिम सजावट असलेला आहे. खूप सुंदर स्त्रिया तिथे आहेत, पण कुणाचीच तुलना तुझ्याशी होऊ शकत नाही. तुला पाहून त्यांना मत्सर वाटेल."

आपले काळे कुरळे केस मागे सारत एस्थर हसली, "अगदी हुर्रेमलासुद्धा?"

"तशी खात्रीच बाळग आणि खरं सांगायचं तर ती काही इतकी छान दिसत नाही, अर्थात ती खूपच हुशार आणि शिकलेली आहे."

"म्हणजे मी अडाणी आहे?"

सोलीचे हृदय धडधडायला लागले. आता ही नवा वाद सुरू करणार आहे का? आपल्या बहिणीला समजावायला ती योग्य शब्दांची जुळवाजुळव करत असतानाच एक नोकर तिथे येऊन म्हणाला, "डॉक्टर, तुम्हाला भेटायला कोणी आलं आहे."

"कोण आहे?"

"बुराक पाशा."

डॉक्टर उभे राहिले. त्यांना दिवाणखान्यात घेऊन जा आणि सरबत दे. मी एका मिनिटात येतो.

डॉक्टर गेल्यावर एस्थरने विचारले, ‘‘कोण आहे हा बुराक पाशा?’’

‘‘ओट्टोमन पाशांपैकी एक. हंगेरीशी झालेल्या युद्धामध्ये त्याने जे शौर्य गाजवलं त्याची खूप तारिफ होते आहे. त्याच्या पायाला गंभीर जखम झाली आहे. डॉक्टर तो बरा व्हावा याकरता उपचार करत होते. आता तो बरा झाला आहे. त्यामुळे आज तो इथे का आला आहे याची मला कल्पना नाही.’’

‘‘मी कधीच पाशाला जवळून पाहिलेलं नाही.’’

सोलीला बहुतेक तिचं बोलणं ऐकू आलं नाही. ती समुद्राकडे बघत होती. तिथे दोन लहान मच्छिमारीच्या बोटी होत्या. त्यांच्याभोवती समुद्रपक्ष्यांचा गराडा होता.

‘‘मी जाऊन पाहिलं तर?’’

‘‘काय म्हणालीस?’’

‘‘मला तिथे जाऊन त्याला पाहायचं आहे.’’

‘‘एस्थर प्रिये, ते आपल्यासारखे नसतात. आणि तुला चांगलंच माहीत आहे इस्लाम धर्मानुसार स्त्रिया आणि पुरुष एकत्र बसू शकत नाहीत. फक्त नवरा-बायकोला ती मुभा आहे.’’

‘‘पण मी त्याच्या बाजूला जाणार नाही.’’

‘‘नाही, शक्य नाही हे.’’

‘‘का? मी जर लपून राहिले, तर तो मला बघू शकणार नाही. फक्त एकच सेकंद.’’

‘‘कधी कधी तू लहान मुलीसारखा हट्ट करतेस.’’

‘‘कदाचित तू फारच मोठी झाली आहेस. अगदी परिपक्व, हुशार आणि चतुर... कारण तुझा नवरा राजदरबारात डॉक्टर आहे.’’

सोलीने मान हलवली. ‘‘काय संबंध याचा एस्थर?’’

एस्थरचा चेहरा संतापाने आक्रसला होता. आपले हात कंबरेवर ठेवत ती उठून उभी राहिली. सोलीने असहायपणे तिच्याकडे पाहिले आणि ती पुटपुटली, ‘‘मग जा आणि बघ त्याला एस्थर, पण अगदी काळजीपूर्वक. डॉक्टरांना अवघड वाटेल असं काही करू नकोस.’’

चपळ काळ्या मांजरीसारखी एस्थर बाहेर धावली आणि घर आणि डॉक्टरांच्या कार्यालयाच्या दरम्यान असलेल्या दिवाणखान्यामध्ये गेली.

बुराक व्हेनेशियन शैलीतल्या घुमटाखाली बसून लांबरुंद दिवाणखान्याचे निरीक्षण करत होता. त्यांच्या घरांपेक्षा हे वेगळ्या धर्तीचे होते. बाजूच्या दोन

भिंतींवर वेगवेगळ्या प्रकारची तैलचित्रे होती आणि समोरच्या भिंतीच्या ठिकाणी पुस्तकांचा प्रचंड मोठा संग्रह होता. कोपऱ्यात एक चेस्टनटचा पेटारा होता. त्यावर सात पाकळ्यांचा शोभिवंत काचेचा दिवा होता. आजूबाजूची सजावट पाहण्यात पाशा रमला होता. त्याला या घराला भेट द्यायला आवडत असे. डॉक्टरही त्याचे खूप आवडते होते. त्यामागचे कारण मात्र त्याला प्रयत्न करूनही सांगता येत नव्हते. त्याचा पाय आता आधीपेक्षा खूपच चांगला होता, पण तरी इकडे येण्याकरता ते निमित्त पुरेसे होते. फुले घालून सुगंधित केलेल्या, चांदीच्या कपातल्या लिन्डेन चहाचे त्याने घुटके घेतले.

इतक्यात त्याने एक हलकासा आवाज ऐकला. बहुधा डॉक्टर आले असावेत. तो मागे वळल्यावर त्याला मखमली पडदा असलेल्या दरवाजाजवळच्या प्रचंड चिनी फुलदाणीच्या मागून एक सावली सरकताना दिसली. तो उठला आणि तीन ढांगांतच तो त्या सावलीपाशी पोचला. त्याने बखोट धरून त्या व्यक्तीला बाहेर उजेडात खेचले.

सहा बोटांच्या बुराकचा श्वासच रोखला गेला. त्या सावलीचाही...

एप्रिल १६, १५२९
नवी सराय

"ब्रे, हा फर्दिनांद किती हरामजादा आहे? आपण एका काफिराची आज्ञा पाळायची?" सुलेमान संतापाने ओरडत होता. दिवाण ए खासमधले सर्वजण थरकापले.

इब्राहिम पाशाची नेमणूक एक महिन्यापूर्वी सेरास्कर म्हणून झाली होती. आता तो सर्व ओट्टोमन सैन्याचा प्रमुख होता. तो म्हणाला, "त्याच्यावर जेव्हा संकट येतं तेव्हा तो जर्मनांना चिथावणी देतो, पण आता शार्लकेनसुद्धा नक्कीच धडा शिकणार आहे."

"आणि या मूर्ख झापोलिओचा काय उपयोग आहे? आपण त्याच्याकडे हंगेरियन साम्राज्य सोपवलं पण त्याला ते सांभाळताही येत नाही."

पोलिश राजदूत हे शाब्दिक फटकारे ऐकताना खूपच अस्वस्थ होत होता. तो या विषयावर काहीच बोलू शकत नव्हता. त्याच्या सगळ्या आशा आता व्हेनेशियन ग्रिट्टी यांच्यावर होत्या. त्यांना त्याने भरमसाठ लाच चारलेली होती.

ग्रिट्टीचे दरबारात खूप वजन होते आणि बऱ्याच पाशा आणि वजिरांवर त्याचा वचक होता. झापोलिओचे प्रकरण त्याच्या मदतीशिवाय सुटणार नव्हते.

तीन वर्षे जानोश झापोलिओ, ज्याला ओट्टोमनांचा पाठिंबा होता, तो आणि फर्दिनांद, कार्ल पाचचा भाऊ, हे हंगेरियन सिंहासनावर ताबा मिळवण्याच्या झगड्यात अडकले होते.

तोकायच्च्या लढाईत जरी झापोलिओ हरलेला असला तरी फर्दिनांदला खात्री होती ओट्टोमन त्याला राज्याचा ताबा घेऊ देणार नाहीत. त्याने आपण या बदल्यात सुलतानांसाठी प्रचंड रकमेचा कर भरायला तयार असल्याचा संदेश घेऊन अनेक वेळा दूत धाडले होते, पण त्याला नकार मिळाला होता.

दरम्यानच्या काळात जानोश पोलंडला त्याच्या सासऱ्याच्या राजवाड्यात आश्रयाला गेला होता. आपल्यापुढची समस्या सोडवण्यात त्यांची मदत होईल अशी त्याला आशा होती. पण म्हातारा पोलिश राजा सुलतानाला खूप घाबरत होता. त्याने समस्येवरचे उत्तर थेट ओट्टोमन दरबारातूनच मिळवावे असा त्याला सल्ला दिला. या क्षणाला जेरोम लाचकी या राजदूताच्या सुलतानासमोरच्या उपस्थितीचे मूळ यामध्ये होते.

राजदूताच्या स्वरात विनवणी होती. ''आमचे मालक जानोश झापोलिओ आपले फार मोठे भक्त आहेत. त्यांना आपल्या पवित्र संरक्षणाची गरज आहे. महाराजांप्रति असलेल्या आपल्या आदराखातर ते कितीही रकमेचा कर भरायला तयार आहेत.''

''अर्थातच तो भरेल,'' सुलेमान म्हणाला. ''फर्दिनांदही भरायला तयार आहे, पण आम्ही काय केलं? त्याला नकार दिला. का? कारण आम्हाला जानोश आवडतो. आमचा त्याच्यावर विश्वास आहे.''

त्याने इब्राहिम पाशाकडे झुकून ते किती सुवर्ण मोहरा द्यायला तयार आहेत याची संख्या जाणून घेतली. आदल्या रात्री व्हेनेशियन ग्रिट्टी यांनी सेरास्केरला सगळी माहिती तपशीलवार पाठवली होती. राज्यातला प्रत्येकजण आणि युरोपियन राज्यातल्याही सर्वांना त्याचा सुलतानांवर किती प्रभाव आहे याची माहिती होती. ओट्टोमन साम्राज्यातला तो वरतून दुसऱ्या क्रमांकाच्या स्थानावर होता. कदाचित सर्वोच्चही असेल. त्याने फर्दिनांदच्या राजदूतासमोर केलेले भाषण उपखंडातल्या सर्व उच्च अधिकाऱ्यांना धक्कादायक वाटले होते :

''या प्रचंड कारभारावर माझी सत्ता आहे. मी जे मिळवलं आहे ते कायम टिकेल. कारण सर्व कारभार माझ्या हातात आहे. अधिकाऱ्यांची नेमणूक मी

करतो; प्रदेशांचे वाटप मी करतो. जे मी दिलं ते दिलं आणि जे नाकारलं ते कोणत्याही आक्षेपाशिवाय नाकारलं जातं. आपले महामहिन सुलतानही ज्या वेळी एखाद्यावर मेहेरबानी करतात, किंवा त्यांना मेहेरबानी करायची असेल, त्या वेळी जर मी ग्वाही दिली नाही तर ती केली जात नाही. कारण युद्ध, शांतता, खजिना आणि सत्ता सगळं काही माझ्याच हातात आहे.''

इब्राहिम पाशाने हंगेरीच्या भविष्यकालीन कराबद्दलचे तपशील हलक्या आवाजात सुलतानांना सांगितले. सुलेमानचे समाधान झाल्यासारखे वाटले. मग राजदूताकडे वळून त्याने सांगितले, ''आम्ही विचार करू, मग चर्चा होईल. त्यानंतर आम्ही आमचा काय निर्णय आहे ते त्याला कळवू. आता तुम्ही जाऊ शकता.''

जेरोम लाचकी राजदरबारातून बाहेर आला, त्या वेळी त्याच्या कपाळावरून घामाच्या धारा वाहत होत्या.

सुलेमानने आपला हात गुडघ्यावर ठेवून आपले शरीर काही वेळ मागे-पुढे झुलवले. त्याची मुद्रा विचारमग्न होती. मग त्याने जाहीर केले, ''व्हिएन्नावर कब्जा मिळाल्याशिवाय याचा निकाल लागणार नाही आणि यामुळे आपल्याला आपला मित्र फ्रेन्चेव्हा यालाही शार्लकिनच्या विरोधात आपल्याला आधार देता येईल.''

दिवाणांनी नंतर काही गंभीर प्रकरणे पेश केली : अनातोलियामध्ये चालू असलेल्या अलेवी दंगली, पाश्चिमात्य साम्राज्याला प्रतिबंध करणाऱ्या भावी योजना, नवी युद्धधोरणे... परंतु बुराक पाशाला हे जाणून घेण्याकरता आटोकाट प्रयत्नांनी एकाग्रता साधायला लागत होती आणि तो अस्वस्थ झाला होता. सतत तो आपली मिशी चावत होता. इतके प्रयत्न करूनही डॉक्टरांच्या दिवाणखान्यामध्ये त्याने ज्या लपलेल्या मुलीला पकडले होते तिचा विचार त्याला मनाबाहेर करता येत नव्हता.

किती सुंदर, किती आकर्षक होती ती. गडद, काळेभोर कुरळे केस तिच्या गोलसर खांद्यावर पसरले होते. काळ्याभोर डोळ्यांमधली चमक किती धोकादायक होती! त्यांच्यावर दाट, मखमली पापण्यांचे आवरण होते आणि ते लाल ओठ, ओलसर, टवटवीत. सरळ धारदार नासिकेच्या किंचित फुलारलेल्या नाकपुड्या. त्यातून तिच्या निग्रही, महत्त्वाकांक्षी स्वभावाची जाणीव होत होती. त्याने स्पर्श केलेली तिची त्वचा रेशमासारखी मुलायम. घाबरल्यामुळे धपापणारा ऊर आणि त्याने तिचे नाव विचारल्यावर थरथरत्या आवाजात आलेले उत्तर : किराझे.

किराझे... किराझे... किराझे... त्याची विचारशक्ती खुंटली होती. त्याला बोलता येत नव्हते. श्वास घेता येत नव्हता. दिवसरात्र त्याच्या नजरेला तिची प्रतिमा जाळत होती.

दरबार बरखास्त झाला. सगळे सदस्य जाण्याकरता उठून उभे राहिले. आणि त्याने इब्राहिम पाशाकडे जाण्याची परवानगी मागितली.

''काय झालं आहे बुराक पाशा?''

''मला वाटतं मला ताप आला आहे, वेदनाही होत आहेत.''

''जा आणि घरी जाऊन झोप जरा. कुणाला तरी तुझ्या पाठीवर गरम पोटिसाने शेकायला सांग. उद्यापर्यंत ठीक हो, मग आपण पुढे मार्गक्रमण करू.''

बुराकने त्याला सलाम केला आणि तो प्रांगणाच्या दरवाजाबाहेर गेला.

इब्राहिम त्याच्या पाठमोऱ्या आकृतीकडे जरा वेळ पाहत होता आणि मग आपल्या भोवती असलेल्या पाशांना उद्देशून म्हणाला, ''अविवाहित. अजूनही अविवाहित. त्याला आपली काळजी घेता येत नाही आहे. त्याने लवकर लग्न करायला हवं. जर त्याला स्वत:हून ते जमवता येत नसेल, तर आपण त्याला मदत करायला हवी.''

बुराकही हाच विचार करत होता. किराझेला याबद्दल विचारायचे त्याने ठरवले होते. शक्य तितक्या लवकर. लगेचच. कदाचित उद्या. तो डॉक्टरांशी बोलेल. समजूतदार, हुशार आहेत ते. नकार देणार नाहीत. पण मुलीनेच नकार दिला तर? तो ओट्टोमन पाशा होता. तिच्या नकाराला तो जुमानणार नव्हता. तिच्या दंडाला धरून तो तिला त्याच्या घरी घेऊन येईल. तिचा हात पुन्हा धरण्याच्या कल्पनेने त्याचे हृदय उबदार झाले. नाही, हे शक्य नाही! डॉक्टरांसोबत तो असे काही वागू शकणार नाही आणि सुलतानांच्याही ते कानावर जाईल. ते संतापतील. हे लोक ज्युईश होते. कोरा आईचे शब्द पुन्हा त्याच्या कानात घुमायला लागले, 'पळून जा ख्रिश्चियन, तुझी आई ज्यू आहे.' ''जर त्याची आई ज्यू होती तर त्याचे नाव ख्रिश्चियन कसे असेल? त्याचे वडील कोण होते? कोण आहे मी?'' तो पुटपुटला. ''कोण आहे मी?''

अशा गोंधळलेल्या आणि अस्वस्थ मनाने तो इतक्या जलद चालत होता की त्याचे शरीर घामाने भिजून गेले होते. त्याच वेळी अझान सुरू झाली. आपोआप त्याची पावले मशिदीच्या दिशेने वळली. त्याच्या अंतर्मनातून एकच उत्तर साद घालत होते, 'मी सहा बोटांचा बुराक पाशा आहे! मी सहा बोटांचा बुराक पाशा आहे!'

बालात

"आपल्या किराझेचं काय बिनसलं आहे?" मोशेने त्याच्या पत्नीला विचारलं. "ती हल्ली इतकी गप्प असते, काहीच बोलत नाही."

"मोशे, कृपा करून तिला किराझे हाक मारणं बंद कर. मला ते खूप विचित्र वाटतं आणि मी अस्वस्थ होते."

"ठीक आहे, प्रिये. एस्थर... मी काय म्हणतो आहे, तिची नेमकी काय समस्या आहे?"

नुकत्याच आगमन झालेल्या वसंत ऋतूचा आनंद लुटत दोघे बगिच्यात बसले होते. रेचलने तिथे लहानसा स्वर्गच उभारला होता. जवळपास प्रत्येक मोसमातली फुलझाडे तिथे मौजुद होती. वेगवेगळ्या आकार आणि रंगांमधले देखण्या फुलांचे गालिचे अंथरलेले होते. पॅन्सी, गुलबक्षी, चमेली आणि मधुघंटिकेची फुले जंगली फुलांमध्ये मिसळली होती. डेझी, पॉपी, नेटल्स डोलत होती. चेरी, आलुबुखार, सफरचंद, क्विन्सी, पेअर आणि पीच वृक्षांच्या फांद्यांवर कोवळी, पोपटी पालवी फुटत होती. प्रवेशद्वारावर मोगऱ्याच्या वेली बहरल्या होत्या. दरवाजांवर जांभळ्या विस्टेरियाचे भरगच्च फुलोरे लगडले होते. निळ्याभोर लख्ख आकाशात एकही ढग नव्हता. गेल्याच आठवड्यात मोशेने वयाची पंचावन्न वर्षे पुरी केली होती आणि रेचल आता बावन्न वर्षांची होती. वाढत्या वयाचा रेचलला आनंदच होता. आपल्या वेदनादायी तारुण्याचा एक क्षणही तिला स्मरावासा वाटत नव्हता. आपल्या आयुष्यातला सर्वोच्च आनंदाचा काळ आता सुरू झाला आहे हाच विचार तिच्या मनात होता. परमेश्वराने अखेर तिच्या पदरात आनंदाचे माप घातले होते. तिने कृतज्ञतापूर्वक आपले मस्तक वर उंचावले. आपल्या पतीकडे पाहून तिने स्मित केले आणि त्याचा हात हातात धरत ती म्हणाली, "काळजी करू नकोस मोशे. ती अजून लहान आहे. तिच्या मनात काय चालू आहे, तिची स्वप्नं काय आहेत नक्की हे आपल्याला कसं समजणार? तिची ही मनःस्थिती तात्पुरती असेल नक्कीच. तिने जर लग्न केलं..."

एस्थरच्या कानांवर आपले बोलणे पडायला नको म्हणून ते दोघे आता अगदी हळू आवाजात एकमेकांशी बोलत होते.

"हो, मला अगदी मनापासून तिने लग्न करावं असं वाटत आहे. सगळेच तिच्या मागे आहेत, पण तिला कोणीच नको आहे. तुला मोठ्या बाजारातला तो सुप्रसिद्ध सोनार सारफाती माहीत आहे? त्याने आज आपला मुलगा लिओन याच्याकरता मागणी घातली आहे."

"तू काय म्हणालास?"

"मी काय बोलणार रेचल? काहीतरी पुटपुटलो."

"मला तिच्याशी बोलू दे. कोणी सांगावं? या वेळी कदाचित ती हो म्हणेल."

"तसंच होऊ दे, तसंच होऊ दे."

एकमेकांचे हात हातात धरून ते प्रौढ जोडपे बाकावर मागे रेलून बसले. त्यांचे डोळे अर्धवट मिटले होते. सुरकुत्या पडत चाललेल्या चेहऱ्यावर शांत हसू होते. सूर्य तळपत होता आणि सगळा आसमंत लख्ख, सोनसळी प्रकाशात उजळून निघाला होता.

पण एस्थरची खोली अंधारलेली, उदास होती. कारण तिने सगळे पडदे घट्ट ओढून घेतले होते. आपल्या बिछान्यावर उताणी झोपून ती छताकडे एकटक पाहत होती. लाकडी तुळयांवर तिची नजर होती पण ती त्या पाहत नव्हती. खरेतर डोळे उघडे असो की बंद ती एकच गोष्ट पुन्हा पुन्हा पाहत होती. लांब पापण्यांची महिरप असलेली खोल काळी नजर तिच्या नजरेत बुडालेली! त्या नजरेतली चमक जीवघेणी होती. डोक्यावरच्या शुभ्र गोल फेट्यामधून निसटलेले काळे कुरळे केस, भरघोस मिश्यांखालचे मांसल ओठ, धारदार नाकावरच्या फुलारलेल्या नाकपुड्या, त्यातून त्याचा दडवलेला महत्त्वाकांक्षी स्वभाव उघड होत होता आणि तो आवाज; ज्यामुळे ती अंतर्बाह्य हादरून गेली होती, 'कोण आहेस तू?'

तिच्या मनात अजूनही अनेक चिंता होत्या, पण एस्थरच्या मनात त्याच्याशिवाय कोणताच विचार येत नव्हता. तिला स्वतःचाच खूप राग येत होता. हे कसे शक्य आहे? असा कसा एखादा पुरुष अकस्मात तिच्या आयुष्यात डोकावतो आणि तिचे सगळे मन व्यापून बसतो? हे तेच असेल का? सगळीजण ज्याला प्रेम म्हणत असतात ते? रागाने तिने तिची उशी खोलीच्या कोपऱ्यात भिरकावली आणि बिछान्यावर पालथी पडून ती रडायला लागली. हिवतापाने पछाडल्यासारखी ती थरथर कापत होती. तिच्या आत्म्यात उठलेले वादळ तिच्या शरीराला व्यापून राहिले होते. तिला जाणीव झाली की त्याला पुन्हा भेटायलाच हवे आहे. ते आत्यंतिक गरजेचे आहे.

"एस्थर, एस्थर! बघ तरी आपल्याला कोण भेटायला आलं आहे, मुली!"

रेचल आली होती. एस्थरने काहीच उत्तर दिले नाही. तिला कोणालाच भेटायचे नव्हते.

आणि मग अजून एक आवाज आला, ''किराझे, कॉन्स्टँटिनोपलची सर्वात सुंदर मुलगी, बाहेर ये आणि बघ तरी मी तुझ्याकरता काय आणलं आहे!''

ती कायरा होती. कायरा म्हणजे ग्रीक भाषेत स्त्रियांना उद्देशून केलेले विनम्र संबोधन. हातात दागिने आणि कापडाची गाठोडी घेऊन शहरात दिसणाऱ्या ग्रीक स्त्रिया; ज्या घरोघरी जाऊन त्यांची विक्री करत. त्यांना उद्देशून ओट्टोमन हे संबोधन वापरत. काहीजणी नवऱ्याने बनवलेल्या वस्तू विकत, तर काही आच्छादित शाही बाजारातल्या दुकानांमधील मालाच्या फक्त विक्रेत्या होत्या. या प्रकारचा व्यापार मुस्लीम स्त्रियांकरता फार उपयोगाचा होता. कारण त्यांना रस्त्यावर फिरण्याची परवानगी नव्हती आणि ज्यू स्त्रियांना जरी जास्त स्वातंत्र्य होते, तरी त्यांनाही कायरांकडून खरेदी करण्यात मजा वाटे. मोजक्याच घरांमध्ये त्या कधी जात नसत. एरवी अगदी सामान्य घरांपासून ते शाही जनानखान्यातील स्त्रियांच्या आलिशान हवेल्यांपर्यंत सर्वत्र त्यांचा संचार होता. काहींच्या मते कायरा प्रेमीजनांच्या संदेशदूतांचेही काम करत आणि असाही समज होता की अनेकदा महत्त्वाच्या कामांमध्येही त्या सहभागी असत. जसे की सराय आणि गलातातल्या बालिओसेमधल्या खबरींची देवाणघेवाण. हे सगळे समज खरे असणे सहज शक्य होते. कारण राजेशाही जनानखान्यातल्या महत्त्वाकांक्षी स्त्रियांकरता कायरा या बाहेरच्या जगाशी संपर्क साधण्याकरता एकमेव माध्यम होत्या. आश्चर्याची गोष्ट म्हणजे त्यांच्याबाबत या सगळ्या साशंकता मनात असूनही त्यांना अगदी साध्या घरापासून राजेशाही दिवाणखान्यामध्ये प्रवेशाला कधीही कोणी मज्जाव करत नसे.

कायरांच्या गाठोड्यात वेगवेगळ्या आर्थिक स्तरातल्या लोकांच्या खिशांना परवडतील अशा वस्तू कायम असत. ''किराझे, माझ्या लाडक्या मुली, बाहेर तर ये. तुझ्या नाजूक कानाच्या पाळीला शोभतील अशी ही खऱ्या माणकांची कर्णभूषणे मी आणली आहेत. चेरींसारखी लाल माणकं. बाहेर ये किराझे.''

कर्णभूषणांबद्दल ऐकून एस्थर उठली. तिला माणकांचे अतोनात वेड होते. बाहेरच्या वयस्कर ग्रीक बाईने तिला प्रेमाने मिठीत घेतले आणि तिच्या गालांवर ओठ टेकवले. ''कितीही महागाची माणकं आणली तरी तुझ्या सौंदर्याशी त्यांची तुलना नाही! बघा तरी किती देखणा आहे हा चेहरा! माशाल्ला, माशाल्ला!''

आपले वाक्य पूर्ण झाल्यावर तिने लाकडी मेजावर आपले मधले बोट तीन वेळा घासले. शहरातले मुस्लीम नागरिक दुष्ट नजरांपासून स्वत:चा बचाव करण्याकरता नेहमीच असे करत. रेचलनेही तसेच केले. इतक्या वर्षांनंतर जगभरातल्या विविध संस्कृती, वंश आणि धर्माच्या इस्तंबूलच्या नागरिकांचे

रीतिरिवाज आणि परंपरा एकमेकांत मिसळून एकजीव झाल्या होत्या. भाषेमध्येही हे मिश्रण झालेच होते. शहरातले ज्यू आता जी भाषा बोलत त्यात स्पॅनिश, तुर्किश, अरेबिक आणि ग्रीक भाषांची सरमिसळ झाली होती. ओट्टोमन साम्राज्याच्या राजधानीतल्या जीवनात हजारो रंग, गंधांचे मनोहारी मिश्रण होते. जणू लाखो मौल्यवान दगडांमधून बनलेले ते एक उत्कृष्ट कलेचा नमुना असलेले प्राचीन बिझेन्टीन मोझॅक होते.

कायराचे गाठोडेही वेगळे नव्हते. दमास्कसचे रेशीम, व्हेनिसचे टाफेटा, फ्रान्सची लेस, फ्लोरेन्सची मखमल; विविध कर्णभूषणे, गळ्यातल्या माळा, साखळ्या, अंगठ्या, असंख्य मौल्यवान खडे जडवलेली पदके, हिरे, अमेथिस्ट, पाचू, माणके, पुष्कराज; डौलदार शोभिवंत काच-वस्तू, इंद्रधनुष्याच्या सरीतून ओघळले आहेत असे वाटावे इतके रंगीबेरंगी मणी, गालिचे, रजया, अत्तरे... इतक्या असंख्य आकर्षक वस्तू होत्या. स्वस्तातल्या चिजेपासून अतिशय महागड्या, मौल्यवान चैनीच्या, जगण्याचा शौक असलेल्या कोणत्याही स्त्रीला वेड लागेल अशा वस्तू.

एस्थर त्या गाठोड्यातला खजिना न्याहाळत असताना कायराने तिच्या खिशातून एक रंगवलेले अंडे काढले. ''हे तुझ्याकरता आहे,'' ती म्हणाली. ''मला खात्री आहे, यामुळे तुझे नशीब फळफळेल.''

काहीच दिवसांपूर्वी धार्मिक ख्रिश्चनांनी ईस्टर सण साजरा केला होता आणि ज्यूंचाही सण आदल्या दिवशीच झाला होता. मेजावर त्याकरता केलेल्या मेजवानीच्या पदार्थांमधला गोड पाव एका थाळीत अजून शिल्लक होता. रेचलच्या मनात विचार आला की त्या ग्रीक बाईला त्यातला एक तुकडा खायला द्यावा. पण मग तिने विचार बदलला. ते जरा जास्त जवळिकीचे ठरले असते म्हणून. एस्थरने किंचितशा कुतूहलाने जरा वेळ त्या अंड्याकडे पाहिले आणि मग ते बाजूला ठेवून ती पुन्हा समोरच्या शोभिवंत दागिन्यांच्या ढिगाकडे वळली.

तिची आधीची उदास मनोवृत्ती आता पूर्ण गायब झालेली दिसत होती. तिने कर्णभूषणे आपल्या कानांशी लावली आणि खुशीत हसली. रेचलने आपल्या पतीकडे एक अर्थपूर्ण कटाक्ष टाकला, 'बघ, बरोबर म्हणाले ना मी, आता ती आनंदी आहे,' अशा अर्थाने. कायराने एक मुलायम, लालजर्द कापडाचा तागा उलगडला. एस्थरने ते कापड अंगावर गुंडाळले आणि अत्यानंदाने तिने आईला विचारले, ''कसं दिसत आहे हे मला?''

''खूप सुंदर, बेटा. तुला अगदी शोभून दिसत आहे.''

"ओह, डोना रेचल, मला प्यायला पाणी आणाल का? खूप तहान लागली आहे."

रेचल उठली आणि स्वयंपाकघराकडे गेली. एस्थर आपल्या कानात माणकांचे डूल घालून, अंगावर लाल कापड पांघरून तलावाभोवती आनंदाने नृत्य करत होती. कायरा कापडाची टोकं धुळीत पडून खराब होऊ नयेत याकरता त्वरेने तिच्यामागे गेली आणि अगदी हळू आवाजात कुजबुजली, "किराझे, तुझ्याकरता आनंदाची बातमी आहे. सहा बोटांचा बुराक तुला पुन्हा पाहण्याकरता तळमळतो आहे."

एप्रिल २४, १५२९
पेरा

पेराच्या गल्ल्यांमधल्या बुरसटलेल्या वासाच्या कोलाहलातून चालण्याचा रेचलचा हा पहिलाच अनुभव होता. तिच्या मनात उत्साह इतका काठोकाठ भरला होता की घाईघाईत चालताना तिची पावलंही एकमेकांत अडखळत होती. धडधडत्या छातीवर आपला हात दाबून धरत तिने कसाबसा एक खोल श्वास घेतला. ती एकाच वेळी घामाने थबथबली होती आणि थकल्यामुळे, मनातल्या उत्सुकतेमुळे तिचे शरीर कंप पावत होते. क्षणभर तिला वाटले आपण परत जावे घराकडे. कदाचित हा सगळाच एक मूर्खपणा आहे. कदाचित तिच्या मनातला संशय हा केवळ कल्पनेचा खेळ असेल? पण ती पुन्हा रस्त्याच्या उभ्या चढावावरून चालायला लागली. आजूबाजूच्या दगडी इमारतींमधून वाट काढत ती अर्धा तास चालत होती. अनेक वर्षांच्या निष्काळजीपणामुळे त्या इमारतींचा पृष्ठभाग जीर्ण दिसत होता. बाल्कन्यांमध्ये रंगीत कपडे वाळत होते. एप्रिल महिन्यातल्या थंडगार हवेच्या झोतात खिडक्यांची दारे हलत होती. मुले दंगामस्ती करत, खिदळत होती. उंच, उघड्या दरवाजांमध्ये काही स्त्रिया गप्पा मारत उभ्या होत्या. ताज्या मासळीच्या टोपल्या घेऊन एक मच्छिवाला त्यांच्या समोरून पुढे गेला. खांद्यावरच्या लांब काठीच्या दोन टोकांना बांधलेल्या जड तांब्याच्या कावडीमधून दही विकणारा विक्रेता जोरजोरात 'दही घ्या, ताजं, चवदार दही!' असं ओरडत आपल्या आगमनाची जाणीव करून देत होता. रेचलला आपला दूर गेलेला भूतकाळ, तिची आई, बाबा, भाऊ आणि तोलेडो आठवत होतं.

पुन्हा ती जरा वेळ दम खात थांबली. पेराच्या गजबजलेल्या गल्ल्यांमधून चालताना ती थकून गेली होती. आपल्या आयुष्यामुळेही आलेला तो थकवा होता. या अस्ताव्यस्त रस्त्यांच्या जाळ्यात तिला आपला मार्ग शोधणे कठीण जात होते. संपूर्ण काळा पोशाख केलेल्या, पाठीला पोक आलेल्या एका बाईकडे जाऊन तिने मदत मागितली. तिने समोरच्या कोपऱ्यावरच्या एका दुमजली, तिरप्या खिडक्या असलेल्या लाकडी इमारतीकडे बोट दाखवले. त्या इमारतीच्या खिडक्यांचे पडदे खाली ओढलेले होते.

रेचलने आपल्या थरथरत्या हातामध्ये दरवाजा वाजवायची कडी पकडलेली होती. अनेक वर्षांपूर्वी तोलेडोवरून इस्तंबूलला येईपर्यंतच्या प्रवासात तिने सांभाळलेल्या दरवाजाच्या कडीसारखीच ही कडी होती. तिने त्या जीर्ण दरवाजावर ठोकलेल्या चांदणीच्या आकाराच्या धातूच्या पत्र्यावरच्या पितळी पंजामध्ये बसवलेल्या तांब्याच्या गोळ्यावर आपला हात ठेवला आणि ती कडी वाजवली. ठक, ठक, ठक! काहीच उत्तर आले नाही. तिने पुन्हा कडी वाजवली. या वेळी जोराने. दरवाजा उघडला जाईपर्यंत ती वाजवायची असे तिने ठरवले होते. थोड्या वेळानंतर आतून कोणीतरी चिरकलेल्या आवाजात ओरडलं, ''थांबा, थांबा जरा! धीर धरा. आईच्या पोटात नऊ महिने कशी वाट पाहिलीत?'' आणि मग दरवाजाची एक बाजू अर्धवट किलकिली झाली. रेचलला पाहून कायरा थक्कच झाली. ''डोना रेचल! डोना रेचल, काय झाले आहे? तुम्ही इथे का आला आहात?'' तिने बाजूला सरकत तिला घराच्या आत यायला जागा दिली.

रेचलला चेहरा इतका फिकट दिसत होता, जणू तिला आता चक्कर येणार. कायराने लगबगीने जाऊन तिच्याकरता तांब्याच्या पेल्यात पाणी आणले. तिचे वागणे विचित्र आणि सैरभैर होते. बहुधा तिला रेचलच्या भेटीमागचे कारण ठाऊक होते, पण आपल्याला काहीच कल्पना नाही असे दाखवण्याचा तिचा प्रयत्न चालला होता. ''आशा आहे की तुम्ही चांगल्या कारणाखातरच इथे आला आहात, डोना रेचल!'' ती म्हणाली.

''चांगले किंवा वाईट, ते तू मला सांगणार आहेस, कायरा कादिन.''

''कसं?''

''मला खरं काय ते स्पष्ट बोलू दे. मला वाटतं तू आणि एस्थर... तुम्ही दोघी कसल्यातरी रहस्यमय गोष्टीत, कसल्यातरी भानगडीत अडकल्या आहात. मला सांगा नेमकं काय चालू आहे?''

''रहस्यमय? भानगड? काहीच भानगड नाही. काहीच रहस्यमय गोष्ट

सुरू नाही, डोना रेचल! ती मला माझ्या मुलीइतकीच प्रिय आहे. तुम्हालाही ते चांगलंच माहीत आहे. शपथेवर सांगते, देव साक्षी आहे!'' तिने आपल्या गळ्यातल्या क्रॉसचे चुंबन घेतले.

''मला तुझ्या प्रेमाबद्दल काहीच शंका नाही कायरा, पण हे विसरू नकोस की आईला आपल्या मुलापेक्षा जास्त काही आणि कोणीही प्रिय नसते. आता मला खरं काय ते सांग.''

कायराला खरे काय ते सांगण्यात अजिबात रस नव्हता. त्यामुळे ती तेच पुन्हा उगाळत राहिली.

रेचलने आपली पर्स उघडली आणि त्यातून तिने अनेक वर्षे साठवून ठेवलेल्या सुवर्णमोहरांपैकी एक दुकत हातात घेऊन ती पितळी चहाच्या मेजावर टाकली. ते नाणे बराच वेळ हळू गिरक्या घेत राहिले आणि मग जोराचा आवाज करत थांबले. कायरा गप्पच होती. रेचलने अजून एक सोन्याचे नाणे काढले, मग अजून एक, अजून एक... सातवी दुकत बाहेर आली तेव्हा ती बोलायला लागली.

''काळजी करण्यासारखं काहीच नाही डोना रेचल, माझ्यावर विश्वास ठेवा. ते फक्त दोन वेळा भेटले आहेत आणि अगदी थोडा वेळ. अजून काही नाही.''

रेचलचा चेहरा तापला होता. तिच्या हृदयाच्या धडधडीचा आवाज कानांमध्ये ऐकू येत होता. आपल्या मनातल्या गोंधळावर तिने प्रयत्नपूर्वक ताबा मिळवला, ''कोण आहे हा?'' तिने विचारलं.

''तुम्ही नशीबवान आहात.'' कायरा हसऱ्या चेहऱ्याने म्हणाली. ''तुमच्या मुलीच्या मस्तकावर देवदूताने स्पर्श केला आहे. तो पाशा आहे, सुलतान आणि शाही वजीर दोघांचाही आवडता असलेला. त्याचा हेतूही चांगला आहे. त्याला किराझेशी लग्न करायचे आहे. माझ्यावर विश्वास ठेवा डोना रेचल, याच आठवड्यात मी तुम्हाला हे सगळं सांगणार होते.''

''तिचं नाव एस्थर आहे.''

''ठीक आहे. मी एस्थरच म्हणीन.''

''पाशा? म्हणजे तो मुसलमान आहे.''

''त्यामुळे काहीच फरक पडत नाही. तुम्हाला माहीतच आहे. मुस्लीम पुरुषांना इतर धर्मातल्या स्त्रियांशी विवाह करायला परवानगी आहे. तुम्हाला त्या हनीम सुलतान माहीत नाहीत का? जगातल्या अनेक देशांमधून त्या आल्या आहेत.''

“पण आम्ही ज्यू आहोत.”

“म्हणजे अजूनच चांगलं आहे, डोना रेचल. याचा अर्थ किराझेची, मला म्हणायचं आहे, एस्थरची सगळी मुलंसुद्धा ज्यूच असतील. तुमच्या धर्मातल्या नियमांनुसार, बरोबर?”

“हो, पण...”

“काळजी करू नका. तुम्ही उलट आनंदी व्हायला हवं.”

“मला माहीत नाही. मला माझ्या पतीशी बोलायला हवं आणि मुख्य हाहामचाही सल्ला घ्यायला हवा.”

“कोणीही सहा बोटांच्या बुराक पाशाचं नावं ऐकलं की तेही असंच म्हणतील. खात्री बाळगा.”

“काय म्हणालीस? पुन्हा बोल?”

“मी म्हणाले सगळेजण खुशीने होकार देतील.”

“नाही! त्याचं नाव काय?” रेचलचा श्वास अडकला होता.

“सहा बोटांचा बुराक पाशा. त्याच्या उजव्या हाताला सहा बोटं आहेत.”

“उजव्या हाताला सहा बोटं? किती वर्षाचा आहे तो? वयाने खूप मोठा आहे का? कुठून आला आहे तो? हे शक्य आहे का? तोच असेल का हा?” रेचलचे मन आणि आत्मा प्रचंड वादळात सापडल्यासारखे भिरभिरत होते.

“अजिबात नाही, डोना रेचल, तो खूप तरुण आहे. बहुधा अठ्ठावीस, किंवा एकोणतीसचा असावा. आणि खूप देखणा, रुबाबदार आहे तो. खूप श्रीमंतही. राजा खारोन इतका श्रीमंत! किराझेपेक्षा रंगाने थोडा सावळा आहे. म्हणजे एस्थरपेक्षा.” तिने लगेचच दुरुस्ती केली. तिच्या चेहऱ्यावर एक छद्मी हास्य होते. “तुम्हाला माहीत आहे, ते इतक्या आश्चर्यकारकरीत्या एकमेकांसारखे दिसतात! जणू एकाच पाण्याचे दोन थेंब. अगदी सारखे. तसेच डोळे, तसंच नाक, तसेच केस. जणू बहीण आणि भाऊच असावेत!”

रेचलला वाटले आपल्याला आता वेड लागणार. दैवगतीच्या या विचित्र खेळापुढे ती हतबल झाली होती. हे खरेच घडत आहे यावर तिचा विश्वासच बसेना. हे कसे शक्य आहे? खरे असेल का हे? आपल्या थरथरत्या पायांवर उभे राहण्याचा तिने प्रयत्न केला. कायरा अजून बोलतच होती :

“तो गडद वर्णाचा असणं अगदी नैसर्गिक आहे. मला जेवढं माहीत आहे त्यानुसार तो मोरोक्कोमधल्या मेरिलियावरून इस्तंबूलला आणला गेला आहे. त्याच्या शरीरात कदाचित अरेबिक रक्त वाहत असेल? पण खूप सहृदयी, उदार

मनाचा आहे तो, डोना रेचल. तुम्हाला म्हणाले तसं, तुमच्यावर दैवाची मेहेरबानी झालेली आहे. माशाल्ला, माशाल्ला!''

रेचल अचानक किंचाळली, ''नाही! कधीच नाही. मी मेले तरी चालेल! पण हे अशक्य आहे! माझ्या मुलीला गळा दाबून ठार करेन मी त्यापेक्षा! पण त्यांचं लग्न होणं शक्य नाही, कधीच नाही!''

''पण...''

''मी तुला हे पहिल्यांदा आणि अखेरचं सांगत आहे. माझ्या मुलीच्या आसपासही दिसलीस यापुढे, तर तुझं आयुष्य मी एका क्षणात संपवेन. तसंही, माझा जावई हे प्रकरण सहज सुलतानापर्यंत पोचवेल आणि मग तुला ठाऊक आहे काय होईल ते. पुढच्या काळात कशी पावले टाकायची ते नीट विचार करून ठरव.''

दरवाजा आपल्यामागे थाडकन बंद करून ती निघून गेली. तीव्र उताराचा रस्ता ती धावतच उतरत होती. जी शाल तिचे डोके झाकण्याकरता होती ती आता तिच्या खांद्यांवर लटकत होती आणि तिचा चेहरा अश्रूंनी माखला होता. पेराचे रस्ते तिने बेहोशीत पार केले. आजूबाजूच्या लोकांचे चकित चेहरे तिला दिसलेही नाहीत. कोणता शाप भोगत होती ती?

एस्थर अतिशय आनंदात होती. आपल्या वडिलांच्या समोर एखाद्या लहान मुलीसारखी ती नाचत-गात होती. मोशेला तिच्या आनंदाचे कारण माहीत नव्हते, पण आपल्या लाडक्या मुलीच्या आनंदाचे उधाण पाहताना त्याच्याही चेहऱ्यावर हसू फुलले होते. ही तारुण्याची मजा होती. वसंत ऋतूने ही जादू घडवली होती.

एस्थरला खरेच नवे धुमारे फुटले होते. तिच्या आत्म्याची कंपने वाढली होती. आपल्याला पंख फुटले आहेत आणि निळ्याभोर आकाशात आपण विहार करत आहोत असे तिला वाटत होते. ती प्रेमात पडली होती, संपूर्ण प्रेमात. तिने आपली बोटे ओठांवर टेकवली. बुराक पाशाच्या स्पर्शामुळे ते अजूनही तप्त भासत होते. तिचे पहिलेच चुंबन होते ते. आपण आता मरूनच जाणार असे तिला त्या क्षणी वाटले होते. तिचे मस्तक भ्रमत होते. हृदय तर इतक्या जोरजोरात धडधडत होते की ते आता छातीच्या बाहेरच येणार असे वाटले.

ती त्याच्याशी लग्न करणार होती. तिला सतत त्याच्याच सहवासात राहायचे होते, नाहीतर तिला वेड लागले असते. बुराक तिला म्हणाला होता

की तो डॉक्टरांशी शक्य तितक्या लगेच बोलेल. ते नकार देणार नाहीत त्याला. एस्थरला खात्री होती. तरुण, रुबाबदार ओट्टोमन पाशाला कोण नकार देईल?

ती पुन्हा नृत्य करायला लागली. आपला पायघोळ पोशाख फलकारत तिची पावले तालात पदन्यास करत होती.

त्याच वेळी बागेचे दार उघडले गेले आणि रेचल आत आली. तिचे डोळे आकुंचित झाले होते. एकंदर अवतार वेड लागलेल्या बाईचा असावा तसा! केस अस्ताव्यस्त.

मोशे आणि एस्थरने आश्चर्याने थक्क होत तिच्याकडे पाहिलं.

''रेचल, प्रिये! काय झालं तुला?''

''आई!''

रेचल तरातरा चालत एस्थरकडे गेली आणि एक शब्दही न बोलता तिने थाडकन तिच्या थोबाडात दिली.

मोशे आणि एस्थर जागेवरच खिळले. रेचलने तिच्यावर हात उगारण्याची ही पहिलीच वेळ होती. एस्थरने आपल्या झोंबणाऱ्या गालावर हात ठेवला. तिच्या डोळ्यांत गोंधळून गेल्यामुळे अश्रू दाटले होते.

मोशेन पुढे होऊन आपल्या बायकोचा हात धरला. तिने पुन्हा आपल्या कृतीची पुनरावृत्ती करू नये म्हणून. रेचलने त्याच्याकडे न बघताच त्याला बाजूला ढकलले आणि थंडगार, निग्रही स्वरात ती म्हणाली, ''एस्थर, यापुढे तू माझ्या परवानगीशिवाय घराबाहेर एक पाऊलही टाकणार नाहीस. कधीही नाही!''

मे २, १५२९

दिवाण

''आमच्या असं कानावर आलं आहे की इब्राहिम पाशाने राजकीय अधिकार कक्षात स्वत:चा उल्लेख सुलतान असा केला आहे. हे खरं आहे का?''

''हं... आमच्यापैकीही काहींनी असं ऐकलं आहे. आमच्या मते यामागचं कारण शत्रूवर प्रभाव टाकून, त्याचं नैतिक धैर्य खलास करणं असं असू शकेल. इब्राहिम पाशाच्या आदरणीय हेतूंवर शंका व्यक्त करणं हा त्यांच्यावर अन्याय आहे असं आम्हाला वाटतं.''

''अर्थातच. म्हणजे हे नक्कीच आहे की सिंहासनावर डोळा ठेवून त्याने हे केलं नसावं, पण तरी...''

''पाशा, तुम्ही काय बोलत आहात ते विचार करून बोला. भिंतींनाही कान असतात याची तुम्हाला आठवण करून द्यायची गरज नाही असे वाटते. विशेषत: इथे.''

''तुमचं म्हणणं बरोबर आहे.''

राजेशाही दरबार भरण्याच्या तयारीत असताना सगळे पाशा बाहेरच्या प्रांगणात एकत्र जमले होते. आजच्या दिवाण ए खास दरबारात ते आगामी युद्धावर चर्चा करणार होते. जरी अधिकृत घोषणा झाली नसली तरी हा अंदाज बांधणे कठीण नव्हते की सुलतान त्याचे सैन्य युरोपमध्ये पाठवणार आहे. वसंत ऋतू ऐन भरात होता आणि याहून योग्य वेळ दुसरी असूच शकत नव्हती. बुडापेस्टवर पुन्हा हल्ला चढवून ते जानोशच्या ताब्यात द्यायची योजना होती. जर सगळे योजनेबरहुकूम पार पडले, तर ओट्टोमन पुढे चढाई चालू ठेवतील आणि थेट व्हिएन्नापर्यंत पोहचतील. सुलतानांची निर्णयावर शिक्कामोर्तब व्हायची सगळेजण प्रतीक्षा करत होते.

शेखकुलिस्लाम इब्राहिम पाशाकडे वळून म्हणाला, ''आपले शहजादे कसे आहेत? निरोगी आणि आनंदात ना?''

''देवाची कृपा! त्याचे आरोग्य उत्तम आहे. तो अतिशय हुशार, धाडसी आणि निर्भयी तरुण आहे. आपल्या वडिलांसारखाच. शहजादा मुस्ताफा याने आपण ओट्टोमन साम्राज्याकरता योग्य वारसदार असल्याचे सिद्ध केले आहे.''

''मी ज्या शहजाद्याची चौकशी केली, त्याचं नाव शहजादा सलिम. शहजादा मुस्ताफाबद्दल मी विचारलं नाही.'' शेखकुलिस्लाम आपली लांब, पांढरी दाढी कुरवाळत विचारपूर्वक म्हणाला. इब्राहिम पाशा अजाणतेपणी पकडला गेला होता. त्याने घाईघाईत उत्तर दिलं, ''ओह! होय... तेही उत्तम आहेत. त्यांचं छान चालू आहे.''

त्याच वेळी सुलतान सुलेमान यांचे दरबारात आगमन झाले. राजेशाही सभेत वजीर, पाशा, सैन्याधिकारी, उच्चपदस्थ धार्मिक नेते, घोडदळ आणि पायदळाचे प्रमुख आणि सरायमधल्या सर्व हिजड्यांचा प्रमुख गोरा हिजडा असे अनेकजण सामील होते. सुलतान उपस्थित झाल्यावर सर्वांनी आदर आणि विनम्रता दर्शवण्याकरता आपल्या माना खाली झुकवल्या आणि उठून उभे राहत आपले हात छातीवर एकमेकांना छेदणाऱ्या अवस्थेत ठेवले. सर्वांचे डोळे जमिनीवर झुकले होते. सुलतानांच्या नजरेला आपली नजर चुकूनही भिडली जाऊ नये याची काळजी घेत.

सुलतानांनी फार वेळ फुकट घालवला नाही. ते थेट मुद्द्यावर आले. ''एफेन्दींनो! आपण जातो आहोत. आपण लवकरच थेट युरोपच्या हृदयात जाऊन पोचणाऱ्या मार्गावर जायला निघतो आहोत. मी एक आगामी दूत बुडापेस्टला या आधीच रवाना केला आहे. आपल्या गाझावर अल्लाहची कृपादृष्टी राहो.''

जरी प्रत्येकाने त्यांच्या म्हणण्याला दुजोरा देत प्रार्थनेचा पुनरुच्चार केला आणि एकमेकांना मोहिमेच्या शुभेच्छा दिल्या, तरी तिथले एकंदर वातावरण काहीसे वेगळे दिसत होते. दिवाणातल्या सदस्यांमध्ये अस्वस्थता होती. चिडलेल्या घोड्यांसारखे ते फुरफुरत होते; टाचा आपटत होते; मोहाकच्या पठारावर त्यांचे खूर घासत होते; युद्ध उंबरठ्यावर होते.

पेरा

या आठवड्यातली ही दुसरी खेप रेचलने कायराच्या दरवाजावर ठोठावण्याची. ती संतप्त झालेली असली तरी तिचे हृदय दुःखाने जडावले होते. तिला माहीत होते त्या दिवशी एस्थरला छापखान्यामध्ये जाण्याची परवानगी तिने द्यायला नको होती. तिच्यावर विश्वास टाकणे चूक होते. त्या गोष्टीवर विचार केला तेव्हा तिला जाणवले की एस्थरने किती सहजपणे तिला आपल्या बोलण्यात अडकवले होते. अर्थात रेचलचा एकटीचाच दोष नव्हता. मोशेची यात कसलीही मदत तिला झाली नव्हती. तो एस्थरबद्दल इतका हळवा होता की तिच्या मनाविरुद्ध जाणेच त्याला शक्य नव्हते.

एस्थरने त्या दिवशी भल्या पहाटेच घर सोडले होते. त्या वेळेपासून आजतागायत त्यांना आपली मुलगी कुठे आहे हे कळले नव्हते. तिला शोधण्याचा त्यांनी अथक प्रयत्न केला होता. पण जणू काही ती हवेत विरघळून नाहीशी झाली होती. आपण तिला काही कपडे पिशवीत भरताना पाहिले असल्याचे रेचलला अस्पष्ट आठवत होते. त्या वेळी ती हे का करत आहे हे कळले नसले तरी तिने या गोष्टीकडे फार लक्षही दिले नव्हते. नंतर या कोड्याचे तुकडे जुळवत असताना तिच्या लक्षात आले की ज्या वेळी एस्थरने घर सोडले त्या वेळी तिचा छापखान्यात जायचा जराही इरादा नव्हता. ती घरातून पळून बुराक पाशाकडे चालली होती. बाकी सगळे पर्याय संपल्यानंतर रेचलला खात्रीपूर्वक वाटले की मुलीचा ठावठिकाणा कायराच्या घरीच लागू शकेल. चिंता आणि काळजीमुळे ती

एवढी खचलेली होती की तिच्या घरापर्यंत पोहचेस्तोवर तिची तब्येत बिघडली. एस्थर आणि बुराक पाशा यांच्या हातून देवाच्या नजरेत घोर अपराध ठरणारे कृत्य याआधीच घडून गेलेले असले तर? त्यांनी जरी ते जाणूनबुजून केले नसले तरी पुढे सत्य कळल्यावर त्यांना जगणे कसे शक्य झाले असते? हे सगळे वेडेवाकडे विचार मनात घिरट्या घालत असतानाच तिला अजून एक इच्छा आपल्या मनात मूळ धरून असल्याची जाणीव अस्वस्थ करत होती. ती म्हणजे त्याला भेटण्याची. तो कदाचित तिथे असू शकेल या विचारांनी ती भ्यायली होती. तिच्या मनात विचार आला, 'तो इथे असेल तर काय होईल? मी त्याला पाहिले तर? त्याच्याशी वाद घालण्याची वेळ माझ्यावर आली तर? मी काय बोलू त्याला? काय कारण देऊ त्याला? कसं सांगणार आहे मी त्याला? हे देवा! मला मदत कर, देवा. मला त्याला पाहायचं आहे. पण... नाही... नाही, मला नाही असं वाटत. नाही, मला त्याला पाहायचं नाही. तो इथे नसू दे. ओह! मला तुझ्या मदतीची आत्यंतिक गरज आहे देवा! मला आणि माझ्या मुलीला मदत कर!' तिने जरी आपल्याला त्याला भेटण्याची तीव्र इच्छा आहे हे स्वत:शी मान्य केले नाही, तरी तिला आपल्या आतल्या मातृहृदयाला आवर घालता आला नाही. बुराक पाशा, तिच्या मनात आले. सहा बोटांचा बुराक पाशा, तिचा मुलगा... तिच्या रक्ता-मांसाचा गोळा. त्या तान्ह्या, निरागस बाळाची तिच्यापर्यंत पोहचण्याची धडपड करणारी आकृती तिच्या नजरेसमोर तरळली. त्याच्या हातावरची सहा बोटे आठवताना तिचे मन कडवटले. अल्जेरियाने त्या बाळाला संपूर्णपणे अनोळखी हातांमध्ये सोपवल्यावर मिळालेली सोन्याच्या नाण्यांनी भरलेली थैली तिच्यासमोर आणल्यावर झालेला थरकाप तिला आठवला. रेचलला वाटले आता ती तिच्या दुसऱ्या बाळाकरता कितीही पैसे या क्षणी मोजायला तयार आहे. या वेळी ते बाळ म्हणजे तिची लाडकी मुलगी एस्थर होती.

आपल्या मनातल्या भावनांच्या तीव्रतेमुळे तिचे डोके जड झाले. तिला घेरी आल्यासारखे वाटू लागले. अचानक तिला आठवले, ती कायराच्या दरवाजासमोर कशाकरता उभी आहे आणि मग भीती व वेदनेमुळे तिला गुदमरायला झाले. तिच्याकडे फार वेळ नव्हता. तिने अधीरपणे दरवाजा ठोठावायला सुरुवात केली. त्याकरता कडीचा वापरही ती करत नव्हती. त्या जुनाट लाकडी दरवाजांवर ती आपल्या उघड्या हातांनी धक्के देत होती. कोपऱ्यात जखडून ठेवलेल्या प्राण्यासारखे तिला वाटत होते. ती मनातल्या मनात पुटपुटत होती, 'देवा, दया कर माझ्यावर... माझ्या मुलीवर दया कर... खूप लहान आहे ती... अगदी

निष्पाप आहे.' पण तिला काही करून आपल्या स्वत:च्या पुत्राबद्दल करुणा भाकता येत नव्हती. ती तिथे आपल्या मुलीला वाचवायला आली होती. तिच्या हातून अपराध घडू नये, पाप होऊ नये म्हणून ती आली होती. तो मोठा लाकडी दरवाजा हळू-हळू उघडला. आपण आता काय करावे हे न कळून ती नुसतीच उभी राहिली.

रेचलला आपल्या घराच्या दरवाजात पाहून कायराला प्रामाणिक आश्चर्य वाटले. रेचल आज इथे येईल असे तिच्या कल्पनेतही नव्हते. सगळी औपचारिकता धुडकावून लावत रेचलने त्या बाईच्या अंगावर झेप घेतली आणि ती किंचाळली, ''कुठे आहे ती?''

''कोण कुठे आहे, डोना रेचल?'' गोंधळलेल्या कायराने विचारले.

''एस्थर! मी तुला विचारते आहे! एस्थर कुठे आहे?''

''मी शपथ घेऊन सांगते, त्या दिवसापासून मी तिला पाहिलं नाही. तिच्याशी बोललेही नाही. ती इथे नाही. काय झालं आहे?''

कायरा काय बोलत आहे इकडे रेचलचे लक्षही नव्हते. ती सैरावैरा तिच्या घरात शिरून प्रत्येक खोली तपासत होती. आपली मुलगी नक्कीच एखाद्या बंद दरवाजामागे असणार याची तिला खात्री होती. ''कुठे आहेत ते?'' ती ओरडली. ''सांग मला, आत्ताच्या आत्ता सांग! कुठे आहेत ते?''

कायराने पुन्हा तिच्याशी बोलण्याचा प्रयत्न केला. ''शांत व्हा डोना रेचल,'' ती म्हणाली. ''इथे मी सोडून दुसरं कोणीही नाही. एस्थर दुसरीकडे कुठेतरी असेल. कदाचित तिच्या बहिणीच्या घरी असेल. त्यांच्याकडे जाऊन आलात का तुम्ही?''

''मला आतमध्ये जाणीव होते आहे की ती त्याच्यासोबत आहे,'' रेचल निग्रहाने म्हणाली.

''कृपा करून तुम्ही जरा इथे बसा,'' कायरा म्हणाली. ''थोडा आराम करा. मी तुम्हाला वचन देते की मला जे माहीत आहे ते मी सगळे तुम्हाला सांगेन.''

रेचलकडे तिचे ऐकण्यावाचून काही पर्यायच नव्हता. शेवटी तिने आंधळेपणाने शोध घेणे थांबवले आणि ती खाली बसली. ती शारीरिक आणि भावनिकदृष्ट्या इतकी थकून गेली होती की जवळ जवळ कोसळलीच. एखाद्या संतापलेल्या मुलाशी बोलावे तशी कायरा तिला चुचकारत बोलत होती. ''काळजीचे काहीच

कारण नाही, डोना रेचल. विश्वास ठेवा, काळजी करण्यासारखं काही नाही. मी खरंतर हे करायला नको आहे पण करणार आहे. कारण मला तुमची चिंता वाटते आहे. कोणालाही सांगणार नाही असं तुम्ही मला वचन द्या. मग मी तुम्हाला एक महत्त्वाचं गुपित सांगेन.''

रेचलने मूकपणे आपली मान होकारार्थी हलवली आणि ती काय सांगते आहे यावर आपले सगळे लक्ष केंद्रित केले. जणू इतरही कोणी ऐकतील, अशा तऱ्हेने कायरा रेचलच्या अगदी जवळ येऊन बसली आणि तिच्या कानापाशी झुकून ती कुजबुजत म्हणाली, ''बुराक पाशा आजच पहाटे हंगेरीला जाण्याकरता निघाला आहे. एका सैन्यदलाचा तो प्रमुख आहे. सुलतानांचा तसा हुकूम होता. काय माहीत तो कधी परत येईल? कदाचित...''

''तो परत येईल असं तुला वाटत नाही?'' रेचलने विचारले. या बातमीमुळे तिचा चेहरा बघता बघता सैलावला होता.

कायराने हात उंचावले आणि आपले खांदे झटकले. जणू काही असे म्हणत, 'कोणाला ठाऊक?'

''एस्थरचं काय?'' रेचलने विचारले.

''डोना रेचल! तुम्हाला खरंच वाटतं पाशा तुमच्या मुलीला युद्धभूमीवर घेऊन जाईल? मी तुम्हाला म्हणाले आहे! ती तुमच्या मुलीच्या घरीच असणार. चला आता... घरी जा पाहू. एस्थरबद्दल इतकी चिंता करण्याचं काहीच कारण नाही.''

कायराच्या घरातल्या एखाद्या खोलीमध्ये दोघे एकांतवासात नाहीत हे कळल्यावरच रेचलला जरा बरे वाटले होते. पण आता आपल्या मुलाला बघण्याची संधी आपल्याला कधी मिळणार आहे का या विचाराने जरा व्यथितही झाली. आपल्या दोन मुलांमध्ये तिची कुतरओढ होत होती. नेमका काय विचार करावा कळत नव्हते.

ती जाण्याकरता उठली. बाहेर पडायच्या आधी तिने आपल्या कंबरेभोवती बांधलेल्या पैशांच्या थैलीत हात घातला आणि त्यातल्या मूठभर सोन्याच्या दुकत तिने कायराला दिल्या. बोलताना तिचे शरीर हलत होते. ''अजून एक शेवटचा उपकार तू माझ्यावर कर. कृपा कर. कृपा कर आणि एस्थरला तो गेला आहे हे कळू देऊ नकोस.''

कायराने होकारार्थी मान हलवली पण रेचलला ते पुरेसे वाटत नव्हते.

"शपथ घे तशी," तिने हट्ट केला. "तुमच्या पवित्र धर्मग्रंथावर हात ठेवून तशी शपथ घे." कायराला हे काय चाललं आहे हे नीट कळत नव्हतं, तरी रेचलच्या चेहऱ्यावर दिसणारे दुःख पाहून तिने काही न बोलता तिच्या म्हणण्याला रुकार दिला.

"मी शपथ घेते," ती गळ्यातल्या क्रॉसचे चुंबन घेत म्हणाली. "येशू ख्रिस्ताच्या नावाने शपथ घेते, की बुराक पाशा युद्धभूमीवर निघून गेला आहे हे मी एस्थरला कळू देणार नाही." अखेर जेव्हा रेचल कायराच्या घरातून बाहेर पडली तेव्हा तिची अवस्था चरख्यात पिळून निघालेल्या उसाप्रमाणे झाली होती. भावनिक थकव्याने तिच्यातले त्राण गेले होते. तिच्या चेहऱ्याच्या जागी केवळ एक निर्जीव मुखवटा होता.

ती थेट घरी पोहचली आणि वाट पाहत राहिली. तिला माहीत होते की अखेर एस्थर घरीच परतणार आहे. तिला हेही माहीत होते की एस्थर परत येईल तेव्हा तिच्या निरागस मुलीचा हृदयभंग झालेला असेल. तिच्या स्वप्नांचा चक्काचूर झालेला असेल. हे असह्य दुःख तिच्या नशिबी यावे असा तिचा काहीच अपराध नव्हता.

एस्थर खरोखरच परत आली. जेव्हा तिने हळू आवाजात अंगणातले फाटक उघडले, तेव्हा रेचल आणि मोशे दोघेही टक्क जागे होते. मोशेने उठायचा प्रयत्न केला पण रेचलने त्याला थांबवले. तिने आपले बोट त्याच्या तोंडावर टेकवत त्याला खूण करत सुचवले की त्याने यात दखल घेऊ नये. अनेक वर्षांपूर्वी त्याने धार्मिक मनाने राबीला जे वचन दिले होते त्याची पूर्तता केली. जर रेचलला काही गोष्टी त्याला सांगाव्याशा वाटत नसतील तर त्याने तिला त्याबाबत काहीच विचारू नये. आपल्या पत्नीच्या विचार आणि निर्णयशक्तीवर त्याचा पूर्ण भरवसा होता. त्या दिवसभरात काय घडले याबद्दल तो तिला कधीही प्रश्न विचारणार नव्हता.

एस्थरच्या खोलीचा दरवाजा उघडून बंद झाल्याचा आवाज त्यांनी ऐकला. त्यांनी एकमेकांकडे मूकपणे पाहिले आणि दोघेही झोप घेण्याच्या प्रयत्नाला लागले. रेचल अंधारामध्ये छताकडे पाहत होती. तिला मनाच्या तळापासून वाटत होते की उठून आपल्या मुलीला मिठीत घ्यावे आणि तिला समजवावे की जे घडले त्यात तुझी काहीच चूक नाही. तिला काहीतरी करावेसे वाटत होते, काहीही, ज्यामुळे आपल्या मुलीचे असह्य दुःख कमी होईल. पण तिला काहीच

करणे शक्य नव्हते. ती जाऊन आपल्या मुलीला सत्य सांगू शकत नव्हती. जरी ते फुटून तिच्या हृदयाबाहेर येऊ पाहत होते. एस्थर बाजूच्या खोलीत हुंदके देत रडते आहे या विचाराने ती विदीर्ण होत होती. अस्वस्थपणे ती कूस बदलत राहिली. कितीही वेदनादायी असले तरी आपले गुपित आपल्यासोबत थडग्यात घेऊन जायचे तिने ठरवले होते. ती बिछान्यात पडून होती. आपल्या भूतकाळातल्या घटनांचे पडसाद वर्तमानावर उमटताना असहायपणे पाहत... आपला भविष्यकाळ कसा वाचवायचा याचा निष्फळ विचार करत...

एस्थर उशीखाली तोंड दाबून अनावरपणे हुंदके देत होती. तिची अवहेलना झाली होती. अतिशय मोठी अवहेलना झाली होती. बुराक पाशाचा नोकर येईल म्हणून ती कितीतरी वेळ, अगदी अंतहीन वाट पाहत राहिली. बंदरावर ती परदेशी खलाशांच्या गराड्यात उभी होती; पाशाचा माणूस येईल आणि आपल्याला घेऊन जाईल या आशेने. पण कोणीच आले नाही. उलटलेल्या प्रत्येक प्रहरागणीक तिची आशा संपत होती आणि अभिमान खचत होता. अखेर तिला कळले की आपला विश्वासघात झाला आहे, पण तोवर तिचे मन रिकामे झाले होते. भावना कोरड्याठाक पडल्या होत्या. पाशा तिच्या निष्पाप आणि प्रामाणिक हृदयाशी खेळला होता. त्याने तिला फसवले होते. इतकी हीन वागणूक दिली होती की आता तिला स्वतःची घृणा वाटत होती. 'आपण एखाद्या मूर्ख, बिनडोक बाहुलीसारखं वागलो,' तिला वाटलं. ती इतक्या त्वेषाने आपले ओठ चावत होती, बोटांनी खसखसून पुसत होती, की पाशाने घेतलेल्या चुंबनाच्या आठवणींचा कणही त्यावर राहू नये असे तिला वाटत होते. त्याची स्मृती कायमची विसरायची होती. 'बुराक पाशा, तू मरून जावास असं मला वाटत आहे,' हुंदके देताना ती पुटपुटली. 'तू मरून जावास असं मला वाटतं... आणि त्याला मी साक्षी असावं!'

बाजूच्या झोपायच्या खोलीमध्ये रेचल अजूनही जागीच होती. बाहेर आकाशात चंद्र नव्हता आणि तिच्या हृदयात अमावास्येपेक्षाही गर्द काळोख भरून होता. तिला एस्थरचे शेवटचे शब्द ऐकू आले नाहीत पण तिला तिची वेदना, जणू तिची स्वतःची असल्याप्रमाणेच जाणवत होती. आयुष्य इतके क्रूर का असते?

मार्च १८, १५३२

लोईरे

फ्रॅन्काईसला अतिशय कंटाळा आला होता. अर्थहीन युद्धांमुळे आणि राजकीय कारस्थानांमुळे तो थकून गेला होता. विचारमग्न नजरेने आजूबाजूच्या परिसराकडे पाहत तो घोड्यावर बसला आणि अनेक शतके पुराण्या एल्म वृक्षांच्या प्रशस्त खोडाच्या दिशेने आला. त्याच्या बाजूला लोईरेचे गर्द हिरवे पाणी वळणदार वाहत होते. पातळ पिवळ्या फांद्या अंगाने ताज्या हिरव्यागार रंगात भरल्या होत्या. थोडे पुढे दोन मुले प्राचीन दगडी पुलावरून खाली वाकून मासेमारी करत होती. दूरवरच्या शेतामध्ये, बायका–पुरुष कंबरेत वाकून नुकत्या जाग्या होत असलेल्या मातीला नव्या लागवडीच्या मोसमाकरता तयार करत होते.

त्याने लगाम ओढून आपल्या नाकावर पांढराशुभ्र ठिपका असलेल्या घोड्याचा वेग कमी केला. मग खाली झुकून त्याची चमकदार तपकिरी त्वचा थोपटली. दोन गुबगुबीत शेपटीच्या खारी समोरच्या लॉरेल वृक्षाच्या सर्वात खालच्या फांदीवर विसावल्या होत्या. फ्रॅन्काईसने त्यांना जवळ जाऊन दचकवण्याकरता आपला श्वास रोखून धरला, पण त्यांनी अनोळखी व्यक्तीला लगेचच टिपले. त्यांचे काळ्या रेघांच्या चौकटीतले चमकदार डोळे धोक्याच्या शंकेने सावध झाले आणि त्या उड्या मारत वर चढल्या आणि दाट पानांच्या गर्दीत नाहीशा झाल्या. 'एक नर, एक मादी,' राजाच्या मनात विचार आला. 'मी खार असतो तर? मग माझं एकमेव ध्येय कुरतडण्याकरता एखादं टणक फळ शोधणं एवढंच असतं. खरंच मी खार असायला हवा होतो.' मग त्याला हवे आहे तिथे संपूर्ण मुक्तपणे भटकता आले असते आणि आयुष्याचा आनंद लुटता आला असता. त्याने खोल निःश्वास टाकला आणि गर्द हिरव्या झाडांच्या गर्दीतून डोकावणाऱ्या आकाशाच्या निळ्या तुकड्याकडे तो निर्हेतूकपणे पाहत राहिला. फांद्यांवर लक्षावधी कोवळे अंकुर फुटले होते. आत्ता या क्षणी ते निर्जीव वाटत होते, पण लवकरच त्यांच्यातून हिरवाई फुलारणार होती. निसर्गदेवता नव्या फळाफुलांच्या हंगामाला शांतपणे आणि एकतानतेने जन्म द्यायला सज्ज झाली होती.

"किती सुंदर दृश्य आहे हे पिएर," तो म्हणाला.

"काय म्हणालात आपण, महाराज?"

"काही महत्त्वाचं नाही पिएर, अजिबात महत्त्वाचं नाही. मी फक्त मोठ्याने विचार करत होतो. बाकी काही नाही."

घोडदळाच्या मुख्याधिकाऱ्याने राजाकडे कुतूहलाच्या नजरेने पाहिले परंतु फ्रॅन्काईसने काहीच न बोलता आपल्या घोड्याला पुढे सरकायची सूचना केली. इतर शिपाई मागोमाग पुढे सरकले आणि शाही काफिला चिखलाने भरलेल्या जमिनीवरून संथपणे पुढे मार्गक्रमण करू लागला. तिथे वर्चस्व होते ते फक्त निसर्गाचे, वातावरणात फक्त त्याचाच आवाज भरून होता. पक्ष्यांचे आरव, नदीचा खळखळाट, पानांची सळसळ...

दूर अंतरावरून चर्चचा घंटानाद ऐकू आला. "हेन्री लवकरच आन्लिकन चर्चच्या स्थापनेची घोषणा करेल, असं वाटत आहे," फ्रॅन्काईस म्हणाला. "मूर, वोल्सी आणि आता क्रोमवेल... युरोपमध्ये आता खदखद माजणार आहे. पोपराज्य असतानाही नवीन चर्च?"

"होय, राजा हेन्री आठची ही विचित्र योजना समजून घ्यायला कठीण वाटते आहे. आणि हे सगळं कशाकरता तर आपल्या स्पॅनिश पत्नीपासून घटस्फोट घ्यायला. या न बोलिनबद्दल मला खूपच कुतूहल वाटत आहे हे मात्र खरं."

"माझ्या मते मुख्य विषय न बोलिनचं सौंदर्य हा नाही. माझ्या माहितीनुसार हेन्री अजून कितीही वेळा कोणाशीही लग्न करू शकतो आणि करेलही. का नाही? तो रुबाबदार, देखणा, भावनाशील पुरुष आहे. तरीही मला असं वाटतं की त्याचा हेतू केवळ लग्न या प्रकरणाशी संबंधित नाही. त्याचं लक्ष्य आहे मठ, चर्च. घंटानाद होणाऱ्या प्रत्येक इमारतीवर स्वतःची हुकमत प्रस्थापित करणे. आपल्या खजिन्यामध्ये जास्तीतजास्त सोन्याच्या दुकतचा भरणा करायचा आहे. त्याला या मार्गाने आपल्या साम्राज्याकडे पैशांचा अखंड ओघ वाहता ठेवणे हा मुख्य हेतू. पण त्याबरोबरच या चर्चच्या स्थापनेमुळे तो सार्वजनिक जीवनात ल्यूथरचा समभागीदार म्हणून मान्यता मिळवेल आणि मग परिस्थिती कठीण होणार."

"होय महाराज, बेटांवरची परिस्थिती खरंच कठीण आहे सध्या."

"मला काळजी अशी आहे की आपल्या देशालाही अशाच कठीण परिस्थितीला तोंड द्यावं लागण्याची शक्यता आहे. सगळंच प्रचंड वेगाने बदलत आहे आणि जो या वेगाशी जुळवून घेऊ शकत नाही तो नष्ट होईल. वास्तव असं असूनही आपल्या मंत्रिमंडळातले बहुसंख्य प्रजासत्ताकात बदल घडवून आणण्याच्या विरोधात आहेत. जर त्यांना संधी मिळाली, तर ते वाल्दान विभाग पूर्णपणे नाहीसा करून टाकतील. मीसुद्धा कॅथोलिक आहे, पण माझे मत त्यांच्यासारखे नाही. प्रजासत्ताकवादी लोक राज्यपद्धतीला घातक नाहीत; अजिबात नाहीत. त्यांच्या वैचारिक मतांमुळे चर्चचा अंत होणार नाही. मला

वाटतं आपण जिवंत साक्षीदार आहोत, युरोपातल्या राजेशाही घराण्यांच्या राजकीय सत्तावर्चस्वाच्या इतिहासातल्या अखेरच्या प्रकरणाला. लवकरच या खंडावर आधिपत्य गाजवणाऱ्या या शाही कुटुंबांचे नामोनिशाण भूतकाळात कायमचे गाडले जाणार आहे. नव्या दिशा, नवे मार्ग आणि नव्या पद्धती असणारे कायदे निर्माण होतील. पण त्यांना या वास्तवाचे भान नाही. या संदर्भातली एकही प्रतिक्रिया त्यांना आपल्या कानावर पडू द्यायची इच्छा नाही. प्रत्येक विरोध कोणत्याही मार्गाने समूळपणे उखडून काढण्यात ते तत्परता दाखवत आहेत आणि मला खरंच कल्पना नाही, की होणारा रक्तपात टाळण्याकरता या दोन परस्परविरोधी विचारसरणीतला अडथळा बनून राहणे मला अजून कितपत शक्य होईल.''

''महाराज तुमच्यावाचून मंत्रिमंडळात काहीच हालचाल घडून येणार नाही आणि अजून पुढे तर युरोपसमोर ओट्टोमनांची भीती उभी ठाकलेली आहेच. कोण पत्करणार हा धोका?''

''तुझं म्हणणं अगदी योग्य आहे पिएर. होय... उन्हाळा जवळ आला आहे, याचा अर्थ युद्ध! ओट्टोमन पुन्हा परतून येणार.''

काही वेळ ते काहीच न बोलता पुढे जात राहिले. सावली असलेल्या जागांमध्ये गोठवणारी थंडी होती; पण हवा ताजी होती, अगदी तहान लागावी इतकी उबदार. पक्षांचा एक सैरभैर थवा आपल्या जागेवरून उठून शेजारच्या दुसऱ्या झाडावर जाऊन विसावला. फ्रॅन्काईसला ते पाहून खूपच कुतूहल वाटले. घोड्यांचे खूर कुजलेल्या पानांच्या दलदलीवरून सरकत होते.

''तुला काय वाटतं पिएर? ओट्टोमन आपल्याबाबतीत गोंधळलेले असावेत का? कारण आपण व्हिएन्नाला त्यांनी ताब्यात घेतलं त्या वेळी तटस्थ भूमिका घेतली होती?''

''मला अगदी नेमकं सांगता यायचं नाही, महाराज. हे तर सत्यच आहे की आपल्यापुढे तटस्थ राहण्यावाचून दुसरा पर्याय नव्हता. कारण अगदी प्रोटेस्टंट ल्यूथरनेही कॅथोलिक सैन्याला पाठिंबा देणारी भाषणे केली होती. निदान आपण त्यांच्या एकत्रीकरणात तरी सामील झालो नाही आणि आपण सुलतानाला साथ देऊ अशी शक्यताच नव्हती. महाराज, आपण नेहमीप्रमाणेच फ्रान्सच्या हिताच्या दृष्टीने सर्वोत्तम असा निर्णय घेतला आहे.''

''पिएर, तसंच असू दे, खरंच तसं असू दे. व्हेनिसनेही ओट्टोमनांविरुद्धच्या लढाईपासून स्वतःला अलग ठेवलं. त्यांनी चार्ल्स क्विंटला साथ दिली नाही.''

“ते काय करू शकणार होते अजून? शिपायांच्या तोंडचा घास ठरले असते ते. युरोपियन धोरणांमधला मला गोंधळात पाडणारा सर्वात मोठा भाग म्हणजे जर्मन राजाने सहकार्याकरता पुढे केलेला हात.”

“हो, तो खूपच कुतूहलजनक भाग आहे. खरंतर आश्चर्यकारकच!”

पिएरने हलकेच डोके हलवले. “आता यापुढे हंगेरीवर पूर्णपणे ओट्टोमनांची सत्ता असेल. बुडापेस्टवर स्वत:चा ताबा राखण्याची फर्दिनांदची अखेरची धडपड या पराभवानंतर पूर्णपणे नामशेष झाली आहे. झापोलिओच्या नेतृत्वाखाली तीन हजार सैनिक आहेत आणि त्याच्यावर नियंत्रण ठेवायला सुलतानाने नेमणूक केलेला तो व्हेनेशियन, ग्रिट्टी, त्याला काहीच प्रयास पडले नाहीत त्याला हुसकावायला.”

“ग्रिट्टी! हे बघ पिएर, हे व्हेनेशियन फार हुशार असतात. त्यांना राजकारणातल्या खुबींचे अचूक ज्ञान असते.”

“फर्दिनांद पुन्हा बुडापेस्टवर कधीच राज्य करू शकणार नाही. अगदी त्याने पाच गॅलन सुवर्ण दुकत सुलेमानला देऊ केले तरीही.”

“मला खात्री आहे त्याला चार्ल्स क्किंटच्या भावाला शासन करायचे आहे त्याने बुडापेस्टला सात दिवसांचा वेढा घातला म्हणून. तो आपल्या सैन्यासह पुन्हा लवकरच युरोपवर चालून येईल. तसंही त्याच्या पायदळातल्या सैन्याने प्रदेश कधीच सोडला नव्हता. ते सगळीकडे विखुरलेले आहेत. अगदी जर्मनीच्या अंतर्भागातही.”

“तुमचे धोरण सर्वात उत्तम आहे महाराज. ओट्टोमनांसोबत सलोख्याचे संबंध राखणे म्हणजेच तशा प्रकारच्या धोक्यांपासून आपली सुटका करून घेणे. आणि शिवाय, आपल्याला आत्यंतिक गरजेच्या असलेल्या गोष्टींच्या पूर्ततेची काहीच शक्यता नाही आहे. सुलेमान आपल्या मागण्या पूर्ण करायला जवळपास तयार आहे आणि तसा करारनामाही करायला तो तयार आहे. हे केव्हाही युद्धानंतर केल्या जाणाऱ्या तहात जे मिळेल त्यापेक्षा कितीतरी उत्तम. चार्ल्स क्किंट सुलेमानला सातत्याने आव्हान देत असतो, पण युद्धामध्ये तो कधीच चेहरा दाखवत नाही.”

“तो दिसावा अशी माझी इच्छा आहे. त्यामुळे आपल्याला खूप उपयोग होईल. कदाचित आपल्याला त्याच्यापासून कायमची सुटका मिळेल.”

“तसं झालं तर मग फ्रान्सला आनंदाचा जल्लोश करायला उत्तम कारण मिळेल.”

फ्रॅन्क्राईसला कार्ल पाचवा, ज्याला फ्रेंच आणि शार्लकेन चार्ल्स क्विंट असे संबोधायचे, त्याच्यामुळे ओट्टोमनांच्या खूप समस्यांना तोंड द्यावे लागत होते. त्यांपैकी पहिली, जर्मन-रोम सम्राटपदाचा पवित्र मुकुट त्याने डोक्यावर चढवला होता. खरेतर भावी संघर्षापासून बचाव करण्याकरता त्याने स्वत:च्या मुलीचा त्याच्याशी साखरपुडा करून दिला होता, पण त्याचा काही फायदा झाला नव्हता. त्याला एकही भरवशाचा मित्र नव्हता, किंवा पाठिंबा देणारा नातेवाईक नव्हता. सत्ता गाजवण्याची महत्त्वाकांक्षा खूप तीव्र असते आणि त्याकरता तुमच्या सगळ्या संवेदना बोथट कराव्या लागतात; अनेक गोष्टींकडे काणाडोळा करायला लागतो. फ्रॅन्काईसला याची सखोल जाणीव होती, पण याउलट आपल्या हातून निसटत जाणाऱ्या सत्तेला धरून ठेवायची कार्लची तीव्र इच्छा होती. स्पेन, जर्मनी आणि अगदी ऑस्ट्रियाचे राजे युरोपवर आपली मालकी प्रस्थापित करण्याकरता आपापसात लढत होते आणि शेवटी त्यांना पोपच्या हातातून पवित्र रोमन साम्राज्याचा मुकुट हिसकावून घेण्यात यश लाभले होते.

फ्रॅन्काईस इटालीमधल्या युद्धात जखमी झाला होता आणि कार्लच्या ताब्यात जाऊन त्याला एक वर्ष माद्रिदच्या तुरुंगात काढायला लागले होते. पण त्याने फ्रान्सवर राज्य करण्याचे अधिकार कितीही दबाव आला तरी त्याच्या हातात सोपवले नव्हते. हृदयात कळ घेऊनच तो अखेर पॅरिसला परतला. कारण त्याला आपले दोन पुत्र कार्लकडे ओलीस म्हणून ठेवायला लागले होते. जर कार्लची आत्या आणि फ्रॅन्काईसची आई या दोघींना स्त्रियांचा करारनामा तयार करण्यात पुढील दोन वर्षांच्या काळात यश मिळाले नाही, तर कदाचित त्याला पुन्हा कधीच त्यांचे चेहरे बघायला मिळण्याची शक्यता नव्हती. करारनाम्यातील घटकांवर शिक्कामोर्तब करण्याकरता फर्दिनांदने नाखुशीने एलेनॉरशी, पोर्तुगीजच्या दिवंगत राजाच्या पत्नीशी, विवाह केला होता.

थोड्याच अंतरावर एक लहान, पिवळ्या रंगाचा मठ होता. फ्रॅन्काईसने आपला घोडा त्या दिशेने नेला, ''आपण तिथे थोडा वेळ विश्रांती घेऊया, पिएर,'' तो म्हणाला.

त्यांनी घोड्यांना तिकडे पिटाळले. प्रांगणातल्या काळ्या पोशाखातल्या धर्मगुरूंनी राजाला येताना पाहिले आणि तो लगेचच तयारीला लागला, त्याचे सन्मानपूर्वक आदरातिथ्य करायच्या हेतूने.

परंतु फ्रॅन्काईसला फक्त शांततापूर्ण आणि सुखी आयुष्याकरता तिथे प्रार्थना करायची होती. जर त्याला आपल्याला राजेपदाचा कंटाळा आला आहे असं

जाहीर करण्याची मुभा असती तर त्याने लगेच तसं केलं असतं, पण त्याच्यावर कोणी विश्वास ठेवला असता?''

ऑक्टोबर १८, १५३२
बादेन

सुलेमान एप्रिलच्या अखेरीला आपल्या भल्यामोठ्या सैन्यासह इस्तंबूलवरून निघाला होता. त्याने तीन महिने कार्ल पाचचा युरोपमध्ये शोध घेतला. युरोपच्या राजांचा, सरदारांचा पाठिंबा असूनही पवित्र रोमन-जर्मन सम्राटाला त्याच्याशी लढायचा धीर झाला नाही. तो आणि त्याचा भाऊ फर्दिनांद यांनी भल्याथोरल्या प्रस्तावासहित आपले दूत सुलतानाच्या शाही तंबूमध्ये पाठवले, पण ते सगळे साफ धुडकावले गेले. याउलट फ्रेंच राजदूत आणि सहकारी समिती जिचे दरम्यानच्या काळात आगमन झाले होते त्यांचे ढोल, फटाके आणि मौल्यवान भेटी देऊन शाही स्वागत केले गेले. अगदी ते स्वत:ही यामुळे चकित झाले आणि इतर राजदूता जे या सुलतानांकडून केल्या गेलेल्या अवाजवी स्वागताला साक्षी होते, त्यांना फ्रॅन्काईसचे ओट्टोमन दरबारात नेमके काय स्थान आहे हे नीट उमगले आणि ते तिथून निघून गेले.

आपला प्रतिस्पर्धी शत्रू लपलेल्या जागेतून बाहेर येत नाही हे समजल्यावर सुलेमानाने त्यांना खलिते धाडले. त्याची भाषा अपमानास्पद आणि शिव्याशापयुक्त होती, पण त्यालाही काही प्रतिसाद आला नाही. त्यानंतर त्याने इस्तंबूलला हिवाळा सुरू व्हायच्या आत परतायचे ठरवले, मात्र घोडदळातले शिपाई आणि सरफिऱ्या सैनिकांची फौज तो मागेच ठेवून जाणार होता.

बुराक पाशा तीन वर्षं त्यांच्यासोबतच होता. घोड्यावर बसून एका जागेवरून दुसरीकडे भटकत होता. त्याच्या तळपत्या तलवारीला जराही विश्रांती नव्हती. त्याला ठाऊक होते की सुलतानांच्या हुकमाशिवाय इस्तंबूलला परत जाणे अशक्य आहे. अर्थात तो त्याकरता फार उत्सुकही नव्हता. त्याला आता कोणाचीच किंवा कशाचीच आठवण नव्हती. त्याचा प्रत्येक दिवशी, दर क्षणी मृत्यूशी सामना सुरू होता आणि आपले कर्तव्य पार पाडण्याचाच विचार केवळ त्याचे मन व्यापून होता. ते युरोपभर घोडेस्वारी करत होते, लोकांच्या कत्तली करत होते आणि मार्गात येणाऱ्या गावांमध्ये जाळपोळ करत होते. त्यांचा उल्लेख

होताच सगळ्या युरोपातले लोक भीतीने चळाचळा कापत होते. या निर्दयी सैनिकांनी जर्मनीमध्ये भयानक चक्रीवादळासारखे थैमान माजवले होते. त्यांच्या आयुष्याचे ध्येयवाक्य, 'मरू किंवा मारू' असेच होते. आणि खरेच हे भयानक सत्य होते. हजारो पुरुष, स्त्रिया आणि मुले त्यांच्या धनुष्यातून सुटलेल्या बाणांची नाहीतर धारदार कट्यारींची शिकार झाले होते. विध्वंस, वेदना, जळलेली घरे, भग्न चर्चेस आणि मृतदेहांचे ढीग या त्यांच्या मागे शिल्लक राहिलेल्या खुणा आणि आठवणी होत्या.

गेल्या मार्चमध्ये इस्तंबूलवरून आलेल्या संदेशामुळे सहा बोटांच्या बुराकचे माथे फिरले होते. तो मृत्यूचा यंत्रदूत असल्यासारखा माणसांच्या कत्तली करत सुटला होता. त्याच्या हृदयात किंचितही दया-माया शिल्लक उरली नव्हती. तरुण, वृद्ध, लहान वय कशाचीही पर्वा न करता तो जो समोर येईल त्याची मुंडकी उडवत होता. त्याचा निर्घृणपणा त्याच्या सहकाऱ्यांनाही थक्क करत होता. तीन दिवसांपूर्वी त्याने त्यांच्यापैकीच एकाचे मुंडके आपल्या कट्यारीच्या एका घावात उडवले होते. सगळ्यांच्या मते ते अकारण होते. मुंडके उडवलेल्या माणसाने केवळ एका लहान काफिर मुलीवर बलात्कार केला होता, जे नेहमीचे कृत्य होते. पण कोणामध्येही पाशाला विरोध करण्याचे धैर्य नव्हते, विशेषत: बुराक पाशाला.

हवा थंडगार बनत चालली होती. रात्री तर हाडे गोठवणारी थंडी पडे. अनेकदा एकेक आठवडा पावसाची संततधार लागे. बहुतेक वेळा त्यांना आपल्या घोड्यांवरच झोप घ्यायला लागे, तंबू बांधणे शक्य नसल्याने. खरेतर ते अतिशय थकले होते. पोहचायचे ठिकाणच नसलेल्या भटक्यांसारखी त्यांची सैरावैरा घोददौड सुरू होती. या मार्गावरचे त्यांचे थांबे होते रक्तपात, जाळपोळ, किंकाळ्या, हत्या... ओट्टोमनांचे 'माथेफिरू सैन्य' आपले नाव खरे ठरवत पुढे मार्गक्रमण करत होते.

पण बुराकचे वागणे माथेफिरूपणाच्याही पलीकडचे होते, तो खरोखर मानसिक तोल ढळल्यासारखा वेडेपणा करत होता. त्याला फार काळ झोप लागत नव्हती आणि जर डोळा लागलाच तर लगेच घामाने थबथबून तो जागा होई, भयानक स्वप्न पडल्यामुळे. संताप आणि मत्सराच्या आगीने तो धगधगत होता. त्याने इस्तंबूल सोडल्यानंतर किराझेने लग्न केले होते. तिने त्याची वाट पाहिली नव्हती. का नाही वाट पाहिली तिने? का नाही? असे असू शकेल का की कायराने तिला त्याच्या अचानक मोहिमेवर जावे लागल्याबद्दलचा निरोप दिलाच नसेल? नाही, ती तसे करणार नाही. त्याने इस्तंबूल सोडण्याआधी

तिला भरपूर सुवर्ण दुकत दिल्या होत्या. सुलतानांनी अचानक युद्ध पुकारल्यामुळे त्याला किराझेला न भेटताच इस्तंबूल सोडावे लागत असल्याचा सविस्तर निरोप त्याने कायराजवळ दिला होता. आपल्या कामगिरीच्या गुप्त स्वरूपामुळे त्याला किराझेला यापेक्षा थेट काही सांगणे शक्य नव्हते. संपूर्ण घोडदळ, पायदळाचा तो मुख्याधिकारी होता.

नाही, कायराची काहीच चूक नव्हती. चूक किराझेची होती! विश्वासघातकी, निर्दयी, स्वार्थी किराझे! स्त्रिया अशाच असतात. त्याला या सत्याची जाणीव झाली होती. जर एखाद्या पुरुषाने त्याचा विश्वासघात केला असता, तर त्याचे नेमके काय करायचे हे त्याला ठाऊक होते. पण एक स्त्री? एका स्त्रीशी, विश्वासघातकी स्त्रीशी त्याने नेमके कसे वागायचे? कसे? तिच्या काळ्या कुरळ्या केसांना धरून त्याने तिला ओढत आणले असते तर तिच्या त्या लांब पापण्यांच्या, गर्द काळ्या कुळकुळीत नजरेत त्याच्याविषयी केवढी भीती दाटून आली असती! तिचे लालजर्द, रसरशीत ओठ नक्कीच थरथरले असते. मग तो किंचाळला असता, हरामजादी, कुत्री! आणि मग... इथे, या बिंदूवर, त्याचे मन आभास आणि वास्तवाच्या गोंधळात हरवून जाई. तो तिला त्याच्यापाशी खसकन ओढत असे. तिच्या ओठांवर तो आपले ओठ धसमुसळेपणाने दाबत असे आणि तिचे प्रदीर्घ चुंबन घेत असे. तिच्या ओठांचे तो चावे घेई. त्यातला रस चोखून घेई. मग तो तिला त्याच्या अंगाखाली घेई. आपल्या शक्तिशाली वजनाखाली तिचे स्तन, नितंब, मांडयांना तो कुस्करून टाकी. ती विव्हळत राहायची, विव्हळत...

तो घोड्यावर स्वार असतानाही त्याच्या मनात या प्रतिमा येत राहत. घामाचे ओघळ त्याच्या कपाळावरून वाहत. नसांमधलं रक्त विलक्षण वेगाने पुरातल्या लोंढ्यासारखे उधाणले जाई. हृदयातला एक जळता ठिपका मोठा मोठा होत त्याच्या मांड्यांपर्यंत सरकत जाई आणि त्याच क्षणी त्याच्या सुकलेल्या ओठांमधून एक भेदक किंकाळी उमटे, 'त्याचं मुंडकं उडवा किंवा आपलं मुंडकं कापा! अल्लाह, अल्लाह!'

त्याची ही किंकाळी ऐकून आसपास जे कोणी असतील ते त्याची भयाण प्रचिती येण्याच्या आतच स्वत:ला कुठेतरी गायब करून टाकत. संपूर्ण परिसर क्षणार्धात निर्मनुष्य होऊन जाई. त्याची ही जीवाच्या आकांताने मारलेली, एकाकी किंकाळी मरण्याच्या किंवा मारण्याच्या तीव्र इच्छेने भारलेली होती.

माथेफिरू सैन्य पुन्हा आपल्या कामगिरीवर निघाले होते. दिवसभर त्यांची घोडेस्वारी चालू होती आणि त्यांना अतोनात थकवा आला होता. प्रदीर्घ काळ

आसपासच्या प्रदेशात कुठेच चिमणीचा धूर किंवा एखादी अस्पष्टशीही मानवी हालचाल दिसली नव्हती.

सूर्य लवकरच मावळणार होता. ते सगळे जवळच्या जंगलात जरा वेळ विश्राम करण्याच्या हेतूने शिरले. उघड्यावरच्या पठारावर त्यांना आपल्या घोड्यांसहित थांबणे शक्य नव्हते. रात्रीचा अंधार गडद होण्याआधी दाट, ओलसर धुक्याने सगळ्या वृक्षांना वेढले होते. आसपास, पुढे किंवा मागे काहीच धड दिसत नसताना ते जंगलात अजून अजून खोलवर जात राहिले. मातीत कुजलेल्या पानांचा वास उंच पाईन वृक्षांच्या ताज्या तरतरीत वासामध्ये मिसळला होता. एक गिधाड कर्कश चीत्कारलं आणि आजूबाजूची झुडपं बाजूला हलली.

सर्वांनी आपापल्या तलवारी उपसल्या. ते सापळ्यात अडकले होते. माथेफिरू सैन्याभोवती जर्मन घोडेस्वारांचा गराडा होता. सगळे एकमेकांना आमनेसामने भिडले. आसमंत किंकाळ्यांनी, आरोळ्यांनी दुमदुमला. संतप्त जनावरांनी थयथयाट केला. त्यांच्या नाकपुड्यांमधून वाफेचे लोट बाहेर पडत होते. या धुकाळलेल्या जंगलातल्या कोणत्याही भयानक जंगली प्राण्यापेक्षा हे मानवी प्राणी अधिक क्रूर आणि जंगली होते.

तासाभरातच सगळे घोडेस्वार गतप्राण झाले होते. फक्त काही बचावले; ज्यांना तिथून पळ काढता येणे शक्य झाले. तिथे पडलेल्या निष्प्राण मृतदेहांच्या ढिगाऱ्यावरून जर्मन सैनिक नजर फिरवत होते. बुराकच्या छातीची उजवी बाजू चीर पडून उकललेली होती. तो हात-पाय पोटाशी घेऊन गर्भाशयातल्या बाळाच्या अवस्थेत पडला होता. त्याच्या तोंडातून बाहेर पडलेली रक्ताची धार थिजायलाही लागली होती. एका सोनेरी केसांच्या शक्तिशाली सैनिकाने लाथेने त्याला उडवले आणि बाजूला ढकलले. "हाच आहे तो!" तो किंचाळला. "कायमचा नरकात जाऊन पडला आहे आता एकदाचा!" त्याच्या बाजूच्या सैनिकाने तलवार उपसली. "याचे मुंडके छाटून महाराजांकडे नेऊया."

"नाही, आपल्याला खूप लांब जायचं आहे. या नालायक ओट्टोमनाचे मुंडके नाचवत नेणे आपल्याला शक्य नाही. त्यापेक्षा त्याची तलवार, ढाल आणि चिलखत, खोगीरही काढून घे."

त्यानंतर थोड्याच वेळात जर्मन सैनिक विजयाची गीते गात जंगलातून बाहेर पडले. बुराकची तलवार एकाच्या खोगिरात अडकवलेली होती आणि घोड्यांच्या वेगवान चालीवर ती तालबद्ध झोके घेत होती.

ते निघून गेल्यानंतर जंगलाचे खरे मालक भुकेल्या डोळ्यांनी लपलेल्या

जागांवरून बाहेर पडले आणि त्यांनी छाटलेल्या मुंडक्यांवर, पोटातल्या आतड्यांवर, तुटक्या हाता-पायांवर ताव मारायला सुरुवात केली.

बालात

त्या दिवशी अश्रुपूर्ण नजरेने बुराकची वाट पाहिल्यावर किराझेने सरफातीचा मुलगा लिओन याच्यासोबत वाङ्‌निश्चय करायला होकार दिला आणि मग पुढच्या उन्हाळ्यात दोघांचे लग्न झाले. त्यांच्या लग्नाच्याच दिवशी सुलतानांच्या तीन मुलांचा सुंताविधी होता. एकापरीने संपूर्ण शहरानेच त्यांचे एकत्र येणे साजरे केले.

आपल्या शहजाद्यांचा मान म्हणून सुलतान सुलेमान यांनी दोन आठवडे सगळ्या शहराला जेवण दिले. ठिकठिकाणी भरलेल्या जत्रांमध्ये विविध करमणुकींचे कार्यक्रम झाले आणि रात्रभर फटाक्यांची आतषबाजी चालू होती. या मंत्रमुग्ध करणाऱ्या उत्सवी वातावरणात एस्थरचा विवाह पार पडला. आता या सगळ्याला दोन वर्षं उलटून गेली होती, पण प्रत्येकाला अजूनही त्या आठवणी येत होत्या.

सुलतानांच्या ऐश्वर्याशी कोणीच स्पर्धा करू शकत नव्हते पण तरीही ज्यू नववधूचे दागिने खरोखरच अद्वितीय होते. भलामोठ्या आकाराच्या ऐंशी माणकांचा गळ्यातला हार आणि त्यासोबतची कर्णभूषणं पाहून शहरातल्या प्रत्येक स्त्रीचे डोळे दिपले आणि त्यानंतर तिच्या उर्वरीत आयुष्यात कोणीच किराझेला त्या दागिन्यांशिवाय पाहिले नाही.

आपल्या विवाह समारंभाचा डामडौल पाहून नववधू खूश झाली होती. सगळ्यांच्या नजरा तिच्यावरच केंद्रित असल्याने तिची खुशी अजूनच वाढली होती, पण तरीही ती संपूर्णपणे आनंदी होती असे म्हणता येणार नाही. फक्त तिच्या आईलाच तिच्या डोळ्यांतल्या वेदनेमागचे कारण ठाऊक होते, पण त्याबद्दल तिने अवाक्षरही उच्चारले नाही. आणि त्या दिवसापासून एस्थर रेचलपासून दूर होत गेली. रेचल आणि तिच्या आईमधले नाते ज्या प्रकारे गोठलेले होते त्याच प्रकारे. वास्तव माहीत असल्याने रेचलचे काळीज कणाकणाने विदीर्ण होत होते परंतु आपल्या मुलीचे भंगलेले हृदय कशामुळेही सांधले जाणार नाही हे माहीत असल्याने ती हताश होती. तेवढी एक गोष्ट सोडली तर ती आपल्या मुलीच्या आनंदासाठी काहीही करायला तयार होती. खरी गोष्ट काय आहे हे तिच्या तोंडून

बाहेर पडणे अशक्य होते. काळजातले दुःख न पेलता आल्याने आई हळूहळू मूक होत गेली. दैवगती इतकी शक्तिशाली होती की एस्थरला भविष्यात किंचितशी का होईना खुशी लाभू दे इतकीच प्रार्थना ती करू शकत होती.

रेचलला आपल्या मनातली उलघाल दाबून धरणे कठीण जात होते, जोवर विवाह दालनातून चांगली बातमी कानावर येत नव्हती तोवर ती अतिशय अस्वस्थ होती. देवाची कृपा होती की तिची मुलगी आणि तो, ज्याला ती अजूनही स्वतःचा 'मुलगा' म्हणून संबोधू शकत नव्हती, यांच्या हातून देवाच्या नजरेमध्ये जे सर्वात मोठे पाप मानले जाते ते घडून आले नव्हते. लग्न पार पडल्यावर ईश्वराप्रति आपली कृतज्ञता व्यक्त करण्यासाठी रेचलने एक आठवडाभर आसपासच्या गरिबांना अन्न आणि वस्त्र दान केले होते.

आता लग्नाला दोन वर्षं उलटून गेली होती आणि सगळ्या गोष्टी सुरळीत चालू आहेत असे दिसत होते. लिओन मेहनती आणि नम्र स्वभावाचा होता. त्याचे कुटुंब व्हेनिसहून १५१५ मध्ये, ज्या वेळी प्रजासत्ताकाने ज्यूंवर विशिष्ट पोशाख परिधान करायला आणि विशिष्ट वस्तीमध्येच राहायची जबरदस्ती केली होती, त्या वेळी इथे आले होते. सारफाती कुटुंबीय नाहमिआस कुटुंबासारखेच चौकशीसत्राचे बळी होते.

रेचल आपल्या मुलीच्या आनंदी आयुष्याकरता कायमच प्रार्थना करायची. ओट्टोमन प्रथेप्रमाणे वाईट नजर लागू नये म्हणून आपले बोट लाकडी पृष्ठभागावर टेकवायची. पण एक विशिष्ट घटना अलीकडे घडत होती; ज्यामुळे तिला अतिशय काळजी वाटत होती. एस्थर अलीकडे अनेकदा शाही जनानखान्याला म्हणजेच हरेमला भेट द्यायची. सोलीची मान्यता असूनही तिला आपल्या मुलीने कायरा बनण्याचा निर्णय घेणे पटत नव्हते. सोलीने आपल्या आईला समजावण्याचा प्रयत्न केला की एस्थर केवळ आपल्या नवऱ्याने बनवलेले दागिने तिथे विकणार आहे आणि तेही फक्त सरायमधल्या स्त्रियांना. इतर कायरांप्रमाणे ती शहरात घरांमध्ये विक्री करायला दारोदार फिरणार नव्हती, पण तरीही तिचे समाधान झाले नव्हते. रेचलला सराय आणि तिथले रंगतदार आयुष्य कधीच पसंत नव्हते. तिथला ऐषोआराम, संपत्तीचे तिला अजिबात आकर्षण वाटले नव्हते. कोणत्याही बाईला ही गुलामी कशी काय आवडू शकते, जरी ती नखशिखांत सोन्याने मढलेली असली तरी? आणि कोणतीही बाई आपल्या घरामध्ये, मुलांसोबत सुखशांतीमध्ये राहण्याऐवजी या पिंजऱ्यात सोने विकण्याकरता जायला कशी तयार होते? एस्थरला सगळेजण किराझे म्हणतात या गोष्टीमुळेही रेचल अतिशय

अस्वस्थ व्हायची. अगदी तिचा पतीही तिला त्याच नावाने संबोधे. कदाचित आता ती एकटीच तिला एस्थर म्हणून हाक मारणारी शिल्लक उरली असेल!

पण या गोष्टी बदलण्याची शक्ती तिच्यात नव्हती. आपल्या आयुष्याच्या लढाईत ती आधीच इतकी थकून गेलेली होती की आता कोणत्याही प्रकारचा विरोधात्मक शब्द उच्चारण्याची शक्तीच तिच्यात शिल्लक उरली नव्हती. शिवाय, ती काय म्हणू शकणार होती? ती सोडून बाकी सगळेच खूप खूश होते. आदल्याच आठवड्यात लिओनने आपल्या पत्नीच्या व्यावसायिक कौशल्याची तारिफ केली होती. आम्ही एका महिन्यात कमावतो ते ती एका आठवड्यातच कमावते. काळ बदलत होता आणि आता दुर्दैवाने पैसा हा आयुष्यातला सर्वात महत्त्वाचा घटक बनला होता.

रेचलने आपले डोळे मिटून घेतले आणि ती आपल्या खुर्चीच्या पाठीला टेकून बसली. ऑक्टोबरमधल्या सूर्याची शेवटची उबदार किरणं तिला सुखावत होती. "मला कळत नाही..." ती निराशेने म्हणाली, "मला काहीच कळत नाही."

डिसेंबर २०, १५३४
राजेशाही जनानखाना

हुर्रेम आज नेहमीसारखी नव्हती. काहीशी गप्प होती. किराझेने आणलेले दागिने तिने हावरटासारखे नजरेखालून घातले नाहीत. दागिन्यांच्या पेटीमध्ये तिला आज खरोखरीच रस नव्हता. तिने निरुत्साहीपणे एक हाताला लागला तो मोत्यांचा हार उचलला, निरसपणे त्याकडे पाहिले आणि कंटाळून समोर असलेल्या चहाच्या पितळी मेजावर ठेवून दिला. जनानखान्यामध्ये सगळ्यांची आवडती असली तरी किराझेला अशा कठीण प्रसंगी काही प्रश्न विचारायचे नसतात हे चांगलेच माहीत होते. हे नेहमीसारखेच आहे असे भासवत ती म्हणाली, "सुलतानसाहिबा, तुम्हाला अतिशय शोभून दिसेल हा. हिंदुस्थानी महासागराच्या तळातले मोती आहेत हे," हुर्रेमने पुन्हा तो हार आपल्या हातात घेतला आणि आपल्या डोळ्यांसमोरून फिरवला.

इतक्यात सर्वात लहानग्या शहजादा सिहान्जिरला कडेवर घेऊन एक दासी आत आली. छोट्याशा तोंडाचा, सावळ्या वर्णाचा तो लहान मुलगा आपल्या

आईला बघताच हसला, पण हुर्रेमने त्याच्या लाडीकपणाला प्रतिसाद दिला नाही. ''काय त्रास आहे आता पुन्हा?'' संतापून तिने विचारले.

''सुलतानसाहिब, हा आत्ता पहिल्यांदाच दोन पावलं चालला. मला तुम्हाला हे...'' तिने मुलाला हुर्रेमसमोर ठेवले. ती अजूनही त्याच्याकडे बघत नव्हती.

किराझे अस्वस्थ झाली. शहजाद्यांच्या शारीरिक व्यंगाबद्दल तिने बरेच ऐकले होते, पण ते इतके वाईट असेल याची तिला कल्पना नव्हती. बिचाऱ्या मुलाची पाठ पूर्णपणे वाकलेली होती आणि त्याला मान जणू काही नव्हतीच. त्याचे हात-पाय म्हणजे जणू वेड्यावाकड्या वाढलेल्या फांद्याच. तिला घृणा वाटली. अशा मुलाला जन्म देण्यापेक्षा मेलेले परवडले. आपल्या भावना कशाबशा लपवत तिने हुर्रेमकडे पाहिले, पण त्याआधी क्षणभर दोघींची दृष्टादृष्ट झालीच. किराझेला वाटले हुर्रेमला शरमिंदे वाटत आहे. परमेश्वराने दिलेली ही अन्यायकारक भेट तिला स्वीकारता आलेली नाही. हुर्रेम, ओट्टोमन साम्राज्याच्या सुलतानाला आपल्या तालावर नाचवणारी स्वत:च कळसूत्री बाहुली बनली आहे; आपल्या कुशीतून निपजलेले हे फळ तिला पूर्णपणे पराभूत करून टाकत आहे.

सिहान्जिर निरागसपणे आपल्या आईकडे पाहत होता. तिच्या दिशेने पावले टाकताना त्याच्या ओठांमधून लाळ गळत होती.

दासी त्याला प्रोत्साहित करत होती, ''ये ये, अजून एक पाऊल, अजून एक पाऊल'' आणि मग तिने त्याचा धरलेला हात बाजूला केला. तो वाकडा मुलगा धाडकन पडला. दासीने पटकन त्याला उचलले. ती म्हणाली, ''आमचे सुंदर सुलतान, किती हुशार आहेत. आता लवकरच ते बोलायला लागतील. खूप शब्द उच्चारता येतात त्यांना. चला आपण 'मा सुलतान' म्हणूया का शहजादे? चला म्हणा, मा सुल-तान.''

सिहान्जिरने त्याचे विचित्र हात दासीच्या गळ्यात टाकले होते आणि तो त्याच्या आईकडे कुतूहलाने पाहत होता. अगदी सावकाश तो म्हणाला, ''मा सुलतान.''

हुर्रेमला ते ऐकून खूप आनंद झाला. त्यामुळे तिने हुकूम दिला, ''त्याला माझ्याजवळ आण.''

दासीने मुलाला हसेकी सुलतानाच्या जवळ नेले. ती मऊ, मखमली गिरद्यांवर पहुडली होती. तिने सिहान्जिरला आपल्या मांडीवर बसवले. तिच्या हातातले कंगन त्याला बसवताना किणकिणले. ''पुन्हा म्हण,'' ती म्हणाली.

लहान शहजाद्यांनी वाकून त्या आकर्षक कंगनाला स्पर्श केला. हुर्रेमने एक कंगन हातातून काढले आणि ते त्याच्या डोळ्यांसमोर नाचवले. "तू पुन्हा मा सुल-तान म्हणालास, तर मी हे तुला देईन."

दासीने आग्रह केला, "चला शहजादे, म्हणा, मा सुल-तान."

सिहान्जिर हळू आवाजात म्हणाला, "मा सुल-तान." तो घाबरला की लाजला हे कळले नाही, पण तो अचानक रडायला लागला. हुर्रेमने त्याला जवळ घेऊन शांत करायचा प्रयत्न केला पण त्याने तिला दूर लोटले आणि दासीकडे वळून त्याने आपले हात तिच्या पुढे केले, जणू तो आपल्याला जवळ घ्यायची तिला याचना करत होता.

"त्याला शांत कर," हुर्रेमने हुकूम दिला "आणि पुन्हा त्याला मी सांगितल्याशिवाय इथे आणू नकोस." दासीने मुलाला घेतले आणि ती बाहेर पळाली. हुर्रेमने रुसक्या चेहऱ्याने कंगन आपल्या हातात चढवले.

किराझेला त्या पाच मिनिटांमध्ये सुलेमानच्या बेगमच्या स्वभावाचे पुष्कळ ज्ञान मिळाले. हुर्रेमच्या व्यक्तिमत्त्वातला हळवा कमकुवतपणा आणि तिचा अहंकारी व महत्त्वाकांक्षी स्वभाव दोन्ही एकाच वेळी तिच्यासमोर उघड झाले. तणावग्रस्त दिसणाऱ्या सुलतान बेगमना खुलवावे म्हणून ती म्हणाली, "परमेश्वरानेच त्याच्याकडून हे शब्द वदवून घेतले सुलतानसाहिबा."

हुर्रेमने बेफिकिरीने पेटीतून दुसरा हार उचलला. "किराझे, तू इतर हरेममध्येसुद्धा जातेस?"

"खूप क्वचित जाते सुलताना! एकदा शाही वजिरांच्या आणि दोन वेळा इतर वजिरांच्या हरेममध्ये गेले होते, बास."

"याचा अर्थ तू इब्राहिम पाशाच्या दालनात गेली आहेस. आपला शाही नबाबजादा, हातिम सुलतानांचा पती, सगळ्यांचा लाडका इब्राहिम..."

"होय, पण मी म्हणाले ना, एकदाच."

"मी हातिम सुलतानांशी बोलीन, म्हणजे ती तुला पुन्हा बोलवेल."

"आपली मेहेरबानी होईल, सुलताना."

"हा हार कितीचा आहे, किराझे?"

"फार महाग नाही, सुलतानसाहिबा, फक्त दीडशे सुवर्णमोहरा!"

हुर्रेमने हार पुन्हा पेटीत टाकला आणि किराझेच्या डोळ्यांमध्ये रोखून पाहत ती म्हणाली, "मी तुला जास्त किंमत देईन, किराझे. चारशे, किंवा अगदी पाचशेही मोहरा..."

किराझे थक्क झाली. हुर्रेमच्या बोलण्याचा काय अर्थ आहे तिला कळेना.

हुर्रेम कुत्सितपणे म्हणाली, ''पण त्या बदल्यात तुला माझं काम करायला लागेल.''

''आपला हुकूम शिरसावंद्य सुलतानसाहिबा.''

''जेव्हा तू लाडक्या इब्राहिमच्या दालनात जाशील त्या वेळी तिकडे शहजादा मुस्तफा, शाही वारीस. त्याच्याबद्दल काय बोललं जातं ते माहीत करून घ्यायचंस. मी लवकरच तू हरेमला भेट देशील अशी व्यवस्था करते.''

किराझेने काही क्षण विचार केला, पण ती नाही कसे म्हणू शकणार होती? हसेकी सुलतानांना ती नकार देऊ शकत नव्हती. शिवाय तिच्या अंदाजानुसार ही चौकशी करणे फार कठीणही नव्हते. तिला फक्त हुशारीने काही प्रश्न विचारावे लागणार होते आणि तिला अजून दोन-तीन दागिनेही विकता येतील, पैसे तर हुर्रेमकडून मिळणारच आहेत जास्त या महत्त्वाच्या कामाकरता. ती नक्कीच शाही वारस असलेल्या शहजादांचा काटा काढण्याकरता काही कारस्थान करत आहे. म्हणजे तिच्या स्वत:च्या मुलाला ओट्टोमनांचा भावी सुलतान बनायची संधी मिळेल.

किराझे हुर्रेमच्या समोर झुकली आणि म्हणाली, ''जशी आपली आज्ञा, सुलतानसाहिबा, अल्लाह तुम्हाला उदंड आयुष्य देईल.''

गलाता

सहा बोटांच्या बुराकला आपल्या दिवाणखान्यामध्ये पाहून डॉक्टर चिपरुटना आश्चर्याचा धक्का बसला. आपला जुना मित्र अचानक भेटावा तसा आनंदही झाला त्यांना. त्याला मिठी मारल्यावाचून त्यांना राहवेना. वजन खूपच कमी झालेले असले तरी जे त्याने भोगले होते त्या मानाने तो खूपच निरोगी दिसत होता.

''तुमची तब्येत चांगली आहे हे पाहून मला खूप आनंद झाला आहे, पाशा,'' डॉक्टर म्हणाले. परमेश्वराची कृपा आहे इतक्या संकटांनंतरही तुम्ही सुखरूप आहात.

बुराक खरोखरच खूप खडतर आयुष्य जगला होता. गेली दोन वर्षं तो सतत मृत्यूशी सामना करत होता. तो कुणी सामान्य माणूस असता तर कधीच त्याची रवानगी थडग्यात झाली असती. आता तो सहा बोटांचा या संबोधनाखेरीज नऊ आत्मे असलेला म्हणूनही ओळखला जात होता.

आपण नेमका किती काळ जंगलात बेशुद्धावस्थेत होतो आणि नंतर बुडापेस्टच्या इस्पितळात, त्याचा हिशेब त्याला लावता आला नव्हता. कदाचित चार किंवा पाच महिने... त्याच्या माणसांपैकी एकजण दाट धुक्याचा फायदा घेऊन स्वत:ला लपवण्यात यशस्वी झाला होता. जर्मन सैनिक गेल्यावर तो बाहेर आला आणि आपल्या सहकाऱ्यांची वेडीवाकडी शरीरे सरळ करून त्यांच्यापैकी कोणाचा श्वास चालू आहे का हे तपासून पाहू लागला. पण कोणीच जिवंत नव्हते. नंतर त्याला बुराकचे रक्तामध्ये भिजलेले शरीर दिसले. आपला हा शूर सरदारही मृत्युमुखी पडला आहे याची त्याला खात्री झाली. ओट्टोमन सैन्याच्या या निधड्या, सर्वांच्या आवडत्या पाशाला, जरी तो जिवंत नसला तरी तिथेच सोडून जाणे त्याला बरोबर वाटले नाही. त्याने त्याला आपल्या पाठीवर घेऊन काही तासांच्या अंतरावर असलेल्या, अजूनही त्यांच्या ताब्यात असलेल्या एका खेड्यात घेऊन जायचे ठरवले. त्या गावातल्या एका वैदू बाईच्या लक्षात आले की बुराकचे हृदय अजूनही चालू आहे. मग प्राथमिक उपचारानंतर त्याला बेशुद्धावस्थेतच बुडापेस्टला हलवण्यात आले.

व्हेनेशियन ग्रिट्टीला ठाऊक होते बुराकबद्दल शाही वजिरांना तसेच सुलतानांना किती आदर आहे. त्यामुळे त्यांनी लगेच सगळ्या वैद्यकीय ताफ्याला बोलावून घेतले आणि काहीही करून त्याला ठीक करण्याचा हुकूम त्यांना दिला. पण हे काम त्यांच्या कौशल्याबाहेरचे होते. त्यांनी सर्वतोपरी उपचार करूनही बुराक बेशुद्धच होता. तो परलोकाच्या प्रवासाला लागलेला आहे याची सर्वांना खात्री पटली होती. पण चमत्कार घडवून आणून आश्चर्याचा धक्का देण्याचा आयुष्याचा नियम आहे. एक दिवस त्याने डोळे उघडून पाणी मागितले.

त्याला चालताना बघून सगळ्या डॉक्टरांनी आनंदाचा जल्लोश केला, जणू लहान बाळाने पहिली पावले टाकली होती. हा खरोखरच चमत्कार होता. इतक्या भयानक, जीवघेण्या जखमांनंतरही पुन्हा जगायला सज्ज होणे... सहा महिन्यांनंतर सुलतानांच्या हुकमावरून त्याला एडिमेच्या इस्पितळात हलवण्यात आले आणि आता तो पुन्हा राजधानीमध्ये परतला होता.

डॉक्टर चिपरुटांनी त्याला काळजीपूर्वक तपासले. "माशाल्ला, पाशासाहिब, आता तर तुम्ही आधीपेक्षाही जास्त निरोगी आहात. तुमच्या पोटाच्या बाजूला हा घाव नसता तर तुम्ही इतका दीर्घकाळ मृत्यूच्या उंबरठ्यावर होता यावर कोणाचा विश्वासही बसला नसता."

बुराकने हसण्याचा प्रयत्न केला. त्याच्या शरीरावरच्या जखमा भरल्या

होत्या, पण त्याच्या आत्म्यावरचे घाव अजूनही ताजे होते. तो अगदी गप्प होता. बोलायची काहीच उत्सुकता त्याला नव्हती. तो आधीसारखा हसतही नव्हता. त्याच्या शारीरिक वेदना संपल्या होत्या, पण त्याचा आत्मा आता कायमच अधू झाला होता. तो बरा होण्याची काहीच आशा नव्हती. मन रमवण्याकरता, इस्तंबूलमध्ये इतस्तत: भटकत राहणे, ही त्याच्याकरता मोठीच शिक्षा होती. हे शहर त्याला त्याच्या जखमांहूनही जास्त यातना देत होते. आपले मन आता त्याच्या ताब्यात नव्हते. आपल्या भावनांवर तो काबू मिळवू शकत नव्हता.

अशा गोंधळलेल्या मन:स्थितीत असतानाच त्याची पावले डॉक्टरांच्या घराकडे वळली होती आणि आता इथे आल्यावर तो मूक बसला होता.

डॉक्टरांनी अनेक विषय काढून त्याला बोलते करण्याचा प्रयत्न केला, पण त्याचा काहीच उपयोग झाला नाही. तेही गोंधळले. काय करावे ते त्यांना सुचेना. अचानक बुराकने विचारले, ''तुमचे कुटुंबीय कसे आहेत?'' ज्यू डॉक्टर आणि ओट्टोमन पाशा यांच्यामध्ये या विषयावर काही बोलणे होणे विचित्र होते.

चिपरुट हसून म्हणाले, ''सगळे ठीक आहेत. धन्यवाद.''

बुराक अजूनही विचित्र प्रश्न विचारतच होता, ''तुमची मुलं कशी आहेत?''

''मुलं? दुर्दैवाने आम्हाला स्वत:च मूल झालेलं नाही. पण लवकरच एका बाळाचा आमच्या आयुष्यात प्रवेश होईल. माझ्या बायकोची बहीण गरोदर आहे. तिच्याकडून मिळणाऱ्या आनंदाच्या बातमीची आम्ही सगळेजण उत्सुकतेनं वाट पहात आहोत.''

सहा बोटांचा बुराक उठला तेव्हा त्याच्या चेहऱ्यावर गडद दु:खाची छाया होती. ''इन्शाल्ला,'' तो पुटपुटला. ''आता मला जायला हवं. कदाचित मी पुन्हा येईन.''

''आपल्या येण्याने मला नेहमीच आनंद होतो, पाशा,'' डॉक्टर त्याला निरोप द्यायला बाहेरच्या मार्गिकेपर्यंत गेले. तो गेल्यावर दार बंद करताना त्यांनी आपली मान गोंधळून जाऊन हलवली.

बुराक जलद गतीने दमदार पावले टाकत घराबाहेर पडला. त्याचे हृदय मत्सराने आणि वेदनेने जळत होते. त्याला शक्य तितक्या लवकर हे शहर सोडून जायचे होते.

मार्च १२, १५३५

बगदाद

ओट्टोमन बेलग्रेडला दार-उल-हार्प म्हणत. त्यांनी बगदादला दार-उल इस्लाम असे नाव दिले. प्राचीन काळी बगदादला पवित्र शहर मानले जात होते. ताऱ्यांच्या सर्वात सुयोग्य जागेवर त्याचे अधिष्ठान होते. त्याच्याभोवती दीडशे बुरूज असलेली जाड, भक्कम तटबंदी होती आणि ती कोणत्याही शत्रूचा हल्ला रोखण्यास समर्थ असलेल्या खोल खंदकांनी वेढलेली होती. सभोवताली हिरव्यागार पानांनी नटलेली संत्र्यांची, लिंबांची दाट वृक्षराजी होती. त्यावर केशरी फळे लगडलेली होती. खजुरीची कातरलेल्या फांद्यांची झाडेही तितक्याच प्रचंड संख्येने होती. टायग्रीस नदी शहराभोवती धनुष्याच्या आकारात उत्तरेकडून दक्षिणेपर्यंत पसरली होती. रात्रंदिवस तिचा खळाळता आवाज शहरात गर्जत असे. या समृद्ध शहराला चार मुख्य प्रवेशद्वारे होती, पण त्यातली सर्वात प्रसिद्ध होती गडद आणि उजळ प्रवेशद्वारे. बगदादमध्ये शिरणारे आणि बाहेर पडणारे व्यापाऱ्यांचे तांडे कोणालाच मोजता येणे शक्य नव्हते, तसेच तिथल्या पवित्र धर्मस्थळांची संख्याही. गोल घुमटांच्या मशिदी सर्वत्र होत्या आणि शहराचे वैशिष्ट्य असलेले रुंद मिनार पांढऱ्याशुभ्र घरांच्या बैठ्या छपरांच्या गर्दीतून आकाशात उत्तुंग विहरत होते.

सुलतान आपल्या सैन्यासह प्रवेशद्वारापाशी येऊन ठेपला त्या क्षणीच शहराने पराभव पत्करला आणि आता ओट्टोमन सुलतान, इस्लामचे खलिफा, अजून एका किताबाचे मानकरी झाले, बगदाद-ई दार-उल इस्लाम.

सैन्याचा मुक्काम दोन महिने होता. सुलतानांनी या पवित्र शहराचा संपूर्ण कायापालट करण्याचा हुकूम दिला. रोज ते एका मशिदीला भेट देत. सुप्रसिद्ध कवी फाजुली त्यांच्यासमोर बगदादची तारिफ करणाऱ्या काव्याचे वाचन करायला आला. सुलतानांनी त्याला अमूल्य भेटींचा नजराणा पेश केला.

शहरामध्ये अनेक इमारती ढासळलेल्या अवस्थेत होत्या. त्यांची दुरुस्ती करण्यात येणार होती, परंतु सुलेमानांचे स्वप्न होते इबू हनेफी यांची कबर शोधून काढणे. ते सुन्नी पंथाचे संस्थापक होते. पण अथक परिश्रमानंतरही त्यांची इच्छा पूर्ण होऊ शकत नव्हती.

...आणि एक दिवस त्यांचे स्वप्न साकार झाले. कबरीचा शोध लागला होता. त्याची एक सुखद गोष्ट सांगण्यासारखी आहे.

अफवा अशी होती की, कोणे एके काळी कबरीच्या सुरक्षारक्षकाला एक स्वप्न पडले होते. त्या स्वप्नात इबू हनेफी यांनी त्याला अपवित्र हातांपासून आपल्या मृतदेहाचे संरक्षण करण्याचा हुकूम दिला. हा पवित्र संदेश ग्रहण केल्यावर त्या रक्षकाला जाग आली. त्याने ताबडतोब त्या पवित्र मृतदेहाची अदलाबदल एका ख्रिश्चन दफनभूमीतून चोरलेल्या मुस्लीमेतर देहाबरोबर केली आणि इबू हनेफीचा मृतदेह त्याने एका गुप्त जागी नेऊन दफन केला. दुसऱ्या दिवशी त्याचे स्वप्न खरे असल्याचे सिद्ध झाले. कबरीवर हल्ला झाला आणि तिला आग लावण्यात आली.

ही कथा ऐकल्यावर इब्राहिम पाशाने सुलतानांना सांगितले, की अशा परिस्थितीत त्यांची इच्छा पूर्ण होणे अशक्यप्राय दिसत आहे. पण तरीही त्यांनी आशा सोडली नाही आणि तास्किन या त्यांनी नेमणूक केलेल्या रहस्यमय माणसाला त्यांनी बगदादच्या कानाकोपऱ्यात जाऊन पवित्र मृतदेहाचा शोध घेण्याचे काम अखंडपणे जारी ठेवण्याचा आदेश दिला.

तास्किनने बगदादचा प्रत्येक कोपरा धुंडाळला आणि अखेरीला त्याला खऱ्या कबरीचा शोध लागला. शहराच्या जवळच्या भागामध्ये कामगार खोदत असताना अचानक त्यांना जमिनीतून दैवी सुगंध येत असल्याचे जाणवले. इबू हनिफीशिवाय अजून कुणाच्या देहाला असा पवित्र सुगंध येत असणार?

इब्राहिम पाशांनी उत्साहित होऊन आपल्या हातांनी जमीन खोदायला सुरुवात केली आणि जगातल्या सर्वात सुंदर सुवासाने त्यांचा श्वास भरून गेला. इस्लामच्या प्रमुख इमामांना हा शुभ संदेश मिळाला, तेव्हा त्यांनी अल्लाहच्या समोर कृतज्ञतेने आपला माथा झुकवला आणि ते तातडीने तो पवित्र आत्मा पाहायला निघाले. याच जागी इबू हनेफी चिरविश्रांती घेत आहेत याबद्दल कोणाच्याच मनात शंका नव्हती. इतर कोणत्या थडग्यामधून इतका दैवी, मनमोहक सुगंध बाहेर पडेल? सुलेमानांनी ताबडतोब कबरीभोवती एक सुंदर, त्या सुगंधाइतकाच आकर्षक मकबरा बांधण्याचा हुकूम दिला. मकबरा बांधून पूर्ण झाल्यावर लगेचच त्याचे दर्शन आणि पवित्र सुगंध घ्यायला आतुर झालेल्या श्रद्धाळूंकरता त्याचे दरवाजे उघडे केले गेले.

या विलक्षण घटनेचा सैन्यातल्या शिपायांवर खोल प्रभाव पडला. कारण यामुळे त्यांना शक्तिशाली सम्राट दुसरा मेहमत याने अजून एका पवित्र व्यक्तीचे, एयुप सुलतान यांचे, हरवलेले थडगे इस्तंबूलला वेढा पडला असतानाच्या काळात शोधून काढले होते त्याची आठवण झाली. सगळे म्हणाले, ''याचा

अर्थ अबू हनिफी यांचे थडगे नष्ट झाले नव्हते. ते कोण्या दुसऱ्याचे होते आणि ही सगळी कहाणी खलिफांना स्वत:ला मिळालेली पवित्र भेट आहे. सम्राटांनी एयुप सुलतानांच्या आदरपूर्ण स्मृतीखातर मशीद बांधली आणि सुलेमानांनी अबू हनिफी यांच्याकरता शानदार कबर बांधून आपण त्यांचा काबिल नातू असल्याचे सिद्ध केले. आह, परमेश्वराचे अनाकलनीय इरादे!''

काही खोडसाळ लोक अशी अफवा पसरवत होते, की ही सगळी कहाणी इस्तंबूलपासून कित्येक महिने दूर असलेल्या शिपायांना फसवण्याकरता, त्यांची दिशाभूल करण्याकरता रचली गेली आहे. कारण त्यांच्यासमोर लढायला एकही शत्रू नव्हता. इतके महिने घरापासून दूर राहूनही आपल्याला काहीच सन्मान किंवा शौर्य दाखवायची संधी, लुटीचा हिस्सा मिळणार नाही हे कळल्यावर त्यांच्यात असंतोष पसरला होता. अर्थातच त्या खोडसाळ लोकांना पकडून ताबडतोब शिक्षा फर्मावली गेली. नंतर त्यांची छाटलेली मुंडकी तीन दिवस लोकांसमोर त्यांना दहशत बसावी म्हणून प्रदर्शित केली गेली आणि अखेरीला सुलतान सुलेमान आपल्या सैन्यासमोर प्रकट झाले. अबू हनिफीच्या पवित्र कबरीच्या पुनरुज्जीवनाप्रीत्यर्थ सर्वांनी एकत्रितपणे खाली झुकून प्रार्थना केली. एका प्रचारकी आणि चित्तथरारक प्रवासाचा हा सुखद शेवट होता.

सहा बोटांच्या बुराक पाशालाही आता बरे वाटत होते. तटबंदीच्या बुरुजावर उभे राहून तो अनेकदा आजूबाजूचा परिसर विचारी नजरेने न्याहाळत राही, पण ते समजण्यासारखे होते. कारण द्राक्षांच्या मळ्यांनी भरलेला तो विस्तीर्ण प्रदेश आणि आकर्षक बगिचे पाहताना कोणाचेही भान हरपावे. बगदादचे सौंदर्य वैशिष्ट्यपूर्ण होते. त्याची कुणावरही सहज मोहिनी पडे. त्यामुळेच ओट्टोमन म्हणत, ''बगदाद ही अंतिम भूमी आहे. आई ही अंतिम सहचरी आहे.''

दुर्दैवाने ही भूमी देफ्तरदरबाशी इस्केन्दर याचा अंतिम मुक्काम ठरली. सर्व प्रकारच्या विषयांचा विद्वत्तापूर्ण अभ्यास असलेला हा विचारी वृद्ध पुरुष! त्याच्या आणि शाही वजीर इब्राहिम पाशा यांच्यामध्ये सातत्याने चाललेल्या संघर्षाची ही दुर्दैवी परिणिती होती. शहरातल्या बाजारामध्ये सुलतानांच्या हुकमावरून त्यांना फाशी दिले गेले.

सुलेमानांनी त्यांच्या आवडता इब्राहिम पाशाच्या प्रभावाखाली येऊन आपल्या साम्राज्यातल्या सर्वांत प्रामाणिक सेवकाला दिलेली ही मृत्यूची आज्ञा म्हणजे त्यांच्या बुद्धीवर पडलेली क्षणिक भूल होती. फाशी दिलेल्या जागेवरून सुलतान जेव्हा आपल्या राजवाड्याकडे परतत होते, त्या वेळी त्यांना मार्गात

भेटणाऱ्या, आदरपूर्वक सलाम करणाऱ्या सामान्य जनतेच्या जरी काही लक्षात आले नाही, तरी जे त्यांना जवळून ओळखत होते, त्यांना सुलतानांच्या नजरेत पश्चात्तापाची भावना स्पष्ट दिसत होती. अर्थात जे घडून गेले ते गेलेच! निसटलेला वेळ आणि गमावलेल्या व्यक्ती पुन्हा आणता येत नाहीत.

आपल्या हातून घडून गेलेल्या या अक्षम्य चुकीमुळे सुलतानांच्या मनावर इतका परिणाम झाला की ते मध्यरात्री झोपेतून किंचाळत उठत. त्यांच्यासोबत रात्रंदिवस असणाऱ्या कपियागासींनी नंतर सांगितले की भयानक स्वप्नांमुळे ते उठत. त्यांच्या स्वप्नात देफिरदार हातात दोरखंड घेऊन त्यांच्यापाशी येत आणि त्यांच्यावर हल्ला करून ओरडत, 'अरे क्रूर माणसा, माझ्यासारख्या निष्पाप माणसाला त्या खोडसाळ माणसाच्या शब्दावर विश्वास ठेवून का ठार मारलंस?' कदाचित ते केवळ एक भयंकर स्वप्न असेल किंवा कदाचित काही अधिकही असेल. कोणाला माहीत? त्या दिवसापासून ते आणि त्यांचा मित्र, लाडका शाही वजीर इब्राहिम पाशा यांच्या मधे एक अदृश्य भिंत उभी राहायला लागली. सुलेमानांचे प्रेमळ हृदय इतके थंडावले की आता त्यांच्या हृदयाच्या जागी जणू काही एक बर्फाचा तुकडा होता आणि त्यांच्या प्रिय पाशाला आगामी धोक्याची काहीच कल्पना नव्हती.

"तुम्ही कसला इतका गहन विचार करत आहात ब्रे बुराक पाशा?"

बुराकने मागे वळून इब्राहिम पाशांकडे पाहिले आणि त्यांना आदरपूर्वक सलाम करून तो म्हणाला, "काही खास नाही, पाशासाहिब, संध्याकाळची उदास वेळ आहे फक्त!" त्याने मावळत्या सूर्याकडे दृष्टी टाकली.

प्राचीन तटबंदीच्या उबदार दगडांना टेकून ते दोघे काही काळ रंगीन आकाश पाहत उभे राहिले. बुराक इब्राहिम पाशांपेक्षा काही वर्षांनी तरुण होता पण तरीही ते दोघे एकमेकांच्या अगदी निकट होते. दोघांनी सुरुवातीच्या मानिसा, सारुहानपासून पुढील अनेक वर्षांचा काळ एकत्र व्यतीत केला होता. अनेक शिकारी, एकाच शत्रूच्या विरोधातली असंख्य युद्धे दोघांनी एकसाथ लढली होती. पण तरीही त्यांना एकमेकांची फारशी वैयक्तिक माहिती नव्हती आणि मजेची बाब अशी की त्यांना त्याचे कुतूहलही वाटत नव्हते. शिपाई म्हणून लहानपणी एकत्रित भरती झालेल्या इतर अनेकांच्या बाबतीतही तसेच होते. त्यांच्यातला एकमेव समान दुवा म्हणजे युद्ध. बाकी वैयक्तिक भावना ही आत्यंतिक खाजगी बाब होती. कोणीच आपापसात प्रेम, विरह, आकर्षण, आशा या संदर्भातल्या गप्पा करत नसत. त्यामुळे आता या वैशिष्ट्यपूर्ण क्षणाला दोघांनाही भावनिक संभाषण करावेसे वाटत असूनही ते कसे सुरू हे करावे कळत नव्हते.

काही वेळानंतर इब्राहिम म्हणाला, "इस्केन्देरच्या मृत्यूकरता आपण कारणीभूत असल्याचा आरोप मजा म्हणून स्वीकारता येणार नाही."

हे वाक्यही नेहमीसारखे नव्हते, पण त्या संध्याकाळी मावळता सूर्य नेहमीपेक्षा फारच वेगळे सौंदर्य आसमंतात पसरवत होता आणि त्याची मोहिनी बघणाऱ्यांवर वेगळाच प्रभाव टाकत होती. आकाशात जणू काही रंगांचे रण माजले होते. त्यात रंगणारे सगळेच समान पातळीवर होते.

"परमेश्वर त्याच्या आत्म्याला शांती देवो," बुराक उत्तरादाखल म्हणाला, "एक दिवस आपल्याला सर्वांनाच त्याला चेहरा दाखवायचा आहे."

इब्राहिमने त्याच्याकडे धक्कादायक नजरेने पाहिले. बुराक त्याच्या फाशीबद्दलचे सूचन तर करत नव्हता? त्याने आवंढा गिळला आणि तो पुढे काय बोलतो आहे याची वाट बघू लागला.

"कारण हे असेल, किंवा इतर... मृत्यू हा परमेश्वराचा दैवी हुकूम आहे. तुला त्याला कशाकरता मारायचं होतं? त्याचं आयुष्य संपायला एकमेव कारण होतं, ते म्हणजे इब्राहिम पाशा. आम्हाला सर्वांना माहीत आहे की तू खूप मोठ्या फायद्याखातर हे कृत्य केलं आहेस. सुलतानांना हे मान्य आहे याची मला खात्री आहे."

"माझा त्यांच्या नावाबद्दल काहीच आक्षेप नाही, पण मला वाटतं हुर्रेम सुलतान यांचा आम्हालामध्ये समावेश केलेला नाही."

त्याने आपला आवाज अगदी हळू करत पुढचे बोलणे कुजबुजत सुरू ठेवले, "तिला काही करून मुख्य बेगम, सुलतानाची आई हा किताब हवा आहे आणि अर्थातच शहजादा मुस्तफा हा तिच्या मार्गातला सर्वात मोठा अडथळा आहे. देव मला साक्षी आहे, मी कुणालाही त्याच्या केसालाही स्पर्श करू देणार नाही. मग एक दिवस त्याकरता मला प्राण द्यावे लागले तरी बेहत्तर. सिंहासनावर बसायला फक्त शहजादेच लायक आहेत, इतर कोणाहीपेक्षा तेच सर्वार्थाने योग्य आहेत."

"तुम्ही नेहमीच अगदी खरं बोलता, पाशासाहिब. आपला भावी सम्राट होण्याचा अधिकार फक्त त्याचाच आहे. इन्शाल्ला हुर्रेम सुलताना त्याला अटकाव करू शकणार नाही."

"ती आपल्याला तिचा शत्रू मानते, हे नक्कीच आहे... पण परमेश्वराची कृपा आहे की सुलतान शहाणे आहेत आणि त्यांच्याकडे दूरदृष्टी आहे. त्यांना जे करायचं आहे तेच ते करतात आणि त्यांचा आपल्यावर विश्वास आहे, याची मला खात्री आहे."

“या जगात बायकांची कर्तव्यं वेगळी असतात आणि पुरुषांची वेगळी. सुलतान असली तरी ती शेवटी एक बाईच आहे,” बुराक एक दीर्घ उसासा सोडत म्हणाला.

अजान सुरू झाली. त्यामुळे ते तटबंदीतून खाली जाणाऱ्या पायऱ्यांवरून उतरून चालत गेले. “इस्तंबूलला परत गेल्यावर आम्हाला तुझ्या विवाह समारंभात सहभागी होण्याचा आनंद मिळेल अशी आशा वाटते, बुराक पाशा. सगळे वाट पाहत आहेत तुझ्या लग्नाची.”

“आपला विवाह हिच्याशी झाला आहे,” बुराकने त्याच्या कंबरेवर लटकणाऱ्या कट्यारीकडे निर्देश केला. दोघेही हसले.

बगदाद शहरावर रात्रीचा काळा-जांभळा घुंगट ओढला जात होता. जणू कोणा सुंदरीच्या हातातला रेशमी रुमाल निसटून खाली पडला होता. आता लवकरच गडद आणि उजळ प्रवेशद्वारे एकसारखीच दिसायला लागणार होती. रात्र त्यांना एका पातळीवर आणणार होती. मशिदीतली गर्दी जशी परमेश्वराच्या नजरेत एकसारखीच असते त्याप्रमाणे.

बालात

एस्थरच्या गरोदरपणाचा काळ जितका कठीण गेला होता त्यामानाने तिला आपल्या पहिल्या बाळाला जन्म देताना काहीच अडचण आली नाही. आपल्याला होणारे मूल हुर्रेमच्या मुलासारखे अपंग असेल अशी सतत रडारड करून तिने स्वत:ला आणि आपल्या भोवतालच्या सर्वांना हैराण केले होते. कादिन सुलतानाच्या वाट्याला जी दैवगती आली तशीच आपल्यालाही भोगावी लागेल या कल्पनेचा तिला तिरस्कार वाटत होता. आपल्याला एका वेड्यावाकड्या मुलाला वाढवायला लागेल, त्याला जवळ घ्यायला लागेल हा विचारही तिला सहन होत नव्हता. त्यापेक्षा ती मरून जायला तयार होती. नशिबाने, अब्राहम अगदी सुदृढ मुलगा होता. थोडा नाजूक होता, पण आपल्या आईच्या स्तनांतले दूध पितानाची त्याची असोशी पाहून तो चाळीस दिवसांतच वजनाने दुप्पट होणार यात कोणालाच शंका वाटत नव्हती.

एस्थरच्या हातात जेव्हा तिचे बाळ दिले गेले, तेव्हा तिने त्याच्याकडे ओझरते पाहून लगेचच त्याला सोलीकडे सोपवले होते. हा सुरकुतलेल्या तोंडाचा लहानसा प्राणी तिला अनोळखी होता. आपणच याला जन्म दिला आहे यावर

तिचा विश्वास बसेना. मुलगा झाल्यामुळे लिओन इतका आनंदित झाला होता की त्याने लगेचच मौल्यवान माणकांचा एक सुंदर हार आपल्या बायकोच्या गळ्यात घातला.

तिच्या गालांचे चुंबन घेताना तो तेच शब्द पुन्हा पुन्हा म्हणत होता, ''किराझे, माझी लाडकी किराझे...''

हातात हात गुंफून मोशे आणि रेचल, नवे आजी-आजोबा, आपल्या नातवाकडे प्रेमभऱ्या नजरेने पाहत होते. सारफार्तींनाही आपण आजी-आजोबा झाल्याचा खूप आनंद झाला होता. लिओनच्या वडिलांनी जंगी मेजवानीचा बेत आखला होता. ''मेजवानीमध्ये पक्ष्यांच्या दुधाचाही समावेश असेल!'' त्यांनी हर्षभराने जाहीर केले. पण या सर्वांमध्ये सर्वात जास्त आनंदित झाली होती सोली. तिचे डोळे चांदण्यांसारखे चमकत होते. ती चिमुकल्या अब्राहमचा माथा हुंगत होती; त्याच्या कपाळावर ओठ टेकवत होती; इतर कोणालाही त्याला स्पर्श करू देत नव्हती.

डॉक्टर चिपरुट, ज्यांचा बाळाच्या जन्माला हातभार लागला होता ते, आपल्या पत्नीकडे पाहत होते. त्यांच्या चेहऱ्यावर आनंद आणि दु:खाचे संमिश्र भाव होते. गोल काचांच्या चष्म्यांआडच्या त्यांच्या नजरेतले भाव क्षणार्धात बदलत होते. आपल्या हनुवटीवरची दाढी कुरवाळत ते बाहेरच्या बगिच्यात गेले.

''पुढच्या आठवड्यात मी हरेममध्ये जाणार आहे,'' एस्थर म्हणाली.

सगळेजण चकित झाले, पण ती म्हणाली, ''मी खूप दिवस जाऊ शकले नाही. त्यामुळे किती नुकसान झाले त्याचा विचारही करवत नाहीए.''

''माझ्या लाडक्या प्रिये, इतक्या आनंदाच्या घटनेपुढे पैशाची काय तमा?'' लिओनने पुढे होत त्याच्या बायकोच्या कुरळ्या केसांवर थोपटले, पण तिने त्याचा हात बाजूला केला आणि म्हणाली, ''मी थकले आहे, तुमची हरकत नसेल, तर मी विश्रांती घ्यावी म्हणते.''

सगळेचजण एकेक करून खोलीबाहेर पडले. फक्त रेचल आत उरली. तिच्या चेहऱ्यावर काळजी होती. पलंगाच्या कडेवर बसून तिने आपला हात मुलीच्या कपाळावर टेकवला. ''एस्थर,'' तिने हळुवार आवाजात हाक मारली.

एस्थरने हा हात बाजूला केला नाही, पण ती काहीच बोलली नाही. तिने आपले ओठ चोळायला सुरुवात केली. गोंधळलेल्या, भरकटलेल्या मनःस्थितीत असताना ती नेहमीच असे करी. मग तिने आपले डोळे मिटून घेतले. रेचलने आपला हात काढून घेतला नाही. तिनेही आपले डोळे मिटले, पण तिच्या

पापण्यांआडून दोन अश्रूंचे थेंब निसटले. त्यांच्या दोन बारीक रेघा तिच्या गालांवर ओघळल्या; तिच्या नाकाच्या बाजूने सरकल्या; ओठांच्या कडांवरून खाली येत ते दुःखाचे ओघळ हनुवटीवर एकत्रित झाले आणि त्यांचा एक मोठा थेंब बनून तो तिच्या छातीवर टपकला. जणू तिच्या हृदयातला आगीचा कल्लोळ विझवायला! पण त्याला ते जमले नाही.

जानेवारी ४, १५३६
फेथ

जरा उशिरानेच बुराकने हरेममध्ये तयार केलेल्या वधूच्या दालनात प्रवेश केला, तोवर संध्याकाळच्या प्रार्थनाही करून झाल्या होत्या. ओट्टोमन राजवाड्यात खास पुरुषांकरता असलेल्या सेलमलिक विभागामध्ये त्यांची खाण्यापिण्याची मौजमजा करून झाली होती. हुक्कापान करताना त्यात घातलेल्या अफूचे प्रमाण जास्त झाल्याने पाशा नशेमध्ये झोकांड्या खात होते.

नेयलन लाजाळूपणे पलंगाच्या काठावर बसली होती. तिचा चेहरा नकाबाने झाकलेला होता, पण तिच्या नाजूक, शुभ्र हातांच्या थरथरण्यावरून तिच्या मनाची रोमांचक अवस्था स्पष्ट होत होती. अनेक वर्षांमागून वर्षं वाट पाहिल्यावर अखेर तिने ज्याची स्वप्ने पाहिली त्याच्याशी तिचा विवाह झाला होता.

ऱ्होड्समध्ये असल्यापासूनच तिच्या मनात त्याचा गोड, शांत आवाज रुतून बसला होता. आपण केलेल्या प्रार्थना सफल झाल्या आहेत यावर तिचा अजूनही विश्वास बसत नव्हता. ती आता त्याची पत्नी होती! हुर्रेमने तिला बोलावून घेऊन सांगितले होते, "तुझ्या लग्नाच्या तयारीला लाग!" आधी ती घाबरलीच होती, पण मग तिच्याकरता ठरवलेल्या मुलाचे नाव कळल्यावर ती अत्यानंदाने फुलारून गेली. तिला वाटले मुसलमान लोकांचा देव ख्रिश्चनांच्या देवापेक्षा कदाचित जास्त दयाळू आहे. त्याने तिला बहुमोल भेट दिली होती. तरीही वधूच्या दालनामध्ये बसून नवरदेवाची प्रतीक्षा करत असताना तिने तिच्या आईने लहान असताना तिला शिकवलेली लॅटिनमधली प्रार्थना मनात उच्चारली. तो माणूस, ज्याने तिच्या मनातले स्वप्न पूर्ण केले होते; तिच्या कल्पनेतले जग साकार केले होते; तो आता तिच्यासमोर उभा होता आणि नेयलम किंवा लिलियन त्याची पत्नी होती.

सहा बोटांच्या बुराकने समोरच्या पडदानशीन, काहीही हालचाल न करता

स्थिर बसलेल्या नाजूक तरुणीकडे विझलेल्या नजरेने पाहिले. तिची दुभंगलेली प्रतिमा इकडून तिकडे सरकत होती. त्याच्या कपाळावर घामाचे थेंब उभे राहिले.

बुराकने पलंगावर अंग झोकून दिले. त्याच्या डोक्यात अनाकलनीय आवाजांचा आणि दृश्यांचा कल्लोळ उडाला होता. जणू काही आजवरच्या आयुष्यात त्याने ऐकलेली आणि पाहिलेली प्रत्येक गोष्ट एकत्र गोळा होऊन, वेगवान गतीने त्याच्या मेंदूमध्ये चक्राकार फिरत होती. मेणबत्तीची फुरफुरणारी ज्योत कधी लहान होत होती, कधी मोठी. त्याने त्याचे डोळे आकुंचित केले. कानांमध्ये विचित्र तालामध्ये घण वाजत होते. त्याने पलंगाच्या कडेवर बसलेल्या त्या मूक आकृतीवर झडप घातली आणि तिला जंगलीपणे आपल्या अंगाखाली खेचले. त्याच्या कानांमधल्या घणांचा आवाज वाढला. एका हाताने खसकन त्याने तिचा घुंगट, खालच्या चेहऱ्यावर नजरही न टाकता ओरबाडून फेकला आणि दुसऱ्या हाताने त्याने स्वतःच्या अंगावरचे कपडे ओढून काढले. पूर्ण नग्न झाल्यावर त्याने तिचा वधूवेष आणि अंतवस्त्रे फाडली. त्याला थरथरत्या बोटांनी स्वतःचे स्तन झाकून घेणारे तिचे हात दिसत नव्हते आणि भेदरलेले हिरवे डोळेही. त्याने आपले जाड ओठ लिलियनच्या लहानशा तोंडावर दाबून धरले. तो तिच्या शरीराचा प्रत्येक भाग चावत होता, कुत्र्यासारखा श्वास घेत धापा टाकत. तिचे कुरळे, सोनेरी केस मुठीत घेऊन त्याने खेचले. तिच्या पांढऱ्या पोटावर तो घोड्यासारखा स्वार झाला. तोंडाने तो किंचाळत होता, "कुत्री! कुत्री, याचीच इच्छा केली होतीस ना तू?"

लिलियन वेदनेने आणि भीतीने पक्षाघात झाल्यासारखी दुबळी झाली होती. स्वतःला वाचवण्याकरता तिच्याजवळ काहीच साधन नव्हते. तिने ज्याची इतकी वर्षं स्वप्न पाहिली तो हाच माणूस होता? हे वेडसर डोळे त्याच माणसाचे आहेत? हे फेस जमा झालेले ओठ त्याच माणसाचे आहेत? हा थरकाप उडवून टाकणारा आवाज त्याचाच आहे? अचानक तिच्या चेहऱ्यावर एक चपराक बसली. तिला आपल्या नाकातून उष्ण रक्ताचा ओघळ वाहताना जाणवला. बुराक पागल झाला होता. रक्ताने माखलेल्या तिच्या ओठांना आणि नाकाला तो चुंबत होता. आपल्या राक्षसी पंजामध्ये तिचे स्तन पकडून त्याने ते क्रौर्याने कुस्करले. आणि तो मोठ्या आवाजात किंचाळला, "आम्ही मुंडकी उडवतो, किंवा देतो! मरतो किंवा मारतो!" लिलियनच्या चेहऱ्यावर एका मागोमाग एक थपडा बसत होत्या. नंतर तिला एक भयानक वेदना खोलवर तिच्या शरीराला चिरत गेल्याचे जाणवले. बुराकने तिच्या उघड्या पायांमध्ये धसमुसळेपणाने स्वतःला घुसवले

होते. त्याचे सर्वांग भूकंप झाल्याप्रमाणे थरथरत होते. घशातून गुरगुरल्याचे आवाज काढत तो निश्चल पडून राहिला. आता त्याचा चेहरा तिच्या चेहऱ्यावर होता. तिचे अश्रू त्याच्या अश्रूंमध्ये मिसळले होते. होय, बुराक रडत होता, तो हुंदके देत रडत होता. लहान मुलासारखा.

किती वेळ उलटून गेला आहे हे लिलियनला कळत नव्हते, पण अनेक शतके उलटली आहेत असे तिला वाटले. बुराकच्या अंगाखाली दबलेले आपले शरीर सोडवून घेण्याकरता तिने जराशी हालचाल केली. बुराक शुद्ध हरपल्यासारखा दिसत होता. तो रडत असतानाच कलंडून पलंगाच्या दुसऱ्या टोकाला पडला. त्या वेळी तिच्याकडे त्याचे लक्षही गेले नाही. रक्ताने माखलेल्या चेहऱ्याची लिलियन त्याच्याकडे नजरेत भय घेऊन पाहत राहिली. बुराक पाशा रडत नव्हता, विव्हळत होता. गुडघ्यावर बसून ती खाली झुकली आणि ऱ्होड्सच्या मठामध्ये शिकलेली प्रार्थना पुटपुटायला लागली. प्रार्थना म्हणत असताना तिचा आवाज वाढला. जीव नसलेला, स्वर नसलेला, तो यांत्रिक आवाज माणसाचा वाटत नव्हता. ती प्रार्थना म्हणत राहिली; म्हणत राहिली; म्हणत राहिली.

काही वेळानंतर तो परिचित आवाज बुराकच्या मनाला भेदून गेला आणि तो त्या आवाजाच्या दिशेने वळला. आवाजाच्या मालकाकडे तो आश्चर्याने थक्क होऊन पाहत होता. जणू काही तो आयुष्यात पहिल्यांदाच तिच्याकडे पाहत होता. खूप वेळ तो त्या विस्कटलेल्या सोनेरी केसांकडे, भेदरलेल्या हिरव्या डोळ्यांकडे, कृश, पांढऱ्या हातांकडे पाहत राहिला. आणि मग त्या प्रतिमा पुन्हा त्याच्या समोर आल्या, ज्यांच्यामुळे त्याला वेडाचा झटका आला होता. शिरच्छेद, कट्यारी, मुंड्या पिरगाळणे, छाटलेली मुंडकी, हाता-पायांचे तुटके अवशेष... आणि मग हळूहळू त्या विरत गेल्या. सेम सुलतानाचा नातू, दगडी फरशांची जमीन, रडणाऱ्या बायका...

विध्वंसक, भयानक प्रतिमा पुन्हा परतायला लागल्या. त्याने पुढे झुकून लिलिनची केवळ हनुवटी पकडली. अडखळत तो म्हणाला, "घाबरू नकोस." त्याची जीभ त्याच्या तोंडात नीट वळत नव्हती. "माझ्यावर विश्वास ठेव, जा आता. जा!"

त्याने पाठ वळवली. आपला चेहरा उशीमध्ये खुपसला आणि तो पुन्हा रडायला लागला. लिलियनने आपला फाटका पोशाख आणि घुंगट गोळा केला. चादरीत स्वत:ला गुंडाळले; पाठीच्या एका बाजूला खोल जखमेचा व्रण असलेल्या त्या माणसाकडे तिने एकदा अखेरचे पाहिले आणि सावकाश दरवाजा उघडून

ती बाहेर पडली. लांबलचक मार्गिकेमधून चालत जाताना तिच्या झोकांड्या जात होत्या. तोल जाऊन खाली पडत असताना एका काळ्या हिजड्याने तिला पकडले. दोन्ही हातांनी त्या कृश तरुणीला खांद्यावर उचलून तो तिला पुन्हा तिच्या खोलीत घेऊन गेला.

मेणबत्त्या वितळल्या होत्या. फेथच्या कोनाकमध्ये विचित्र सावल्या थिरकत होत्या. दु:खी, वेदनामय भूतकाळाच्या भयाण मृत्युछाया.

सहा बोटांचा बुराक पाशा हळू आवाजातल्या हुंदक्यांच्या मधे अडखळत्या आवाजात बरळत होता, "माझं नाव ख्रिश्चियन आहे; मी मॅग्नामातामधला आहे; माझी आई ज्यू आहे. किराझे, किराझे... तू मला का धोका दिलास?"

त्या रात्रीनंतर एकाच घरात राहत असूनही बुराक आणि लिलियन कधीही एकमेकांसमोर आले नाहीत आणि कोनाकच्या रहिवाशांनी कोणीच या गोष्टीचा कधी उल्लेख केला नाही.

जून २१, १५३६
न्टवर्प

डोना बिट्रिस मेन्डेस किंवा डोना ग्रेशिया नास्सी हे गुप्त ज्यू नाव असलेली स्त्री आपल्या अतोनात ऐश्वर्यसंपन्न घराच्या रुंद सज्जामध्ये उभी राहून आजूबाजूचा परिसर न्याहाळत होती. बंदरात येणाऱ्या आणि जाणाऱ्या जहाजांचा हिशेब लावणे अशक्य होते. या डच शहरात अजून उन्हाळा सुरू झाला नव्हता. न्टवर्प हे युरोपातले एक प्रमुख व्यापारी केंद्र होते. क्षितिजावर जमा होणाऱ्या करड्या ढगांकडे पाहून आता लवकरच पावसाला सुरुवात होईल हा अंदाज बांधणे कठीण नव्हते.

संगमरवरी मेजावर ठेवलेल्या क्रिस्टल काचेच्या फुलदाणीतले कार्नेशन बिट्रिसने उचलले आणि त्याचा काहीसा उग्र सुगंध नाकात भरून घेतला. जर दुरून पाहिले तर तिची कमनीय आकृती कुणालाही इमारतीच्या समोर असलेल्या शोभिवंत पुतळ्यांपैकीच वाटू शकली असती. ती अतिशय डौलदार स्त्री होती. तिची बुद्धिमत्ता आणि सौंदर्य परस्परांशी स्पर्धा करणारी आणि विजेती ठरणारी होती.

तिच्या नवऱ्याचा, फ्रान्सिस्कोचा, मृत्यू झाल्यावर आपल्या सात वर्षांच्या

मुलीला, रेग्नाला, आणि सतरा वर्षांचा भाचा जोसेफला घेऊन तिने पोर्तुगाल सोडले होते आणि न्टवर्पला, युरोपमधल्या सर्वात गजबजलेल्या, श्रीमंत शहरात आली होती. त्यांना येऊन फक्त काही महिनेच झाले असले तरी त्यांना इथे अजिबात अनोळखी वाटत नव्हते. नव्या आयुष्याशी त्यांनी फार पटकन जुळवून घेतले होते. कारण त्यांच्या व्यवसायाची एक शाखा, जी मौल्यवान रत्ने आणि आर्थिक व्यवहारांबद्दल प्रसिद्ध होती, ती इथे बऱ्याच काळापासून कार्यरत होती.

हे संपन्न कुटुंब न्टवर्पमध्ये चांगलेच प्रसिद्ध होते. स्पेनच्या ज्यू कुटुंबांपैकी एक; ज्यांना आपला देश अनेक वर्षांपूर्वी इसाबेला आणि फर्दिनांदच्या हुकमावरून सोडावा लागला होता. ते पोर्तुगालमध्ये स्थायिक झाले होते आणि त्यांच्यावर आलेल्या दबावामुळे त्यांनी ख्रिश्चन धर्माचा स्वीकार केला होता, पण अर्थातच त्यांनी खऱ्या अर्थाने आपल्या धर्माचा कधीच त्याग केला नव्हता. त्यांनी आपले पवित्र धार्मिक कर्तव्य पूर्ण करणे चालू ठेवले होते, पण त्यांचे रीतीरिवाज आणि परंपरा गुप्त राखल्या गेल्या होत्या. मेन्डेस कुटुंब धनाढ्य आणि शक्तिशाली असल्याने कुणालाही त्यांचा संशय आला नव्हता. असे एकही पोर्तुगीज खानदानी कुटुंब नव्हते ज्यांनी त्यांच्याकडून पैसे उधार घेतले नव्हते. मेन्डेस बँकेच्या बऱ्याच शाखा युरोपमध्ये पसरल्या होत्या आणि इतर धनाढ्य कुटुंबीयांनाही ती चांगलीच परिचित होती. अगदी शाही दरबारीही त्याचे सदस्य होते.

बिट्रिस खूप चिकित्सक वृत्तीची बाई होती. आपल्या भूतकाळाशी घट्ट बांधलेली. तिचे बाह्य व्यक्तिमत्त्व अत्यंत व्यवस्थित, नीटनेटके आणि चारित्र्य निर्दोष होते. सर्वांनाच त्याबद्दल तिचा आदर वाटे. लोक तिच्याबद्दल ती एखादी राणी असल्यासारखे बोलत. कदाचित म्हणूनच तिने आपल्या मुलीचे नाव रेग्ना ठेवले होते. त्याचा अर्थ राणी असा होता. अर्थातच रेग्नाला तिच्या खऱ्या नावाबद्दल आणि धर्माबद्दल काहीच माहीत नव्हते. अतिशय हुशार म्हणून ती प्रसिद्ध होती. मात्र, सतरा वर्षांच्या जोसेफला, ज्याच्यावर वडिलांच्या मृत्युपश्चात आपल्या आत्याची काळजी घेण्याची जबाबदारी सोपवलेली होती, त्याला आपले खरे नाव यासेफ असल्याचे आणि तो ज्यू असल्याचे त्याच्या चौदाव्या वाढदिवसापासून नीट माहीत होते. या तरुण मुलाचे शिक्षण अतिशय काटेकोरपणे लक्ष देऊन पूर्ण करून घेतले होते. त्याला अनेक भाषा अवगत होत्या. कार्यालयीन कामकाजाच्या सभांमधला त्याचा सहभाग सर्वांना चकित करून टाकणारा असे. तो खेळांमध्येही प्रवीण होता. युद्धनीतीचे डावपेच शिकणे हा त्याचा आवडता मनोरंजनाचा प्रकार होता. डोना ग्रेशिया नास्सी हिचा सर्वच बाबतीत त्याच्यावर मोठा भरवसा होता.

आतल्या दालनामध्ये परतल्यावर ती म्हणाली, ''तुला माहीत आहे ना, आपण उद्या ब्रसेल्सला जात आहोत? आणि तुझी महाराणींसोबत भेट ठरली आहे.''

जोसेफने हातातले तो वाचत असलेले लंडनमधून विकत आणलेले पुस्तक बाजूला ठेवले. आणि आपल्या आत्याकडे पाहत तो म्हणाला, ''होय, मला त्याबद्दल उत्सुकता वाटत नाही, असं काही म्हणता येणार नाही.''

''माझा सल्ला कायम लक्षात ठेव, मुला. त्याबद्दल उत्सुकता वाटण्याचं काहीच कारण नाही. तू त्यांच्याइतकाच खानदानी आणि श्रीमंत आहेस. कधीच स्वत:ला त्यांच्यापेक्षा कमी लेखू नकोस, पण त्याच वेळी स्वत:मधला अहंकारही मोठा होऊ देऊ नकोस. माझ्यावर विश्वास ठेव, तुला भेटल्यावर ती खूपच खूश होणार आहे.''

आपल्या आत्याचे स्तुतीपर शब्द ऐकून जोसेफने लाजून मान खाली घातली आणि तो हसला. ''तुला कमीपणा आणणारं कोणतंच वर्तन माझ्या हातून होणार नाही.''

''राजा आणि राणी... इतरांवर जे राज्य करतात... ते खरंच विचित्र लोक असतात, मुला. ते तुमच्याशी खूप चांगलं, जवळिकीने वागतील, पण त्याला फसू नकोस. त्यांच्यापासून कायम अंतर राखूनच वागायचं. तुला कदाचित या वयात त्यामागचं कारण समजून घेता येणार नाही, पण नंतर तू शिकशील. तोपर्यंत मी जसं सांगत आहे तसंच कर. त्यांना तुझ्याबद्दल वाटणारा आदर आणि कौतुक कायम वाढत राहील आणि सगळ्यात महत्त्वाचं माझा सल्ला हे तुझं आयुष्य वाचवणारं गुप्त शस्त्र आहे.''

मला वाटतं तू काय सांगत आहेस ते मला कळलेलं आहे, आत्या. तुझा सल्ला असा आहे की खरेपणा आणि अति जवळीक यांच्यामधल्या मर्यादारेषेचं उल्लंघन करायचं नाही.''

बिट्रिसने त्याच्या केसांवर थोपटले.

''आत्या, तुझी परवानगी असेल, तर एक प्रश्न विचारू?''

''नक्कीच विचारू शकतोस, यासेफ.''

''आपण अजूनही आपल्याला का लपवत आहोत? काही कुटुंबांनी स्वत:वरच्या गुप्ततेचा पडदा कधीच काढला आहे.''

''तुला आठवतं आहे मी तुला पूर्वी घडलेल्या घटनांविषयी काय सांगितलं होतं? आपल्याला सगळीकडून कायमच धोका आहे. ज्यू लोकांवरचं

चौकशीसत्र अजूनही अनेक ठिकाणी त्यांना छळत आहे आणि आता काही नव्या शहरांमध्येही ते सुरू झालं आहे, जसे की जिनिओ आणि नेपल्स. व्हेनिसच्या बंदिस्त वसाहतींचा विचार कर..." तिच्या डोळ्यांत अश्रू जमा झाले. "मी त्या दुर्दैवी लोकांना मला शक्य आहे ती सगळी मदत करते, पण मला गाठायचं असलेलं ध्येय फक्त एवढंच नाही. एक शक्तिशाली आणि सर्वदूर पोहचणारं मदतकार्य उभारायचं तर आपल्याला व्यवस्थित कार्यपद्धती आखायला हवी आणि सध्या ते खूप कठीण आहे, धोकादायकसुद्धा. माझ्या मते आपल्याकरता सर्वात सुरक्षित जागा कॉन्स्टँन्टिनोपोलिस, ओट्टोमन लोकांचं... मला त्यांच्याशी संपर्क साधायचा आहे, पण तो कसा साधायचा मला माहीत नाही. ते जाऊ दे, मुला. आपण काहीतरी चांगल्या, जास्त आनंदी विषयावर बोलूया. पण कृपा करून माझा सल्ला लक्षात ठेव. लवकरच तू स्वतंत्रपणे, एकट्याने युरोपच्या वेगवेगळ्या राजधानींच्या शहरांत प्रवास करायला लागशील. पॅरिस, लंडन, रोम आणि पुन्हा लिस्बनमध्येही. आपला सगळा व्यवसाय शक्य तितक्या लवकर आपल्याला इथे हलवायचा आहे. कॅथोलिक असल्याची बतावणी त्याकरता मदतीला येते. कृपा करून स्वत:ची नीट काळजी घे. माझा तुझ्यावर विश्वास आहे." तिने हळुवारपणे त्याच्या कपाळाचे चुंबन घेतले.

इतक्यात दरवाजावर टकटक झाली. गणवेशधारी सेवक एक चांदीचे तबक घेऊन आत आला आणि म्हणाला, "आपली पत्रं मादाम,"

बिट्रिसने वरती असलेले एक जांभळ्या रंगाच्या मेणाने बंदिस्त केलेले पाकीट उचलून ते उघडले. "बघ यासेफ!" ती चीत्कारली, "तुला म्हटलं ना तू लवकरच प्रवास करायला लागशील. आपल्याला आपल्या नव्या शाखेच्या पॅरिसमधल्या सर्वांकरता खुल्या झालेल्या कार्यवाहीचं आमंत्रण आलं आहे. मला खात्री आहे, राजा फ्रॅन्काईस हे आपले पहिले ग्राहक असतील. तुला माहीतच आहे त्याचा खजिना जवळपास रिकामा झालेला आहे." हातातले पत्र तिने चहाच्या टेबलावर टाकले. "होय मुला," ती म्हणाली, "मला वाटतं आता कचेरीत जायला हवं. सगळे आपली वाट पाहात असतील."

हातात हात घालून आत्या आणि भाचा दालनातून बाहेर पडले आणि मौल्यवान चित्रांनी सुशोभित केलेल्या मार्गिकेमधून चालत गेले.

बिट्रिसचा मृदू आवाज संगमरवरी फरशांवर तिच्या उंची पादत्राणांच्या टाचेमुळे होणाऱ्या हळू आवाजात मिसळून गेला होता. "सत्ताधाऱ्यांपासून कायम अंतर राखून वाग, मुला, कायम..."

नवी सराय

न्टवर्पपासून खूप दूर असलेल्या दुसऱ्या एका ठिकाणी कोणीतरी अजून एकजण हेच शब्द स्वत:शी उच्चारत होता, ''सुलतान हा सुलतान असतो. त्याने तुम्हाला भाऊ मानलं तरी त्याच्यावर विश्वास ठेवू नका. कधीच नाही...''

कुहादारबाशी सोकोलोविच मुस्ताफा याने आपली मान हलवली आणि उसासा टाकत त्याने शाही वजीर इब्राहिम पाशांचा अंगरखा बाजूला ठेवला. अंदाजे चार महिन्यांपूर्वी सुलतानांच्या आज्ञेवरून त्यांना गळा दाबून ठार करण्यात आले होते. बगदादवरून परतल्यावर लगेच, रमादानच्या बाविसाव्या रात्री, सुलेमानांनी त्यांच्या मर्जीतल्यांना इफ़्तार मेजवानीकरता आमंत्रण दिले होते. पाशांसकट कुणालाही या आमंत्रणाबद्दल संशय वाटला नव्हता. कुणाला कल्पना होती की सुलतान त्यांच्या शाही वजिराचे, जो त्यांच्या बहिणीचा पती होता; लहानपणापासून ते ज्याला ओळखत होते आणि इतर कोणाहीपेक्षा ज्याच्यावर त्यांचा सर्वात जास्त विश्वास होता, त्याचे आयुष्य या पवित्र रात्री ते संपवणार आहेत? शिवाय जेव्हा त्यांनी त्याला शाही वजीर होण्याबद्दल विचारले होते त्या वेळी त्यांनी त्याला वचन दिले होते की ते त्याच्या बाबतीत असे काहीही करणार नाहीत. अर्थात आपला शब्द फिरवायचाच असेल कुणाला तर त्याकरता त्याच्याजवळ एक सबळ पर्याय कायम असतोच. जर त्याला झोपेत असताना ठार केले, तर झोपेत असताना आत्मा शरीराला सोडून गेलेला असतो. त्यामुळे हे कृत्य म्हणजे आपला शब्द मोडणे होऊ शकत नाही, असे सुलतानांना काही सल्लागारांनी सांगितले. आणि अखेर इफ्तारनंतर जेव्हा सगळे आपापल्या झोपण्याच्या दालनांमध्ये गेले, त्या वेळी इब्राहिमचा गळा रेशमी दोरखंडाने आवळला गेला. काहीही आवाज न होता, सरायच्या मार्गिकेमध्ये मृत्यूचा कसलाही पडसाद उमटू न देता.

किराझे

यावर जास्त विचार करताना ताविल मुस्तफा या निर्णयावर आला की फास आवळणारा अली आणि त्याचे सहा आज्ञाधारक सहकारी सोडून अजून कोणीतरी तिथे होते ज्याला या खुनाच्या कटाची माहिती होती. नक्कीच ती हुर्रेम

असणार. अनेक वर्षांच्या अथक आणि सतत प्रयत्नांनंतर ती सुलेमानचे मन इब्राहिमविषयी कलुषित करण्यात यशस्वी झाली होती. ओट्टोमन साम्राज्याचा वारसदार शहजादा मुस्तफा याचा तिला काटा काढायचा आहे. शक्यता अशीच होती की तिला सुलतानांची आई, बडी बेगम होण्याचा मान मिळेल. खूप धोकादायक बाई आहे ती. इब्राहिमचा सल्तनतवर डोळा आहे अशी अफवा लोकांमध्ये पसरवणे आणि सुलतानांच्या कानापर्यंत ती पोहचेल याची व्यवस्था करणे इतकेच पुरेसे ठरले सुलतानांच्या खास मर्जीतल्या इब्राहिमचा असा भयानक अंत व्हायला. सुलतानांचे व्यक्तिमत्त्व सामर्थ्यशाली असले तरी त्यांच्या स्वभावात अनेक कमकुवत कोपरे होते आणि त्यामुळे त्यांना प्रभावित करणे कधी कधी सहजशक्य होई. विशेषत: हुर्रेमला! तिच्याकरता तर हा डाव्या हाताचा खेळ होता. कारण अनेक वर्षांपूर्वीच तिने सुलतानांचे कळसुत्री बाहुल्यात रूपांतर केले होते. सोकोलोविचला हे वास्तव कधीही विसरून चालणार नाही. कारण ओट्टोमन दरबारात उच्च स्थान मिळवण्याचा त्याचा इरादा होता.

या उंच्यापुऱ्या, सडपातळ आणि उत्तम पोशाख परिधान करणाऱ्या तरुण पुरुषासमोरची ध्येये भव्य होती. सिल्हातार बनायची त्याची योजना होती. मग मुख्य खजिनदार आणि मग इतर मोठे मानमरातब त्याच्या वाट्याला येणारच होते. कारण यशाची शिडी चढून जाणे त्यानंतर त्याच्याकरता सोपे होते. आपली स्वप्ने पूर्ण करायची तर त्याला खूप जपून राहायला लागणार होते, विशेषत: हुर्रेमपासून.

त्याने पुन्हा इब्राहिम पाशाच्या कफ्तानावर नजर टाकली. त्याला त्या खास मर्जीतल्या पाशाबद्दल फार दया वाटत नव्हती. लोक आता त्याच्या खुनाबद्दल चर्चा करायला लागले होते, त्यांच्या बोलण्यातही फार सहानुभूती नव्हती. इस्केन्देर चेलेबीच्या मृत्यूकरता तो जबाबदार होता. अनेक नामवंत व्यक्तिमत्त्वे घडवणारे इस्केन्देर, त्या व्यक्तिमत्त्वांपैकी एक स्वत: सोकोलोविच होता. बिचाऱ्यांना वयाच्या ऐंशीव्या वर्षी बगदादच्या बाजारामध्ये फासावर लटकवण्यात आले. त्यांच्या आत्म्याला शांती मिळावी म्हणून त्याने हळू आवाजात प्रार्थना म्हटली.

कुहादारबाशीसुद्धा देवशिर्मेपैकीच एक होता; सर्बियन देवशिर्मे. ओट्टोमनांनी उचलला तेव्हा तो फार लहान नव्हता; चौदा वर्षांचा होता. एका सामान्य कुटुंबात तो जन्माला आला होता. दर रविवारी तो चर्चमध्ये समूहगायन करायचा. त्याचे काका तिथे धर्मगुरू होते. सुरुवातीला त्याची आई आणि काका त्याला त्यांच्या खेडेगावामध्ये सुयोग्य उमेदवारांच्या शोधात आलेल्या सरकारी समितीसोबत पाठवायला तयार नव्हते. समितीवाले अशा मुलांना भरपूर दुकत मोहरा पालकांना मोजायचे आणि विकत घेऊन जायचे. वेगवेगळ्या ठिकाणांवरून सुयोग्य मुले

मिळवण्याचा ओट्टोमनांचा हा दोन नंबरचा मार्ग होता. पहिला होता घुसखोरी करून अपहरण करण्याचा. देऊ केलेल्या भल्यामोठ्या रकमेकडे पाहून आई आणि काकांनी आपले मत बदलले आणि त्याला समितीच्या हवाली केले. मुलाचे भवितव्य सल्तनतच्या ताब्यात गेल्यावर उज्ज्वल होईल अशी त्यांनी मनाची समजूत घालून घेतली.

मेहमेत सोकोलोविच एदिर्ने एन्देरुनमधला सर्वात जास्त यश प्राप्त केलेला विद्यार्थी होता. नंतरच्या वर्षांमध्ये इस्केन्देर चेलेबी त्याला शिकवण्याकरता होते. सरकार दरबारामध्ये काम करण्याकरता सुयोग्य शिक्षण देणारे म्हणून इस्केन्देर नावाजलेले होते. त्या जोरावर त्यांनी भरपूर धनही कमावलेले होते. त्यांना ठार करण्यात आल्यावर त्यांची लक्षावधी सुवर्ण दुकतांची संपत्ती साहजिकच सुलतानांच्या खजिन्यात रवाना झाली, त्याचबरोबर त्यांच्याकडचे सहा हजार रक्षक, सेवकवर्ग आणि गुलामही. सोकोलोविच हा इस्केन्देर यांच्या ताफ्यामधल्या त्या तरुण मुलांपैकी होता; जे डोक्यावर उंच, कोनाकृती सोन्याच्या टोप्या परिधान करत. सुलतानांच्या पोशाख विभागाच्या प्रमुखपदाची जबाबदारी त्याच्यावर सोपवली गेली होती. सुलतानांचे रेशीम, सोन्याच्या भरतकामाचे उंची अंगरखे, लोकरी कफ्तान इत्यादींची निगा त्याच्या अखत्यारीत राखली जाई आणि सुलतानांनी कोणत्या प्रसंगी काय पोशाख करायचा हेही तोच ठरवी. मेहमेत सोकोलोविचच्या मनातल्या महत्त्वाकांक्षेच्या मानाने ही कामगिरी अगदीच क्षुद्र होती, पण आपल्या भविष्याची ही पहिली पायरी आहे याचीही त्याला जाणीव होती.

त्याने गडद निळ्या रंगाच्या रेशमी मखमलीवर सोनेरी ताऱ्यांचे भरतकाम असलेला कफ्तान निवडला आणि आपल्या सहकाऱ्याकडे दिला आणि त्याला सांगितले, ''आपले सुलतान उद्या संत सोफियामध्ये शुक्रवारच्या पवित्र प्रार्थनेकरता जाताना हा पोशाख परिधान करतील. तो तयार ठेव!''

राजेशाही जनानखाना

हुर्रेम आज इतक्या आनंदात होती की तिने चक्क सिहान्जिरला बोलावून घेतले आणि त्याच्यासोबत ती जरा वेळ खेळलीही. तिचे सुप्रसिद्ध, पोटातून आलेले खळाळते हास्य एकामागोमाग एक बाहेर फुटत होते. तिने बोलावून घेतलेले शिलाई कारागीर नुकतेच बाहेर पडले होते. आपल्याकरता तिने फ्रेंच झालरीची

गळेपट्टी असलेला एक रेशमी झंपर, गडद निळ्या दमास्कस मखमलीचा पायघोळ पोशाख आणि अर्थातच अनेक सॅटीनच्या सलवारी शिवायला सांगितल्या.

किराझे दालनात आली आणि तिने हनिम सुलतानाला मुजरा केला.

''कोण म्हणेल हिला दोन आठवड्यांपूर्वी मूल झालं आहे? तिचं सौंदर्य बघा,'' हुर्रेम म्हणाली.

''तुझं स्वागत आहे, किराझे, आज आमच्याकरता काय आणलं आहेस तू? आम्हाला सारखी तुझ्या दागिन्यांच्या जादूई पेटाऱ्याची आठवण येत होती.''

सुलेमानांच्या बेगमेने आपले इतक्या प्रेमाने आणि जवळिकीने स्वागत केल्यामुळे एस्थरला स्वत:चा अभिमान वाटला. तिने आपण आणलेले दागिने एकेक करून बाहेर काढले. ते सगळे व्हेनिसवरून आणले होते. क्रिस्टलचे हार आणि अतिशय नाजूक सौंदर्याचे मनमोहक काचकाम. हुर्रेम आणि तिथल्या इतर दुय्यम बायकांचे डोळेच दिपले. विशेषत: हजारो सूक्ष्म निळ्या क्रिस्टल मण्यांमध्ये गुंफलेला एक हार तर फारच सुंदर होता. सगळ्या स्त्रियांचे सुवर्ण कंगनांनी सजलेले हात त्या हाराच्या दिशेने झेपावले, पण अर्थातच हुर्रेमचे मन त्यावर आले आहे हे कळल्यावर त्यांनी आपापले हात मागे घेतले.

''असं वाटतंय, गळ्याभोवती धबधब्यामधल्या जलतुषारांची गुंफण झाली आहे,'' हार आपल्या छातीशी धरत ती म्हणाली.

''तुम्हाला फारच शोभून दिसतोय हा,'' किराझे म्हणाली, ''जणू तुमच्याकरताच बनला आहे.''

इतर स्त्रियांनी पुनरुच्चार केला, ''होय, सुलताना, होय.''

दोन काळ्या गुलाम मुलींनी एक मोठा आरसा हुर्रेमसमोर धरला. त्यातले आपले प्रतिबिंब पाहून तिच्या चेहऱ्यावर अहंकारी हास्य उमटले. तिच्या गळ्याची जराही हालचाल झाली की, ते चमकदार क्रिस्टलचे मणी एका बाजूकडून दुसऱ्या बाजूला घरंगळत जायचे. जणू सूर्याच्या तेजस्वी प्रकाशात चमकणाऱ्या डौलदार लाटा.

एक तरुण बल्गेरियन दासी, जी सध्या तुर्की भाषा शिकत होती, म्हणाली, ''सॉर्सेरी झाली.''

हुर्रेमने हसून तिला दुरुस्त केले, ''सॉर्सेरी नाही, जादू झाली असं म्हण.''

आपल्या गळ्यातल्या हारावरून हळुवार बोटे फिरवत हुर्रेम म्हणाली, ''ही जादू मला विकत हवी. माझ्या गळ्यातच राहू दे हा.'' मग ती जाऊन सोफ्यावर बसली.

आता तिथल्या इतर स्त्रियांना दागिने बघायची संधी मिळाली. त्यांच्या आपापसात गप्पा सुरू झाल्यावर किराझे हुर्रेमच्या जवळ गेली आणि सोफ्याच्या बाजूला गादीवर बसली. हलायिकांनी चांदीच्या पेल्यांमधून लिंबाचे सरबत, फळांचा रस आणि गुलाबी रंगाच्या लाटांची वर्तुळे असलेल्या लहानशा काचेच्या बशांमधून रुचकर मिठाई आणली.

हुर्रेम हलक्या आवाजात म्हणाली, ''आज इब्राहिम चेश्निसिबाशींचं मुंडकं उडवलं. आम्हाला असं कळलं की त्याच्यात आणि शहजादा मुस्तफा यांच्यामध्ये बऱ्याच काळापासून पत्रसंदेशांची देवाणघेवाण सुरू होती.'' तिने एक लाल मखमलीचा बटवा पुढे केला. ''हे तुझं बक्षीस, किराझे.'' एस्थरने बटवा हातात घेऊन लगेच आपल्या छातीपाशी लपवला.

''ईश्वर तुमचं भलं करो सुलतानसाहिबा. तुमच्यावर खोडसाळ नजर असणाऱ्यांचे डोळे आंधळे होतील आणि त्यांना पुन्हा सूर्याचं दर्शन होणार नाही.''

''त्यांच्यापैकी आता फार कोणी जिवंत नाहीत. मी त्या सगळ्यांवर मात केली आहे, सखी. माझा केवळ एकावर अजून संशय आहे.''

किराझेने हुर्रेमकडे पुढच्या लक्ष्याचे नाव जाणून घेण्याच्या अपेक्षेने पाहिले. हनिम सुलतान तिरस्काराने म्हणाली, ''सहा बोटांचा.''

हे शब्द ऐकताच किराझेला धक्का बसला. आपल्या मनातली खळबळ चेहऱ्यावर दिसू नये म्हणून तिने मान खाली झुकवली.

''आता सुंदर मैत्रिणी, माझं एक काम कर. त्याच्या हरेममध्ये जाऊन काही प्रश्नांची उत्तरं मिळव. त्याचं काय चालू आहे हे तरी कळेल. मग आपल्याला स्वस्थता लाभेल.''

हुर्रेमला स्वस्थता मिळेल, पण एस्थर? तिचे हात पुन्हा ओठांवर गेले. नकळत ती ते इतक्या जोरजोरात चोळायला लागली जणू तिला ते फाडून टाकायचे आहेत. तिला काहीच उत्तर देणे शक्य नव्हते.

''किराझे, तू ऐकलं नाहीस का मी काय म्हणाले?''

तिने स्वत:ला सावरायचा प्रयत्न केला, पण ते शक्य झाले नाही. ''सुलतानसाहिबा, मला माफ करा,'' ती कशीबशी म्हणाली. ''मला वाटतं ही हवा. खूप गरम होत आहे आणि मला ठीक वाटत...'' तिला स्वत:चे वाक्य पूर्ण करता आले नाही. तिचा चेहरा चुना लावलेल्या भिंतीसारखा पांढराफटक पडला होता.

हुर्रेमने टाळी वाजवून दासीला बोलावले. ''लवकर,'' ती ओरडली, ''कापूर आणि लिंबाच्या फुलांचा अर्क घेऊन या! अगदी लगेच, पळा!'' सगळ्या स्त्रिया आता एस्थरभोवती जमल्या होत्या. एकीने तिच्या हातात पाण्याचा पेला दिला. तिने थरथरत्या हातांमध्ये तो धरला. ''आता ठीक आहे मी, काळजी करू नका.'' ती पुटपुटली.

''तुम्ही सगळ्या बाजूला व्हा. तिला श्वास घेऊ द्या,'' हुर्रेमने फर्मावले. त्या मागे सरकल्या. एका हलायिकेने एस्थरच्या नाकाला कापूर लावला. आता तिच्या चेहऱ्यावर पुन्हा जरा लाली आली होती. तिने तिच्या मनगट आणि कपाळावर लिंबाच्या फुलांचा अर्क चोळला.

''सुलतानसाहिबा, कृपा करून मला जाण्याची परवानगी द्या,'' ती म्हणाली. ''तुम्ही सांगितलेलं काम मी लवकरच करेन.''

हुर्रेमने स्मितहास्य केले, ''ओह, किराझे, प्रिये, मी तुला माझी बहीणच मानते. घरी जा आणि जरा विश्रांती घे.''

बालात

''ही रात्र सर्वात लहान आहे, रेचल, ठाऊक आहे का तुला?''

''म्हणजे उन्हाळा संपत आला तर.''

''म्हणजे काय? अजून खूप दिवस आहेत की.''

''म्हणजे याचा अर्थ दिवसागणीक आपण कमी सूर्य बघणार. रोजचा दिवस आदल्या दिवसापेक्षा लहान असणार आणि मग हिवाळा येणार.''

''इतका नकारात्मक विचार का करते आहेस, प्रिये? काही समस्या आहे का?''

''नाही, ईश्वराची कृपा आहे, मला काही समस्या नाही. आपल्या मुलींची लग्नं झालेली आहेत. एक छानसा नातू आहे. कसली समस्या असणार?''

''तेच तर. मला तेच ऐकायचं आहे. तू काळजीत दिसलीस की मलाही काळजी वाटायला लागते राशेलिका.''

आपल्या नवऱ्याने राशेलिका असे संबोधल्यावर तिला हसायला आले. ''राशेलिका, राशेलिका,'' पुन्हा खिदळत तिने ते नाव उच्चारले. ''तरुण मुलगी आहे का मी आता?''

"अर्थातच आहेस तू. तू नेहमीच माझी प्रिय राशेलिका असशील."

रेचलने आपल्या पतीचा हात हातात घेऊन प्रेमभराने दाबला. मोशेने पुढे झुकून तिला प्रतिसाद दिला आणि तिच्या ओठांवर हलकेच आपले ओठ टेकवले. "माझं तुझ्यावर खूप प्रेम आहे, लाडके," तो म्हणाला. "खूप प्रेम आहे, अगदी पहिल्या दिवशी होतं तितकंच."

"शू. तुला शरम वाटायला पाहिजे. कसा आजोबा आहेस तू?" ती उठली आणि स्वयंपाकघराकडे गेली, "तुलाही हवं आहे का पाणी?"

मोशे अजूनही तिला उद्देशून जोरात म्हणत होता, "अंतापर्यंत राहील, अंतापर्यंत!"

राशेलला तो पहिला दिवस आठवला; ज्या दिवशी तिने हे शब्द ऐकले होते आणि अचानक तिच्या हृदयात कळ उमटली. हा आनंद किती विचित्र आहे. एकाला प्रचंड वेदनेला आणि दु:खाला तोंड द्यावे लागले होते; तो मिळवायला खूप महागडी किंमत मोजायला लागली होती आणि मग जेव्हा तो आनंद पदरात पडला तेव्हा तो पुन्हा त्या दु:खी, वेदनामय दिवसांच्या आठवणींमध्ये रमतो. आनंदी होणे हे खूप खोल जाळल्या गेलेल्या त्वचेवरच्या जखमी व्रणासारखे आहे. वारंवार ती हुळहुळत राहते किंवा खूप काळापूर्वी तुटलेल्या हाडासारखे. पाऊस पडायला लागल्यावर ते अजूनही दुखत राहते. कदाचित शुद्ध, निर्भेळ आनंद अस्तित्वातच नसेल. का असं? कदाचित मी थकले असेन. तिच्या मनात विचार आला, खूप थकले आहे...

तिने लाकडी खोक्यातल्या स्ट्रॉबेरी धुतल्या आणि ताटलीत ठेवल्या. मग मातीच्या रांजणातून एक भांडं भरून पाणी ओतून घेतलं.

तिला इतकं नकारात्मक का वाटत आहे? काळजीचं खरंच काही कारण नाही. सोली आनंदात होती. ती आता आपल्या वडिलांना छापखान्यामध्ये मदत करायला जाई आणि तिचा पती एक उत्तम माणूस होताच.

एस्थर आणि ती... अजूनही त्यांच्यात अंतर होते, पण तिला आनंदात असलेले बघणे रेचलकरता पुरेसे होते. पहिल्या दिवसापासून तिला ते पसंत नव्हते आणि तिच्या मर्जीविरुद्ध जाऊनही एस्थर तिच्या व्यवसायामध्ये खूप यशस्वी झाली होती. मग रेचलनेही वास्तवाचा स्वीकार केला होता, एस्थर ही किराझे होती. अब्राहम वेगाने मोठा होत होता आणि मोशे देवदूतासारखा होता. मग का, ती का अशी दु:खी आहे?

तिने उसासा टाकला. खरेतर या प्रश्नाचे उत्तर फक्त तीच देऊ शकत होती.

पण ते उत्तर ती स्वतःलाही सांगू धजत नव्हती. ती त्याचा विचार करत होती आणि तिला त्याची काळजी वाटत होती. एक प्रदीर्घ काळ तिच्या काळजात कुणासाठी तरी कळ येत होती; जो तिच्या खूप जवळचा होता; तिचा भाग होता. रेचलला तिच्या सहा बोटांच्या मुलाची काळजी वाटत होती आणि त्याबद्दल तिला लाज वाटत होती. ईश्वर साक्षी होता, आता तिला हे सहन होत नव्हते.

तिने आपला चेहरा ओल्या हातांनी पुसला आणि स्ट्रॉबेरीची ताटली, पाण्याचा बुधला घेऊन ती पुन्हा बागेत गेली.

''बघ तरी किती सुंदर आहेत या! त्यांचा रंग बघ, वास आणि चव घेऊन बघ!'' मोशेने एक स्ट्रॉबेरी उचलून पटकन आपल्या तोंडात टाकली.

''मोशे, अजून कोणाचा खून झाला आहे का? म्हणजे मला पाशांपैकी कोणाचा असं म्हणायचं आहे.''

''मला माहीत नव्हतं, तुला त्यांच्या डावपेचांमध्ये इतका रस असेल?'' त्याने चकित होत रेचलकडे पाहिले.

''खरंतर, नाही आहे. एस्थर त्या संदर्भात काहीतरी बोलत होती आणि मला तिची काळजी वाटली.''

मोशे मागे रेलून बसला. ''काळजी नको करूस,'' तो म्हणाला. ''काळजी करण्यासारखं काहीच नाही आहे. शिवाय एस्थरला कुणाहीपेक्षा त्यांच्याबद्दल जास्त माहिती आहे. ते फाशी देणं, गळा आवळणं वगैरे त्यांच्या राजकारणाचा भाग आहे. आपल्याशी त्याचा काहीच संबंध नाही. घाबरू नकोस, आपण पाशा नाही किंवा वजीरही नाही.''

''म्हणजे तुला असं म्हणायचं आहे की पाशा आणि वजीर होणं हे खूप धोकादायक आहे.''

''मग तुला काय वाटलं? ते अर्धवट पागल देवशिर्मे एकमेकांना कधीही कापून काढतील. त्यांना आई नाही, बाप, बहीण, भाऊ कोणीही नाही... ईश्वराने कोणालाही असं दैव देऊ नये.''

राशेलला वाटले आपल्या गळ्यात मोठा दगड अडकला आहे. तिला आवंढाही गिळता येईना. ''बिचारी मुलं,'' ती अस्फुट आवाजात म्हणाली.

''रेचल, आज तू खरंच काहीतरी वेगळं वागत आहेस. तुला ओट्टोमन पाशांची दया येते आहे? कोणी हे ऐकलं तर हसतील, खरं सांगतो. ओह, लाडके, तू खरंच किती मृदू हृदयाची आहेस!''

रेचलने काहीच उत्तर दिले नाही. तिचा दुःखी चेहरा पाहून मोशेने पुन्हा तिचा हात आपल्या हातात घेतला. ''प्रिये, नको काळजी करूस! गळा आवळणं, फासावर चढवणं असलं आपल्याकडे काही नाही. सगळे आनंदात आहेत. बघ, आता मी तुला एक बातमी सांगतो, तू नक्की हसशील आनंदाने.''

''कोणती बातमी?''

''बार्बारोसनी तुझं बेट ताब्यात घेतलं आहे.''

''माझं कोणतं बेट?'' काही क्षण ती विचारात गढली. मग चीत्कारून म्हणाली, ''सान्तोरिनी?''

''होय सान्तोरिनी,'' मोशे हसत म्हणाला. ''त्याने सान्तोरिनी जिंकलं आहे. नाकोस आणि इतरांनी. अचानक आणि झटपट! अगदी असं,'' आपल्या बोटांनी त्याने टिचकी वाजवून दाखवली. मग पुन्हा मागे रेलून त्याने आपले डोळे सावकाश मिटून घेतले. ''अर्थात त्यांनी व्हेनेशियन्सवर तिथल्या कारभाराची जबाबदारी सोपवली आहे, पण हे नक्की समज, की त्यांना प्रचंड सुवर्णमोहरा कराच्या स्वरूपात भरायला लागतील.''

रेचलला या बाकी तपशिलात रस नव्हता. आकाशाकडे पाहत ती हसत होती. ''ओह, माझं सुंदर सान्तोरिनी! माझी इच्छा आहे आपण दोघांनी तिकडे जावं अशी, मोशे. तू कधीच इतकं निळं आकाश पाहिलं नसशील. तिथले उंच कडे, लहानशी पांढरीशुभ्र घरे...''

मोशेने आपले डोळे न उघडताच मान किंचितशी हलवली आणि मग तो झोपून गेला. रेचल गप्प झाली. तिने स्ट्रॉबेरींवर घोंघावणाऱ्या माशीला हाकलले. मारियाचा विचार तिच्या मनात आला. सान्तोरिनीमधली तिची एकमेव मैत्रीण. तिचा हृदयाला स्पर्श करणारा आवाज तिच्या कानांना ऐकू आला :

माझं दार वाजवू नकोस दुःखा
मी शेकोटी पेटवली आहे
स्वयंपाक केला आहे
माझा पती आता लवकरच समुद्रावरून परतेल
माझं दार वाजवू नकोस दुःखा!

ऑगस्ट २८, १५३६

फेथ

एस्थर आपले ओठ इतक्या खसखसून चोळत होती की त्यातून आता रक्त यायला लागले. तिने स्वत:ला पालखीत झोकून दिले आणि खसकन पडदे ओढून घेतले. तो दिसण्याची काहीच शक्यता नाही याची खात्री असूनही ती सहा बोटांच्या बुराकच्या मुक्कामाच्या जागेसमोर काही चमत्कार होईल अशी सुप्त आशा मनात धरून आली होती आणि आता सगळे संपले होते. त्याच्या हरेममध्ये तिने एकही दागिना विकला नव्हता, पण त्यामागचे कारण त्यांना ते नको होते हे नव्हते. एस्थरनेच नेयलनचा हात दागिन्यांच्या पेटीकडे जात असताना त्याला थांबवले होते. ''दुर्दैवाने, हा दागिना आधीच विकला गेला आहे. दुर्दैवाने, हा मी अजून कोणाला तरी द्यायचं वचन दिलं आहे. दुर्दैवाने...'' ही कारणे तिला थांबवायला पुरेशी पडली नाहीत तेव्हा तिने दागिन्यांची अवास्तव किंमत सांगितली. दागिने आता तिच्यासोबतच पालखीत होते. त्यातले काहीच विकले गेले नव्हते, पण एस्थरला त्याची फिकीर वाटत नव्हती. तिने संतापाने दागिन्यांच्या पेटाऱ्याला लाथ मारली. हरामी पैसा!

''मी मूर्ख आहे,'' ती पुटपुटली, ''मला काय हवं आहे, माझं काय ध्येय आहे?''

तिला आपल्या निष्कलंक सौंदर्याची खात्री होती. ती श्रीमंत होती. अगदी तिच्या पतीपेक्षाही. लिओन प्रेमळ स्वभावाचा होता. त्यांचे मूल सुदृढ होते. अजून काय हवे आहे तिला? कशाची आस आहे? तिची मनात येईल ती इच्छा पूर्ण होत आहे, जादू व्हावी तशी, पण तरीही हे पुरेसे वाटत नाही. तिने आपले केस मुठीत धरून खेचले, स्वत:ला वेदना व्हाव्यात म्हणून. तिला त्या मूर्ख, भुतासारख्या पांढऱ्या फटफटीत कातडीच्या बाईचा इतका मत्सर वाटतो आहे? आपल्या पायाच्या नखाशीसुद्धा जिची तुलना होऊ शकत नाही, अशा एखादीचा आपल्याला हेवा वाटावा यामुळे तिला स्वत:चाच राग येत होता. तिने पुन्हा एकदा पेटाऱ्याला लाथ मारून शिव्या दिल्या.

त्याने तिला पत्र का पाठवले नाही? एखादा संदेश, अगदी लहानसा... त्याने तिचा विचारही केला नाही का? त्याने अशी कल्पनाही केली नाही का की ती त्याची वाट पाहत उभी असेल. अनेक तास, रडत... का?

म्हणजे त्याच्याकरता ती एक तात्पुरत्या मनोरंजनाचे साधन होती. म्हणजे

त्याने फक्त पाशा व्हायचेच ठरवले होते. ज्यू मुलीसोबत मजा करायची आणि लग्न दरबारामधल्याच कोणाशीतरी करायचे! धिक्कार असो सगळ्या पाशांचा, सगळ्या वजिरांचा! ती म्हणाली, ''बुराक, तुझा धिक्कार असो, हरामखोरा!''

त्या फिक्या चेहऱ्याच्या, कृश बाईचे वागणे कसे होते? बाई कसली म्हणायची? बाईच्या जातीला लाज आणणारी आवृत्ती होती ती. हिजडे, हालायिक, सरबतं, लोणची... तिच्या त्या मोठ्या पोटाची कौतुकं सुरू होती. काय अर्थ होता या सगळ्याचा? असे दाखवत होती, बघा, माझ्या पोटात पाशाकडून मिळालेले फळ आहे. मोठी देणगीच मिळाली आहे मला. मर तू मूर्ख मुली आणि तुझा हरामजादा नवराही मरू दे! त्याच्या गळफासाची दोरी माझ्या हातून ओढली जाऊ दे! मर तू! अश्रू गाळत तिने पुन्हा पेटीला लाथ मारली. ती घरंगळत गेली आणि तिचे झाकण उघडले. सगळे हिरे, माणके आणि पाचू खाली ओघळले आणि हलणाऱ्या पालखीच्या पृष्ठभागावर किणकिण आवाज करत विखुरले. एस्थर त्या मौल्यवान खड्यांकडे जणू ते सामान्य दगड असावेत इतक्या निर्विकारपणे पाहत राहिली.

तिला माहीत होते, जर तिला दुसऱ्यांदा त्या जागी जायला लागले तर ती काय करेल. ती त्या अशुभ हवेलीला आग लावून त्यातले ते हलायिक, हिजडे आणि ती पांढरी चेटकीण सगळ्यांना भस्मसात करून टाकेल. आणि त्याला?

तिच्या हृदयात अकस्मात लागलेल्या आगीने तिच्या स्तनांना आणि पोटाला भाजून काढायला सुरुवात केली. तिच्या हातापायांचे सांधे लुळे पडले, जणू लक्षावधी सुया तिच्या शरीराच्या प्रत्येक भागात टोचल्या जात होत्या. पालखी पुढे धावत होती. केसांना पकडून ठेवलेली तिची बोटे ढिली झाली आणि खाली पडली. तिने आपल्या बोटांना स्पर्श केला. गालांना, नाकाला, अर्धवट उघड्या ओठांना आणि गळ्यालाही स्पर्श केला. ती थरथर कापत होती. तिची बोटे, तिची मान आणि पालखीही थरथरत होती.

तिचे हात खाली सरकले. पोशाखाच्या गळापट्टीत गेले. तिने आपल्या स्तनांना स्पर्श केला. स्तनाग्रे ताठरली होती. त्यांच्यातून कळा येत होत्या. जणू काही तिला दोन हृदये होती, एक तिच्या छातीत आणि दुसरे तिच्या दोन पायांच्या मधल्या सर्वात खोल जागी. दोन्ही थडथडत होती. चकचकीत तांब्याच्या ढाली बनवताना हातोड्यांचे घण पडतात तशी. पालखी तशीच वेगात, झुलत, हिंदकळत मार्गक्रमण करत होती.

आपल्या शरीरात आणि आत्म्यात उठलेला हा दाहक भडका शांत

करण्याचा एकच आवेगी, पापी उपाय होता आणि तो अमलात आणण्याची तीव्र इच्छा आवरणे तिला शक्य नव्हते. तिचे हात आपल्या गुळगुळीत पोटावरून खाली सरकले. तिच्या हातांमधला तप्त आवेग मांड्यांमधल्या आगीमध्ये सामावला गेला. तिची बोटे जाड, कुरळ्या केसांमधून फिरू लागली. तिने जोरात केस खेचले. पालखी हिंदकळत होती. एस्थरची बोटे आवेगाने आपल्या दुसऱ्या हृदयाच्या दिशेने सरकली आणि तिने त्याच्यावर आपली पकड घट्ट केली. तिने ते आवळून त्याला धक्का दिला, धक्का दिला, धक्का दिला. दुसरे हृदय मृत झाले.

तिचा श्वास अनावर झाला होता. तिचे हात आणि पाय थकून गेल्यासारखे बाजूला पडले. काही वेळ ती तशीच हालचाल न करता पडून राहिली. पालखीच्या लहानशा पिंजऱ्यासारख्या खिडकीवर तिचे मस्तक विसावले. श्वास घ्यायचा ती प्रयत्न करत होती, पण तिचे मन अजूनही सैरभैर होते.

त्याला ठार करायचे? केवळ तिलाच अधिकार होता हे कृत्य करण्याचा. इतर कोणाला नाही. केवळ ती! हुर्रेमही नाही. त्याच्या डोक्यावरच्या केसालाही इजा करण्याची हिंमत तिच्यात नाही. तिने पुन्हा एकदा पेटीला लाथ मारली आणि आपले ओठ चोळले.

त्याला इजा करण्याचे हुर्रेमकडे काहीच कारण नव्हते. एस्थरने एकही गोष्ट हसेकी सुलतानाच्या विरोधात, किंवा शहजादा मुस्तफा यांच्या संदर्भात ऐकली नव्हती. खरेतर तिने काहीच ऐकले नव्हते. बुराक पाशाच्या हरेममध्ये राहणारे ते लोक जणू काही इस्तंबूलच्या सदैव गतिशील असलेल्या जीवनापासून वेगळे पडले होते. काही हालायिक, दोन उदास चेहऱ्याचे हिजडे आणि एक इटालियन कॉन्व्हेन्टमधली, कापूस भरलेल्या बाहुलीसारखी दिसणारी बाई. ती जर गरोदर दिसत नसती, तर तिच्या पतीने तिचा पत्नी म्हणून स्वीकार केला आहे यावरही कोणी विश्वास ठेवला नसता. तिने एकदाही आपल्या पतीच्या नावाचा उल्लेख केला नव्हता. असे वाटत होते जणू ती त्याला कधी भेटतही नाही. शक्य असेल का हे? एस्थरने यावर खोल विचार केला. होय, कदाचित ती त्याला भेटत नसावी. किंवा कदाचित प्रत्येक रात्री भेटत असतील ते? पुन्हा संताप तिच्या शरीरातून फुटून बाहेर पडायला लागला. घोड्यासारखा फुरफुर आवाज तिच्या नाकातून येत होता. ‘‘धिक्कार असो त्या दोघांचा,’’ तिने शाप दिला.

पालखी थांबली. ते सरायला येऊन पोहचले होते. एस्थरने खाली वाकून दागिने गोळा केले. पुन्हा ते पेटीत रचले. मग तिने आपला ऐंशी माणकांचा गळ्यातला हार नीटनेटका केला. डोक्यावर शाल गुंडाळून घेतली. पडदा बाजूला

केला आणि ती पालखीतून उतरली. राजेशाही जनानखाना तिची प्रतीक्षा करत होता.

एप्रिल १४, १५३८

गोल्डन हॉर्न

बार्बारोस हेरेत्तीन पाशा हा सगळ्या समुद्रांचा कप्तान काळजीपूर्वक आपल्या आरमाराचे निरीक्षण करत होता. अल्लाहची मेहेरबानी होती. सगळ्या एकशे बावीस नौका समुद्रात जाण्याकरता सज्ज होत्या. साखळीत अडकवलेल्या एकशे सहासष्ट होड्या पाऊस थांबवल्यावर अचानक आलेल्या सूर्याच्या उन्हात सोन्याने मढवल्यासारख्या चकाकत होत्या.

पाशाने आपली लाल दाढी कुरवाळली. त्याला माहीत होते आपले आरमार हे नौसेनाधिकारी आन्द्रिया डोरिया यांच्या आधिपत्याखाली एकत्र झालेल्या कडव्या धर्मनिष्ठांच्या एकत्रित फौजेच्या तुलनेत संख्येने एकतृतीयांशही नाही पण त्याचा स्वत:च्या अनुभवावर पूर्ण विश्वास होता. वर्षानुवर्षं भूमध्यसमुद्रात दहशत माजवलेला तो एकेकाळचा महाभयंकर समुद्रचाचा होता. नक्कीच तो त्या सर्वांवर मात करेल.

सगळ्या समुद्रांचे नेतृत्व करणारा हा कप्तान पन्नासहून अधिक वयाचा होता, पण त्याच्या कपाळावर काही रुपेरी केसांच्या बटा दिसल्या नसत्या तर कोणीही त्यावर विश्वास ठेवला नसता. त्याच्या निष्ठुर चेहऱ्याच्या रापून काळ्या पडलेल्या त्वचेवर सहज दिसू शकतील अशा सुरकुत्या नव्हत्या. भुवयांना टेकलेल्या भल्यामोठ्या पांढऱ्या फेट्याखालचे त्याचे निळे डोळे चमकत होते. तो मध्यम उंचीचा होता. त्याने मजबूत खांद्यांवरच्या लाल कफ्तानाला पांढऱ्या सशाचे केसाळ कातडे लावले होते. अंगामध्ये गडद निळ्या रंगाचा अंगरखा होता.

त्याचे खरे नाव होते हिज़िर. घोडदळातला एक सैनिक गेलिबोलू इथला याकुप आणि ग्रीकची कॅटलिना यांच्या चार मुलांपैकी तो एक. सगळेही चार भाऊ वयाची वीस वर्षे पूर्ण होण्याच्या आधीच निर्भयी समुद्रचाचे म्हणून ओळखले जात होते.

त्याचा मोठा भाऊ ओरुक याने जिब्राल्टरभोवती आपल्या दहशतीचे साम्राज्य

निर्माण केले होते आणि दरम्यानच्या काळात बेयाझितचा मुलगा शहजादा कोरकुत याच्या गुप्त पाठिंब्यामुळे त्याने इटालियन किनारपट्टीवर जवळपासच्या बंदरांवरच्या जहाजांवरील मालाची लुटालूट करण्याच्या आपल्या छळ कारवाया सुरू केल्या होत्या. नंतर बाकीचे भाऊही त्याला सामील झाले आणि काही वर्षांतच त्यांनी अल्जिरियावर आपला ताबा मिळवला. पण त्यानंतरही आपल्यातला सुसंवाद जपण्याकरता त्यांनी ओट्टोमन सुलतानांना महागड्या भेटी पाठवणे सुरू ठेवले.

या माथेफिरू भावंडांच्या कारवायांनी हैराण झालेल्या स्पेनने कार्ल चौथा याच्याकडे मदत मागितली पण त्याचा काही उपयोग झाला नाही. पण त्यात ओरुकचा अंत झाला. अल्जिरियाचा त्यानंतरचा सुलतान बनला बार्बारोस हिजिर.

स्पॅनिश अरेबिक फौजांपासून बचाव करण्याकरता त्याने ओट्टोमनांचे सहकार्य घेतले आणि त्याकरता त्यांचा आपल्यावरचा ताबाही मान्य केला. सेलिम द फ्युरियस याने त्याला अल्जिरियाचा महापौर बनवले. पण या महापौरपदाचा काहीच उपयोग त्याला सत्ता मिळवण्याच्या कामात झाला नाही. दंगली, खजिन्यातली घट यामुळे बार्बारोस पुन्हा समुद्रातल्या चाचेगिरीकडे वळला.

पण कदाचित त्याला याचीच ओढ होती. महासागरावर मुक्तपणे संचार करणे, एका साहसामागून दुसरे साहस आणि मृत्यूला आव्हान देणे... त्याने पाच वर्षं भूमध्य सागरामध्ये धुमाकूळ घातला होता. निळ्या पाण्यात त्याच्यासमोर आलेले प्रत्येक दुर्दैवी जहाज लुटणे आणि गोळीबार करणे. अनेक तुर्की चाचे त्याला सामील झाले. त्याचा ताफा चाळीस जहाजांचा होता. त्यानंतर तो मागचे हिशेब चुकते करण्याकरता पुन्हा अल्जिरियात परत गेला आणि पुन्हा तिथली सत्ता त्याने हस्तगत केली. आता सगळे त्याच्या बंडखोरीला घाबरून होते आणि सुलतान सुलेमानाला महागड्या भेटी पाठवणे त्याने चालूच ठेवले होते. एकट्या ओट्टोमनांची शक्तीच त्याच्या मागे उभी राहू शकेल याची त्याला खात्री होती.

त्याच्या नावाची दंतकथा बनली होती. स्पॅनिश कॅथोलिकांच्या छळामुळे त्रासून गेलेल्या सत्तर हजार मुसलमानांना त्याने इस्लामच्या भूमीवर स्वत:च्या जहाजांमधून पोचवले होते. त्याच्याकरता ते सगळे रात्रंदिवस प्रार्थना करत.

आणि त्या दिवसांमध्ये आन्द्रिया डोरियाने ओट्टोमनांकडून पात्रास आणि लेपोन्ते परत मिळवले. या वाईट बातमीमुळे सुलेमान संतप्त झाला. त्याने ताबडतोब बार्बारोसला आपल्या साम्राज्याला येऊन मिळण्याकरता खलिता धाडला, 'लगेच निघून ये!'

आणि त्या दिवसापासून बार्बारोस ओट्टोमन आरमाराचा प्रमुख नौसेना

अधिकारी होता. सुलेमानाला अजून एक किताब मिळाला होता ! 'कायदेआझम'! कारण त्याने अनेक न्यायालयीन नियमांचे लेखन करवून घेतले. बार्बारोसला आता त्याने हेरेत्तीन किताब दिला. त्याचा अर्थ होता 'फायदेशीर'.

बार्बारोस हेरेत्तीन पाशाने एजियन समुद्रातल्या बेटांवर कब्जा मिळवला. आता त्याने इटालियन किनारपट्टीवर लुटालूट सुरू केली. त्याने ट्युनिशियाही ताब्यात घेतले परंतु त्याला आन्द्रिया डोरियाच्या आरमाराला नामोहरम करणे शक्य झाले नाही. त्याच्याविरुद्ध लढण्याकरता कार्ल चौथा याने त्यांना बोलावून घेतले होते आणि अखेरीस तो अल्जिरियाला परतला. त्यानंतर तो आपल्या सगळ्या कुटुंबीयांसमवेत पुन्हा इस्तंबूलला आला.

त्याला आपल्या या पराभवाचा कधीच विसर पडला नाही. डोरियावर सूड उगवण्याची संधी मिळवण्याकरता तो रात्रंदिवस तळमळत होता. आता वेळ आली होती. बार्बारोसला ठाऊक होते इटालियन नौसेनाधिकारी आपले सैन्य कोर्फूला जमा करत आहे. संरक्षणाला असलेल्या बोटी तुर्गुत रेइसच्या आधिपत्याखाली होत्या. तोही बार्बारोससारखाच भूतपूर्व समुद्रचाचा होता. त्याने ओट्टोमनांच्या मुख्यालयात ही बातमी पोचवली होती.

''म्हणजे व्हेनिसने दोस्तांशी हातमिळवणी केली तर,'' तो पुटपुटला. त्याची तीक्ष्ण नजर गलाता आणि पेराच्या दगडी घरांच्या खिडक्या आणि सज्जांच्या पलीकडे सावधपणे फिरत होती. या क्षणी ओट्टोमन आरमारातल्या बोटी, नौका आणि जहाजांची संख्या मोजणाऱ्या डोळ्यांचा हिशेब कोणाला लावता येईल? 'त्यांना लावू दे', तो स्वत:शीच म्हणाला. आपण यांना आयुष्यभराचा धडा शिकवू याची त्याला पूर्ण खात्री होती. बार्बारोसच्या खोल, तीक्ष्ण डोळ्यांवरच्या भुवया आक्रसल्या.

स्पॅनिश योद्धे, पोर्तुगीज, पापासी... सगळ्यांना ठाऊक होते, ते ओट्टोमनांविरुद्ध लढा देण्याकरता एकत्रित आले आहेत, पण तरी व्हेनेशियनांनी शेवटच्या मिनिटाला केलेल्या या हल्ल्याचे काय? त्याला प्रजासत्ताकांच्या या गुप्त कटाचा आधीच संशय येऊन तो शहाणा व्हायला हवा होता, जेव्हा त्यांनी काहीही तर्कसंगत कारण नसताना ओट्टोमनांच्या केवळ गव्हाने भरलेल्या दोन जहाजांवर हल्ला चढवला होता. त्याने पुन्हा विरुद्ध किनाऱ्यावर आपली नजर केंद्रित केली. त्यांच्या लायकीनुसार त्यांना सजा देण्याचा दैवयोग त्याच्याच नशिबात आहे.

''इन्शाल्ला,'' तो मोठ्या आवाजात ओरडला. त्याच्यासोबत असलेल्या

इतर पाशांनी त्याच्याकडे पाहिले. ‘‘सर्व समुद्रांच्या कप्तानाने आज्ञा दिली आहे का?’’

‘‘आपण कूच करत आहोत पाशा! सुलतानांना आजच्या सकाळच्या प्रार्थनेच्या वेळी आपल्या शेख–अल–इस्लामकडून पवित्र संदेश मिळाला आहे. उद्या आपण अल्लाहच्या आज्ञेनुसार जिहाद करायला निघू.’’

‘‘आपली आज्ञा शिरसावंद्य जनाब. आपली सर्व जहाजं जय्यत तयार आहेत. त्यांच्या होडक्यांना भिडण्याकरता आपल्या युद्धनौका आतुर आहेत. अल्लाहच्या आज्ञेने आणि आपला सुंदर प्रेषित मोहमद यांच्या पवित्र शब्दांना स्मरून आपण समुद्रसफरीला निघू.’’

बार्बारोसने गलातावर एक शेवटचा दृष्टिक्षेप टाकला आणि मागे वळून ठाम पावलांनी चालत गेला. सगळे जिन्याच्या पायऱ्या उतरले. त्यांच्या पायघोळ कफ्तानाच्या शेपट्या हवेत ताठ तरंगत होत्या.

पेरा

गलाता ते पेरा दरम्यानच्या गोल्डन हॉर्न भागात भरलेल्या नव्या ओट्टोमन आरमाराला न्याहाळणारे असंख्य डोळे होते. काहींमध्ये चिंता होती; काहींना मजा वाटत होती. एस्थर त्यांपैकीच एक! आपल्या नव्या घराच्या रुंद बाल्कनीमध्ये उभी राहून ती आजूबाजूचा परिसर पाहत होती.

गोल्डन हॉर्न हे इस्तंबूलचे नैसर्गिक बंदर. काजिथाने झऱ्यातले गोडे पाणी जिथे मार्माराच्या समुद्रातल्या खाऱ्या पाण्यात मिसळते त्या बिंदूपासून पुढे सगळीकडे सोनेरी प्रतिबिंब पडले होते. विरुद्ध बाजूला खूप गडद रंगाची लाकडी घरे एमिनोनू, बालात आणि एयुपमध्ये एकमेकांसमोर जोडली गेली होती. बेयाझित आणि फेथमध्ये घुमट आणि मिनार आकाशात उंच शोभून दिसत होते. शहराची उंच आणि मजबूत दगडी तटबंदी इमारती, वनराई आणि हिरवळीच्या मधून जात होती. पावसाने धुतली गेल्यामुळे आता तिचा रंग पिवळा दिसत होता. दक्षिणेला पसरलेल्या मार्माराच्या समुद्राची मऊ निळी रेषा आकाशात मिसळून गेली होती आणि मधूनच हलक्या हवेची झुळूक आल्यावर थरथरणारा समुद्राचा पृष्ठभाग चमकून उठायचा! जणू एखादा गुप्त हात त्यावर चंदेरी चमचम विखरत होता.

अतिशय स्वच्छ दिवस होता तो! समुद्राची विरुद्ध बाजूही सुस्पष्ट दिसत होती. तिने दूरवरच्या त्या राखाडी जमिनीवर नजर टाकली; जिथे ती कधीच गेली नव्हती. खरेतर ती कधीच इस्तंबूलच्या बाहेर गेली नव्हती. जास्तीतजास्त लांब ती बोस्फोरसपर्यंत गेली होती आणि त्याच्या विरुद्ध किनाऱ्यावर कुझगुन्कुक, शेन्गेल्कोय, कादिकोय, उस्कुदार... उस्कुदारमागच्या सगळ्या गोलाकार टेकड्या हिरव्यागार दिसत होत्या. पाचूसारखा हिरवा, ताज्या आलुबुखारसारखा हिरवा, पिस्त्यांसारखा हिरवा; नाजूक, गोल कोफ्ते तळले जाताना स्वयंपाकघराच्या खिडकीच्या काठावरून धावणाऱ्या पालीसारखा हिरवा... द्राक्षाच्या मऊ, कोवळ्या पानांसारखा हिरवा, लेट्यूसच्या मधल्या गाभ्यासारखा हिरवा, फरसबीसारखा हिरवा... गडद खोल तळ्यातल्या कसलीही चमक नसलेल्या शेवाळाच्या थरासारखा हिरवा, माशाच्या पंखासारखा झगमगता हिरवा, सलाडमधल्या मिरीसारखा भूक खवळवणारा हिरवा, विषारी सापाच्या डोळ्यांसारखा भयंकर हिरवा... सगळीकडे लक्षावधी कळ्यांचा गालिचा पसरलेला होता; जो या हिरव्या स्वर्गामध्ये पिवळा, पांढरा, केशरी आणि लाल रंगांची पखरण करत होता. इस्तंबूलमध्ये वसंत फुलला होता.

पण प्रामाणिकपणे सांगायचे तर एस्थरला वसंताचे सौंदर्य न्याहाळण्यात काहीच रस नव्हता. तिचे लक्ष वेगळ्या विषयांवर केंद्रित झाले होते. तिने आपली नजर पुन्हा गोल्डन हॉर्नकडे वळवली. एकमेकांच्या शेजारी डोलत असणाऱ्या युद्धनौका इतक्या दूर अंतरावरून पाहताना खेळण्यातल्या दिसत होत्या. तिने त्या पुन्हा एकदा मोजल्या, जशा गेल्या महिन्यांमध्ये अनेकदा मोजून झाल्या होत्या. बरोब्बर १२० नौका होत्या. भूमध्य समुद्रात या वसंत ऋतूमध्ये काय घडणार होते? हे स्पष्ट होते की बार्बारोसला धर्मनिष्ठांच्या आरमाराच्या विरोधात लढणे कठीण जाणार होते.

हे देखणे घर जरी व्हेनेशियन दुकत मोजून बांधलेले होते, तरी एस्थरचे हृदय आणि मन दोन्ही ओट्टोमनांच्या बाजूने होते. गहू लादलेल्या बोटींची गोष्ट वेगळी होती. तो केवळ पैसे मिळवण्याकरता केलेला व्यापार होता आणि त्यातून सगळ्यांनाच फायदा झाला होता. एस्थर, हुर्रेम आणि व्हेनेशिन्स... हे जरुरीपेक्षा जास्त होते. यानंतरचे प्रत्येक पाऊल सगळ्याकरताच धोकादायक ठरले असते. अगदी या घराकरता आणि त्यात राहणाऱ्यांकरताही. याच कारणाकरता तिला बार्बारोस विजयी व्हावा असे वाटत होते. तिने गुलाबी संगमरवराच्या गुळगुळीत पृष्ठभागावरून हलकेच हात फिरवला. खजिन्यावरून फिरवावा तसा.

सौंदर्य आणि ऐषोआराम या बाबतीत हे घर अद्वितीय होते. इतका खर्च करून ही जागा विकत घ्यायच्या एस्थरच्या हट्टाला लिओनने अनेकदा विरोध केला होता, पण सोलीपेक्षाही उत्तम घर घ्यायचा तिचा निर्धार होता. त्यामुळे त्याच्या बोलण्याकडे तिने लक्ष दिले नाही. शिवाय हा पैसा तिचा होता, त्याचा नाही. आपले बालातमधले आयुष्य इस्तंबूलमधल्या इतर सामान्य, उदास चेहऱ्याच्या ज्यूंसारखे घालवायचा तिचा अजिबात इरादा नव्हता. प्रत्येक पावलागणीक कुरकुरणारे लाकडी घर, दगडगोट्यांनी भरलेले आतले अंगण; जिथे कायम जळलेल्या कांद्यांचा, दोनेक कार्नेशनच्या कुंड्यांचा, शेवाळ साचलेल्या भाजक्या मातीच्या रांजणांचा, लोणची आणि मुरांबे भरलेल्या काचेच्या बरण्यांचा वास भरून असतो... त्याला काय म्हणतात? आनंद! एस्थरला त्यात अजिबात अर्थ वाटत नव्हता आणि या प्रकारचा आनंद तिच्या इच्छा आणि आकांक्षांना कोणत्याही प्रकारे पुरा पडणारा नव्हता.

जहाजे अधीरतेने डोलत होती. नांगर काढून शिडे उभारायची घाई जणू त्यांना झाली होती. तीसुद्धा अधीर झाली होती, इतर अनेक गोष्टींकरता. आपल्या हवेलीतल्या भिंतींवर लावण्याकरता तिला अनेक मौल्यवान पेंटिंग्ज विकत घ्यायची होती. सोलीकडे आहे त्यापेक्षा मोठा, खरा गॉबलिन तिला आपल्याकडच्या प्रचंड फायरप्लेसवरच्या जागेमध्ये ठेवण्याकरता हवा होता. जेवणाची भांडी सोन्याचीच असायला हवी. येता उन्हाळा संपायच्या आत, युद्ध संपल्यावर तिला आपल्या स्वप्नांची पूर्तता करायची होती.

पेरामधल्या सर्वोत्कृष्ट जागेवरचे हे घर प्रशस्त होते आणि सोलीच्या घरापेक्षा कितीतरी ऐषोआरामी होते. सगळे फर्निचर युरोपातून आले होते. सोलीकडे दोन नोकर होते. एस्थरकडे चारजण काम करायचे. आता अब्राहमकरताही दाई ठेवली होती. सरायमधल्या शहजादांहून तो अजिबात कमी नव्हता. तिने तोपकापी राजवाड्याच्या गोलाकार घुमटांकडे पाहिले. तिथल्या स्त्रिया जडजवाहिरांमध्ये डुंबत होत्या. हुर्रेम तिथल्या सत्ता आणि संपत्तीची सम्राज्ञी होती, पण तरीही एस्थरच्या नजरेत ती पिंजऱ्यातली गुलामच होती. एस्थर मुक्त आहे! पण अजून पैसे कमवायचे असतील तर तिला हुर्रेमसारख्या अजून काही पिंजऱ्यातल्या पक्ष्यांची गरज होती. आत जाऊन ती त्यांच्यासमोर टाकायला आकर्षक खाणे तयार करण्याच्या कामाला लागली.

ती शेवटचा मखमली बटवा आपल्या पेटाऱ्यात भरत असतानाच अब्राहम आत आला. तो जोरजोरात रडत होता आणि दाई त्याच्या मागे धावत होती.

"मला त्याला थांबवता आलं नाही, मालकीण," ती तक्रारीच्या स्वरात म्हणाली. "त्याचं रडणं काही केल्या थांबतच नाही आहे."

एस्थरने पेटाऱ्याचे झाकण बंद केले. गोंडे लावलेल्या शालीने आपले मस्तक झाकत तिने विचारलं, "का रडत आहेस तू अब्राहम?"

आईचा पायघोळ झगा घट्ट पकडत तो लहान मुलगा किंचाळला, "मला तुझ्याबरोबर यायचं आहे. तुझ्याबरोबर यायचं आहे!"

"गप्प बस, तुझा आवाज माझ्या डोक्यात जातो आहे. मी लवकर परत येईन, नक्की."

"नाही, नाही, नाही! मी तुझ्याबरोबर येणार."

अब्राहमने लाथा झाडत जमिनीवर लोळण घेतली. दाईने त्याला शांत करायचा प्रयत्न केला, पण ते अशक्यच होते.

"पुरे झालं!" दरवाजाकडे जात एस्थर ओरडली. अब्राहमचा चेहरा जांभळा पडला होता आणि त्याच्या किंकाळ्या ऐकवत नव्हत्या. एस्थरची सहनशक्ती संपत आली होती. आवाजावर ताबा ठेवत ती म्हणाली, "चल, मी तुला तुझ्या मावशीकडे घेऊन जाते. ती तुला पुस्तक वाचून दाखवेल. तिच्याबरोबर तू चित्रसुद्धा काढ."

अब्राहमचा हात धरून तिने त्याला उचलले.

अब्राहम अजूनही किंचाळत होता. "मला तुझ्याबरोबर यायचंय. मला तू हवीस."

दाईने आपले हात दोन बाजूंनी असहायपणे झटकले. "आज तो अगदीच विचित्र वागतो आहे. त्याला डोना सोलीही नको आहे."

हे खरेच विचित्र होते. कारण तो बहुतेक वेळ त्याच्या मावशीकडेच असायचा आणि त्याला आपल्या आईपेक्षा तिच्यासोबत राहणेच जास्त आवडत होते. सोलीचे त्याच्यावर खूप प्रेम होते. त्याचेही तिच्यावर, पण आज वेगळेच घडले.

एस्थरने पेटी उचलली, "तू मला राग आणतो आहेस अब्राहम," ती म्हणाली, "तुझा आवाज बंद केला नाहीस तर मी तुला फटके देईन. ऐक माझं!" ती दाईकडे वळली, "त्याला घेऊन जा आणि रडू दे हवं तेवढं. याच्या मूर्खपणापाई मला हुर्रेमला ताटकळत ठेवायचं नाहीये."

दाईने अब्राहमला कडेवर उचलायचा प्रयत्न केला पण तो जोरात तिच्या हाताला चावला. इतका की ती वेदनेने किंचाळली.

एस्थर मागे फिरली. आपल्या मुलाचा हात ओढून त्याला रागाने म्हणाली, ''इकडे ये मूर्खा. चल माझ्याबरोबर. नाहमिआस आणि सारफाती कुटुंबाचा नातू पहिल्यांदाच सरायला भेट द्यायला जातो आहे.''

फाशीचे कारंजे

एस्थरने हरेमच्या बागेत मुलांची काळजी घेणाऱ्या, त्यांना खेळवणाऱ्या तरुण मुलींच्या हाती आपल्या मुलाला सोपवलं आणि ती आत गेली. पण जेमतेम पंधरा मिनिटांमध्येच ती आतून बाहेर आली. तिचा चेहरा खूप अस्वस्थ आणि लालभडक झाला होता. तिने अब्राहमचा हात धरला आणि त्याला खेचत ती फाशीच्या कारंजाच्या दिशेने निघाली.

अब्राहम पुन्हा रडायला लागला. या वेळी एस्थरने सरळ त्याच्या गालावर एक चापटी मारली. तिला इतर काहीच ऐकू येत नव्हतं. फक्त हुर्रेमचा आवाज तिच्या कानांमध्ये घुमत होता : ''ये किराझे, फाशीच्या कारंजाकडे जा आणि बघ तिथं काय चालू आहे. तुला नक्की आवडेल तिथं जे चाललं आहे ते. आता मी अगदी मुक्त आहे तो शेवटचा होता. माझ्या प्रिय किराझे...''

फाशीच्या चौकाकडे जाणारा रस्ता चालून जात असताना तिला वेळ एका जागी थांबल्यासारखा वाटत होता. ती आता जवळपास धावतच होती. तिचे गाल तप्त झाले होते. कोण होता शेवटचा? तिला अंदाज बांधणेही नको वाटत होते... पण कदाचित खून झालेल्या इब्राहिमच्या शिक्षकांपैकी हा एक असेल. नक्कीच त्यांच्यापैकी असेल? या आरोपीबद्दल जाणून घ्यायला ती इतकी अधीर का झाली आहे? काय संबंध तिचा? पण तिची उत्सुकता आता शिगेला पोहचली होती. पोट पिळवटल्यासारखे झाले होते. छातीत आग पेटली होती. कपाळ इतक्या जोरजोरात ठणकत होते, जणू आता तिथे स्फोट होणार.

कारंजापाशी पोचल्यावर ती थांबली. तिची पावले पुढे पडेनात. ती खिळल्यासारखी एका जागी उभी राहिली. संगमरवरी भिंतीवर तीन छाटलेली मुंडकी होती. ती मागच्या बाजूने त्यांच्याकडे पाहत होती. त्यांच्या वर अजून एक छाटलेले मुंडके होते; जे उंचावर ठेवले होते. एस्थरचे डोळे भीतीने जणू खोबणीबाहेर आले. आपल्या आईची गोठलेली अवस्था जाणवल्यामुळे अब्राहमही रडायचा थांबला होता.

एस्थरला वाटले जगात एकमेव आवाज शिल्लक आहे. तो म्हणजे तिच्या धडधडत्या हृदयाचा. भानावर नसल्यासारखी ती आपले पाय ओढत कारंजापाशी जायला निघाली. तिची पावले पावसाच्या पाण्याने भरलेल्या खळग्यांमध्ये पडत होती, पण तिला काहीच जाणवत नव्हते. रक्ताने माखलेल्या संगमरवरी भिंतीपाशी ती येऊन पोहचली. आपले डोळे तिने घट्ट मिटून घेतले. वेदनेने तिचा चेहरा आक्रसला होता. तिचा झगा पकडून उभा असलेला अब्राहम लहान मुलाच्या निरागसतेने या विचित्र, धडविरहित मुंडक्यांकडे पाहत होता. सगळे काळपट चेहरे, जाड भुवया आणि मिश्यांचे! चेहऱ्यावर रागीट, चकित आणि चक्क हसरे भाव. एस्थरला तिकडे दृष्टिक्षेप टाकायचा धीर होईना. तिने आजवर अनेक छाटलेली मस्तके पाहिलेली होती, पण आता तिला ते अशक्य वाटत होते.

अचानक अब्राहमचा आनंदी आवाज तिच्या कानात घुमला, ''आई, बघ. हा तुझ्यासारखाच दिसतो आहे. मिशीवाली आई, मिशीवाली आई. हा हा हा...''

एस्थर वेड्यासारखी रडत होती; आपले केस ओढत, नखे चावत, स्वत:चा गळा दाबत, पालखीच्या मागच्या बाजूवर आपले डोके आपटत. तिच्या ओठांमधून फेस येत होता. तिच्या डोळ्यांमधली काळी बुबुळं दिसेनाशी झाली होती. ती बरळत होती; कण्हत होती; आक्रोशत होती, पण अब्राहमला काहीच कळत नव्हते. तो तिच्याकडे कुतूहलाने पाहत होता. आता तो अजिबातच रडत नव्हता. पण खूप घाबरला होता. त्याच्या आईला कशाचीच पर्वा नव्हती. बालातला पोहचेपर्यंत तिचे शरीर भान हरपल्यासारखे थरथरत होते. तिचा आत्मा नरकात पडल्यासारखा जळत होता आणि शरीरही.

पालखी थांबायची वाट न पाहताच ती त्यातून धडपडत उतरली. तिने पितळी हात असलेली आणि तळव्यात तांब्याचा गोळा असलेली दरवाजाची कडी जीव खाऊन पकडली. इतकी की ती कडी तुटून तिच्या हातात आली.

रेचल कार्नेशन्सना पाणी घालत होती. अचानक संताप आणि भीतीच्या भावनांनी थिजलेला चेहरा समोर घेऊन आलेली आपली मुलगी पाहताच तिला भयानक धक्का बसला. एस्थरने हातातली दरवाजाची कडी बाजूला फेकली. हौदाच्या संगमरवरी भिंतीवर जोरात आपटल्यामुळे त्या धातूच्या कडीचे लगेचच तुकडे पडले. बोटे विलग झाली आणि लहानसा तांब्याचा गोळा गवतावर घरंगळत पडला.

क्षणभर रेचलला त्याच्या मागे जाऊन तो पकडायची इच्छा झाली, पण ती थांबली. अब्राहमने आता आपल्या आजीचा झगा घट्ट पकडला होता.

एस्थर विस्टेरियाच्या बुंध्याला आपली पाठ टेकवून उभी होती. तिचा श्वासोच्छ्श्वास वेगाने होत होता. डोळे आईवर खिळले होते. जणू दोन धारदार सुऱ्यांसारखे. वेड लागल्यासारखी ती आपले ओठ चोळत होती.

''मजा कर आता,'' ती म्हणाली, ''मी त्याला पाहिलं, त्याचं रक्ताळलेलं मुंडकं. फाशीच्या कारंजावर.''

''काय बोलते आहेस एस्थर? काय झालं आहे? तू अशी का दिसत आहेस? काय पाहिलंस तू?''

''सहा बोटवाल्याचं छाटलेलं मुंडकं!''

हे वाक्य उच्चारल्यावर एस्थर मानसिक तोल ढळलेल्या माणसासारखी खदाखदा हसायला लागली. जणू आपलेच मुंडके छाटले आहे असा आविर्भाव ती करत होती. तिचे डोळे खोबणीबाहेर आले. जीभ तोंडाबाहेर येऊन लटकली. ''त्याच्या छाटलेल्या मानेतून अजूनही रक्त ठिबकत होते. सगळ्या नसा बाहेर लोंबत होत्या!''

रेचलने आपला हात छातीशी दाबून धरला. एस्थर किंचाळत होती; आक्रोशत होती; हुंदके देत होती आणि तरीही विचित्रपणे हसत होती. अब्राहम दरवाजाच्या कडीच्या तुटक्या बोटांशी खेळत होता. त्यातली दोन त्याने आपल्या ओठांवर चिकटवली आणि तो हौदाभोवती ओरडत पळायला लागला, ''मिशीवाली आई, मिशीवाली आई!''

रेचलला आपल्या हृदयाला चिरत जाणारी भयानक कळ जाणवली. तिचे सगळे शरीर वेदनेने पिळवटले. या वेदना तिला सहन होत नव्हत्या. ती खाली कोसळली. मृत्यूपूर्वीची घरघर तिच्या तोंडातून बाहेर पडली आणि अंगणातल्या दगडी फरशीवर ती निश्चल पडून राहिली. तिच्या हिरव्या डोळ्यांमध्ये एक मूक आक्रोश गोठलेला होता. दुःखाच्या ज्वालांमध्ये धडधडून पेटत राहिलेला तिच्या आयुष्याचा ज्वालामुखी आता निमाला होता.

डुलकी घेणाऱ्या मोशेला बाहेरच्या भयानक आवाजांमुळे जाग आली आणि तो बाहेर धावला. ''काय झालं किराझे, काय झालं आहे?'' आपली प्रियतम पत्नी अशी निश्चल पडलेली पाहून त्याला धक्काच बसला.

एस्थर दगडी पुतळ्यासारखी उभी होती; आपल्या आईकडे थिजलेल्या नजरेने पाहत. तिरस्कार, प्रेम, भीती, पश्चात्ताप, निराशा... तिच्या हादरलेल्या आत्म्यामध्ये सगळ्या भावनांचे एकत्रीकरण झाले होते. भयंकर भावनिक कोलाहल तिथे माजला होता. कोळ्याच्या जाळ्यात अडकलेल्या मासोळीसारखी ती श्वास

घ्यायला धापा टाकत होती. कोळी ना धड तिचे विषारी पंख कापत होता, ना तिला पुन्हा खाऱ्या पाण्यात टाकत होता. रक्ताळलेल्या जखमेला मुक्ती मिळत नव्हती; वेदना वाहून जात नव्हती. प्रेमाचे शब्द जे तिच्या आईला उद्देशून ती कधीच उच्चारू शकली नव्हती, ते तिच्या घशामध्ये दगडांसारखे आता अडकून राहिले होते.

जिच्यावर जीवापाड प्रेम केले त्या आपल्या पत्नीच्या अंगावर मोशेने आपले थरथरते हात टेकवले. ''काय केलंस तू आपल्या आईला, किराझे? का?'' तिचे निश्चल शरीर त्याने आपल्या दोन्ही हातांवर उचलले आणि तिचा चेहरा आपल्या हृदयापाशी दाबून धरला. दैवगतीच्या चक्राला शरण गेलेल्या आवाजात तो दुःखाने विव्हळू लागला, ''रेचल, काय करू मी तुझ्यावाचून? कसा श्वास घेऊ मी तुझ्याविना?''

एस्थर निष्ठुरपणे आपले ओठ चोळत होती. गवतात सापडलेल्या तांब्याचा चेंडू अब्राहम लाथाडत गात होता, ''मिशीवाली आई, मिशीवाली आई!''

अचानक वाऱ्याचा एक जोरदार झोत आला. बालातच्या वृक्षांनी वेदनेचा आक्रोश केला आणि त्यांच्या आक्रोशाचा पडसाद गोल्डन हॉर्नच्या पाण्यावरून, बॉस्फोरसवरून, मार्मारावरून आणि भूमध्य सागरावरून वाहत तोलेडोपर्यंत जाऊन पोहचला. बेवारस घराच्या कुजलेल्या लाकडी फाटकाचा दरवाजा करकरत उघडला. ताजो नदीच्या तीरावरच्या लव्हाळ्यांमधून आक्रोशाचा पुनरुच्चार उमटला.

❑❑❑

तीन

सप्टेंबर ३०, १५३९
इस्तंबूल

असह्य वेदना, न पेलवणारे दु:ख, सामान्यजनांचे अथक वाहणारे अश्रू वाहिले असले तरीही ओट्टोमन सुलतानांकरता गतवर्ष विजयी ठरले होते. बार्बारोसच्या आधिपत्याखालील आरमाराने नौसेनाधिकारी आन्द्रिया डोरियाला पराभूत केले आणि आता भूमध्य समुद्राचा तो एकमेव अधिपती होता. जुन्या खलाशांनी त्याचे जहाज जेमतेम वाचवले होते; त्याचा जीवही कसाबसा वाचला होता आणि आता या क्षणी तो किती संतापलेला असेल याची कल्पना करणे कठीण नव्हते. धर्मनिष्ठांच्या फौजा दु:खी होत्या, पण अंतिम विश्लेषणानंतर लक्षात आले की या युद्धामध्ये सर्वात जास्त पराभूत झाले आहेत ते म्हणजे व्हेनिस. तहाच्या मसुद्यानुसार त्यांना तीनशे दुकतचा कर भरावा लागणार होता आणि शिवाय सायप्रस सोडून इतर सगळ्या अल्जिरियन बेटांवरचा आपला मालकीहक्क सोडून द्यावा लागणार होता. काही काळ ओट्टोमनांच्या राजधानीच्या रस्त्यावर एकही व्हेनेशियन दिसत नव्हता, पण आता पुन्हा त्यांची वर्दळ पूर्ववत झाली होती. या लोकांकरता निशाणे, साम्राज्ये, युद्ध आणि अगदी धर्मापेक्षाही पैसा जास्त महत्त्वाचा होता. अशा प्रचंड उलाढाल असलेल्या सुप्रसिद्ध बाजारापासून दूर राहणे या गोंड्याची टोपी, तंग तुमानी घालणाऱ्या, गोटी दाढी ठेवणाऱ्यांना कदापि न रुचणारे होते. महत्त्वाचे बंदर केफे, जिथून ते युरोपला माल विकत होते, त्याचा ताबा घेतल्यावर त्यांना तिथे कायमकरता मज्जाव झाला होता आणि त्यांचा इजिप्तमध्ये पराभव झाल्यानंतर अलेक्झान्ड्रियासारखे उत्तम व्यापारी केंद्र, जिथून ते अति पूर्वेकडचा अद्भुत माल खरेदी करत, त्यांच्या हातून गेले होते. अशा वेळी इस्तंबूल हे त्यांच्याकरता अतिशय महत्त्वाचे ठिकाण होते आणि त्यांना ते गमवायचे नव्हते.

ट्राब्झोन आणि हसनकेयफ इथल्या विणलेल्या सुती कापडाचा व्यापार करणारे फ्लोरेन्शियन्स बुर्सा रेशमाचे महत्त्वाचे ग्राहकही होते आणि त्यांनी शक्य होईल तितका काळ हा फायदेशीर व्यवहार चालू ठेवला. फ्रेंचाच्या निशाणाखाली व्यापार करणारे डच लोक गुमुल्सिनची लोकर आणि तुरटीच्या मागे होते. आच्छादित बाजारातले रशियन्स त्यांच्याकडल्या केसाळ कातड्यांच्या बदल्यात रेशमी गालिचे मिळवण्यात मग्न होते.

हमालांच्या पाठीवर कागद, पितळेच्या ढाली, तांब्याच्या तारा, काच, रंग, कात्र्या, सुया आणि आरशांनी भरलेली जड पोती लादलेली होती. बंदरावरच्या धक्क्यावर लागलेल्या जहाजातून नुकताच हा माल उतरवण्यात आला होता. इराणला तांबे नेणाऱ्या तस्करांचा ओट्टोमन लगेच शिरच्छेद करत. कारण हा धातू घडवण्यात, त्याच्या सौंदर्यपूर्ण वस्तू बनवण्याच्या उद्योगात या दोन देशांमध्ये असलेली स्पर्धा जगभरात माहीत होती आणि तरीही या मुस्लीम देशांपैकी कोणालाच हा धातू वितळवून त्याचे रूपांतर तारा किंवा ढालींमध्ये करण्याचे तंत्र अवगत नव्हते. याशिवाय हे देश विणण्याच्या कलेबद्दल प्रसिद्ध होते, परंतु त्यांना ते शिवण्याकरता गरजेच्या असलेल्या सुया बनवता येत नव्हत्या. आरशांच्या पाठी आणि चौकटींचे देखणे काम ते करू शकत. मात्र आपले स्वत:चे प्रतिबिंब दिसावे याकरता चांदीचा लेप देण्याचे रासायनिक सूत्र त्यांना अवगत नव्हते. या अत्यावश्यक गोष्टी मिळवण्याकरता पश्चिमेकडे पैशांचा अतोनात ओघ चालू होता आणि पश्चिमी देश या बदल्यात मेण, तुरटी, कापूस, लोकर, रेशीम आणि शिसे घेऊन जात. हा देवघेवीचा व्यवहार निरंतर चालू होता.

गोल्डन हॉर्नच्या धक्क्यावर अनेक बोटींचे नांगर पडलेले असत. इझमिरच्या बोटी इझमिरच्या धक्क्यावर, मोल्दावियाच्या बोटी उन्कापानी बंदरावर, तेल वाहून नेणाऱ्या बोटी तेलबंदरावर, लिंब लादलेल्या बोटी लिंबाच्या धक्क्यावर. तांदूळ आणि बार्लींनी भरलेल्या बोटी इहतिसापच्या धक्क्यावर रांगेने उभ्या होत्या. त्यांची संबंधित अधिकाऱ्यांकडून काळजीपूर्वक आणि जबाबदारीने तपासणी केली जाई. धान्याच्या बाबतीत ओट्टोमन अतिशय काटेकोर होते. युद्धकाळ असो वा शांतीकाळ, अगदी एक मापटे धान्यही हद्दीबाहेर नेण्यास सक्त मनाई होती. घोडे, दारू भुकटी, तांबे, चामडे आणि सर्व प्रकारची सुकवलेली कडधान्ये यांच्या व्यापारावरही कडक निर्बंध होते.

पण अर्थातच रिवाजानुसार या बंधनांमधून छुप्या वाटाही निघतच होत्या. कारण यातून स्वत:चा फायदा उकळणारे सर्वत्रच असतात. एस्थरच्या व्यवसायाची

सुरुवात अनमोल रत्नांनी झाली असली तरी लवकरच तिच्या लक्षात आले की कधी कधी एक मापटे गहू हा पाचूच्या हारापेक्षाही जास्त किमती ठरू शकतो आणि लवकरच ती अशा व्यवहारातली तज्ज्ञ बनली. असा माल विकत घ्यायला आणि विकायला उत्सुक असणारे व्यापारी आधी तिचा दरवाजा ठोठावत. व्हेनेशियन व्यापाऱ्यांना सुकवलेली कडधान्ये आणि धान्य विकत घ्यायला दोन वेळा आणि एकदा चामड्याकरता परवानगी मिळवून देण्यात ती यशस्वीही झाली होती. त्यातून तिला भरपूर फायदा झाला होता.

पेरामधली तिची आलिशान हवेली इतर कोणत्याही घरापेक्षा निर्विवादपणे सर्वोत्कृष्ट होती. मेजवानीची भोजनपात्रे, गोबलिन्स, गालिचे, रेशीम आणि इतर अनेक अति मौल्यवान वस्तूंची तिथे रेलचेल होती. बुराकचे छाटलेले मुंडके पाहिल्यावर तिच्या मनात अतोनात तिरस्कार उसळला असूनही हुर्रेमसोबत तिचे अजूनही सलोख्याचे संबंध होते. सुलतानाची ही बेगम धनसंपत्तीमध्ये लोळत होती आणि जोवर सूड घ्यायची संधी मिळत नाही तोवर तिच्याशी वागताना जवळीक आणि एकनिष्ठतेचा मुखवटा धारण करणे गरजेचे आहे हे एस्थरला ठाऊक होते.

बेकायदेशीर व्यापारामध्ये अटक झालेल्या एका व्हेनेशियन व्यापाऱ्याची तिच्या मध्यस्थीमुळे सुटका झाली होती आणि त्यामुळे सेरेनिस्सिमोंच्या नजरेत तिची प्रतिष्ठा कळसाला पोहचली होती. आता व्हेनेशियन्सची तिच्यावर फारच मर्जी बसली होती आणि त्यात केवळ इस्तंबूलमधले व्हेनेशियन्स नाहीत तर सान मार्को चौकातून इथे येणारेही सामील होते.

तिचा नवरा लिओन याच्याकरता ही आश्चर्याची बाब होती. मुळात तो स्वतःही व्हेनिसचाच होता. आपल्या बायकोने या देवघेवीच्या व्यवहाराची अशी योजनाबद्ध आखणी कशी केली याचे त्याला फार नवल वाटत असे. सरायमधल्या लोकांशी आणि सरायच्या शत्रूंशी एकाच वेळी तिचे चांगले संबंध कसे राहू शकतात आणि कुणाची तिच्याबद्दल काहीच कशी तक्रार नाही हे त्याला कळू शकत नव्हते.

पैसे कमावण्याच्या बाबतीत किराझे म्हणजे एक चमत्कारच होती. ती आपली सगळी ऊर्जा, बुद्धिमत्ता आणि हुशारी या एकाच कामाकरता पणाला लावत होती. दिवसेंदिवस ती स्वतःला यात अधिकाधिक झोकून देत होती; तिची महत्त्वाकांक्षा वाढत होती आणि ती जास्त निष्ठुरही बनत होती. पैशांच्या ओघापेक्षा तिला जास्त काहीही महत्त्वाचे वाटत नव्हते. कदाचित तिच्या स्वतःच्या

मुलापेक्षाही जास्त पैसाच होता. सोन्याच्या दुकत मोहरांचा खणखणाटच फक्त तिच्या चेहऱ्यावर हास्य उमटवू शके. असे वाटत होते, तिने आपल्यातल्या सगळ्या मानवी भावना आपल्या आईच्या आणि गुप्त प्रेमिकाच्या, बुराकच्या, शरीरांसोबत खोल मातीत दफन केल्या होत्या. तिच्या सुंदर डोळ्यांमधून आता मूक तिरस्काराच्या ठिणग्या उडत. तिच्या हृदयातलं प्रेम आता कायमकरता मरून गेले होते. वसंतातल्या अकाली गोठून गेलेल्या, कधीच न उमलू शकलेल्या कळ्यांच्या बहरासारखा तिच्या हृदयात अंतिम गारठा वसला होता. आयुष्य जगण्याकरता, काळाचे भान विसरण्याकरता तिने सगळ्या प्रकारच्या व्यापारामध्ये स्वत:ला झोकून दिले होते; ज्यातून तिला जास्तीतजास्त दुकत मिळत. आपल्या चेहऱ्यावर थंडगार मुखवटा चढवून ती त्या धनाच्या मागे धावत होती.

अब्राहमला आपली आई क्वचितच दिसे. त्याचा बहुतेक वेळ सोलीसोबत जाई. त्याच्या आयुष्यातली आईच्या प्रेमाची उणीव भरून काढण्याचा ती प्रयत्न करत होती. एखाद्या मुलाला अपेक्षा असते त्याहीपेक्षा जास्त त्याला मिळत होते. पेरा आणि गलातातल्या दोन्ही घरांचा तो लाडका राजकुमार होता. शहजाद्यांहून तो अजिबात कमी नव्हता. त्याला रागवताना किराझे नेहमी हेच शब्द उच्चारे, 'तुला स्वत:ची लाज वाटायला हवी. एखाद्या शहजाद्यापेक्षा तुझं आयुष्य जास्त सुखात आहे, तू तुला हवं ते खातोस, पितोस. तुझी खेळणी सोन्याची आहेत आणि सर्वात महत्त्वाचं... तुझ्या दाराबाहेर तुझा गळा दाबण्याची संधी घेणारे दबा धरून उभे नाहीत!''

तो अजून लहान मुलगा होता. त्यामुळे त्याला या शब्दांच्या अर्थाची किंमत नव्हती आणि तरीही त्याला शहजाद्यांचा हेवा वाटत होता. विशेषत: शहजादा बेयाझित आणि शहजादा सिहान्जिर यांच्या काही आठवड्यांपूर्वी झालेल्या सुंता समारंभानंतर. त्या समारंभाचा डामडौल खूपच जास्त होता. अश्वमैदानावर अनेक कार्यक्रमांचा जल्लोश उडाला होता. हातचलाखीचा खेळ करणारे, कसरती करणारे, दोरीवर नृत्य करणारे, आग गिळणारे... हजारो शुभ्र कबुतरे हवेत उडवली गेली. डमरूच्या तालावर नाचणारी माकडे आणि अस्वले; पिंजऱ्यात बंदिस्त करून लोकांना बघण्यासाठी ठेवलेले जंगली वाघ-सिंह. इस्तंबूलमधल्या हजारो गरिबांना भरपेट जेवण. युरोपियन दूतावासांमधल्या अधिकाऱ्यांना ओबेलिस्कच्या जवळ भाजलेल्या बकऱ्यांवर हातांनी ताव मारणारी लोकांची गर्दी पाहून आश्चर्याचा धक्का बसला होता. समारंभ अनेक दिवस चालू होता आणि आता इस्तंबूल सुलेमान आणि हुर्रेमची एकुलती एक मुलगी मिहरिमाह हिच्या रुस्तम पाशा, बोस्नियन

देवशिर्मे, जो अनातोलियन बेय्लेर्बेयी या किताबाचा मानकरी होता, याच्याशी होणाऱ्या विवाह समारंभाकरता सजून धजून सज्ज होत होते. गरीबखान्यापासून ते झगमगत्या प्रासादांपर्यंत सगळीकडे आनंदाचा जल्लोश उडाला होता.

अगदी हसेकी मशिदीजवळच्या उपचारगृहामध्येही आनंदाचे वातावरण होते. उपचारक आणि रुग्ण दोघेही हुर्रेमच्या भल्यासाठी ईश्वराकडे प्रार्थना करत होते. तिनेच गरिबांकरता पाच दालने आणि एक प्रशस्त रसोईघर असलेल्या या उपचारगृहाची स्थापना केली होती. महिन्याभरापूर्वीच ते उघडले होते आणि तरीही त्यातून उपचार घेऊन बऱ्या झालेल्यांची संख्या खूप मोठी होती.

हनिम सुलतानाचा आदर आणि स्तुती करणारे जितके होते तितकेच तिचा द्वेष, टीका करणारेही होते. मात्र उपचारगृहाच्या दरवाजात बरे होण्याची आशा घेऊन आलेल्यांच्या मनात तिच्याबद्दल आदरापेक्षाही खूप मोठी भावना होती. काहींनी चमचाभर जादूई औषध घेतले होते, काही तिथे वाडगा भरून गरमागरम, चवदार सूप प्यायले होते. ते सगळेच म्हणत होते, ''ईश्वर तुम्हाला सुखात ठेवो.'' रात्री उशीवर डोके ठेवून झोपताना किंवा फुकट वाटलेले अन्न पोटभर जेऊन, तिथेच चौपाईवर विश्रांती घेत असताना ते म्हणत होते, ''ईश्वर तिच्यावर कृपा करो, जशी तिनं आमच्यावर कृपा केली आहे!''

सप्टेंबर २२, १५४१
बुडापेस्ट

या ओट्टोमनांपैकी एकालाही दयाळू आई नाही का?

आपल्या दोन आठवड्यांच्या बाळाला घेऊन इझबेल उदास नजरेने डॅन्युब नदीच्या पात्राकडे पाहत होती. ''त्यांच्यापैकी कोणाच्याही छातीच्या पिंजऱ्यात हृदय बसवलेलं नाही का? सांगा मला.'' ती पुटपुटली.

तिच्या बाजूला उभ्या असलेल्या धर्मगुरूने दोन्ही हात बाजूला पसरले आणि निराशेने आपली मान हलवली. बाळ पुन्हा रडायला लागले होते. त्याला जोजवत इझबेल पुन्हा आपल्या सिंहासनाकडे परतली. त्यावर बसून तिने आपल्या झालर लावलेल्या ब्लाउजचे बटण सोडले आणि बाळाला पाजायला घेतले. लहानग्या सिगसमंडने लगेचच अधाशीपणे राणीच्या स्तनाग्रातून दूध ओढायला सुरुवात केली. धर्मगुरूंनी आपला चेहरा खाली वळवला.

“शरम वाटू देऊ नका,” राणी त्यांना म्हणाली, “ओट्टोमनांच्या राजदूतासमोरही मी याला दूध पाजलं आहे. फर्दिनांद आणि सुलेमान दोघांनीही हे बाळ माझं नाही असं म्हणत चिखलफेकीचा प्रयत्न केला आहे. त्यांच्या म्हणण्यानुसार बिचारा माझा झापोलिओ याचा बाप नाही. पण देवाला माहीत आहे, मला माहीत आहे आणि ज्यांना डोळे आहेत त्यांनाही सत्य काय आहे हे माहीत आहे. आई सोडून दुसरं कोण मुलाला असं दूध पाजू शकेल?” तिने हळुवारपणे बाळाच्या माथ्यावरून हात फिरवला. “घाबरू नकोस, बाळा, तुझे वडील जिवंत नाहीत पण तुझी आई तुझं आणि तुझ्या देशाचं रक्षण करायला अजून जिवंत आहे.”

“आपल्याला निघायला हवं, महाराणी,” धर्मगुरू म्हणाले. “तुम्हाला माहीत आहे हा सुलेमानचा हुकूम आहे आणि त्यानं वचन दिलं आहे की योग्य वयाचा झाल्यावर सिगसमंड हाच हंगेरीचा राजा बनेल. त्यानं सुवर्णाक्षरांत लिहिलेलं तसं फर्मान जारी केलं आहे. आता आपल्याला ट्रान्सिल्वानियाला जावंच लागेल. सिगसमंडला राज्यपाल म्हणून घोषित केलं गेलं आहे आणि तुम्हाला राज्य-प्रतिनिधी.”

“म्हणजे आता इतक्या लढायांनंतरही सुलेमानला आपलं राज्य बळकावता आलं नाही, म्हणून तो त्याचे असे लचके तोडू पाहतोय. लहान मुलाकडून ते हिसकावून घेणं त्याला अर्थातच सोपं जाणार आहे.”

“कृपा करून शांत राहा, महाराणी. सामानाची हलवाहलव करणाऱ्या नोकरांना तुमचं बोलणं ऐकू जाईल.”

इतक्यात एका नुकत्याच मशिदीमध्ये रूपांतरित केलेल्या चर्चमधून अज़ानची बांग ऐकू आली.

“त्यांना ऐकायचं ते ऐकू दे. त्यांनी जे केलं ते उघड आहे. आपल्या पवित्र गिरिजघरातून येणारा हा आवाज तुम्हाला ऐकू येत नाही का? शिवाय ते आपल्याच राहत्या घरांमधून आपल्यावर गोळीबार करत आहेत. आपल्या मालकीचे असलेले सगळे ते हिसकावून घेत आहेत आणि हे मैत्रीच्या नावाखाली, आपल्याला मदत करण्याच्या नावाखाली करत आहेत ते. मी राणी आहे, हंगेरीची राणी आणि मी पोलंडच्या राजाची मुलगी आहे. आणि तरीही सुलेमान किंवा फर्दिनांद कोणीही मला गंभीरपणे घेत नाहीत. का? कारण माझा पती जिवंत नाही. मी विधवा आहे. परमेश्वर या सगळ्यांना याची शिक्षा देईल! नरकाच्या आगीमध्ये ते अनंत काळ जळत राहतील!”

“सुलतानांनी वचन दिलं आहे, महाराणी. त्यांनी तुमचं संरक्षण केलं जाईल असं वचन दिलं आहे.”

“संरक्षण? मी त्या दूतांना त्याच्याकडे का पाठवलं? तातडीची मदत हवी होती म्हणून! आणि त्यानं केलं काय? माझ्या माणसांना रिकाम्या हातांनी परत पाठवलं. शिवाय त्यांच्याकडचे मौल्यवान घोडे हिसकावून घेतले. त्या बदल्यात खेचरं दिली त्यांना! आणि आता तो इथे त्याच्या या भीतिदायक शिपायांना घेऊन आला आहे, माझ्या देशात घुसखोरी करायला. याला संरक्षण म्हणतात? त्यापेक्षा अपहरण म्हणेन मी याला. होय, अपहरण!”

इझबेलला आपले अश्रू आवरता येईनात. एका हाताने गाल पुसत असताना तिने दुसऱ्या हाताने बाळाच्या केसांवरून हात फिरवला.

इझबेल उठून दरवाजापाशी गेली. दोन नोकर हंगेरीच्या शेवटच्या राणीच्या मागे धावत गेले, जी कार्ल पाचच्या मृत्यूनंतरही अजून तगून राहिली होती त्यामागचं कारण ओट्टोमनांचा तिला असलेला पाठिंबा आणि त्याकरता त्यांना मिळत असलेली भरभक्कम खंडणी. एकाने तिच्या खांद्यावर शाल घातली. दुसऱ्याने तिच्या हातातले बाळ घ्यायचा प्रयत्न केला. राणीने त्यांचे हात बाजूला झटकले आणि अभिमानाने ती पुढे चालत गेली. धर्मगुरू तिला जागा करून द्यायला मागे सरकले. राणी राजेशाही डौलात पावले टाकत मार्गिकेतून चालत गेली. तिथे शिपाई, नोकरांची गर्दी होती. हंगेरीच्या राजवाड्यातल्या भल्यामोठ्या फुलदाण्या, चित्रे आणि आरसे अशा कलात्मक वस्तू ते वाहून नेत होते. सिगसमंड पुन्हा रडायला लागला होता. डोक्यावर मुकुट नसलेल्या राणीने, इझबेलने, त्याला कुशीत घेतले आणि बाहेरच्या गाडीमध्ये पाय ठेवताना ती म्हणाली, “प्रिय हंगेरी, माझ्या लाडक्या देशा, तुझा निरोप घेते!”

डोक्याला फेटा बांधलेल्या एका माणसाने धर्मगुरूंसमोर एक गुंडाळी ठेवली. ते सुलतानांचे फर्मान होते. त्यावर सुवर्णाक्षरांनी कोरलेले होते, “मी वचन देतो! आमच्या प्रेषितांना स्मरून वचन देतो, माझ्या पूर्वजांना आणि माझ्या तलवारीला स्मरून वचन देतो, की सिगसमंड योग्य वयाचा झाल्यावर तो हंगेरीचा राजा बनेल!”

पेरा

दुसऱ्या मुलाला जन्म देऊन एस्थरला केवळ तीनच आठवडे झाले होते तरीही ती लगेचच आपल्या कामावर रुजू झाली होती. तिला अजून थोडी विश्रांती घ्यायची सूचना देणाऱ्यांना तिने असे सांगत बाजूला सारले होते की, "अशा वेळी? इस्तंबूलमधलं आयुष्य कोणत्याही क्षणी संपूर्णपणे बदलू शकेल आणि युरोपातलंही! अशा वेळी?"

व्हेनेशियन वकिलातीचा सचिव तिला भेटायला आला होता. ते तिच्यासोबत आपल्या मनातली काळजी बोलून दाखवत होते :

"मला असं वाटतं की फ्रेंच राजदूत इथे एक अतिशय महत्त्वाचा प्रस्ताव घेऊन येतील. ते कार्ल पाचच्या विरोधात सुलतानांच्या पाठिंब्याची मागणी करतील. त्याशिवाय फ्रॅन्कोईसला त्याचं राज्य वाचवता येणं शक्य नाही. त्याच्याकडे धड सैन्य नाही आणि त्याचा खजिना जवळपास रिकामा आहे."

"तुमचं बरोबर आहे सिनॉर, माझ्याकडेही त्याच दिशेने माहिती जमा होते आहे. ते बार्बारोसची मदत मागतील, अल्जेरियाच्या आन्द्रिया डोरिसवर अजून एक पराभव लादल्यावर. अर्थात अचानक उद्भवलेल्या वादळाची त्यांना विजयप्राप्तीमध्ये फार मोठी मदत झाली आहे, पण अजूनही अनेक मुस्लिमांना वाटतं की ही इस्लामच्या आरमाराला मदत करण्याकरता आकाशातून पवित्र मदत पाठवली गेली."

"आम्हाला कळलं आहे की डोरिस आरमारातले हजारो सैनिक मारले गेले आहेत. त्याची चौदा जहाजं बुडाली आणि एकशेतीस वादळात हरवली. त्यामुळे त्याला हरवणं हा बार्बारोसकरता पोरखेळ होता. आम्ही ऐकलं की मेक्सिकोवर विजय मिळवणारे, कप्तान कोर्तेझ ओट्टोमनांच्या हातातून कसेबसे सटकले. कार्ल पाचवा याला आपल्या माणसांना एकत्र आणण्यात प्रचंड अडचणी आल्या. त्यातले बरेच गोठून मेले आणि बाकी युरोपला नौकाप्रवास करताना. आकाशातून पवित्र मदत मिळाली का वगैरे मला माहीत नाही, पण त्यामुळे बार्बारोसला मदत झाली हे नक्कीच. ओट्टोमन आता इथेच थांबणार नाहीत, ते फ्रेंचांना मदत करायला मान्यता देतील असं वाटत आहे."

"यामुळे तुम्ही अस्वस्थ झाला आहात असं वाटत आहे सिनॉर."

"आम्ही अस्वस्थ? अगदी बरोबर, सिनोरिना. आम्हाला खूप चिंता वाटत

आहे. ओट्टोमन आमच्यावर त्यांना सामील होण्याकरता दबाव टाकतील. होय, व्हेनिस प्रजासत्ताकाला कायदेआझम सुलेमानांसोबतचे आपले संबंध बिघडवायचे नाहीत, पण आम्हाला ख्रिश्चन युरोपचे तुकडे झालेलेही आवडणार नाही. आम्ही ऐकलं आहे की कार्ल आणि इंग्लंडचा हेन्री यांच्यामध्ये सामंजस्य झालं आहे. आम्हाला आमचं संरक्षण करायलाच लागेल. युद्धामुळे व्हेनिसच्या व्यापारावर विपरीत परिणाम होईल. आम्हाला तो धोका पत्करायचा नाही.''

''मग मी काय करू शकते तुमच्यासाठी, सिनॉर?''

''बरंच काही, असं मला वाटतं. सुलतानांच्या बेगमवर तुमचा खूप प्रभाव आहे आणि ती तुमच्यावर खूश आहे हे आम्हाला माहीत आहे.

हुर्रेमच्या नावाचा उल्लेख झाल्यावर एस्थरच्या चेहऱ्यावर नाराजी दिसली. ती काही वेळ गप्प बसली. मग पुन्हा स्वत:वर ताबा मिळवून म्हणाली, ''मी प्रयत्न करू शकते. फक्त प्रयत्न, पण काही वचन मात्र देऊ शकत नाही. माझ्या प्रभावक्षेत्राच्या पलीकडचं हे काम असू शकतं. कदाचित तुम्ही रुस्तम पाशा यांना भेटलात तर काही होऊ शकेल.''

''व्हेनिसवर तुमचे खूप उपकार होतील सिनोरा आणि आम्ही तुमच्या औदार्याची योग्य ती किंमत अदा करू, याची खात्री बाळगा.''

''पण अजून एक गोष्ट मला सांगायची आहे, रुस्तम पाशा हा अतिशय लोभी माणूस आहे. याचा अर्थ तुम्हाला प्रचंड किंमत मोजावी लागेल.''

''शांततेकरता सेरेनिसिमो कितीही मोठी रक्कम मोजायला तयार आहेत सिनोरा. आगामी युद्धापासून दूर राहण्याकरता मोजलेली ही किंमत योग्यच ठरेल.

एस्थर उठून उभी राहिली. ''मी प्रयत्न करीन,'' ती पुन्हा म्हणाली.

तरुण सचिवही उठला आणि दालनाबाहेर जाण्यापूर्वी त्याने एक लाल, मखमली थैली बाहेर काढली. ''तुमच्या दुसऱ्या मुलाकरता ही विनम्र भेट आहे, कृपया स्वीकार करावा,'' आदरपूर्वक खाली झुकत तो म्हणाला.

सचिव निघून गेल्यावर किराझेने ती थैली उचलली आणि आपल्या हातात धरून तोलली. चेहऱ्यावर हसू फुलवण्याइतकी ती जड होती. तिने ती उघडून खाली रिकामी केली. सूर्याच्या किरणांमध्ये सुवर्ण दुकत आगीसारखे झगमगत होते.

सप्टेंबर ७, १५४३

ब्लोइस

फ्रॅन्काईस दक्षिण किनाऱ्यावरून आलेल्या सेनाधिकाऱ्याचे बोलणे अतिशय काळजीपूर्वक ऐकत होता. त्याच्या विचारमग्न चेहऱ्यावरून तो समाधानी आहे की नाही हे समजून येत नव्हते.

ते जवळपास रोमला पोहचले होते. ओस्टियाचे लोक घाबरून थरथर कापत होते. एकशे दहा कादिर्गा आणि चार विशाल युद्धनौका असलेले ओट्टोमन आरमार जेव्हा चाळीस मजबूत अल्जेरियन आरमारातल्या जहाजांना जाऊन मिळाले तेव्हा राक्षसी आकाराचे मुस्लीम नौदल तयार झाले. हे शक्तिशाली सैन्य पाहून कोण भयभीत होणार नाही?

फ्रॅन्काईसने मान हलवली. ''पुढे सांग, मला सगळे तपशील ऐकायचे आहेत.''

''नीस जिंकणं जितकं कठीण वाटलं होतं त्यापेक्षा अगदीच सोपं होतं महाराज. पण मला कबूल करायला हवं, ओट्टोमन आपल्याहून उत्तम होते. आपण जर एकटे असतो तर हे कठीण गेलं असतं, नव्हे अशक्यच होतं. बार्बारोसने आम्हाला चांगलंच धारेवर धरलं. आधी आपल्या आरमाराचा कप्तान इतक्या तरुण वयाचा आहे हे पाहून तो चकितच झाला. अनेकदा त्याने बोलून दाखवलं की ही त्याची मोठीच अवहेलना आहे. माझ्यासारखा अनुभवी खलाशी आणि हा तेवीस वर्षांचा बच्चा माझ्यासोबत! हा अपमान नाही का? अगदी हेच त्याचे शब्द होते आणि मग शेवटी ज्या वेळी तोफा उडवण्याची वेळ आली, नेमक्या त्याच वेळी आमच्याकडची दारूची भुकटी संपल्यामुळे तर त्याचं माथंच फिरलं. आमचा परराष्ट्र अधिकारी पोलेन याच्या अंगावर तो संतापाने किंचाळला, 'तुला बोटीवर मद्याचा साठा कसा करायचा हे अगदी नीट माहीत आहे, पण युद्धाकरता गरजेचा असणारा पुरेसा दारूगोळा भरायला मात्र तू विसरलास!' आम्हाला कसलीही माहिती नाही, कसलीही जबाबदारी नाही, गांभीर्य नाही असं त्याचं म्हणणं होतं. त्याला लगेचच तिथून निघून जायचं होतं. नीस त्याच्या दृष्टीने अजिबात महत्त्वाचं नाही असं त्यानं जाहीर केलं. इतकी साधी गोष्ट होती, पण आमच्यामुळे तो त्याच्या झगमगत्या कारकिर्दीला काळिमा फासायला निघाला. होय महाराज, त्याला आमच्याबरोबर राहायला तयार करण्यासाठी आम्हाला प्रचंड प्रयास पडले. देवाची कृपा, नीस लगेचच शरण आलं आणि बाकीचं तर

आपल्याला माहीतच आहे, महाराज. अखेरीला, निदान सध्या तरी, कार्ल पाचवा याचा आपल्याला धोका उरलेला नाही.''

''बार्बारोस परत गेला का?''

''होय, महाराज. नीस पडल्यावर लगेचच त्याने परतीची शिडं उभारली. आमच्या माहितीनुसार तो आधी तुलोन इथे आणि मग तिथून जिनेओ इथे तुर्गुत रेईस, त्याचा मित्र ज्याला आन्द्रिया डोरिसचा पुतण्या जानेतिनो याने कैद केलं, त्याला वाचवायला जाणार होता. ओट्टोमन त्याला बच्चा कप्तान म्हणतात. कारण त्याचा चेहरा लहान मुलासारखा आहे आणि बार्बारोस किनाऱ्यावर येऊन तिथून असा ओरडला, 'ऐक रे, बच्चा कप्तान, तू जर त्याला माझ्या हवाली केलं नाहीस तर मी तुझं अख्खं शहर जाळून टाकीन!' जिनेओवासीयांनी लगेचच तुर्गुतला त्याच्या सुपूर्द केलं. मला वाटतं आता तो इस्तंबूलच्या मार्गावर असेल. पण त्याचा पुढचा हल्ला कोणावर होईल हे कोणीच सांगू शकत नाही. त्याच्या भयानकतेपासून अल्लाह सगळ्यांना सलामत ठेवो. तो इतका म्हातारा आहे, पण अजूनही सामर्थ्यशाली आहे आणि अतिशय बुद्धिमान. या चाचाच्या प्रभावापासून कोणीच दूर राहू शकत नाही.''

फ्रॅन्काईसने काहीच प्रतिसाद दिला नाही. कदाचित त्याला कार्लवर विजय मिळवता आला असेल, पण ते ओट्टोमनांच्या मदतीमुळेच शक्य झाले. फ्रान्सचा राजा या नात्याने त्याला हे सत्य पचवणे खूप कठीण जात होते. त्याला युद्धांचा तिटकारा आला होता. थकून गेला होता तो. प्लेगच्या साथीमध्ये त्याने आपले दोन मुलगे गमावले होते. त्याला अतिशय एकाकी वाटत होते; जीवनाच्या आनंदाला तो मुकला होता. त्याच्या अंतर्मनात जे वादळ चालू होते, त्याची तीव्रता बाहेरच्यापेक्षा कमी नव्हती.

''आपल्या या यशाचा प्रभाव स्कॉटिश प्रकरणावरही पडेल, महाराज.'' सेनाधिकारी म्हणाला. हेन्री आठवा कधीही ती जमीन इंग्लंडला जोडू शकणार नाही. आपले पाठीराखे त्याला तसं करण्याची अजिबात परवानगी देणार नाहीत. नीस परत मिळवल्यामुळे आपल्या जनतेचं मनोधैर्य खूप वाढलं आहे.''

''हेन्री,'' फ्रॅन्काईस रागाने म्हणाला, ''तो खुनी आहे.''

''होय नक्कीच! त्याने आपल्या दोन बायकांचा खून केला आहे. नव्या बायकोचा शिरच्छेद त्याने विश्वासघाताच्या कारणावरून केला. मूर, क्रॉमवेल, त्यांचाही खून झाला. तो कायमच आपल्या चुकीची आणि अपयशाची किंमत कोणा दुसऱ्याला चुकती करायला लावतो. त्याने पोपपदाचाही त्याग केला आणि

नव्या चर्चची स्थापना केली, तरी अजूनही तो कार्लचा दोस्त आहे.''

''इतिहासात कायमच इंग्लंडने फ्रान्सकडून जमीन मिळवण्याचा प्रयत्न केला आहे.''

इतक्यात एक दूत, जोसेफ मेन्डेस, न्टवर्पचा तरुण बँकर आला असल्याचा निरोप घेऊन आत आला. राजाने स्मितहास्य करत सांगितले, ''त्यांना आत बोलाव.'' या तरुण, उत्तम शिकलेल्या, हुशार तरुणाशी गप्पा मारायला त्याला खूप आवडायचं.

आता आपण जायला हवे हे ओळखून सेनाधिकाऱ्याने वाकून सलाम केला. तो बाहेर पडत असताना मेन्डेस, किंवा ज्याचं गुप्त नाव नास्सी होतं, आतल्या दालनात आला.

''सुखद आश्चर्य आहे हे,'' त्याला पाहून राजा म्हणाला. उठून त्याने जोसेफचा हात मैत्रीपूर्वक हातात घेऊन हलवला. सेवकांनी नम्रपणे काचेच्या चषकांमधून वाईन आणली.

काही वेळ त्यांनी साहित्य, चित्रकला आणि संगीत विषयांवर चर्चा केली. त्यानंतर मेन्डेस फ्रेंच खजिन्यावर त्याने केलेल्या संशोधनाचा निष्कर्ष त्याला समजावून सांगत होता. खरेतर आर्थिक चित्र फारसे समाधानकारक नव्हते. जोसेफला हे चांगलंच माहीत होते की राजाच्या अनुमतीने सुरू झालेल्या सोडत योजनांमधून मिळणारे उत्पन्न पुरेसे नाही. फ्रॅन्काईसने त्याच्या आजूबाजूच्या माणसांच्या मदतीने जनतेकडून अनेक वर्षं या मार्गांनी पैसे जमा केले होते, पण आता जनतेच्या खिशांमध्येच पैसे शिल्लक नव्हते. त्यामुळे सोडत योजना आपोआप बंद पडत चालल्या होत्या. फ्रान्स मोठ्या आर्थिक संकटात होता. ही समस्या त्याची नाही असे वाटू शकत होते, तरी जोसेफला हे व्यवस्थित माहीत होते जेव्हा एखाद्याला पैसे उधार द्यायचे असतात, अगदी राजालाही, तेव्हा सर्वात महत्त्वाचे असते ते वेळेवर परत मिळणे आणि या क्षणी त्याच्या मनात याबद्दल संशय होता. अर्थातच या प्रकारची माहिती स्वत:पाशीच ठेवणे त्याला योग्य वाटत होते.

फ्रॅन्काईस त्याच्याशी जवळच्या मित्राप्रमाणे वागत होता. पैसे, आर्थिक नियोजनाबद्दलचे किचकट संभाषण संपल्यावर तो तरुण ज्यू बँकर निघायच्या तयारीला लागला पण राजाने आग्रहाने त्याला काही वेळ अजून थांबवून घेतले. सेवकांनी पुन्हा चषक भरले.

''मेन्डेस, मला तुला काही विचारायचं आहे,'' राजा म्हणाला.

"काय महाराज?"

"नव्या जगाबद्दल तुझं काय मत आहे?"

"महाराज, दुर्दैवाने या संदर्भात आपल्याला समाधानकारक माहिती पुरवण्यास मी असमर्थ आहे. माझं काम मला वाटतं जुन्याशीच संबंध असलेलं आहे.

"पण तरी तुला काहीतरी कल्पना नक्कीच असेल, मला खात्री आहे."

मेन्डेसने वाईनचा घुटका घेतला, जरा वेळ विचार करून तो म्हणाला, "खरं सांगायचं तर, मला असं वाटतं की आता तिथे जे राज्यकारभार करतील तेच भविष्यातही करतील आणि स्पेन, पोर्तुगाल यांना त्याची जाणीव होत आहे असं वाटतं. निदान सध्या तरी. पण, तुम्हीसुद्धा..."

फ्रॅन्काईसने मधेच त्याला अडवलं. "असं दिसत आहे की आम्ही तिथली संधी गमावली आहे. कार्टीयरने जे काही केलं आहे, त्यानंतर..."

नास्सीने त्याच्याकडे प्रश्नार्थक नजरेने पाहिले.

राजा पुढे म्हणाला, "मी त्याला अनेक संधी दिल्या. तो कॅनडाला गेला आणि त्याने परत येताना काय आणलं तर य:कश्चित दगडांनी भरलेली पेटी. त्याला धड नकाशाही रेखाटता येत नाही. तरीही मी त्याला दुसऱ्यांदा प्रवास करायची संधी दिली आणि तो गेला. त्या वेळी रॉबरवलने, ज्याला मी कार्टीयरवर नियंत्रण ठेवायला त्याच्यासोबतच्या माणसांसमवेत पाठवलं होतं, त्याला जो सल्ला दिला, तो त्यांनी ऐकला नाही आणि त्याने त्या प्रदेशातल्या स्थानिकांसोबत वाईट वर्तन केलं. त्याच्यामुळे अनेक बहुमोल खलाश्यांचे प्राण गेले. आणि अखेरीला आपण प्रचंड प्रमाणात सोनं गमावलं."

"खजिना पुन्हा परत मिळवता येईल, जसं मी याआधी तुम्हाला सांगितलं आहे, महाराज. जुन्या जगाचे नियम सोपेपणाने समजावून घ्यायला मी तुम्हाला सांगितलं होतं."

"होय, आर्थिक व्यवहार. युरोपचा सगळा खजिना. तू अतिशय यशस्वी आहेस मेन्डेस. तू जवळपास सगळ्याच राजदरबारांची कामं करतोस."

"असं म्हणतात, तुम्हालाही माहीतच आहे ते, की कोणतीही सरहद्द पैसा आणि व्यापाराला विरोध करू शकत नाही."

"बरोबर आहे तुझं! त्याशिवाय तू एकमेकांसोबत झगडा असणाऱ्या राजांसोबत काम कसं करू शकला असतास?"

मेन्डेसचा चेहरा एक क्षणभर लाल झाला. त्याला महाराजांच्या बोलण्यातला

गर्भितार्थ समजला होता. मेन्डेसच्या कार्ल पाचवासोबत असलेल्या संबंधावर तो भाष्य करत होता. एकही शब्द न उच्चारता त्याने फक्त स्मितहास्य केले.

राजाला या विषयावर जास्त बोलणे वाढवण्यात रस नव्हता. म्हणून त्याने वेगळाच प्रश्न विचारला, ''तुझी आदरणीय आत्या कशी आहे?''

''एकदम उत्तम, धन्यवाद. ती व्हेनिसला मुक्काम हलवण्याच्या विचारात आहे. कारण न्टवर्पचे लांब हिवाळे तिला मानवत नाहीत.''

''याचा अर्थ असा घ्यायचा का की बँक मेन्डेसची शाखा व्हेनिसमध्येही निघणार?''

''मला वाटतं माझ्या आत्याला आर्थिक बाबींपेक्षा व्हेनेशियन गोंडोलांमध्ये जास्त रस आहे. तिनं ते काम माझ्यावर सोपवलं आहे.''

''मला खरंच तुझं खूप कौतुक वाटतं मेन्डेस. इतकी ऊर्जा, बुद्धिमत्ता, यश...''

''तुमच्या स्तुतीबद्दल आभार, महाराज! परंतु तुमच्या बहुमोल कार्याच्या तुलनेत माझं काम म्हणजे एका लहानशा बिंदूइतकं.''

फ्रॅन्काईसने कंटाळल्याने आपले खांदे उडवले.

मेन्डेस पुढे म्हणाला, ''युरोपमध्ये तुमच्यासारखा राजा आजवर झाला नाही आणि पुढेही होणार नाही. कलेची दुनिया तुम्हाला कधीच विसरणार नाही. चित्र, शिल्प, कलाकारांवरच्या पुस्तकांना तुम्ही दिलेला मजबूत पाठिंबा आता चिरकाल जगासमोर राहील.''

फ्रॅन्काईस पुन्हा हसला. ''अजून मला हे माहीत नाही की कलेवर प्रेम करणारा राजा हा इतिहासात यशस्वी राजा म्हणून नोंदवला जाईल का, त्याकरता युद्धभूमीवरचे शौर्य गरजेचे असते.''

मेन्डेसला यावर बराच वेळ काही योग्य उत्तर सुचले नाही. त्याच्यासमोर ही मोठी समस्या उभी राहिली. त्याला आपल्या आत्याचा सल्ला आठवला. राज्यकर्त्यांसोबतच्या घनिष्ठ संबंधांमुळे आपण अडचणीत येऊ शकतो. ''महाराज,'' तो अखेरीला म्हणाला, ''तुमच्या युद्धभूमीवरच्या शौर्याला कोण कमी लेखणार? आपण बलाढ्य सम्राट आहात. पण आपली परवानगी असेल तर मला या विषयावर तुमच्याशी काही बोलायला आवडेल. शांती, समृद्धी आणि कलाशास्त्रातल्या प्रगतीचे ध्येय समोर असणे, हे माझ्या मते युद्धापेक्षा कोणत्याही प्रकारे कमी महत्त्वाचे नाही. आपण जर काही थोर, ऐतिहासिक नावांकडे पाहिलं...''

फ्रॅन्काईसला पुन्हा एकदा तरुण मेन्डेसबद्दल आदर वाटला. तो खरा पुरुष होता; सभ्य आणि बुद्धिमान. मेन्डेसने जाण्याची परवानगी मागितली. फ्रेंच राजाने त्याचे ज्या मैत्रीपूर्ण रीतीने स्वागत केले होते त्याच मैत्रीपूर्ण रीतीने त्याने त्याला निरोप दिला.

मेन्डेस महालाच्या संगमरवरी जिन्यावरून खाली उतरत होता त्या वेळी फ्रेंच राजघराण्याची नववधू कॅथरिन दे मेडिसी ऑफ फ्लोरेन्स जिना चढून वर येत होती. त्याने बाजूला सरकून आदरपूर्वक आपली मान झुकवली. त्याला या सुंदर आणि हुशार स्त्रीच्या भविष्यातील महत्त्वपूर्ण भूमिकेची जाणीव होती.

सप्टेंबर ६, १५४४

व्हेनिस

व्हेनिस राज्यातले जे नागरिक सकाळी लवकर उठले त्यांना सान मार्को चौक नेहमीप्रमाणे पाण्याने भरलेला दिसला. समुद्र डुशीच्या राजवाड्याच्या दारात पोहचला होता पण त्यामुळे शहराच्या उल्हसित दिनक्रमात अजिबात खंड पडला नव्हता. व्हेनिस अजून एक आगळा दिवस साजरा करणार होते. सप्टेंबर महिन्यातला तो पहिला रविवार होता. रेगाता, जो मे महिन्यामध्येच सुरू झाला होता, त्याचा शेवटचा आणि सर्वात महत्त्वाचा दिवस आज होता. सहा माणसे वल्हवत त्या सेरेनिस्सिमोच्या उच्च अधिकाऱ्यांच्या बालोतिना राजघराण्यातल्या लोकांच्या वेगवान पर्पेरिन्स समारंभाकरता सजून तयार होत होत्या. कालव्यांच्या शहरातल्या प्रत्येक प्रकारच्या बोटी रंगीबेरंगी पताकांनी सुशोभित केल्या जात होत्या. धातुकाम केलेला भाग घासूनपुसून चकचकीत केला होता. बसण्याच्या जागांवरची मखमल ब्रशने स्वच्छ केली जात होती. छुप्या गणिकांच्या मस्कारेता, मासेमाऱ्यांच्या सांडोला आणि मध्यमवर्गीयांच्या गोंडोला कालव्यांच्या काठावर रांगेने एका मागोमाग एक उभ्या केल्या होत्या.

आकाशात ढग असले तरी दिवसभर सूर्याचा लख्ख प्रकाश राहील याची प्रत्येकाला खात्री होती. संथ पाण्याच्या पृष्ठभागावर शेकडो पुलांच्या आणि घरांच्या फिकट छाया एकमेकांत मिसळून एकत्र होऊन लहरत होत्या. या घरांच्या प्रवेशद्वाराच्या पहिल्या काही पायऱ्या दगडी शिल्पांनी सजवलेल्या होत्या. मात्र त्यांच्या तळाचा भाग पाण्यात बुडालेला होता. रंगीत काचांच्या खिडक्या आणि

दरवाजांवरून सोडलेल्या आयव्हीच्या जांभळ्या फुलांनी बहरलेल्या वेलीच्या लांबलचक फांद्या खालच्या दिशेने डुलत होत्या.

घंटानाद ऐकू आल्यावर सगळेचजण बाहेर आले. सूर्याच्या कोवळ्या किरणांनी राजवाड्याच्या घुमटावर आपली सोनेरी नक्षी उमटवायला सुरुवात केली होती.

डोना ग्रेशिया नास्सी इतरांपेक्षा खूप लवकर जागी झाली होती आणि खिडकीतून दिसणारी शहरातली हालचाल तासभर न्याहाळत होती. आपल्या सुबक मेजासमोर बसून तिने खण उघडला आणि त्यातून एक कागदाचा तुकडा आणि शहामृगाच्या पिसाची लेखणी बाहेर काढली. आपल्या लाडक्या, गुणवान भाचाला पत्र लिहिण्याकरता!

माझ्या प्रिय मुला,

तुला बरं वाटावं म्हणून आधीच लिहिते की आम्ही उत्तम आहोत. मी आणि तुझी आते बहीण रेय्रा, आम्ही व्हेनिसशी सहजतेनं जुळवून घेतलं आहे आणि आमच्या आयुष्यात तुझं गोड हास्य आणि मृदू प्रेम सोडून बाकी कसलीही उणीव नाही. तू आम्हाला भेटायला अनेकदा येशील याची मला खात्री आहे, तरीही मला तुझी खूप उणीव भासत आहे. तुला तुझा सगळा व्यवसाय इथूनच करता आला तर, असं मला मनातून वाटतं.

आपल्याला काही धोका आहे यावर माझा अजिबात विश्वास नाही. मात्र आपण काळजीपूर्वक राहायला हवं. ज्यूंना घेट्टो म्हणजेच बंदिस्त वसाहतींमध्ये राहायची जबरदस्ती करत असले, तरी व्हेनिस त्यांच्याकरता युरोपातल्या इतर शहरांच्या मानाने नक्कीच जास्त चांगलं शहर आहे. तिथे दिवसा रस्त्यावरून चालणाऱ्या अनेक ज्यूंना त्यांची वेगळी ओळख दर्शवणारे कपडे घालावे लागतात. चिन्हांचा वापर करायला पूर्ण मनाई आहे आणि रात्रीच्या वेळी बंदिस्त वसाहतींमधून बाहेर पडले तर कडक शिक्षा भोगावी लागते. सूर्यास्त झाला की बंदिस्त वसाहतींचे प्रचंड दरवाजे कुलूप लावून बंद केले जातात. या दुर्दैवी लोकांना शहराबाहेर प्रवास करणंही अतिशय कठीण झालं आहे. अनेक परवान्यांची कागदपत्रं त्याकरता त्यांना जमवायला लागतात, परंतु त्यांना काम करण्याची आणि जगण्याकरता पैसा मिळवण्याची मात्र परवानगी आहे. तुला अंदाज करता येईलच, की त्यातले बरेचसे प्रकाशनाच्या व्यवसायात आहेत, किंवा वैद्यकीय व्यवसायात. व्हेनेशियन बंदिस्त वसाहतींमधली छापील प्रकाशने

सगळ्याच बाबतीत सर्वोत्तम गुणवत्तेची आहेत. ज्यू अशा आयुष्यातही त्यांना मिळणाऱ्या सर्व संधींचा खूप काटेकोरपणे आणि मनापासून वापर करतात. या लोकांना पाहून मला वेदना होतात, अर्थातच माझी खरी ओळख लपवून ठेवणंसुद्धा एक वेगळ्या प्रकारची वेदना देत आहे.

मला असं वाटतं की कदाचित आपल्याकरता कॉन्स्टँटिनोपोलिसला राहायला जाणं ही सर्वात चांगली गोष्ट ठरेल. तसं करणं आपल्यालाच नाही तर आपल्या धर्माच्या बंधू-भगिनींकरताही उपयोगाचं होईल. मला ठाऊक आहे, तुझ्या ओट्टोमन राजधानीत काही ओळखी आहेत, कृपा करून तू ही शक्यता अजमावून बघशील का?

अजून एक, प्रत्येक वेळी मी जेव्हा इथल्या व्यापाऱ्यांशी बोलते, ज्यांचे ओट्टोमनांशी संबंध आहेत, त्या वेळी मला एकाच नावाचा सातत्याने उल्लेख झालेला आढळतो. एस्थर किंवा तिला मिळालेलं नाव किराझे. माझ्या माहितीनुसार ही स्त्री राजघराण्याच्या अगदी निकटच्या संपर्कात आहे, विशेषत: शाही जनानखान्याशी. तिचे वडील असं म्हणतात की स्पेनचे छपाई व्यावसायिक आहेत. तिच्या बहिणीचा नवरा ओट्टोमन राजवाड्यातला सुप्रसिद्ध डॉक्टर आहे. आणि तिचा नवरा व्हेनिसचा आहे. माझ्या मते ही एक आगळीवेगळी स्त्री आहे. विशेषत: असा विचार केला तर, की तिची ख्याती इस्लामच्या आच्छादित जगातून इथे आपल्यापर्यंत इटालीला पोचली आहे...

कदाचित ती आपल्याकरता उपयोगी ठरू शकेल. अर्थात दिवस असे आहेत की इतक्यात आपल्याला कोण उपयोगी आहे आणि कोण नाही हे ठरवता येणं अशक्य आहे. मी असं म्हणते आहे, कारण माझ्या सख्ख्या बहिणीबाबतही मी अजून खात्री देऊ शकत नाही. ती इतक्या विचित्र मनःस्थितीत आहे, मत्सर किंवा कदाचित त्याहूनही काहीतरी अधिक. तिचं मन भरकटलं आहे असं वाटतं. मला असं वाटत ती आपल्याला सहजरीत्या बदनाम करू शकेल. माझी सख्खी बहीण! किती दयनीय आहे हे! मला जे वाटत आहे ते चूक असावं अशी आशा करते. पण तू अजिबात चिंता करू नकोस. मी हे सांभाळू शकते.

बहुतेक मी तुझा दिवस माझ्या निराशाजनक वाक्यांमुळे काळवंडून टाकला आहे असं वाटतं. इथलं आयुष्य तितकंही उदास नाही. अनेक मजेशीर, मनोरंजक घटना घडत आहेत. व्हेनिस अतिशय उत्फुल्ल शहर आहे. रेग्नाला इथं राहायला खरंच खूप आवडतं. आम्ही अनेक मेजवान्या, नृत्याच्या समारंभांना जात असतो. मेळावे, नाटकांचे खेळ, गोंडोलांमधल्या सहली... आज आम्ही रेगाता पाहू.

कित्येक शहरांत त्याची तयारी चालू आहे. या चित्तवेधक सणाचे तपशील तुझी आते बहीण तुला नक्कीच लिहून कळवेल याची मला खात्री आहे.

यासेफ, मी आता तुझा प्रेमपूर्वक निरोप घेऊन पत्र संपवते. तुला वेळ मिळेल तेव्हा मला नक्की लिहिशील ना? आणि बाळा, कृपा करून खूप काळजीपूर्वक राहा. होय, व्यवसाय महत्त्वाचा आहे, पण तू सर्वात जास्त महत्त्वाचा आणि अनमोल आहेस आमच्याकरता. रेग्ना आणि मी, दोघींनाही तुझी उणीव जाणवते.

– तुझी प्रेमळ आत्या
ग्रेशिया नास्सी

तिने कागदाची घडी घातली. चांदीच्या पेटीतून एक पाकीट काढून त्यात ती ठेवली आणि ते सीलबंद करून नोकराला वरच्या मजल्यावर बोलावणारी घंटा वाजवली. गोंडोलावाल्यांचा आनंदी आरडाओरडा या उंच इमारतीच्या वरच्या मजल्यावरच्या दालनातही ऐकू येत होता. ती पक्षी आणि फुलांच्या आकृत्यांनी सुशोभित केलेली चौकट असलेल्या खिडकीपाशी गेली. विरुद्ध बाजूला असलेल्या चर्चचा पुढचा भाग आत्ताच डुलणाऱ्या नौकांनी भरून गेला होता. सूर्य खूप तेजस्वी दिसत होता. आजचा दिवस खास असणार हे नक्की.

मे ६, १५४७
सतलुस/गोल्डन हॉर्न

सोकुल्लू मेहमेत पाशाने अधिकारपदामध्ये कशी प्रगती करून घ्यायची याची योजना फार आधीपासून करून ठेवली होती आणि बार्बारोसच्या मृत्यूनंतर त्याची नेमणूक ओट्टोमन आरमारात मुख्य सेनाधिकारी म्हणून झाली. खरेतर तो समुद्राशी फार परिचित नव्हता तरीही. त्याची नेमणूक सगळ्यांकरताच आश्चर्याचा विषय ठरली. अगदी त्याच्या स्वत:करताही! परंतु त्यात फार काही आश्चर्यजनक नव्हते. बार्बारोसने मृत्यूच्या आधीच भूमध्य सागरावर आपले नियंत्रण प्रस्थापित केले होते आणि त्या दिशेने कोणताही नवा धोका चालून येण्याची जराही शक्यता नव्हती. जमिनीवरच्या युद्धाचीही काही शक्यता नव्हती. ओट्टोमनांनी कार्ल पाचवा आणि त्याचा भाऊ फर्दिनांद यांच्यासोबत नवे करार केले होते. नव्या मुख्य कप्तानाकडून सुलेमानच्या अपेक्षा त्याने आरमाराची बांधणी नव्या

तंत्रज्ञानाचा वापर करून, नव्या सुधारणा घडवून आणून जास्त चिरेबंद करावी अशी होती आणि वर्षभरानंतर मिळालेल्या परिणामांनी त्याचे समाधान झाले होते. सोकुल्लूला आरमारातल्या त्याच्या पदावरून पुन्हा बोलावून घेऊन त्याची नेमणूक रुमेली बेयलेर्बेयी म्हणून केली गेली.

सोकुल्लू आपले नवे अधिकारपद आणि जबाबदाऱ्यांच्या बाबतीत समाधानी होता, परंतु त्याच्या शांत चेहऱ्यावरून त्याच्या मनातल्या भावनांचा थांग लागणे अशक्य होते. आपल्या अंतर्मनात काय चालले आहे हे इतरांपासून दडवून ठेवण्यात तो वाकबगार होता. आजूबाजूच्या घडामोडींवर तो आपल्या तीक्ष्ण नजरेने बहिरी ससाण्यासारखे लक्ष ठेवून असायचा. त्यानुसार तो आपल्या योजना आखायचा आणि कामाची आखणी करायचा. त्याचे कोणाशीही निकटचे संबंध नव्हते आणि त्याच्या मनातल्या विचारांचा सुगावाही कोणाला लागणे केवळ अशक्य होते, पण आता त्याला शेख-अल-इस्लाम एबुस्सूद एफेन्डी याच्या रूपाने एक दोस्त मिळाला होता.

त्या दोघांची विचार करण्याची पद्धत मिळतीजुळती तर होतीच, पण त्यांची घरंही! राज्याचे हे दोन उच्चाधिकारी सतलुसमध्ये एकमेकांच्या शेजारच्या घरांमध्ये राहत होते. नवी धोरणे आणि त्यावरची आपापली मते यावर चर्चा करण्याकरता ते सतत एकमेकांकडे येत-जात असत.

मेहमेत पाशाला आपल्या नव्या अधिकारपदाबद्दलचा आपल्या मनातला आनंद एबुस्सूद एफेन्डीजवळ व्यक्त करायला आवडे. दोघेजण बगिच्यामध्ये छानशा वासंतिक हवेचा आनंद लुटत नव्या घडामोडींवर गप्पा मारत बसले होते.

"सोकुल्लू पाशा, तुमच्या नव्या अधिकारपदाला अल्लाहचा पाठिंबा आहे. यामुळे तुमचे नशीब उघडेल आणि आम्हा सर्वांचंही, अशी मला आशा आहे."

"एमेन, इन्शाल्लाह, अल्लाह माझी मान कधीच शरमेनं खाली झुकवणार नाही."

"तुम्ही उगाच चिंता करत असता पाशा. तुमच्याइतका सभ्य, कष्टाळू आणि धैर्यवान असा एकही पाशा नाही. तुम्ही सोडून अजून कोण रुमेली बेयलेर्बेयी बनू शकणार?"

"मनापासून आभारी आहे. तुमच्या स्वास्थ्याकरता मी नेहमीच दुवा मागत असतो. तुम्हाला वाटतं तितकं हे काम सोपं नाही, एबुस्सूद एफेन्डी. यात केवळ मीच एकटा असतो तर सोपं होतं, पण सतत कटकारस्थानांच्या मागे असणारे ते सगळे लोक..."

“मला नक्कीच कल्पना आहे याची. सुलतानांना दीर्घायुष्य मिळावं याकरता अल्लाहची मी प्रार्थना करतो. त्यांच्या जागी जर हुर्रेम सुलताना आल्या तर काय होईल याचा मी विचारही करू शकत नाही.”

“सध्या तो जिवंत असतानाही पुरेसा गोंधळ चालू आहेच. सुलतानांची मुलगी, शाही वजिरांची बेगम मिहरिमा सुलतान व तिची आई हुर्रेम यांचा सुलतानांवर खूपच प्रभाव आहे आणि त्या सर्वांनाच राजकारण आणि पैशांमध्ये रस. रुस्तम पाशांनाही पैशांचा खूप लोभ आहे. खरंतर सगळं कुटुंबच, माझ्या मते.”

“त्यांचा खजिना केवढा प्रचंड आहे. हजारो गुलाम, सोनं लादलेले घोडे, असंख्य कफ्तान, कफ्तान, कफ्तान... मला खरंच कळत नाही ते आपल्या या इतक्या मालमत्तेचं काय करणार आहेत?”

“माझ्या मित्रा, लोकांमध्ये खूप बदल झाला आहे. त्यांना आता फक्त पैशाचा शोध असतो. मला आजकाल लाचलुचपतीच्या, भ्रष्टाचाराच्या, अधिकाराच्या गैरवापराच्या बातम्याच सारख्या ऐकू येतात. एक ज्यू बाई, किराझे नावाची, असं म्हणतात ती परदेशी व्यापाऱ्यांना राजवाड्यातून सहजतेनं परवाना हक्क मिळवून देते. अर्थातच ती ही सेवा फुकटात देत नाही आणि परवानेही विनामोबदला नसतातच. एक बाई हरेममध्ये कळसुत्री बाहुल्यांचा खेळ करते... आपल्या कोणाकरताच हे चांगलं नाही.”

“अल्लाह मदत करेल अशी आशा, विशेषत: तुम्हाला पाशा. या फसवणुकीच्या राज्यात आपलं काम करत राहणं सोपं नाही, पण तुम्हाला यश लाभेल.”

“इन्शाल्लाह, इन्शाल्लाह.” सोकुल्लूने सुस्कारा सोडला. “मला असं वाटतं या शहजाद्यांमुळे समस्या निर्माण होणार आहे. सेलिम मद्य-मेजवान्यांमध्ये बुडालेला असतो. त्याला सिंहासनाची काही पर्वा नाही, पण मुस्तफा आणि बेयाझित दोघंही त्यावर बसायला उत्सुक आहेत आणि त्याकरता दोघे एकमेकांशी लढू शकतील. हुर्रेमला तिच्या स्वत:च्या मुलाने, बेयाझितने, राजेशाही कावुक पेहनावा अशी इच्छा आहे.”

“अल्लाह आपलं रक्षण करो,” एबुस्सूद एफेन्डी म्हणाला. “हा कशा प्रकारचा हिशेब आहे? आपला सुलतान अजून जिवंत आहे, अल्लाहची मेहेरबानी. आणि त्याच्यानंतर राज्यावर सत्ता गाजवण्याचा हक्क मुस्तफाचा आहे. तो थोरला आहे, हुशार आहे आणि त्याचं चारित्र्य निष्कलंक आहे. आणि आपण क्षणभर

असं समजू की मुस्तफा नाही आहे. अशा वेळी सिंहासनावर सेलिम बसू शकतो. कारण तो बेयाझितपेक्षा मोठा आहे.''

''तू म्हणतोस ते खरं आहे मित्रा, पण जेव्हा स्त्री राजकारणात पडते तेव्हा सगळा गोंधळ माजतो. तिला बेयाझितने राज्यावर बसावं असं वाटत आहे आणि कितीही किंमत मोजून ती हे अमलात आणेल. आपण तिच्या कारस्थानांची कल्पनाही करू शकत नाही. मला खरंच चिंता वाटते. राज्याच्या भवितव्याची चिंता कोणालाच नाही. उद्या युरोपमधली परिस्थिती बदलूही शकेल. नव्या युद्धांना तोंड फुटेल. युरोप खदखदत आहे. फ्रॅन्काईस मेला आहे आणि त्याचा मुलगा हेन्री दुसरा हा कट्टर कॅथोलिक आहे. त्याची पत्नी कॅथरिन डी मेडिसी ही आपल्या राजेशाही हरेममधल्या स्त्रियांपेक्षा वेगळी नाही. तिलाही सत्तेची हाव आहे.''

''तुला असं वाटतं का की इंग्लंडमध्येसुद्धा खूप गुंतागुंतीची परिस्थिती निर्माण होईल?''

''होय, शक्यता आहे. हेन्री आठवा मेला आहे आणि त्याचा एकुलता एक मुलगा एडवर्ड आता मुकुटाचा मानकरी आहे, पण तो अजून लहान आहे. राज-प्रतिनिधी साम्राज्याची काळजी नक्कीच घेतील. पण त्याच्या बहिणी मेरी आणि एलिझाबेथ दोघीही सिंहासनावर बसण्याकरता काहीही करू शकतील. तिथेसुद्धा धार्मिक युद्ध होऊ शकतं. बेटावरचे कॅथोलिक आणि प्रोटेस्टंट्स युरोपभर पसरू शकतील. शार्लकेनची काय योजना आहे ते आपल्याला माहीत नाही. रशियामध्ये इव्हानने झारचा मुकुट चढवला आहे. तो तिथे अनेक बदल घडवून आणेल. युरोपमधलं सत्तेचं संतुलन बदललं की आपलंही बदलेल. आपण या वर्तुळाबाहेर राहू शकणार नाही. आपल्याला काळजीपूर्वक विचार करावा लागेल आणि त्याकरता आपल्याला योग्य अक्कल असणाऱ्या लोकांची गरज आहे.''

सोकुल्लूला नीट माहीत होतं राज्यात किती बिनअकलेचे लोक आहेत. त्याने विचारमग्न होत मान हलवली.

''याबद्दल फार चिंता करू नका पाशा,'' एबुस्सूद एफेन्डी म्हणाला, ''आपल्याकडे जर तुमच्यासारखे तीन पाशा असले, आणि आशा आहे की आहेत, तर अल्लाहच्या मदतीने आपण या सगळ्या अडचणींवर मात करू.''

''एमेन,'' असं पुटपुटत सोकुल्लू उभा राहिला. ''मला आता जायला हवं. कृपा करून आपल्याकरता दुवा करा. आपल्याला आता अशा दुव्यांची आधीपेक्षा कितीतरी जास्त गरज आहे.''

तो गेल्यावर शाह-अल-इस्लामने दुवा मागितली आणि पुढचे अनेक तास तो कुराण वाचत होता.

सोकुल्लू मेहमेत पाशाला भविष्यातला धोका दिसत होता आणि त्याने त्यावर मात करायच्या योजना आधीच आखून ठेवल्या होत्या. त्याला पुरुषांना सांभाळणे शक्य होते, पण स्त्रियांबाबत तो काय करू शकणार? त्यांच्या कारस्थानांना आळा घालायची त्याची तीव्र इच्छा होती. पण तो बघणे आणि वाट पाहणे याव्यतिरिक्त काहीच करू शकत नव्हता, पण त्या ज्यू स्त्रीची, किराझेची, चौकशी तर तो विशेषत्वाने करणार होता. त्याला तिच्या संपर्कात असलेल्यांची यादी हवी होती. त्याने आपल्या पांढऱ्या दाढीवरून हात फिरवत पेरा आणि गलाताच्या घरांवर दृष्टिक्षेप टाकला.

नोव्हेंबर २२, १५५१
गलाता

अजून संध्याकाळ झाली नव्हती, परंतु चिपरुटच्या घरातले सगळे तेलाचे दिवे जळत होते. खूप अंधारून आले होते. फायरप्लेसमधल्या ज्वाळांच्या सावल्यांमुळे भिंतीवर हजारो आकृत्या निर्माण होत होत्या. लाकडी पडद्यांमधून वाऱ्याची शीळ घुमत होती. पाऊस क्षणभरही न थांबता दिवसभर कोसळत होता. शिसाच्या रंगाचा मार्माराचा समुद्रकिनारा फेसाळत्या लाटांची उधळण करत होता. समुद्रावर एकही बोट नजरेस पडत नव्हती.

''हिवाळा महाभयंकर असणार आहे, माझ्या मते,'' डॉक्टर चिपरुट हातातल्या जाड पुस्तकातून डोळे उंचावत म्हणाले. ''जर लोडोचं परिवर्तन पॉयराझीमध्ये झालं तर बर्फ अपेक्षित आहे. काय सांगावं? कदाचित उद्या सकाळी जाग आल्यावर आपल्याला सगळ्या छपरांवर जाड शुभ्र आच्छादन बघायला मिळेल.'' सरायचा सर्वात आदरणीय आणि विश्वासू वैद्यकीय तज्ज्ञ आता साठहून अधिक वर्षांचा झाला होता. त्याचे केस आणि दाढी जवळपास पांढरी झाली होती पण तो अजूनही सुदृढ तब्येत राखून होता.

सोलीने फक्त खांदे उडवले, तर एस्थरच्या दुसऱ्या मुलाने, चाइमने, आनंदाने आरोळी ठोकली, ''आता बर्फ पडणार, आता बर्फ पडणार!'' त्याच्या मावशीने त्याला गप्प राहायची खूण केली, सामीचा हात दाबला आणि म्हणाली, ''एस्क्राइव्ह देर्को, तेको कोन तेको, ते हरस याझिसी देल कोमेर्को.'' एस्थरच्या मुलांपैकी सामी सगळ्यात लहान. तो फक्त सहा वर्षांचा होता, पण त्याला

लिहिता-वाचता येत होते. त्याच्या आधीच्या दोन भावंडांची घेतली तशीच सोलीने त्याचीही काळजी घेतली होती. एस्थर वेगळ्याच दुनियेत राहत होती. तिला पैशांशिवाय बाकी कशातही रस नव्हता. तिचा मोठा मुलगाही गेले काही दिवस तिचा व्यवसाय बघत होता. सोलीला चिंता वाटत होती. अर्थातच ती काम करण्याच्या विरोधात नव्हती. तरीही सरायचे नाव घेतले की तिच्या नजरेसमोर कायमच एक भीतिदायक चित्र उभे राहत होते. दर वेळी कोणा उच्चाधिकाऱ्याला फाशी झाल्याची किंवा त्याचा शिरच्छेद केल्याची बातमी कानावर आली की ती भीतीने थरथर कापायला लागे. आपली बहीण अशा धोकादायक परिसरात वावरते आहे या विचारानेच तिच्या मनाला अस्वस्थता यायची. तिने पुन्हा तेच शब्द उच्चारले, ''तेको कोन तेको, ते हरस याझिसी देल कोमेर्को.''

हे सेफारदी कुटुंबात उच्चारले जाणारे पारंपरिक वाक्य होते. मुलांनी चांगले शिक्षण घ्यावे, त्यांना चांगले वळण लागावे याकरता त्यांना उत्तेजना देणारे. त्याचा अर्थ, योग्य तऱ्हेने लिहा, ओळी मागून ओळी, म्हणजे मग तुम्ही कस्टम हाऊसमध्ये सचिव बनाल. खरेतर सोलीने मुलांच्या भविष्याबद्दल रंगवलेल्या स्वप्नांमध्ये कस्टम हाऊसमध्ये सचिवाची नोकरी करण्याबद्दल काहीच नव्हते. तिला त्यांच्यापैकी निदान एकाने बालातचा छपाई व्यवसाय बघावा असे वाटत होते. तिचे वडील आता खूप म्हातारे झाले होते आणि त्यांच्या घरात ते एकटेच राहत. आपल्या मुलींपैकी कोणाच्याही घरी जाऊन राहायला त्यांनी नकार दिला होता. ते म्हणत, 'मला इथेच मरायचं आहे, माझ्या अनमोल आठवणींच्या सोबतीने.' सोली छापखान्याचा व्यवहार सांभाळत होती. ती जर एस्थरची जबाबदारी असती, तर तिने कधीच त्याचे दरवाजे कायमचे बंद केले असते. सोलीची इच्छा होती की चाइम किंवा सामीने कुटुंबाचा पारंपरिक व्यवसाय पुढे चालवावा. अब्राहमचा मार्ग आधीच निश्चित झाला होता. तो त्याच्या वडील आणि आजोबांसारखा सुवर्णकार होणार होता. मुलाने आपण आपल्या वहीमध्ये काय लिहिले आहे हे आपल्या मावशीला मोठ्या अभिमानाने दाखवले. ''शाब्बास सामी,'' ती म्हणाली, ''आता तू आपल्या भावाबरोबर खेळायला जाऊ शकतोस. तू जर नीट वागलास तर मी तुला गोड वड्या देईन.''

सामी धावत चाइमजवळ गेला. सोलीने मेजावरची वह्या-पुस्तके आवरून ठेवली. ''तिला पुन्हा उशीर झाला आज,'' ती पुटपुटली.

''कोण, एस्थर?''

सोलीने मान हलवली.

“येईल ती इतक्यात, काळजी करू नकोस.”

“मला तिनं सरायच्या इतक्या निकट वावरलेलं आवडत नाही. म्हणजे हर्रेमच्या.”

“त्यात काहीच वाईट नाही, प्रिये! मीसुद्धा सरायमध्ये जातो.”

“पण ते वेगळं आहे. तुम्ही डॉक्टर आहात.”

“होय, ते माझं काम आहे आणि एस्थर तिचं काम करत आहे. खरंच तिची काळजी करण्यासारखं काही नाही. मी काही अंतरावरून कायम तिच्यावर लक्ष ठेवून असतो. तिला ठाऊक आहे ती काय करते आहे. खूप यशस्वी आहे ती. तुला हेही विसरून चालणार नाही की ती घरी बसणाऱ्या बायकांपैकी नाही. पुरुषांनाही तिच्यासारखा कामाचा उरक आणि महत्त्वाकांक्षा नसते. ती खूप हुशार आणि धडाडीची आहे. माझं ऐक. आणि शांत राहा.”

“तुम्ही म्हणत असाल तर,” ती उठली आणि स्वयंपाकघरात गेली. मुलांकरता बनवलेल्या गोड वड्या घेऊन ती बाहेर आली. डॉक्टरांनी पुन्हा आपले पुस्तक उघडले. बाहेर मुलांच्या खिदळण्याचा आवाज येत होता.

सोली आत आली, तेव्हा तीसुद्धा हसत होती. “ती आली. मला तिचा आवाज ऐकू आला.” तिने आनंदाने सांगितले.

“तुला म्हटलं होतं ना मी, प्रिये. तू उगाच काळजीनं स्वत:चा जीव कुरतडत असतेस, म्हाताऱ्या बायकांसारखा!”

मिनिटभराने एस्थर दालनात आली. “ओह, काय थंडी आहे बाहेर,” ती चीत्कारली. मुलं तिच्याजवळ धावत आली, “आई!”

“थांबा, मला जरा श्वास घेऊन द्या आधी.”

“अब्राहम कुठे आहे?” सोलीने विचारलं.

“तो त्याच्या वडिलांसोबत थोडा वेळ दुकानातच थांबणार आहे. व्हेनिसवरून आज नवा माल आला आहे. त्याची त्यांना व्यवस्था लावायला लागेल.”

डॉक्टरांनी तिला पुढे येऊन शेकोटीच्या जवळ बसायला सुचवलं. “म्हणजे सगळं व्यवस्थित चालू आहे, एस्थर?” त्याने विचारले.

“वाईट नक्कीच नाही. राजेशाही जनानखान्यातल्या स्त्रिया चमकदार खड्यांकरता कायमच हपापलेल्या असतात. रोज काहीतरी निमित्त काढतात त्या समारंभ साजरा करायला आणि आपल्याकरता हे चांगलंच आहे हे मला कबूल करायला हवं.”

''हर्रेमशिवाय अजून काही बातमी नाही?''

''ती माझ्यापेक्षा तुम्हाला जास्त चांगली माहीत असेल, डॉक्टर. तुम्ही शाही दरबारातल्या माणसांना नियमित भेटत असता.''

सोलीने मधेच विचारलं, ''खरंच, हुर्रेम सुलतानांची तब्येत कशी आहे?''

''ठीकच म्हणायची... मला वाटतं तिला मूत्रपिंडाचा गंभीर विकार आहे आणि तिचं यकृतही नीट काम करत नाही.''

एस्थरने बशीतून दुसरी वडी घेतली आणि दातांनी कुरतडत म्हणाली, ''मला नाही वाटत ती मरेल. खुशहाल डुकरासारखी दिसते ती.''

''एस्थर?'' ही सोली होती. तिने आश्चर्याने आपल्या बहिणीकडे पाहिले. ''मला वाटलं तुझे तिच्याशी चांगले संबंध आहेत.''

''चांगले संबंध? मी फक्त माझं काम करते. ती गेली, दुसरी आली. तिनं आपला मुलगा सेलिमकरता आणलेली मुलगी, काय आहे तिचं नाव? हां, मला आठवलं, नुरबानू, ती जनानखान्यातून अशी चालत जाते की जणू ती आत्ताच सुलताना आहे. लवकरच ती दुसरी हुर्रेम बनणार. मला या हुर्रेमची घृणा वाटते. आपल्या पूर्वजांना भेटायला ती लवकरच जाईल अशी आशा आहे. निर्दयी चेटकीण आहे ती. खुनी!'' तिने आपले ओठ चोळले आणि काही वेळ ती स्तब्ध उभी राहिली.

''कोण नाही त्यांच्यापैकी?'' डॉक्टर पुटपुटले. ''ओह, मी तुला सांगायचे विसरलो! डोना ग्रेशिया नास्सी यांची खबरबात कळली आहे.''

त्या सामर्थ्यवान स्त्रीच्या नावाचा उल्लेख ऐकताच एस्थरने लगेच स्वत:ला पुन्हा सावरले आणि काळजीपूर्वक कान देऊन ती ऐकू लागली.

''इस्तंबूलला येण्याकरता तिची अखेरची आवराआवर चालू झाली आहे. तिनं लिहिलं आहे की ते सध्या फेरारीमध्ये सुरक्षित आहेत, जिथे ते बहिणीने केलेल्या गौप्यस्फोटानंतर पलायन केल्यावर गेले. पण अर्थातच फेरारीची तुलना इस्तंबूलशी होऊ शकत नाही. ''

''त्यांची सख्खी बहीण,'' एस्थर हळू आवाजात म्हणाली, ''अविश्वसनीय, कोणाला कल्पना असेल याची?''

''मी करू शकते कल्पना,'' सोली म्हणाली आणि तोंडातून हे शब्द बाहेर पडताक्षणीच तिचे तोंड लालभडक झाले.

एस्थर जराशी अस्वस्थ झाली, पण तिने उत्तर दिले नाही. डॉक्टरांनी घसा

खाकरला. ''डोना ग्रेशियाच्या आगमनामुळे आपल्या इथल्या आयुष्यात एक ताजी लहर येईल हे निश्चित,'' ते म्हणाले. ''खूपच अत्याधुनिक आहे ती.''

''त्यांनी रोज देवाजवळ तुम्ही केलेल्या मदतीबद्दल कृतज्ञतेची प्रार्थना करायला हवी आहे डॉक्टर. सरायमध्ये तुमचा इतका प्रभाव आहे केवळ त्यामुळेच त्यांना इस्तंबूलमध्ये येणं शक्य झालं आहे. नाहीतर त्यांना फेरारीमध्ये जायची परवानगीही मिळू शकली नसती. या गोष्टीची परिणती सहजपणे चौकशी न्यायसत्राची नेमणूक करण्यात झाली असती.''

''तुझीसुद्धा खूप मदत झाली एस्थर. मला खात्री आहे इथे आल्यावर ती तुझे खास आभार मानेल.''

एस्थरने खांदे उडवले. ''ते इतकं महत्त्वाचं नाही,'' ती म्हणाली. ''मला जास्त रस आहे तिच्या भाच्याने इथे येण्यात. तो विलक्षण माणूस आहे. सगळ्या राजदरबारांमधला लाडका. युरोपातल्या सगळ्या धनिकांचा आवडता. त्याच्या येण्याने इस्तंबूलमध्ये जोरदार हलचल माजणार हे नक्की.''

''पैसा इतका महत्त्वाचा आहे का, एस्थर?'' सोलीने विचारले.

डॉक्टरांनी खाली पाहिले, तर एस्थरने आपल्या बहिणीकडे डोळे बारीक करून तीक्ष्ण नजर टाकली.

''माझा खरंच विश्वास बसत नाही की तू वास्तवतेपासून इतकी दूर आहेस, सोली,'' ती म्हणाली. ''अर्थातच पैसा हा खूप महत्त्वाचा आहे. तुला असं वाटतं का की तो अगदी सहज मिळवत येतो? राजे, महाराण्या आपला खजिना त्याच्यावर विश्वासाने सोपवतात. या सम्राटांच्या एका शब्दावर लक्षावधींचं भवितव्य अवलंबून असतं. हे सगळं सामान्य आणि सोपं आहे असं वाटतं का तुला? याची खात्री बाळग की बालातमधल्या टेकडीवर एक अप्रसिद्ध छापखाना चालवण्याच्या कामापेक्षा हे नक्कीच जास्त कठीण आहे.''

सोलीने एकही शब्द उच्चारला नाही, पण तिच्या चेहरा लज्जेने गुलाबी झाला होता. डॉक्टरांनी हे संभाषण दुसऱ्या विषयाकडे वळवायचा प्रयत्न केला. ''एस्थर,'' ते संथ आवाजात म्हणाले, ''या शहजादा प्रकरणाबद्दल तुला काय वाटतं?''

''हं, मला असं वाटतं की शहजादा मुस्तफाचा काटा काढण्याकरता हुर्रेम काय वाट्टेल ते करेल. आपला मुलगा बेयाझित पुढचा सुलतान झाला पाहिजे हा तिचा ठाम निर्धार आहे. सुलेमानने तिला कधी नकार दिला आहे? जर याला

असं वळण मिळालं, तर तो आणि त्याचा भाऊ सेलिममध्ये लढाई होणं अटळ आहे. हुर्रेम. मला वाटतं याचा विचार करत नाही आहे. तिला असं वाटतं की मुस्तफाच्या मृत्यूनंतर सगळं शांततेत पार पडेल पण हे अशक्य आहे. आपल्याला सगळ्या शक्यता गृहीत धरून भावी योजनांची आखणी करावी लागेल.''

''तुला काय म्हणायचं आहे?''

''मला म्हणायचं आहे, आपल्याला तीन वेगळ्या योजनांची गरज आहे. एक मुस्तफा सुलतान झाला तर, दुसरी सेलिम झाला तर आणि तिसरी बेयाझित झाला तर. आपल्याला एकही चूक करून चालणार नाही. या शहजाद्यांचे आपापले कळप आहेत. वजीर, लाला, आगा... आपल्याला अगदी काटेकोर व्हावं लागेल.''

''हे वैद्यकीय तज्ज्ञ असण्यापेक्षाही खूपच कठीण आहे.''

''हे कठीण आहे की नाही मला माहीत नाही, पण धोकादायक आहे याची मला खात्री आहे,'' सोली म्हणाली. ''पिरी रेईस, ओट्टोमन आरमाराचा ८२ वर्षं वयाचा प्रमुख कप्तान, त्याच्या बाबतीत काय झालं हे आपल्याला विसरून चालणार नाही.''

एस्थरने तिच्याकडे तिरस्काराच्या नजरेने पाहिले. ''पिरी रेईस हा एक उत्तम खलाशी होता, हे खरं आहे. पण त्यानं एक गंभीर चूक केली. आणि ओट्टोमन कधीच चुका माफ करत नाहीत. मग चूक झालेल्याचं वय किती का असेना. तुझी अपेक्षा अशी आहे का की त्यांनी अशा व्यक्तीला माफ करावं; ज्याने आपला जीव आणि बसराच्या आखातामधलं सामान वाचवायला पोर्तुगीज आरमारापासून पळ काढला? अर्थातच त्यांनी त्याचा शिरच्छेद केला. कोणाचाही केला असता.''

शेकोटीच्या ज्वाळांच्या प्रकाशात तिचे डोळे चमकत होते. सोली जर आपल्या बहिणीला नीट ओळखत नसती तर तिला वाटले असते की त्यात अश्रू आहेत, पण ते अशक्य होतं. तिची बहीण कधीच रडत नसे. सोली मुलांकडे त्यांना अंगात कोट घालायला मदत करण्याकरता वळली. एस्थरने आपल्या अंगाभोवती लोकरीची शाल गुंडाळली आणि तिच्या टोकाने आपल्या डोळ्यांचे कोपरे गुपचूप पुसले.

ऑगस्ट २४, १५५४

लंडन

जेव्हा मेरी ट्यूडर, किंवा जिला 'रक्तरंजित मेरी' असे नामाभिधान प्राप्त झाले होते, राजवाड्याच्या प्रत्येक खिडकीच्या चौकटींवर घरटे बांधलेल्या पक्ष्यांच्या किलबिलाटाने जागी झाली, तेव्हा पहाट झाली होती आणि तिचे शयनगृह अजूनही अंधारलेले होते. तिच्या प्रशस्त पलंगाभोवतीचे पडदे इतके जाड होते की त्यातून एकही प्रकाशकिरण आत शिरणे अशक्य होते. तिला माहीत होते या पहाटेच्या प्रहरी आपल्या राजवाड्याभोवतालचा बगिचा किती सुंदर दिसतो, पण तिने मोत्यांसारख्या दवबिंदूंनी ओलावलेल्या गवतावर पाय ठेवणारे आपण पहिलेच असू या मोहानेही भोवतालचे पडदे बाजूला सारले नाहीत. कारण आपला सगळा, बालपणापासूनचा काळ, तिने याचा अनुभव घेतलेला होता.

तिने आपल्या किंचित टपोरलेल्या पोटावर आपला हात ठेवला आणि डोळे उघडे ठेवून पडून राहिली. हे तिचे दुसरे गर्भारपण होते आणि पहिल्या वेळी तिला आपल्या न जन्मलेल्या बाळाचा वियोग सहन करावा लागला होता. तसे या वेळी होऊ नये अशी तिने प्रार्थना केली आणि आपली दुर्दैवी आई अगॉनची कॅथरिन हिच्यासारखे आपले नशीब असू नये अशीही प्रार्थना केली. ती अनेक वेळा गरोदर राहिली होती, पण मेरीव्यतिरिक्त तिचे एकही बाळ जगले नव्हते. कदाचित मेरीला जर भाऊ असता, तर तिला या शोकांतिकेत जबरदस्तीने सहभागी व्हावे लागले नसते. तिचे वडील हेन्री आठवा किती पापी होते! किती वेळा त्यांनी आपल्या बायकांना देहांताची सजा फर्मावली. केवळ वंशाचा वारसदार पुत्र असावा या इच्छेखातर! पण शेवटी मुकुट तिच्याच डोक्यावर चढला होता. मेरी ही ग्रेट ब्रिटनची पहिली महाराणी. तिच्या वडिलांच्या एकुलत्या एक मुलाचा, एडवर्डचा, मृत्यू झाल्यावर ती एकटीच ब्रिटिश साम्राज्याची वारसदार उरली होती. आणि जनतेने केवळ दीड वर्षांतच तिला 'रक्तरंजित' किताब दिला होता. ''मूर्ख,'' ती पुटपुटली. प्रोटेस्टंटांच्या दंगलीकरता ती परवानगी देणार होती का? अर्थातच ती त्या थांबवणार होती आणि त्याकरता योग्य त्या शिक्षा अमलात आणायला हव्याच होत्या. कॅथोलिक चर्चच्या सेवेकरता जी कर्तव्ये पार पाडायला हवी त्यांचे ती पालन करण्याचा प्रयत्न करणार होती. मेरीचा प्रयत्न इंग्लंडला पुन्हा पोपच्या सत्तेशी जोडून घेण्याचा होता.

तिला पक्के ठाऊक होते तिच्याविरुद्ध कोण उठाव करत आहे. ते शाही

घराण्यातील होते. तिच्या वडिलांच्या व्हॅटीकनपासून अलग होण्याच्या निर्णयानंतर ज्या मालमत्ता आणि जमिनी बळकावल्या गेल्या होत्या त्यातून फायदा झालेलेच ते लोक होते आणि आता ते त्यांची सत्तासंपत्ती गमावण्याच्या बेतात होते. मेरीबद्दल त्यांच्या मनात असलेल्या तिरस्काराचे मूळ यामध्ये होते. याच कारणाकरता त्यांनी कार्ल पाचवा या तिच्या चुलत भावाचा मुलगा फिलिप याच्यासोबतच्या तिच्या लग्नाला विरोध केला होता. जर तिच्या वडिलांनी अनेक वर्षांपूर्वी कार्ल पाचव्यासोबतच्या तिच्या लग्नामध्ये अडथळा आणला नसता, तर गोष्टी जरा चांगल्या झाल्या असत्या. जरी भावाकरता त्याने आपला मुकुट उतरवला, तरी कार्ल हाच युरोपमधला सर्वात शक्तिशाली ठरला होता. आणि त्याचा मुलगा फिलिप... त्याचा विचार मनात आला की तिच्या हृदयात प्रेमभाव निर्माण होत नव्हता. तो तिच्याहून अकरा वर्षांनी लहान होता. मृदू, शांत आणि हुशार असा तो नौजवान होता, पण अजूनही त्यांचे नाते स्त्री आणि पुरुषात नेहमी असते तशा सर्वसामान्य पद्धतीचे नव्हते. तो खरेतर एक व्यवहार होता. सत्तेचे एकत्रीकरण. कॅथोलिक धर्माचे पुनरुज्जीवन करण्याचा ध्यास हा प्रेमापेक्षा कितीतरी जास्त मोठा होता. एक महाराणी म्हणून तिला या अंतिम सत्याची जाणीव होती. नाहीतर तिने या वयाने लहान पुरुषाशी कशाकरता लग्न केले असते? तरीही या एकत्रीकरणाला तातडीने एका वारसाची गरज होती.

तिने आपल्या अलौकिक ख्रिस्ताची करुणा भाकली, ‘‘कृपा करून माझ्यावरचं तुझ्या दयेचं छत्र हिरावून घेऊ नकोस.’’

किती वेळा तिच्या बिचाऱ्या आईने ही प्रार्थना उच्चारली होती? मेरीला खात्री होती तिला मुलाला जन्म देणे शक्य झाले नाही, तरी ती स्वत:ला एकांतवासात कोंडून घेणार नव्हती. घटस्फोट घेणार नव्हती किंवा स्वत:चा शिरच्छेद करवून घेणार नव्हती. जसे तिच्या वडिलांच्या इतर बायकांचे दुर्दैवी भवितव्य होते, पण मग तिची सावत्र बहीण एलिझाबेथ तिच्या जागी राजपदावर बसेल. आणि असे झाले तर आजवर केलेले सगळे परिश्रम जमीनदोस्त होतील.

एलिझाबेथ कॅथोलिक नव्हती. आपल्या आईसारखी ती प्रोटेस्टंट होती आणि त्यांचे वडील आणि मेरी यांना खात्री होती की ताज्या दंगलींशी तिचा काहीतरी संबंध होता. याच कारणाकरता तिने तिची टॉवर ऑफ इंग्लंडच्या कारावासात रवानगी केली होती. आपल्या निर्णयाचा तिला जराही पश्चात्ताप किंवा दु:ख नव्हते. मेरीला जबरदस्तीने अगदी लहान वयातच एलिझाबेथला सांभाळण्याचे, दाईचे, काम करायला भाग पडले होते. किती सहन केले होते

तिने! एका परीने एलिझाबेथलाही अनेक गोष्टी सहन कराव्या लागलेल्या असू शकतात का? तिला तिच्यासारखे अनौरस संतती असल्याच्या अवहेलनेला तोंड द्यावे लागलेले नव्हते, पण तरीही...

तिने आपले डोळे मिटून घेतले आणि आपल्या मनातून या चिंता निपटून काढण्याचा प्रयत्न केला. या क्षणी तिला केवळ आपल्या भावी मुलावर लक्ष केंद्रित करायचे होते. तिला भावनिक कमकुवतपणावर मात करायला हवी होती. तिने पुन्हा आपल्या पोटावरून हात फिरवला. इंग्लंडला आणि कॅथोलिक चर्चला त्याची तातडीने गरज होती.

ती सावकाश उठली आणि तिने दरवाजावर रात्रंदिवस तिच्या हुकमाचे पालन करण्याकरता दक्ष उभ्या असलेल्या सेवकांपैकी एकाला खूण केली. दालन दिवसाच प्रकाशाने भरून जाऊ लागले. अजून एका कठीण दिवसाची सुरुवात झाली होती. मेरी ट्यूडरला खात्रीपूर्वक माहीत होते की तिच्याखेरीज अजून कोणीही नाही ज्यावर ती विश्वास ठेवू शकेल. तिला सामर्थ्यवान बनायला हवे आणि गरज पडल्यास निर्दयी. यालाच राज्य करणे म्हणतात.

गलाता

इस्तंबूलमध्ये येऊन अजून एक वर्षही झाले नव्हते, तरी यासेफ नास्सी शहरात सुप्रसिद्ध बनला होता. सुलतानांपासून ते रस्त्यावरच्या भिकाऱ्यापर्यंत सर्वजण त्याच्याविषयीच बोलायचे आणि असे म्हटले तरी जराही अतिशयोक्ती होणार नाही, की तो सुलेमानच्या दरबारात रुजू होण्याच्या कितीतरी अगोदर त्याची ख्याती ओट्टोमन साम्राज्याच्या राजधानीत येऊन पोहचलेली होती.

तो जेव्हा बाल्कनमधून प्रवास करत होता, तेव्हा त्याच्या ताफ्यात पाचशे सेफार्दी ज्यू, अनेक नोकर आणि संरक्षक शिपायांच्या मोठ्या तुकडीच्या ताब्यातल्या असंख्य पेट्या होत्या आणि तो ज्या ज्या ठिकाणी मुक्कामाला थांबला तिथे त्याचे स्वागत आदराने आणि उत्तम पाहुणचाराने केले गेले; कारण तो सुलतानांचा खास निमंत्रित होता. ज्या वेळी तो आदरपूर्वक सिंहासनासमोर झुकला, त्या वेळी सुलेमानांनी अत्यानंद दर्शवून त्याचे ओट्टोमन भूमीवर स्वागत केले. स्तुतीपर शब्दांची उधळण झाली आणि महागड्या भेटींचा नजराणा नास्सीसमोर मैत्रीदर्शक पुरावा म्हणून सादर केला गेला आणि अर्थातच त्याने

केलेली परतफेडही तितकीच डोळे दिपवून टाकणारी होती. ज्युइश बँकरने सुलतानांकरता उत्तमोत्तम व्हेनेशियन काचसामान आणि अलौकिक सौंदर्याची आणि किमतीची रत्ने आणली होती.

सुलेमानांनी या माणसावर, जो अनेक वर्षे युरोपियन राजदरबारांमध्ये राजे आणि महाराण्यांचा खाजगी आर्थिक सल्लागार होता, त्याच्यावर फार मोठा विश्वास टाकला. नास्सी लवकरच सरायला नियमित भेट देणारा झाला. गलाताचे सगळे राजनैतिक अधिकारी, जराशा नाखुशीने का होईना, त्याच्यासोबत वेळ घालवायला मिळावा म्हणून उत्सुक होते, परंतु फ्रेंच आणि व्हेनेशियन्सनाच त्याच्या मर्जीत राहण्याची संधी मिळाली आणि शिवाय त्याने त्याच्या रोममधल्या सहकाऱ्यांकडून फ्रेंच राजदूताकरता शिफारसपत्र आणले होते. त्याने त्याच्या ज्यू असण्याची ओळख जाहीर करण्यामुळे त्याच्या संपर्कांमध्ये अजून तरी काही मूलभूत फरक पडलेला नव्हता.

सुलेमान त्याला फ्रेन्कोग्लू यासेफ नावाने संबोधायचे आणि लोकांनी त्याला शाही यहुदी किंवा श्रीमंत ज्यू असे नाव दिले होते. तो जेव्हा आपल्या चकचकीत गणवेशधारी सुरक्षासैनिकांसोबत बाहेर पडायचा तेव्हा सगळेजण त्याच्याकडे विस्मययुक्त आदराने पाहत राहत आणि तो या देखण्या शहराचे काळजीपूर्वक निरीक्षण करी. लवकरात लवकर वास्तवता जाणून घेता यावी म्हणून.

आपल्याभोवतीच्या नैसर्गिक सौंदर्याने संतुष्ट होणारा तो एकटाच नव्हता. नास्सीच्या महत्त्वाकांक्षा त्याच्याकरता आजवरच्या आयुष्यात कायमच होत्या त्याप्रमाणे अतिशय महत्त्वाच्या होत्या, पण प्रत्येक गोष्टीचा केंद्रबिंदू असण्याचा त्याचा ध्यास या सगळ्यातला गाभा होता. सुरुवात म्हणून त्याने शहजाद्यांचा सल्तनतीसाठी चाललेला झगडा समजावून घेतला. आपल्याला सुरक्षित राहण्याच्या दृष्टीने कोणता पवित्रा घ्यायला हवा हे ठरविण्याकरता त्याला हे आवश्यक होते. त्याच्या आगमनापूर्वी सुलतानांनी आपल्या स्वतःच्या मुलाच्या, मुस्तफाच्या, वधाचा हुकूम जारी केला होता. आपल्या पित्याच्या नजरेसमोर त्याचा गळा आवळण्यात आला. आणि सर्वांनाच खात्री होती की हा हुर्रेम आणि रुस्तम पाशाच्या कारस्थानाचा परिणाम आहे. शहजादा मुस्तफाच्या मृत्यूनंतर लगेचच, सुलेमानचा वक्र मुलगा सिहान्जिर, ज्याचे आपल्या सावत्र भावावर अतिशय प्रेम होते, एका आईच्या पोटचे नसूनही, त्याचा दुःखाने मृत्यू झाला. नास्सीने या दुर्दैवी शहजाद्याच्या नावाने बांधलेल्या मशिदीकडे पाहिले. तोफानेच्या वरच्या टेकडीवर बांधलेली ही मशीद हिरव्यागार झाडांच्या मधोमध एखाद्या मौल्यवान पाचूच्या हिऱ्यासारखी दिसत होती.

त्याने पुन्हा आपली नजर उस्कुदारकडे वळवली. मुलीचा मनोरा इतक्या जवळ असल्यासारखा दिसत होता की जणू एखाद्याने हात लांब केला तर तो खेळण्यासारखा हाताच्या तळव्यातही उचलता येईल. तिथे समुद्रात एक-दोन व्यापारी जहाजे बंदरात प्रवेश करण्याची वाट पाहत तिष्ठत होती. तोपकापी राजवाड्याचा ताम्र घुमट सूर्याच्या कोवळ्या किरणांत नुकताच चमकायला सुरुवात झाली होती. नास्सी शिल्लक असलेल्या दोघा वारसदारांचा, बेयाझित आणि सेलिमचा, विचार करत होता. हे दोघे सख्खे भाऊ ओट्टोमन सिंहासनावर बसण्याकरता एकमेकांसोबत लढण्यासाठी मागे उरले होते... नास्सीला सध्या तरी दोघांसोबत समान वागणूक ठेवणे गरजेचे होते. त्याला सेलिमचा कमकुवतपणा एकाच नजरेत समजला होता. या माणसाचे चारित्र्य असंतुलित होते आणि त्याच्यावर प्रभाव टाकणे अतिशय सोपे होते. त्यात भर म्हणजे तो लोभी होता आणि मद्याचे अतिरेकी सेवन करणारा. जेव्हा यासेफने त्याला चार इंग्लिश घोड्यांचा आणि एक डझन इटालियन वाईनच्या पेट्यांचा नजराणा दिला, त्या वेळी त्याने झटक्यात त्याची नेमणूक प्रमुख सुवर्णकार म्हणून करून टाकली आणि त्या दिवसापासून ते दोघे जुळ्यांसारखे एकमेकांना चिकटून असत. बेयाझितशी मात्र त्याचा अजून जास्त परिचय झाला नव्हता. मात्र त्याने त्यालाही वेळोवेळी भेटी पाठवल्या होत्या. या क्षणी फार काहीच स्पष्ट नव्हते आणि नास्सीला हे नाजूक संतुलन बिघडवणारे कोणतेही पाऊल उचलायचे नव्हते. फायदेशीर संबंध निर्माण करण्याचा आणि ते राखण्याचा मोठाच अनुभव गाठीला असलेल्या या कुशल व्यावसायिकाकरता ही अजिबातच कठीण गोष्ट नव्हती.

इस्तंबूलमधल्या ज्यूंच्या प्रचंड संख्येने तो थक्क झाला होता. बहुतेकजण सरायशी जवळचे संबंध राखून होते आणि शहरातला जवळपास सगळा व्यापार त्यांच्या ताब्यात होता. सुलतानाभोवती ज्यू डॉक्टर्सचा गराडा असे. हुर्रेमकरता गरजेच्या असलेल्या सगळ्या गोष्टी एस्थर कायराच्या मार्फत येत. ही बाई सुलतानाला कठपुतळीसारखी खेळवत होती. सरहद्दीबाहेरही तिचा प्रभाव दखल घेण्याजोगा होता. ती व्हेनिस, वल्लाशिया, मोल्दाव्हिया, ट्रान्सिल्व्हानिया आणि अजूनही अनेक ठिकाणी अतिशय प्रसिद्ध व्यक्ती होती. बुद्धिमान तर ती होतीच आणि अतिशय आकर्षकसुद्धा. नास्सी तिचा चाहता होता.

नास्सीच्या आत्याने किराझेच्या बहिणीच्या, सोलीच्या, पाहुणचाराचा आस्वाद घेतला होता आणि तिच्या छापखान्याचा व्यवसाय पाहून ती खूप प्रभावित झाली होती. तिच्यासोबत भागीदारी करण्याचा तिचा मनोदय होता.

त्यामुळे व्यवसाय वृद्धिंगत झाला असता. तिने भविष्यात कोणकोणती पुस्तके प्रकाशित करायची आहेत याची लांबलचक यादीही आधीच बनवून ठेवली. आपल्या आत्याचा विचार मनात येताच नास्सीच्या चेहऱ्यावर हसू आले. काय कमाल व्यक्तिमत्त्व आहे तिचे! कष्टाळू, उदार, हुशार, सुंदर, आदरणीय... ज्यूंच्या भल्याकरता आणि समृद्धीकरता आपले आयुष्य वाहून घेतलेली स्त्री. नास्सीला तिचा अतिशय अभिमान होता आणि आता ती त्याची कायदेशीर माताही बनणार होती. रेय्रा आणि यासेफ यांचा आज विवाह होता. काहीजण होते ज्यांना त्यांच्या वयात असलेले अंतर खटकले होते, पण ते फार महत्त्वाचे नव्हते. त्यांच्यातले नाते परस्पर आदराच्या आणि समजुतीच्या भक्कम पायावर उभे होते आणि या विवाहामुळे घराण्याच्या दोन पाखांमध्ये विभागली गेलेली दौलत एकत्र होणार होती आणि त्यांचे सामर्थ्य त्यामुळे जास्त वाढणार होते. यासेफला नास्सी कुटुंबाच्या उज्ज्वल भवितव्याबद्दल खात्री होती. रेय्राचे आयुष्य राणीसारखे जाणार होते आणि कोणाला माहीत? कदाचित तो तिला खरीखुरी राणीही बनवेल.

तो पुन्हा हसला. आपल्या सुखस्वप्नाच्या आनंदात. उस्कुदारवरून उगवणाऱ्या सूर्याचा प्रकाश बॉस्फोरसच्या निळ्या पाण्याला चमकदार बनवत होता. घरट्यातल्या पिल्लांना भरवण्याकरता खाणे शोधायला बाहेर पडलेले स्वॅलो पक्षी प्रशस्त सज्जांवरून उडत होते आणि समुद्रपक्षी गोल्डन हॉर्नच्या प्रवेशद्वारापाशी असलेल्या मासेमारीच्या नौकांभोवती घिरट्या घालत होते.

क्षणभराकरता नास्सीच्या मनात व्हेनिसचा विचार आला. तो तिकडे पुन्हा परत जाऊ शकेल का? त्याला खात्री नव्हती, पण एक लहान शक्यता होती. ओट्टोमन सुलतानांचा त्याला पाठिंबा होता. तो काही सामान्य व्यक्ती नव्हता. पश्चिमेशी असलेले त्याचे सगळे संबंध तोडले जाणे कोणाच्या उपयोगाचे नव्हते. त्याच्याकरता नाही आणि सुलेमानकरताही नाही. त्याशिवाय फ्रान्सने अजूनही त्याचे पैसे परत केले नव्हते. नास्सी घराणे आणि फ्रेंच दरबार यांच्यामध्ये असलेले सलोख्याचे संबंध न बिघडवता ते परत मिळवण्याचा मार्ग त्याला शोधून काढायला हवा होता.

त्याने आपली मान हलवली. आपल्या विवाहाच्या सकाळी या विषयांवर त्याने विचार करता कामा नयेत. केवळ रेय्राचाच विचार त्याच्या डोक्यात असायला हवा. त्याने आत जाऊन तिच्या मस्तकावर ठेवायचा मुकुट बाहेर काढला. प्राचीन रत्नाभोवती जडवलेले शेकडो हिरे आकाशातून वर चढणाऱ्या, शहरातल्या कानाकोपऱ्याला उजळून टाकणाऱ्या सूर्यासारखेच तेजस्वी दिसत होते.

एप्रिल १३, १५५८
नवी सराय/तोपकापी

शाही साम्राज्याचा मालक एखाद्या भिकाऱ्यासारखा दुःखी झाला होता. त्याला अतिशय वेदना होत होत्या आणि आता सगळेच त्याला निरर्थक वाटत होते. गेले दोन दिवस ना तो झोपला होता, ना त्याच्या पोटात अन्नाचा कण गेला होता. आपले दुःख लपवायचा तो आटोकाट प्रयत्न करत होता, परंतु आपले डोळे कोरडे राखणे त्याच्याकरता अशक्य बनले होते. त्याने त्याची लाडकी हुर्रेम कायमकरता गमावली होती. वृद्ध सुलतानांचे तिच्यावर निरतिशय प्रेम होते आणि तिला आनंदी ठेवणे हा त्यांचा एकमेव ध्यास होता. तिच्यावर टाकलेल्या पहिल्या नजरेतच त्यांना तिचे अनावर आकर्षण वाटले होते. त्यांच्या नजरेसमोर ते जादूई क्षण तरळले.

त्या रशियन मुलीने आपल्या खळाळत्या आणि नाजूक किणकिणत्या आवाजातल्या हास्याने त्यांचे हृदय कायमकरता चोरले होते. त्यांच्या जनानखान्यात देशोदेशींच्या सौंदर्यवती होत्या, तरी त्यांनी हुर्रेमला निवडले होते. ती अतिशय गोड, उबदार स्वभावाची आणि इतकी बुद्धिमान होती की आपल्या साम्राज्यातल्या समस्यांचाही त्यांना विसर पाडू शकण्याचे चातुर्य तिच्यापाशी होते. हुर्रेमसोबत असताना त्यांना खूप आनंद वाटे आणि म्हणूनच त्यांनी तिच्याशी निकाह केला होता. सुलतानांकरता हे काही आगळे कृत्य नव्हते. सुलेमानांचा दुसऱ्या जगावर प्रचंड विश्वास होता. मात्र तरीही त्यांच्या दुःखाला त्यातून उतारा मिळत नव्हता. ''आता मला कोणीही नाही,'' ते पुटपुटले.

त्यांच्या मुलीचा पती रुस्तम पाशा, ज्याने गेले दोन दिवस सुलतानांना एकही क्षण एकटे सोडले नव्हते, त्याने दयार्द्र नजरेने त्यांच्याकडे पाहिले. ''सुलतानसाहेब, काही हुकूम?''

सुलेमानांनी यातनेने आपले मस्तक हलवले.

''तुम्ही निदान थोडं सूप तरी प्यायला हवं, सुलतान.''

त्यांनी पुन्हा मान हलवली. डोळ्यांत अश्रू होते. पांढरी दाढी थरथरत होती.

''आपण थोड्याच वेळात मशिदीमध्ये जाणार आहोत,'' शाही वजीर म्हणाले. ''कृपा करून मला तुमच्याकरता थोडा खाना मागवू द्या. आपली

बहुमोल, दिवंगत हनिम सुलताना तुम्हाला या स्थितीत पाहून खूप दुःखी होईल, सुलतान.''

''मला तुला काही सांगायचं आहे रुस्तम पाशा.''

''आपला हुकूम आहे सुलतान!''

''मी मरेन तेव्हा मला तिच्याशेजारी दफन करा.''

''अल्लाह तुम्हाला सलामत ठेवेल, अल्लाह माझी उमर तुम्हाला देऊ दे, सुलतान.''

''मला तिच्यावाचून जगायचं नाही. निदान जमिनीच्या कुशीत तरी आम्ही एकमेकांसोबत झोपू. तिलाही तेच हवं होतं. मला एकाच गोष्टीचं समाधान आहे की तिने सुलेमानिया मशीद आणि त्याची इमारत पूर्ण झालेली पाहिली. ही वास्तू प्रत्यक्षात येण्यामध्ये तिचे फार मोठे योगदान आहे. इस्तंबूलमध्ये केवळ तिच्यामुळे आज वैद्यकीय शाळा आहे, तरीही डॉक्टरांना तिच्यावर काही उपचार करता आले नाहीत...''

''ही अल्लाहची पवित्र आज्ञा आहे, सुलतान. जे व्हायचे होते तेच झाले. दोन्ही वैद्यकीय शाळांमधले डॉक्टर आणि दरबारामधले डॉक्टर आपल्या प्रयत्नांची पराकाष्ठा करत होते... सगळेजणच तिची कृतज्ञतापूर्वक आठवण काढतील हे नक्की. रुग्णालयातून बरा होऊन बाहेर पडणारा प्रत्येकजण तिच्या आत्म्याच्या सलामतीकरता प्रार्थना करेल.''

सुलेमानिये ही थोर वास्तुरचनाकार सिनानची अद्वितीय कलाकृती, अत्यंत विलोभनीय. शहराच्या जवळपास प्रत्येक भागातून ती दिसे आणि तिथली वैद्यकीय शाळा, जिथे रुग्णालयही होते, शहराकरता खूप महत्त्वाची होती.

हे रुग्णालय आधीच्यांपेक्षा अनेक दृष्टींनी वेगळे होते, तिथे उपचारांसोबत वैद्यकीय संशोधनाचे कामही चाले. दोन विशेष उपचार करणारे डॉक्टर्स, एक औषधविज्ञानतज्ज्ञ आणि त्याचे दोन सहायक, एक प्रयोगशाळामदतनीस, चार द्रव औषधी रसायन बनवणारे, एक खानसामा, दोन कपडे धुणारे, एक केस कापणारा, एक अंघोळीकरता मदतनीस आणि चारजण मानसिक विकार असलेल्या रुग्णांची काळजी घेणारे असे सर्वजण तिथे रात्रंदिवस आपली सगळी शारीरिक आणि बौद्धिक क्षमता पणाला लावून प्रमुख्य डॉक्टरांच्या हाताखाली काम करत होते. मानसिक विकार असणाऱ्यांकरता त्याच इमारतीमधल्या एका वेगळ्या विभागात उपचारांची सोय केली होती. तिथे मेंदूला शांतवणारे वाद्यसंगीत वाजवले जाई.

सुलेमानिये वैद्यकीय शाळेतल्या आठ विद्यार्थ्यांना आठवड्यातून चार दिवस एक वैद्यकीय शिक्षक येऊन शिकवत. रुग्णालयाच्या खर्चाकरता सुलतानांनी रोज तीनशे (अक्चे) मोहरा पाठवण्याचा मुख्य खजीनदाराला हुकूम दिला होता.

इतका परोपकारी स्वभाव असूनही हुर्रेमबद्दल अनेक लोकांच्या मनात खूप तिरस्कार होता. तिने अनेक मशिदी, अन्नछत्रे, वैद्यकीय उपचार केंद्र बांधण्याकरता देणग्या दिल्या होत्या. सुलेमानिये हे एका परीने तिचेही सर्वात उल्लेखनीय असे काम होते. कदाचित आपल्या पापाचे परिमार्जन करण्याकरता ती गरीब आणि गरजूंकरता असा दानधर्म करत असावी. ती कमालीची पापी होती. आपल्या असंख्य मनोकामना, इच्छांची पूर्तता आपल्या सत्ताधारी पतीच्या मार्फत करून घेण्याकरता या आत्यंतिक महत्त्वाकांक्षी बाईने सुलतानामार्फत हुकूम देऊन दोन शाही वजीर, पहिला इब्राहिम पाशा आणि नंतर सिनान पाशाच्या हत्या घडवून आणल्या होत्या. त्यानंतर केलेल्या खुनांची यादी लांबलचक होती. पण अर्थातच सर्वात भयानक आणि ज्याला कधीच माफ करता येणार नाही असा गुन्हा म्हणजे शहजादा मुस्तफाचा वध. आपल्या स्वत:च्या मुलांना सिंहासनावर बसवण्याकरता हुर्रेमने आपल्या अधिकारांचा सर्व प्रकारे गैरवापर करून, सतत सुलेमानचे कान भरून, मुस्तफाची नजर बापाच्या मृत्यूच्या आधीपासूनच सिंहासनावर आहे अशा खोट्यानाट्या कागाळ्यांनी सुलतानाचे मन कलुषित केले होते आणि त्याची परिणती सुलतानाने आपल्या दोन मुलांच्या हत्येचा हुकूमनामा जारी करण्यात झाली.

सुलेमान द मॅग्निफिसंट सावकाश उभा राहिला, ''चला, निघूया,'' तो पुटपुटला. ''आपले अखेरचे कर्तव्य पार पाडूया.''

सुलेमानिये मशिदीमध्ये करण्यात येणाऱ्या दफनाची तयारी सुरू असताना शाही जनानखान्यातून स्त्रियांच्या आवाजातले कुराणाचे पठण ऐकू येत होते. शाही दालनामधल्या पुरुषांच्या नमाज़ाच्या प्रार्थनेत तो मिसळला जात होता.

त्या दुपारी एक प्रचंड मोठा जमाव मशिदीबाहेर जमा झाला. हजारो लोक, सुलतान आणि त्याच्या उच्चाधिकारी पाशांपासून ते बेघर आणि भिकाऱ्यांपर्यंत सर्वांनी अखेरच्या नमाजाची रस्म होत असताना दुसऱ्या दुनियेत तिला शांतता मिळावी म्हणून प्रार्थना म्हटली.

गलाता

सोलीने वाकून बिछान्यावर झोपलेल्या आपल्या बहिणीच्या फिक्या, उदास चेहऱ्याकडे पाहिले. "तुला लिओनही नको आहे का?"

एस्थर म्हणाली, "नाही, मला कोणालाही भेटायची इच्छा नाही."

"तू उगाच स्वत:ला त्रास करून घेऊ नकोस. यावर कदाचित काहीतरी उपाय निघेल."

"उपाय? जर वाकड्या मुलावर काही उपाय असता तर हुर्रेमने तो केला असता. परमेश्वराला माहीत आहे मला या वयात हे मूल अजिबात नको होतं आणि मी त्याच्यापासून सुटका करून घ्यायचे सर्व मार्ग अवलंबले होते, पण..."

"असं बोलू नकोस एस्थर. सगळी देवाची देणगी असते. शिवाय मला खात्री आहे हा नक्कीच खूप हुशार होईल, त्याचे डोळे तरी बघ."

"गप्प बस सोली. तुझं तोंड बंद ठेव! आणि मला एकटं सोड, या प्राण्यालाही तुझ्याबरोबर घेऊन जा."

पुढे एकही शब्द न उच्चारता सोली बाळाला कुशीत घेऊन बाहेर गेली. एस्थरचे डोळे संताप आणि वेदनेच्या अश्रूंनी भरले होते. अखेरीस तिच्या मनातली सर्वात भयंकर भीती खरी ठरली होती. ज्या क्षणी हरेममध्ये तिची नजर सिहान्जिरवर पडली त्याच वेळी तिला अंतर्मनाने इशारा दिला होता की एक दिवस तिच्याही बाबतीत हे घडून येणार आहे. आणि ज्या दिवशी हुर्रेमला तिच्या कबरीत झोपवले जात होते, त्या दिवशी परमेश्वराने तिच्या पदरात हे असे मूल टाकले होते. जणू तिला शिक्षा ठोठावली होती. पण कशाकरता होती ही शिक्षा? ती विव्हळत्या आवाजात म्हणाली, "का, का? नेमक्या ज्या वेळी तिनं आपलं उद्दिष्ट साध्य केलं होतं, चांगल्या गोष्टींनी कळस गाठला होता... हा विचित्र मुलगा! तीन सुदृढ मुलांच्या जन्मानंतर. काय करणार होती ती त्याचे? त्याला घेऊन ती कशी लोकांसमोर जाऊ शकणार? त्यापेक्षा माझा किंवा त्याचा मृत्यू का नाही झाला?" ती पुटपुटली. किराझे शोकामध्ये बुडाली होती. का मिळाली आहे तिला ही शिक्षा?

हुर्रेमच्या मरणाची इच्छा तिने गेली कित्येक वर्षं मनात बाळगली होती, पण त्याकरता तिच्याकडे कारण होते. बुराकच्या शोकांतिकेला हुर्रेम जबाबदार होती. त्या बाईने किराझेच्या आयुष्यातील एकमेव प्रेमाचा बळी घेतला होता, जरी त्याने तिला धोका दिला होता. तिला तो दिवस आठवला. हुर्रेम किती खूश

होती तिला ही भयानक बातमी सांगताना! जणू एखादी मजेशीर घटनाच घडली होती. का नाही तिचा तिरस्कार करायचा? इतक्या वर्षांनंतरही बुराकचा विचार एस्थरला वेदनादायी वाटत होता. तिला तो दिवस विसरताच येत नव्हता; ज्या दिवशी ती बंदरावर कित्येक तास त्याची वाट पाहत उभी राहिली होती. का केले होते त्याने असे? का? आता ती गोष्ट घडून गेल्याला तीस वर्षे झाली होती आणि अजूनही त्याची आठवण झाली की तिच्या हृदयाची धडधड वाढायची. तिच्या आत्म्याला झालेली ही जखम आजही तितकीच ताजी होती आणि आता ती कधीही भरून येणार नव्हती. तिने आपले ओठ चोळले आणि ती पुन्हा अस्फुट आवाजात म्हणाली, "परमेश्वरा, का अशी शिक्षा दिलीस तू मला, का?"

याउलट डॉक्टर चिपरुटना ही शिक्षा आहे असे अजिबात वाटत नव्हते. "जर एस्थरने गर्भपाताचे प्रयत्न केले नसते, तर हे बिचारं मूल त्याच्या भावांइतकंच सुदृढ जन्माला आलं असतं," ते आपल्या पत्नीला म्हणाले.

सोलीने बाळाला आपल्या दिवंगत पित्याचे नाव दिले. वृद्ध मोशे गेल्या वसंतात बगिच्यामध्ये बसलेला असताना, कोणाला कसलाही त्रास न देता हे जग सोडून गेला होता. आता या छोट्या बाळाच्या रूपाने त्याचे नाव जिवंत राहणार होते. तिने त्याला आपल्या छातीशी कवटाळले. तिने मोशेला आपले मानले होते आणि ती त्याची देखभाल करत होती. कारण एस्थरने अजूनही बाळाला बघायला नकार दिला होता.

"कदाचित ते कारण नसेल," ती नवऱ्याला म्हणाली.

"अर्थातच आपल्याला नेमकं कारण खात्रीपूर्वक सांगता येणार नाही, पण त्याला भविष्यात अनेक समस्यांना तोंड द्यावं लागणार आहे हे नक्की. ही गोष्ट स्वीकारण्याचा प्रयत्न कर आणि एस्थरलाही हे वास्तव स्वीकारायला सांग. त्याची पाठ बांधून ठेवून, मालीश करून पुढील काळात बरीचशी सुधारू शकेल. पण त्याला नीट चालता येणार नाही. कारण त्याचा एक पाय दुसऱ्यापेक्षा लहान आहे. त्याचा पांगळेपणा कायम राहील."

"बिचारं माझं बाळ," सोलीने मोशेच्या गालाला हळुवार स्पर्श केला. "माझं प्रिय बाळ."

"पण माझ्या मते मनाने पांगळा असण्यापेक्षा हे नक्कीच चांगलं."

"तो अतिशय बुद्धिमान आहे, त्याचे तेजस्वी डोळे पाहिलेस?" ती हसली.

डॉक्टरांनी तिच्या खांद्यावर थोपटले. "तो नक्कीच खूप हुशार होईल आणि याझिसी बनेल जसं तू नेहमी तुझ्या विद्यार्थ्यांना शिकवत असतेस."

दोघेही आनंदाने हसले. मग डॉक्टर आपली बॅग घेऊन दरवाजापाशी गेले. ''मी डोना ग्रेशियाला भेटायला जातो आहे. तिचा सांधेदुखीचा त्रास खूपच वाढला आहे.''

''तिला सांगा मी विचारलं आहे. लवकरच मी भेटायला येईन.''

सप्टेंबर २६, १५६२
गलाता

१५६१ सालातल्या दुःखांनंतर पुढचे वर्ष आनंदाचे होते. त्यांच्या आईच्या मृत्यूनंतर सेलिम आणि बेयाझित दोघेही एकमेकांसोबत सिंहासनाच्या हक्कासाठी, त्यांचा पिता अजूनही जिवंत असताना, झगडत होते. दोघे भाऊ एकमेकांचे कट्टर शत्रू बनले. हा झगडा इतका वाढला की बेयाझितने आपल्या बापाविरुद्ध लढाईचा ऐलान दिला आणि मग त्याचा पराभव झाल्यावर त्याने इराणच्या शहांकडे आश्रय घेतला. दुर्दैवाने यात त्याचा आणि त्याच्या मुलांचा दुःखद अंत झाला. इराणच्या शहाला ओट्टोमन दरबाराकडून येणाऱ्या दडपणाला विरोध करता येणे शक्य झाले नाही आणि अखेरीला त्याने त्या सर्वांच्या माना मुरगाळल्या.

या शहजाद्याच्या मृत्यूनंतर, ज्याच्यावर सैनिक शिपायांचा फार जीव होता, राज्यातल्या जवळपास प्रत्येकाच्या डोळ्यांमध्ये अश्रू आले, पण काहीजण होते ज्यांना या बातमीने खूप आनंद झाला. त्यात शहजादा सेलिम आणि त्याच्या पाठीराख्यांचा समावेश होता. विशेषतः नास्सी. कारण ते दीर्घकाळ एकमेकांच्या निकट संपर्कात होते. सेलिमने तर या शाही यहुद्याला वचन दिले होते की सिंहासनावर बसल्यावर तो जिंकलेल्या सायप्रसचे राज्य त्याला बहाल करेल.

सुलेमान खूप वृद्ध झाला होता आणि असे म्हणत की एकांतात असताना त्याचे हृदय आपल्या मुलांच्या भयानक दैवगतीमुळे अतिशय कळवळत असे. त्याचे काळीज त्याला खात होते. त्याचा सेलिमवर अजिबात विश्वास नव्हता. त्याने अनेक धमकीचे खलिते त्याला धाडले होते, परंतु परिस्थितीत काहीच बदल होणार नाही याची त्याला खात्री होती. सेलिम सुलतान व्हायला लायक नव्हता आणि साम्राज्याची जबाबदारी पेलण्याकरता सक्षमही नव्हता. दुर्दैवाने आता काहीच करता येण्यासारखे नव्हते. कारण आता तोच एकटा जिवंत पुत्र शिल्लक राहिला होता.

सुलेमान एक अनुभवी आणि दूरदृष्टीचा सम्राट होता. आपल्या मृत्यूनंतर ज्या समस्या उभ्या राहू शकतात त्यांचा विचार करून त्याने काही खबरदारीचे उपाय योजण्याचा प्रयत्न केला. साम्राज्याला गरज होती गांभीर्याने काम करणाऱ्या उच्च अधिकाऱ्यांची! जे ओट्टोमन खानदानाला जवळचे असतील. त्याच वर्षी त्याने सेलिमच्या एका मुलीचा निकाह सोकुल्लूसोबत केला आणि दुसरी पियाले पाशाला दिली आणि मुस्ताफाची मुलगी, ज्याला ठार मारायचा त्याने हुकूम दिला होता, तिचा निकाह मुख्य सेनाधिकाऱ्याशी लावून दिला.

विवाह समारंभाचा उत्सव अनेक महिने चालला. शहरातल्या गरिबांना रोज मेजवानीचे पदार्थ आणि सरबत मिळाले. फटाक्यांच्या आतषबाजीने रात्रीचा दिवस केला. लोकांना आदल्या वर्षीच्या दुःखांचा विसर पडला. भूतकाळातल्या काळ्या आठवणी विसरून जाणे हा भावी आयुष्य चांगल्या तऱ्हेने जगण्याकरता गरजेचा असलेला एकमेव उपाय आहे आणि प्रत्येकाला आपल्या भूतकाळातले काहीतरी विसरायचे होतेच.

एस्थरही माणूस होती आणि पैशांमुळे तिला हवे होते ते मनस्वास्थ्य मिळाले नाही. गरीब असो की श्रीमंत वेदना सगळ्यांना सारख्याच यातना देते. आनंदही दोघांकरता सारखाच असतो. तिलाही आपला भूतकाळ मागे टाकण्याची गरज होती. तिला बिचाऱ्या मोशेची सवय होऊ लागली होती. तो उशिरा चालायला लागला, पण वयाच्या मानाने खूप लवकर बोलायला लागला. सोली अजूनही ज्या दिवशी डोना ग्रेशियासोबत छापखान्यात जायची नाही त्या वेळी त्याची देखभाल करायची आणि त्याच्या बुद्धिमत्तेने ती थक्क व्हायची.

डोना ग्रेशियाने आपल्या भाच्याच्या मदतीने टिबेरियासच्या प्राचीन शहराचा कारभार पाहण्याची परवानगी मिळवली होती. त्याबदल्यात तिने योग्य तो कर चुकता केला होता. टिबेरियासच्या पुरातन भिंतींचे, ज्या ज्यूंकरता सफेदनंतर दुसऱ्या क्रमांकावरचे पवित्र स्थान होत्या, पुनर्बांधणीचे काम चालू होते. यासेफला इस्तंबूल सोडणे शक्य नव्हते. कारण त्याच्या अनुपस्थितीत त्याच्या राजकीय प्रतिस्पर्ध्यांना कारस्थान रचायची संधी मिळाली असती, परंतु डोना ग्रेशियाला काहीच अडचण नव्हती. भिंतींच्या पुनर्बांधणीचे काम संपल्यावर तलावाकाठी एक बंगला बांधून तिथे राहायची तिची योजना होती. स्पेन आणि इटालीमधले अनेक ज्यू ही चांगली बातमी ऐकून तिथे आधीच वास्तव्याला आले होते आणि ते सगळेच आपला जीव ओतून त्यांच्या प्राचीन शहराची नव्याने पुनर्बांधणी करण्याच्या कामात मग्न होते.

यासेफने शहराभोवती तुतीची झाडे लावण्याचा हुकूम दिला होता. त्याचा हेतू केवळ सावली मिळवण्याचा नव्हता, तर लोकांना पैसे मिळवून देण्याचाही होता. तो रेशमाचे उत्पादन घेणार होता आणि द्राक्षांचे मळे वाईनच्या उत्पादनाकरता सज्ज झाले होते. डोना ग्रेशिया या भविष्यकालीन योजनांवर आत्यंतिक खूश होती. अखेर ज्यूंकरता भूमी मिळवण्याची तिच्या मनातली इच्छा पूर्ण होणार होती. यासेफ या योजनांच्या पूर्ततेकरता तिला लागेल ती मदत करणार होता. त्यांच्याकरता ही योजना आत्यंतिक महत्त्वाची आहे याची त्याला जाणीव होती. सुलतान खूपच उदार आणि सौम्य स्वभावाचे होते. त्याच्या विनंतीला त्यांनी कधीही नकार दिला नव्हता. त्यांनी तर पोपलाही एक अतिशय कडक खलिता पाठवला होता; ज्यात इटालीमधल्या ज्यूंना त्यांनी आपले नागरिक म्हणून स्वीकारायला हवे, तरच त्यांच्या विरोधात जे हिंसेचे वातावरण आहे ते निवळेल असे ठाम भाषेत लिहिले होते. त्यामुळे पोपच्या साम्राज्यामध्ये घबराट पसरली आणि त्यांच्या वागणुकीत लगेचच फरक पडला. त्यामुळे सगळे सुरळीत चालू होते असे म्हणता येईल आणि त्याचा सर्वात जास्त फायदा एस्थरला मिळाला. ती नास्सीची प्रमुख खबरी होती.

हुर्रेमच्या मृत्यूनंतर हरेममध्ये म्हणजे शाही जनानखान्यात अनेक बदल झाले. मिहरिमाह, जी आपला नवरा रुस्तम पाशाच्या मृत्यूनंतर सरायमध्ये राहायला आली होती, ती आता तिथली मुख्य बनली होती. नुरबानू, जी सेलिमची आवडती होती, तिच्यापासून सध्या तरी सरायच्या जनानखान्यातल्या नव्या बेगमला धोका नव्हता. कारण सेलिम कोणा एका प्रेमिकेसोबत एकनिष्ठ राहणाऱ्यांपैकी नव्हता. त्याच्या बिछान्यात रोज नवीन मुलगी किंवा मुलगा असे. नुरबानूला हरेमवर राज्य करायचा तर एकच मार्ग होता, तिच्या मुलांपैकी एकाने सुलतान बनणे. अशा परिस्थितीत एस्थर, जी अजूनही हरेमची पडद्याआडची सूत्रधार होती, तिची एकीकडून दुसरीकडे अशी धावपळ होत होती.

आजच्या सकाळी तिला दोन व्हेनेशियन व्यापाऱ्यांकरता खाजगी संमतीपत्र तयार करवून घ्यायची होती. त्यानंतर तिला मेणाच्या व्यापारासंबंधी नास्सीशी बोलायचे होते; मग तिची फ्लोरेन्सच्या राजदूतासोबत भेट ठरली होती आणि हे सगळे आटपून ती दहा मिनिटांपूर्वी आपल्या घरी पोहचली होती. तिचा पती आणि मुले अजूनही आच्छादित बाजारामध्ये रोजच्यासारखी कामात अडकलेली

होती. एस्थर आपल्या दालनामध्ये गेली. आजच्या दिवसात झालेली सुवर्ण दुकतांची कमाई तिने तिजोरीतल्या पेटीमध्ये कडेकोट बंदोबस्तात ठेवली. एका पेंटिंगच्या मागे तिची ही गुप्त तिजोरी होती. त्यानंतर नोकराला बोलावून त्याला शेकोटीत आग शिलगवायला सांगायचा विचार तिच्या मनात आला. आज दिवसभर हवा छान होती, पण संध्याकाळचा गारठा अजूनही कमी झाला नव्हता.

नोकराला बोलवायला ती घंटा वाजवणार, इतक्यात एक नोकराणी स्वत:हूनच आली. ''मालकीण, दरवाजात एक बाई आल्या आहेत. तिच्याजवळ तुमच्याकरता एक महत्त्वाचा निरोप आहे असं ती म्हणाली.''

''तू तिला नाव विचारलं नाहीस का तिचं?''

''होय, विचारलं. ती म्हणाली तुमची बालातमधली ओळख आहे.''

''बालात? इतक्या जुन्या दिवसातल्या कोणाला भेटण्यात तिला अजिबात रस नव्हता. कुठल्यातरी पागल म्हाताऱ्या बाईला भेटण्यात तर नाहीच. ''तिला परत जायला सांग,'' ती म्हणाली. ''खूप गरीब असेल तर तिला काहीतरी अन्नपदार्थ दे सोबत.''

''मी प्रयत्न केला तिला घालवून द्यायचा, पण ती हटूनच बसली आहे. ती म्हणते आहे एक बाई मृत्युशय्येवर आहे, तुमची वाट पाहते आहे.''

एस्थरने चेहरा वाकडा केला. ''काय आहे तिचं नाव? कोण आहे ती? जा आणि विचार.''

''ती म्हणाली की तिला कायरा म्हणतात.''

''कायरा?''

''होय मालकीण, ती असंच म्हणाली.''

एस्थरच्या मानेवरचे केस ताठ उभे राहिले. अचानक तिचे मन भूतकाळातल्या स्मृतींपाशी जाऊन पोहचले. किराझे, माझ्याकडे तुझ्यासाठी एक गोड बातमी आहे. सहा बोटांचा बुराक पाशा तुला भेटण्याकरता आतुर झाला आहे.

तिने आपली शाल मागवून घेतली आणि धावतच दरवाजापाशी गेली. ''मी लगेच परत येईन. मी यायच्या आत ते आले तर त्यांना सांग काळजी करू नका.''

''होय मालकीण, मी सांगेन.''

पेरा

पेराच्या जुनाट, कळकट गल्ल्यांमध्ये एस्थर प्रदीर्घ काळानंतर जात होती, पण तिला वाटले आपण गेल्याच आठवड्यात इथे आलो होतो. तिचे हृदय छातीत जोरजोरात धडधडत होते. काळा पोशाख केलेली तिच्यासोबतची ती बेवा बाई सारखी रडत होती. पालखी थांबताक्षणी तिने लगेच बाहेर उडी मारली आणि दरवाजावरची जुनाट कडी हातात पकडून तिने ते ठोठावले. ही कडी अगदी तशीच होती जी तिने बगिच्यामध्ये भयानक दुःख आणि संतापाने अनेक वर्षांपूर्वी भिरकावून दिली होती. हल्ली मोशे तांब्याच्या लहानशा गोळ्याशी खेळत बसायचा. त्या कडीचा आता तेवढाच अवशेष शिल्लक होता.

मधल्या वाहून गेलेल्या वर्षांचा प्रवाह सोडला तर बाकी सगळे काल घडलेले होते तसेच होते. अनेकजणांचा मृत्यू झाला होता. अनेकजण जन्माला आले होते. वास्तवात अनेक गोष्टी बदलल्या होत्या, तरी तिच्यातली तरुण मुलगी तितकीच आतुर झाली होती. तिने अजून एकदा कडी वाजवली आणि दरवाजा अजून एका काळ्या पोशाखातल्या बाईने उघडला. ''कृपया आत या किराझे कादिन,'' ती म्हणाली.

ती हळूच आत गेली. घर आता खूप जुने दिसत होते, पण किराझेच्या आठवणीत होते अगदी तसेच होते ते अजूनही. बाईने दाखवलेल्या दिशेला असलेल्या खोलीत ती गेली. तिच्या पावलांखालची लाकडी जमीन करकरत होती.

बिछान्यामध्ये एक कृश शरीर पहुडले होते. लगतच्या भिंतीवर एक मोठा क्रॉस लटकत होता. वृद्ध प्राचीन चेहऱ्यावर सुरकुत्यांचं जाळं होतं. तिला तो चेहरा बघून कासवाची आठवण झाली. 'किती वय असेल हिचं, शंभर?' तिनं प्रयासाने आपले डोळे उघडले. आपला कृश हात जरासा उचलत तिने किराझेला आपल्या जवळ बोलावले आणि ती पुटपुटली, ''किराझे, किती सुंदर दिसत आहेस.''

खूप कष्टाने कायरा पुढे म्हणाली, ''तू इथे आलीस ते बरं झालं किराझे, मला तुझी खूप आठवण येत होती.''

एस्थर तिच्याकडे काय बोलायचे ते न सुचल्यामुळे नुसतीच बघत होती.

''मला तुला एक गोष्ट सांगायची आहे.'' तिचे मिचमिचे डोळे किराझेच्या चेहऱ्यावर खिळले होते. ''पण खरं सांगते यात फक्त माझीच चूक नाही. तुझी आई... तिने मला भाग पाडलं.''

"माझी आई? तू काय बोलते आहेस कायरा?"

"पाशाला तातडीने निघून जायला लागलं आणि त्यानं तुझ्याकरता निरोप ठेवला होता पण तुझी आई आली..." तिने आपले डोळे मिटून घेतले. ती मृत्यूच्या उंबरठ्यावर होती. कधीही मरेल अशी. एस्थरचा आवाज चिरकला. "काय निरोप कायरा? माझी आई कशाकरता आली? सांग मला, सांग मला." न राहवून तिने तिला गदागदा हलवले.

"पाणी," कायरा अडखळत बोलली, "जरासं पाणी."

एस्थरने बिछान्याशेजारच्या लहान टेबलावर ठेवलेले पाण्याचे भांडे उचलले आणि कायराच्या सुकलेल्या, भेगाळलेल्या ओठांपाशी नेले. तिने दोन घोट घेतले आणि पुन्हा डोळे उघडले. "किराझे, मुली, माझ्यावर रागावू नकोस. तुझ्या आईने मला शपथ घ्यायला भाग पाडलं आणि मी पवित्र बायबल आणि जीझसची शपथ घेतली. आता मी ती मोडते आहे. परमेश्वरा, मला क्षमा कर."

एस्थरचा श्वास अडकला होता.

"तुझ्या आईने मला बुराक पाशाचा निरोप तुला द्यायचा नाही असं बजावलं. तो परत आल्यावर तुझ्याशी लग्न करणार होता, पण तिनं मला हे सांगू दिलं नाही. तिने मला धमकी दिली."

एस्थर पुन्हा पुन्हा एकच शब्द उच्चारत होती, "का, का?"

"मला माहीत नाही, कदाचित तो मोरोक्कोचा होता म्हणून असेल."

"मोरोक्को?"

"होय, मी हे तुझ्या आईला सांगितलं आणि ते ऐकताच तिचं माथ फिरलं. त्याला तिथून ओट्टोमनांनी पकडून आणलं होतं."

"तिला याचा इतका राग का आला?"

"मला माहीत नाही किराझे."

"म्हणजे तो अरब होता का?"

"अजिबात नाही, त्याने नंतर इस्लाम धर्म स्वीकारला. त्याचं मूळ नाव ख्रिश्चियन होतं. तो ख्रिश्चन होता."

"ख्रिश्चियन?"

"होय, त्याला एका म्हाताऱ्या बाईने मोठं केलं. तिचं नाव तो म्हणाला होता. कोरा."

"कोरा? तू काय सांगत आहेस हे? मला काही समजत नाही."

"मला इतकंच माहीत आहे. तुझ्या आईला त्याचं आणि तुझं लग्न व्हायला नको होतं. तिनं माझ्यावर जबरदस्ती केली. मला माफ कर प्लीज." तिने रडत रडत एस्थरच्या बोटांचा मुका घ्यायचा प्रयत्न केला.

"माफ करू?" तिला संताप अनावर झाला होता, पण कशीबशी ती शांत राहिली. मग ती उठून उभी राहिली. "विसरून जा हे सगळं कायरा," ती म्हणाली. "हे सगळं भूतकाळात घडलं आहे, अनेक वर्षांपूर्वी. मी कधीच विसरून गेले आहे, तूसुद्धा विसरून जा."

वृद्ध कायराने आपले डोळे मिटून घेतले आणि लगेचच तिला झोप लागली. ती मेली का? एस्थर दरवाजाबाहेर पडली. बाहेर उभ्या असलेल्या बाईला तिने काही पैसे दिले आणि ती आपल्या पालखीकडे गेली.

घरी परत जाताना तिने अनेक वर्षांपूर्वी काय झाले होते ते आठवायचा प्रयत्न केला. "आई, का?" ती पुटपुटली, "का तू मला दुःखाच्या गर्तेत ढकललंस? तुला काय हवं होतं माझ्याकडून?" तिला राग आला होता आणि त्याच वेळी मनात कुतूहलही होते. तिची आई, ती अलवार हृदयाची बाई… का तिने आपले लग्न बुराकशी होऊ दिले नाही? तो धर्मभ्रष्ट होता म्हणून की अनाथ होता म्हणून की तो मोरोक्कोचा होता म्हणून की त्याचं तिच्यावर प्रेम होतं म्हणून? तिचे मस्तक वेदनेने ठणकत होते. हृदय दुःखाने विदीर्ण झाले होते. बुराकचे शिरच्छेद झालेले मस्तक पुन्हा तिच्या डोळ्यांसमोर आले. तिला कदाचित ही महाभयानक दैवगती बदलता येणार नाही आता! तरीही… तिची आई तिच्या आयुष्याला अशी कलाटणी कशी देऊ शकते आणि का? ती गेली अनेक वर्षे गोंधळलेल्या मनःस्थितीत जगत होती आणि आज या इतक्या गोष्टी कळल्यावर गोंधळ अजूनच वाढला होता. "का?" ती पुन्हा म्हणाली. पण सत्य जाणून घेण्याचा एकही मार्ग समोर नव्हता.

ती मागे टेकली. कायराला तिने सगळे विसरायला सांगितले होते, तेच सगळ्यात योग्य होते. जे होऊन गेले ते गेले. आता कोणालाही काळाचे चक्र उलटे फिरवता येणार नाही. रेचल तिची आई होती. म्हणजे आईसुद्धा रहस्यमय गोष्टी करतात तर. एस्थरला चार मुले होती. तीही आई होती. त्यांच्याशी ती असे वागू शकेल का? अब्राहम, सामी, चाइम आणि बिचारा मोशे… ती त्यांची आई होती. तिने आजवर कधीच स्वतःला असा प्रश्न विचारला नव्हता. "एस्थर, तू आई आहेस," ती पुटपुटली. आणि लिओन… गुबगुबीत चेहऱ्याचा, गलथान आणि हळवा लिओन, तो पिता होता, खरा पिता. गळ्यातल्या आठ माणकांची माळ तिने हाताने चाचपली, आपल्या गळ्यातून तिने ती कधीच काढली नव्हती.

भूतकाळात जाण्यात तिला अजिबात आनंद वाटत नव्हता. गुदमरून टाकणाऱ्या गुहेत जाण्यासारखे होते ते. आत प्रवेश करायची तिची इच्छा नव्हती. तिला शक्य तितक्या लवकर आपल्या घराकडे परतायचे होते. आज पहिल्यांदाच तिला आपल्या कुटुंबीयांसमवेत घरातल्या शेकोटीच्या उबेत बसण्याची मनापासून आस लागली.

बुराक धूसर प्रतिमा होता. कदाचित भूत. अजूनही तिला छळत असणारे भूत. पण असे नाही तर तसे, सगळेच नाहीसे झाले होते; विरघळून गेले होते. भुताला तिच्या आयुष्यात ती पुन्हा गोंधळ माजवू देणार नव्हती. त्याला कायमचे विसरून जाण्याचा तिने निर्धार केला होता आणि तरीही ती ओठ चोळत होती.

मार्च २, १५६४
टिबेरिया

सात झऱ्यांच्या पाण्याचा ओघ असलेला तो लंबगोलाकार तलाव आकाशासारखा निळा होता. उंच पर्वतांनी वेढलेला. नास्सीचा माणूस यासेफ इब्न अर्दुत उंच झाडाखाली बसून टेकडीवर असलेल्या टिबेरियातले बांधकाम अभिमानाने आणि आनंदाने बघत होता.

शहराच्या तटबंदीचे पुनर्बांधकाम काल संपले होते. असे म्हणतात मुळातल्या जुन्या शहरापेक्षा हे लहान होते, पण इतके सुंदर, स्वच्छ, नीटनेटके आणि सुनियोजित दिसत होते. जाड भिंतींनी नव्या टिबेरियाला कवेत घेतले होते. मधोमध प्रशस्त चौक होता. पश्चिम दरवाजावर प्राचीन रोमन अवशेषांमधून काढलेल्या काळ्या-पांढऱ्या दगडांनी अतिशय सुरेख नक्षीकाम केले होते. उत्तर दरवाजा त्या मानाने लहान होता. फारसा स्पष्ट दिसत नव्हता. कारण त्याच्या पुढे उंच पाम वृक्षांची गर्दी होती. चुन्याने पांढऱ्याशुभ्र रंगवलेल्या लहान घरांच्या मधोमध सिनेगॉग होते. आरोग्य बगिच्यात तलावाच्या शेजारी असलेल्या गरम पाण्याचे झरे आत्ताच हिरवेगार दिसत होते. द्राक्षमळ्यांभोवतालच्या कुंपणापलीकडे संत्र्याच्या बागा होत्या आणि त्याच्या पुढे सुपीक जमीन लांबवर पसरलेली होती. तुतीची झाडे रोज उंच वाढत होती आणि स्पेनवरून मोठ्या प्रयासाने आणवलेल्या मेंढ्या कुरणांमध्ये शांतपणे चरत होत्या.

इब्न अर्दुतला पुन्हा एकदा वाटले यासेफ नास्सी किती थोर आहे. जर

काही वाटेत अचानक अडथळे आले नाहीत तर टिबेरियास विणकामात सहजपणे व्हेनिस आणि फ्लोरेन्सला आव्हान देऊ शकेल. केवळ विणकामातच नाही पण नव्याने उदयाला येत असलेले टिबेरियास इतर अनेक क्षेत्रांमध्ये इतरांशी असलेल्या स्पर्धेत विजेता शाबीत होऊ शकेल. ज्यू जमातीतले स्पेन आणि पोर्तुगालमध्ये राहत असलेले सर्वात अत्याधुनिक लोक आता सातत्याने इथे स्थलांतर करत होते. आणि पोपच्या शत्रुत्वाच्या वागणुकीमुळे कंटाळून इटालीतून बाहेर पडणाऱ्या ज्यू निर्वासितांची संख्याही मोठी होती. समुद्री चाचे आणि माल्टाच्या सरदारांचे हल्ले सहन करून ते इथे येत होते.

डोना ग्रेशियाची बंगली आता जवळ जवळ पूर्ण बांधून झाली होती. सगळेजण या सहृदयी स्त्रीच्या आगमनाची आतुरतेने वाट पाहत होते. या पवित्र शहरातल्या तिच्या वास्तव्याने जगण्याला एक बहुमोल आयाम प्राप्त होणार होता. हजारो वर्षे दु:ख भोगल्यानंतर ज्यूंना आपल्या स्वत:च्या, वचन दिलेल्या भूमीमध्ये राहण्याचा आनंद पुन्हा उपभोगता येणार होता.

या अंतिम बिंदूपर्यंत पोहचण्याचा प्रवास अर्थातच सोपा नव्हता. जर दमास्कस आणि साफेदच्या राज्यकर्त्यांनी ओट्टोमन सुलतानांच्या फर्मानाद्वारे दिलेल्या आदेशाला अनुसरून सहकार्य केले नसते, तर कदाचित त्यांना आपले कार्य पूर्ण करणे कधीच शक्य झाले नसते. कारण बांधकाम सुरू होण्याच्या कितीतरी आधी अरबांनी असा दावा करायला सुरुवात केली होती की टिबेरियासच्या पुनर्बांधणीनंतर इस्लाम नष्ट होईल. काहींनी अफवा पसरवली की त्यांचा पवित्र धर्मग्रंथ कुराणामध्ये तसे लिहून ठेवलेले आहे. कोणालाही शहर उभारणीच्या कामात सहभाग घ्यायचा नव्हता. त्या वेळी राज्यपालांनी दोन माणसांच्या शिरच्छेदाचा हुकूम दिला आणि सगळे पुन्हा सुरळीतपणे झाले.

यासेफ नास्सी हा सरायमधला सध्याचा सर्वात भरवशाचा माणूस होता. तसे नसते तर सुलतानांनी त्याला इतकी मदत का केली असती? पण हे फक्त त्यांना शाही यहुद्याबद्दल वाटणाऱ्या सहानुभूतीखातर होते की या औदार्यामागे काही गुप्त हेतू होता? टिबेरियामध्ये स्थायिक झालेले काही काबावादी लोक डोना ग्रेशियाच्या मदतीने असा दावा करत होते की ही ओट्टोमनांची युक्ती आहे या अविकसित आणि दुर्लक्षित जमिनीचे पुनर्ज्जीवन करण्याची आणि ते भविष्यकाळाबद्दल अर्दुतेइतके आशावादी नव्हते. कदाचित त्यांचे बरोबर असेल. ओट्टोमन एक वेगळे राज्य आपल्या स्वत:च्या हाताने का निर्माण करतील?

यासेफ इब्न अर्दुतला राजकारणात फार रस नव्हता आणि त्याचे विश्लेषण

करण्याइतके ज्ञान त्याच्याकडे नव्हते. आपल्या हातातले काम व्यवस्थित पार पाडण्यातच तो खूश होता. झाडाच्या खोडाला रेलून बसत त्याने हाऱ्यार्देन नदीचे पाणी ज्या तलावाला जाऊन मिळते, त्या तलावाकडे दृष्टिक्षेप टाकला. मासेमारी करणाऱ्या कोळ्यांच्या लहानशा होड्या हलक्या वाहणाऱ्या वाऱ्याने डुलत होत्या. होड्या वल्हवणारे नावाडी पाण्यावर जाळे फेकण्यात मग्न होते. स्थलांतरित पक्ष्यांची पुन्हा घरटी बांधण्याची लगबग चालू होती. अगदी आमच्यासारखीच अर्दुतच्या मनात आलं. त्यांनीही अशाच लगबगीने स्वत:ची घरे पुन्हा उभारली होती.

सुंदर शहर टिबेरिया किंवा ओट्टोमन म्हणत तसे टाबेरिये त्याच्या नजरेसमोर पसरलेले होते. एक उज्ज्वल भविष्य शहराच्या समोर होते हे नक्कीच.

शाही जनानखाना

अगदी त्याच क्षणी एस्थर असेच शब्द स्वत:च्या मनाशी उच्चारत होती. मात्र ते टिबेरियाबद्दल नव्हते तर एका तरुण मुलीसाठी होते. तिचे भविष्य उज्ज्वल आहे हे नक्की.

शहजादा मुरादकरता अवरत बाजारातून आणलेल्या व्हेनेशियन सौंदर्यवतीला पाहताक्षणी एस्थर मोहित झाली. तिच्या चेहऱ्याची ठेवण सुबक होती म्हणूनच केवळ नाही, तर तिच्या मधाळ डोळ्यांमधली चमक तिच्या बुद्धिमत्तेची निदर्शक होती.

कोर्फू बेटाच्या राज्यपालांची ती मुलगी होती. तिच्या वागण्यातली सफाई तिच्या उच्च शिक्षणाची ग्वाही देत होती. मात्र ती खूप तरुण आणि बावरलेली होती. रडण्यावाचून तिला काही सुचत नव्हते. व्हेनिसला असलेल्या आपल्या वडिलांकडे जाण्याच्या उद्देशाने ती ज्या बोटीवर आपल्या नोकरासोबत चढली, तिच्यावर ओट्टोमन चाच्यांनी हल्ला चढवला आणि तिला इतर गुलामांसोबत इस्तंबूलला आणण्यात आले. सरायमध्ये ती गेला आठवडाभर होती. आणल्यापासून अविरत रडत होती. नुरबानूने किराझेला तिच्याशी बोलून तिची समजूत काढायला सांगितले.

"रडण्यापेक्षा हसणं तुझ्या चेहऱ्याला जास्त खुलून दिसतं, मुली."

आपल्याशी कोणी इटालियन भाषेत बोलत आहे हे बघूनच ती मुलगी चकित झाली आणि तिचे रडणे थांबले. "तू इटालियन आहेस का?"

''नाही, व्हेनिस आणि व्हेनेशियन इथून फार लांब नाहीत. मी ज्यू आहे. माझं कुटुंब स्पेनवरून इथे आलं. माझा जन्म इथेच झाला.''

''तू कशी काय इथे जगू शकतेस?''

''ओह, इथलं आयुष्य तुला वाटतं तितकं वाईट नाही मुली आणि विशेषत: आपल्याकरता, ज्यूंकरता. आपण या भूमीत सुरक्षित आहोत. शिवाय इस्तंबूल हे खूप सुंदर शहर आहे.''

त्या मुलीने आपले गोलाई असलेले खांदे उडवले. ''व्हेनिस कितीतरी जास्त सुंदर आहे, मला परत जायचं आहे.''

''हे बघ साफिये...''

''माझं नाव साफिये नाही.''

''ठीक आहे, माझंही किराझे नाही आहे, पण त्यांना असं म्हणायला आवडतं आणि त्यात काहीच वाईट नाही. ते असो. आता तू मी काय सांगते ते नीट ऐक. तू खूप सुंदर मुलगी आहेस आणि हुशार आहेस हेही दिसतंच आहे. तुला ओट्टोमन साम्राज्याच्या भावी सुलतानांच्या समोर पेश केलं जाईल, याचा अर्थ तू नशीबवानही आहेस. तुला जर पुढे परमेश्वर कृपेने मुलगा झाला तर तू वालिदे सुलतान म्हणजेच सुलतान माता बनू शकशील. आणि हे, माझ्यावर विश्वास ठेव, व्हेनिसच्या ड्यूकची पत्नी बनण्यापेक्षाही जास्त महत्त्वाचं आहे. कळत आहे का तुला मी काय सांगते आहे? तक्रारी करणं आणि रडणं थांबव. आपले डोळे उघड. हे हरेम ही फार सुरक्षित जागा नाही इथे टिकून राहणं सोपं नाही. अनेक युक्त्या, कारस्थानं... धोकादायक, भयानक आणि जीवघेणी कारस्थानं.''

''जीवघेणी?''

''नक्कीच. तुझ्यावर विषप्रयोग करायला उत्सुक असलेल्या शेकडो बायका तुला इथे दिसतील. मत्सराने त्या जळत असतील. इथे फार जपून पाऊल टाकायला लागेल. खूप काळजीपूर्वक. तुला कळत आहे मी काय सांगते आहे ते?''

तिने मान हलवली. एस्थरने तिच्या गालावरून हात फिरवला आणि आपली पेटी उघडून त्यातून सोन्याची साखळी, ज्यात एकच मोती गुंफलेला होता, बाहेर काढली. ''हे तुझ्याकरता,'' ती म्हणाली. ''आशा आहे की ही तुझ्याकरता लाभदायी ठरेल.''

साफियेने साखळी स्वीकारली आणि हसून म्हटले, ''तू उद्या पुन्हा येशील?''

"होय येईन. मी हरेममध्ये रोज येते. मी इथे फक्त दागिनेच विकत नाही. इथल्या कोठारामध्ये लागणाऱ्या सगळ्या अत्यावश्यक वस्तूचा इंतजामही मी करते. उद्या पुन्हा भेटू साफिये. तुला काय सांगितलं ते लक्षात ठेव. काळजी घे आणि लगेचच तुर्की भाषा शिकायला सुरुवात कर. ते गरजेचं आहे."

ती दरवाजापाशी गेली, मग पुन्हा मागे वळली आणि "काही चिंता करू नकोस, मुली. व्हेनिसवरून काहीही, काहीही... मी तुझ्याकरता आणू शकते."

त्या मुलीने पुन्हा आपली मान हलवली. हसताना तिचे पांढरेशुभ्र दात चमकले.

हरेममधल्या मंद उजेड असलेल्या मार्गिकेमधून चालत असताना एस्थरच्या मनात तिचाच विचार होता. होय, ही मुलगी इतरांपेक्षा वेगळी आहे. अगदी तिच्यावरही ती प्रभाव पाडू शकली होती. आपण याआधी कधी कोणाला भेटवस्तू दिल्याचे तिला आठवत नव्हते. फुकट दागिना तर नाहीच आणि या वेळी आपण असे का केले हे तिला नक्की सांगता येत नव्हते. पण आपण जे केले ते योग्यच याची तिला खात्री होती. कोर्फूच्या राज्यपालांची मुलगी ओट्टोमन राजदरबारातली महत्त्वाची व्यक्ती बनणार आहे. तिला खूप तीव्रतेने हे जाणवत होते. साफियेचे भवितव्य अतिशय उज्ज्वल होते, अर्थातच किराझेच्या मदतीनेच.

लंडन

इतर देशांमधले लोक ओट्टोमनांसारखी इतरांना नवीन नावे ठेवत नाहीत पण त्याऐवजी टोपणनाव ठेवण्याची त्यांना सवय असते. विशेषत: त्यांच्या राज्यकर्त्यांना. इंग्लिश जनतेने एलिझाबेथला, हेन्री आठवाची दुसरी मुलगी हिला, ज्या वेळी तिने 'रक्तरंजित मेरी'च्या मृत्यूनंतर राज्यारोहण केले त्यानंतर अगदी लगेचच 'कुमारी महाराणी', 'द व्हर्जिन क्वीन' किंवा 'चांगली राणी मधमाशी', असे नाव ठेवले.

एलिझाबेथला महाराणीपद मिळण्यामध्ये कसलीच अडचण आली नाही. कारण तिच्या सावत्र बहिणीला एकाही मुलाला जन्म न देताच मृत्यू आला होता. असंख्य प्रयत्नांनंतरही सिंहासनाकरता वारस देण्यात तिला अपयश आले होते. धर्मांध कॅथोलिक उच्च अधिकाऱ्यांच्या दडपणाच्या छायेखाली तिला खूप काही अनेक वर्षे सहन करायला लागले होते, तरीही तिने राज्यकारभार शांततेने केला.

प्रोटेस्टंट्स आणि कॅथोलिक्स यांच्यामध्ये भेदभाव केला नाही आणि म्हणूनच ती लोकांना फार प्रिय होती. तिने चर्चमधला कम्युनियनचा खिश्चन धार्मिक विधी बंद केला तरी कॅथोलिकांनी काही आडकाठी केली नाही. कारण आपापल्या घरामध्ये ते हा विधी पार पाडू शकत होते. सहा वर्षांमध्ये राणीने देशामध्ये खूप सहिष्णू वातावरण निर्माण केले आणि याच कारणामुळे तिचे टोपणनाव 'चांगली महाराणी' असे त्यांनी ठेवले.

तिचे दुसरे टोपणनाव 'कुमारी राणी'. या नावाचा उगम वेगळ्या कारणास्तव झाला, जे खाजगी होते. एलिझाबेथला पुरुष आवडायचे; परंतु आपल्या सख्ख्या आणि सावत्र आईचा वडिलांनी केलेला शिरच्छेद पाहून तिचा सगळ्या पुरुषांवरचा विश्वास उडाला होता आणि तिने लग्नाच्या सगळ्या मागण्या धुडकावून लावल्या. परंतु तिचे रॉबर्ट डडली याच्यावर प्रेम होते, ज्याने आपली पत्नी बनण्याकरता तिचे मन वळवले. हा आकर्षक, देखणा आणि रुबाबदार तरुण चार वर्षे विधुर होता आणि असे म्हणतात की त्याने आपल्या बायकोचा मृत्यू मुद्दामहून घडवून आणला. कारण त्याला एलिझाबेथसोबत राहायचे होते. ही 'चांगली राणी मधमाशी' खूप यशस्वी आणि दूरदर्शीपणाने राज्यकारभार करणारी होती, पण रॉबर्टच्या बाबतीत ती हळवी होती. त्याच्या विरोधातली काहीही टीका ती ऐकून घेत नसे. तिच्याशिवाय दरबारातल्या प्रत्येकाला त्याच्या महत्त्वाकांक्षी स्वभावाची कल्पना होती.

रॉबर्ट डडलीचे वडील, ड्यूक ऑफ नॉर्थम्बरलँड हे एडवर्डचे, हेन्री आठवाचा एकुलता एक मुलगा, राज-प्रतिनिधी होते. एडवर्डच्या मृत्यूनंतर, ज्यांना टॉवरमध्ये बंदिवासात ठेवले गेले, त्यांच्यापैकी रॉबर्ट हा एक होता; परंतु जेमतेम वर्षभरच तो कैदेत होता. एलिझाबेथ इंग्लंडची महाराणी होण्याच्या खूप आधीपासून तो तिला ओळखत होता आणि त्यानंतर तो भराभर वरची अधिकारपदे मिळवत गेला. प्रथम तो इंग्लंडच्या राजवाड्यामधला प्रमुख तबेला अधिकारी बनला. उत्तमोत्तम घोड्यांकरता ते प्रसिद्ध होते. त्यानंतर तो राणीच्या वैयक्तिक सल्लाधिकाऱ्यांच्या समितीचा सदस्य बनला आणि आता लवकरच तो एलिझाबेथसोबत नवे पद मिळवण्याकरता उत्सुक होता.

''माझा विश्वास बसत नाही, तू मला एवढा सन्मान बहाल केला आहेस, माझ्या प्रिय राणी! चांगली हा शब्द तुझ्याकरता पुरेसा नाही. सगळ्यांनी जीव लावावा अशी तू राणी आहेस.''

''डडली, प्लीज. तुला जे सर्वोत्तम आहे ते मिळायलाच हवं आहे. मला वाटतं आपण लवकरच समारंभाची व्यवस्था करायला हवी.''

तो तरुण मनुष्य आदराने तिच्यासमोर झुकला. काउंट ऑफ लिशेस्टर आणि बॅरन ऑफ डेनबिग म्हणून ओळखले जाणे ही फार महत्त्वपूर्ण गोष्ट होती, परंतु त्याचे ध्येय त्याहूनही खूप मोठे होते.

"माझ्या राणी," तो म्हणाला, "माझ्यावर तू जो सन्मानांचा वर्षाव करत आहेस त्याला पात्र ठरण्याचा मी आटोकाट प्रयत्न करीन, पण मला सर्वोच्च सन्मानाची अपेक्षा करता येईल का?"

राणीने आपल्या पोशाखावर लावलेल्या नाजूक झालरीच्या गळपट्टीला स्पर्श केला. तिच्या चेहऱ्यावर खोडकर मुलीचे हसू होते. "तू खरंच मला खूप लाडावलं आहेस डडली आणि मला ते खूप आवडतं हे मी कबूल करते. कारण मला तुझा सहवास खूप आवडतो, खरंच. पण.... माझ्या मनातल्या चिंता आणि भयगंड, तुला त्याची चांगलीच कल्पना आहे. शिवाय महाराणी म्हणून माझी काही कर्तव्यं आहेत. मी केवळ माझ्या स्वत:करताच जबाबदार नाही. माझ्या मनात माझ्या जनतेचा विचार सर्वप्रथम आहे. मला तुझा हृदयभंग करायचा नाही. ते माझ्याकरता सर्वात अनमोल आहे, पण जे मी करू शकणार नाही त्याचे वचन मला द्यायचे नाही. अजून दुसऱ्या कोणाला तरी ही सुंदर संधी का मिळू नये?"

"दुसऱ्या कोणाला? पण राणी..."

एलिझाबेथने खट्याळ हास्य केले. "या लग्नामुळे आपली मैत्री संपुष्टात येणार नाही. मग तू तुझ्या राणीला विरोध करण्याचे काय कारण आहे?"

त्याने आपली नीटस दाढी आपल्या लांब बोटांनी कुरवाळली. तो तिच्याकडे निरखून पाहत होता. याकरता योग्य उमेदवार कोण याचा विचार त्याच्या मनात होता.

"जास्त ताण घेऊ नकोस डडली," राणी म्हणाली, "मी सांगते ती नशीबवान व्यक्ती कोण आहे. मेरी स्टुअर्ट."

"मेरी स्टुअर्ट?"

"होय, तीसुद्धा ट्यूडर आहे आणि राजवंशाची वारसदार आहे."

रॉबर्ट डडली थक्क झाला होता. त्याने एलिझाबेथचे त्याच्यावर असलेले प्रेम गृहीत धरलेले होते पण आता?... खरेतर त्याची अजिबात चूक होत नव्हती. एलिझाबेथ खरोखरच नव्या काउंट ऑफ लिशेस्टरवर प्रेम करत होती. पण ती कोणी सामान्य स्त्री नव्हती. प्रेमामुळे काही काळ तिचे डोळे जरूर बंद झाले असतील, पण ती कायमची आंधळी होणाऱ्यातली नव्हती. तिच्यापाशी राजमुकुट आणि सिंहासन होते आणि त्यांची बरोबरी कोणत्याही माणसाच्या प्रेमाशी होऊ

शकत नव्हती. या लग्नामुळे ती तिला धोकादायक ठरू शकणाऱ्या स्कॉटिश राणीवर नियंत्रण ठेवू शकणार होती आणि तिला हवे तेव्हा आपल्या प्रियकराला भेटता येणेही शक्य होणार होते. त्याच्याकडून येणारे कंटाळवाणे विवाह प्रस्ताव ऐकायला न लागता.

डडली अजूनही गप्प होता. लाडीक आवाजात एलिझाबेथ म्हणाली, ''आणि कदाचित त्यानंतर आपल्या भेटींमध्ये अजून रंगत येईल.''

''मला खरंच काही सुचत नाही आहे माझ्या राणी. काय बोलावे हेच कळत नाही.'' त्याचा चेहरा खरेच गोंधळलेला होता. त्याने अनेक वर्षे इंग्लंडच्या राणीशी लग्न करण्याची स्वप्ने पाहिली होती, पण आता स्कॉटिश राणीचा पती होण्याची कल्पनाही तितकीशी वाईट वाटत नव्हती. एलिझाबेथ काळजीपूर्वक त्याला निरखून पाहत होती; त्याच्या मनात काय चालू आहे याचा अंदाज घेत.

''चल आपण बाहेर जाऊ. थोडा फेरफटका मारूया, डडली. वसंतातल्या या ताज्या, सुंदर हवेमध्ये आपली गोंधळलेली मने जरा शांत होतील. आपण बगिच्यामध्ये या लग्नाबद्दल आणि मॉस्को कंपनीच्या नव्या चाचण्यांबद्दल चर्चा करूया. मला त्यांच्या निकालाची खरेच उत्सुकता वाटत आहे. तुला काय वाटतं आपल्या व्यापारी व खलाशांना जुन्या आशिया आणि नव्या जगाच्या मधल्या नैऋत्य समुद्री मार्गाचा शोध लावण्यात यश मिळेल?''

ती उठून उभी राहिली. आपला फुगीर लांब स्कर्ट तिने नीटनेटका केला आणि जिन्यावरून पावले टाकत खाली उतरली. शेवटच्या पायरीवर ती विचारमग्न चेहऱ्याने उभी राहिली. ''त्या आर्थिक अडचणी,'' ती पुटपुटली.

डडलीने आपला हात पुढे करत तिचा हात आपल्या हातात घेतला. ''मी प्रस्ताव मांडला होता ती सोडत योजना तू मंजूर केली नाहीस का?''

''सोडत योजना? म्हणजे लॉटरी?''

''होय, माझ्या राणी, त्यात अजिबात काही धोका नाही आणि तुला माहीतच आहे पूर्वी ही योजना राबवली गेली आहे. फ्रान्सचा दिवंगत राजा फ्रॅन्काईस पहिला याने लॉटरीच्या खेळाला अनेक वर्षांपूर्वी मान्यता दिली होती आणि त्यातून आपल्या खजिन्यामध्ये खूप मोठी भर घातली होती. इटालियन्ससुद्धा हे अनेक वर्षं करत आहेत. तिथे प्रत्येक शहरामध्ये वेगळी लॉटरी असते. अर्थसंकल्पाला मदतशीर ठरणारा हा खरोखरच एक सुरक्षित आणि सोपा मार्ग आहे.''

''मला वाटतं तुझं बरोबर आहे डडली. प्रयत्न करायला काय हरकत

आहे? आणि तू योग्यच म्हणालास, याला काही जुगार म्हणता येणार नाही. कारण सगळ्यांना समान संधी मिळते यात. यातून जर काही चांगलं निष्पन्न झालं, तर आपल्याला काही नवी बंदरं बांधता येतील. कसलीही अडचण न येता. तरीही मला चर्चच्या विरोधात जायचं नाही. यावर जास्त विचार करणं योग्य आहे. मला एकही चूक करून चालणार नाही, अगदी एकही.''

''तू कधीच चुका करत नाहीस, माझ्या राणी.''

एलिझाबेथने नाक मुरडले.

पॅरिस

इंग्लंडची महाराणी एलिझाबेथप्रमाणेच कॅथरिन डी मेडिसी हे अजून एक महत्त्वाचे नाव आणि फ्रेंच दरबारातले सत्ताकेंद्र. पण या वेळी महाराजांची मातासुद्धा आपल्या भविष्यकालीन योजना आखण्यात गर्क होती. कॅथरिन ही मेडिसी, उर्बिनोच्या ड्यूकची मुलगी आणि बुर्बन राजवंशातली राजकन्या. फ्रॅन्काईसची वधू म्हणून आल्यावर आपली बुद्धिमत्ता आणि कलाप्रेम याच्या जोरावर तिने राजवाड्यात स्वत:चं एक भक्कम स्थान निर्माण केले होते. तिचा नवरा हेन्री, ज्याने फ्रान्सवर पाच वर्षं राज्य केलं, तो अचानक मरण पावला आणि त्याच्या जागी वयाने लहान असलेला फ्रॅन्काईस दुसरा राज्यावर बसला. त्याच्यावर राज्य-प्रतिनिधींचे नियंत्रण होते. जे युरोपियन कॅथोलिक धर्माचे खंदे पाठीराखे होते; तो काळ कॅथरिनकरता खूपच कठीण होता. कारण तिच्या मुलाभोवती राज्य प्रतिनिधींचे कडे असूनही ती पोपसत्तेच्या संपूर्ण वर्चस्वाच्या विरोधात होती. त्यांनी घडवून आणलेल्या प्रचंड नरसंहारामुळे सगळा देश हादरला होता. तरीही कॅथरिनने आपला मध्यममार्ग तिच्या धाडसी जाहीर लेखांमधून उघड केला. तिच्या मते राजकीय विरोध आणि धार्मिक विश्वास या देशभक्तीच्या दृष्टीने वेगवेगळ्या गोष्टी आहेत.

सुदैवाने हा सामाजिक-राजकीय भूकंप फार काळ टिकून राहिला नाही. मेरी स्टुअर्टचा तरुण कागदोपत्री नवरा फ्रॅन्काईस सिंहासनावर बसल्यावर वर्षभरातच मेला. चार्ल्स नववा हा राज्यावर बसण्याकरता फारच लहान होता पण या वेळी कॅथरिनची राज-प्रतिनिधी म्हणून नेमणूक झाली आणि लगेचच तिने दीर्घकाळ स्वप्न पाहिलेल्या सुधारणा अमलात आणायला सुरुवात केली. एक जाहीरनामा

काढून तिने घोषणा केली की, 'यानंतर काल्व्हिनिस्ट्स आणि कॅथोलिक्स हे शांततेनं राहतील आणि दोघांना समान हक्क प्राप्त होतील.' पण कॅथोलिकांनी या सुधारणेला आक्षेप घेतला आणि देश यादवी युद्धाच्या खाईत लोटला गेला. सगळ्या विरोधी शक्तींवर मात करून कॅथरिनला अखेर या शोकांतिकेला संपवण्यात यश आले. आता तिला माहीत होते की तिचा मुलगा आता सज्ञान वयाचा होणार आणि तिचे महाराजांचा राज-प्रतिनिधी म्हणून असलेले कर्तव्य समाप्त होणार.

तिने दहा मुलांना जन्म दिला होता पण त्यांपैकी फक्त चार जिवंत होते. तीन मुलगे आणि एक मुलगी. तिला त्यांचे यशस्वी विवाह करवून द्यायचे होते; जे भविष्यामध्ये उपयोगी पडतील. तिच्या महत्त्वाकांक्षेला मातृत्वाची मर्यादा नव्हती. राजकारणातली तज्ज्ञ असल्याने तिला फ्रान्सकरता सर्वात योग्य काय आहे याची जाण होती. फ्रेंच राजदरबारात तिने जी वर्षे घालवली होती त्यातून ती एक गोष्ट शिकली होती की आनंद आणि राज्यकारभार करणे या दोन परस्परविरोधी गोष्टी आहेत. आणि तिच्या मुलांचा जन्म राज्यकारभार करण्याकरताच झालेला असल्याने आणि दुसरे काही निवडण्याची संधी त्यांच्यासमोर नसल्याने त्यांचे अस्तित्व योग्य जोडीदार शोधून देऊन बळकट करणे गरजेचे होते. तिची पहिली इच्छा आपला मुलगा चार्ल्स याचा विवाह ऑस्ट्रियन राजकन्येशी करून द्यायचा. मग ती आपल्या मुलीचा हात प्रोटेस्टंट नावारेच्या हातात देणार होती. तिची तिसरी योजना काही काळानंतरची होती. कारण आलेनकोन अजून खूप लहान होता. एलिझाबेथचा नवरा म्हणून त्याला पाहायला ती उत्सुक होती, जरी त्यांच्या वयात खूप अंतर होते. फ्रेंच राजाचे इंग्लिश राणीशी लग्न! आपली राजकीय स्वप्ने साकार करण्याकरता ती काहीही करायला तयार होती. काळ ही जगातली सर्वात मौल्यवान गोष्ट आहे. उत्स्फूर्त निर्णय घेऊन कोणालाच देश चालवता येत नाही. तिचे एक तत्त्वज्ञान होते. ते म्हणजे बुद्धिमान असणे तेव्हाच सार्थ ठरते ज्या वेळी असलेल्या ज्ञानाचा वापर योग्य तऱ्हेने करता येतो.

तिने फ्रान्सकरता खूप कार्य केले होते आणि अजूनही करणार होती. इतिहासाच्या पटावरून अदृश्य झालेल्या राजा आणि राण्यांची संख्य अगणित होती. तिला आपली मुले त्यांच्यापैकी असणे नको होते. चिरकाल टिकणारी प्रसिद्धी मिळवणे सोपे नव्हते. कॅथरिनलाही अपेक्षा होती की लोकांना तिची आठवण राहावी. तिच्या सासऱ्यांप्रमाणेच तीसुद्धा खूप थोर कलाप्रेमी होती. कलेबद्दल तिच्या मनात आदर होता. तिने अनेक असे महाल बांधले होते;

ज्यांच्या प्रवेशद्वारावर मेडिसी हे नाव कोरलेले होते आणि उत्तम पेंटिंग्जनी, शिल्पकृतींनी आणि मूर्तींनी त्याच्याभोवती सुशोभन केले होते. त्यांचे सौंदर्य एकमेकांशी स्पर्धा करत होते.

''तुम्ही कधी आपल्या भवितव्याबद्दल विचार करता का भावी राष्ट्राध्यक्ष?'' तिने मायकल दे लफ्हॉस्पितल यांना विचारले.

न्यायमंत्री, जे कॅथरिनचे खंदे पाठीराखे होते, ते या प्रश्नाने चकित झाले. ''मला नक्की माहीत नाही, श्रीमतीजी,'' त्यांनी उत्तर दिले. ''मला वाटते की या देशाचा विचार आणि चिंता मनात असताना मला माझ्या वैयक्तिक भवितव्याबद्दल विचार करण्याइतका वेळच मिळत नाही.''

कॅथरिन हसली. ''खूप हुशार आहात मॉन्स्युर आणि प्रत्युत्तर देण्यात प्रवीण.''

राजवाड्याभोवतालच्या सुंदर बगिच्यातून ते फेरफटका मारत होते. उमलत्या फुलांचा सुगंध ताज्या हवेत दाटलेला होता. हिरव्यागार गवताचा पसारा सभोवताली होता. कॅथरिनने जरा थबकून एक खोल श्वास घेतला आणि भोवतालचा नैसर्गिक सुगंध आपल्या फुप्फुसांमध्ये भरून घेतला. माझ्या वैयक्तिक आयुष्यात फ्रान्सची इतकी ढवळाढवळ आहे की मला दोन्हींची सारखीच काळजी घ्यायला लागते. जणू ते एकच आहेत.

ते हसले. तुमची बुद्धिमत्ता आणि हजरजबाबीपणाशी कोणीच स्पर्धा करू शकत नाही मादाम.

''हा तुमचा दयाळूपणा आहे,'' पुन्हा ते फिरायला लागले. ''भविष्याबद्दल बोलताना आपल्याला जाहीरनाम्यांचा विषय टाळून चालणारच नाही. तुम्हाला काय वाटतं त्याची यशस्वी अंमलबजावणी करायला दोन वर्षं पुरेशी होतील का?''

''नक्कीच होतील.''

''चार्ल्स आणि मी आम्ही दोघं देशभरात प्रवास करणार आहोत दोन वर्षं! शांतता प्रस्थापित करण्यासाठी.''

''तुमचं धाडस आणि ऊर्जा तुमच्या बुद्धिमत्तेइतकीच तेजस्वी आहे मादाम. आपल्या देशामध्ये शांततेची नितांत आवश्यकता आहे.''

''माझ्या मते संपूर्ण युरोपलाच त्याची गरज आहे आणि त्याकरता राजघराण्यांमध्ये शांतता असणे आवश्यक आहे. दुर्दैवाने राजघराण्यांमध्ये गोंधळ माजलेला आहे. कारण सत्ता आणि धर्म यांच्यात लढाया चालू आहेत.

''किंवा मी असं म्हणू शकतो का, की केवळ धार्मिक लढाईपेक्षाही हे अधिक काहीतरी आहे.''

''तुमचं म्हणणं अगदी बरोबर आहे. इथे या देशात धार्मिक भावनांवर गेली शेकडो वर्षं इतके अत्याचार होत आहेत, केवळ राजकारणाची उद्दिष्टे पूर्ण करण्याकरता. मी जेव्हा भविष्याबद्दल बोलते, त्या वेळी माझ्या मनात नव्या जगाचं एक स्वप्न असतं ज्यात सगळेजण शांततेत राहतील. तुम्हाला वाटतं का की हे स्वप्न कधीतरी पूर्ण होईल?''

''याचा नुसता विचारही करणंही किती सुखद आहे मादाम आणि माझा विश्वास आहे की माणूस जी काही स्वप्नं बघतो ती एक ना एक दिवस पूर्ण होतातच.''

''मी अशा दृष्टीनेही याकडे बघेन. होय, का नाही? मानवतेला याची गरज आहे.''

तिने आपली मान आकाशाच्या दिशेने उंचावली आणि मुकुटाप्रमाणे चकाकणाऱ्या सूर्याकडे पाहिले. तो मुकुट आपल्या माथ्यावर आहे असे तिला वाटले.

जानेवारी ९, १५६७

इस्तंबूल

परमेश्वराच्या अंतिम इच्छेला विरोध करण्याचे सामर्थ्य कुणातच नाही. मग तो राजा असो किंवा सुलतान. मृत्यू अनेक मार्गांनी येऊ शकतो, पण त्याचे येणे टाळता येत नाही. राजेशाही अंतिम संस्कार, शानदार कबरी हे सत्य नाकारू शकत नाहीत. ते सगळे जे निसर्गमातेच्या कुशीत आपली अंतिम निद्रा घेत आहेत, श्रीमंत, गरीब, शक्तिमान, दुबळे, आस्तिक, नास्तिक सगळेच समान आहेत. सुलेमान ज्याने आपल्या तलवारीच्या बळावर सेहेचाळीस वर्षे जगाला नाचवले तोही अपवाद नव्हता. अज्राएलने त्याला वयाच्या त्र्याहत्तराव्या वर्षी जिगेत्वारमध्ये गाठले, त्याने तेरा वर्षांनंतर युरोपवर केलेल्या तेराव्या आक्रमणाच्या दरम्यान.

कार्ल पाचवानंतर त्याचा भाऊ फर्दिनांद, ज्याच्याकडे त्याने आपला मुकुट आणि सिंहासन सोपवलं होतं, तोही मेला. आता राज्य करण्याची पाळी

मॅक्सीमिलियनची होती. नवा शाही वजीर सोकुल्लू याने नव्या सम्राटाकडे प्रचंड कराची मागणी केली आणि त्याने ती नाखुशीने मान्य केली. कारण तो राज्यावर बसल्या बसल्या लगेचच पहिल्या दिवशी युद्ध करू इच्छित नव्हता. कराची रक्कम आणि आधीच्या दोन वर्षांतील उधारीची रक्कम ताबडतोब सरायकडे रवाना झाली. पण सुवर्ण दुकत येऊन पोचण्याआधीच एका निरोपाने ओट्टोमन साम्राज्याला हादरा दिला. सिगसमंड, ट्रान्स्लिव्हानियाचा राजा, याला ऑस्ट्रियन सैन्याचे हल्ले सहन करणे शक्य होत नव्हते. माल्टामध्ये माघार घेतलेल्या आरमाराचा बदला घेण्याकरता शाही वजिराने म्हाताऱ्या सुलतानाला मॅक्सीमिलियनवर चढाई करण्याकरता राजी केले आणि सैनिकांची फौज युरोपच्या दिशेने मार्गक्रमण करू लागली.

सुलेमान इतका थकलेला होता की त्याने बराचसा प्रवास घोड्याऐवजी पालखीत आणि गाडीमध्ये बसूनच केला; जे परंपरेला अजिबात साजेसे नव्हते. जेव्हा ते एखाद्या शहरात शिरायचे किंवा तिथून बाहेर पडायचे त्या वेळीच फक्त तो घोड्यावर बसायचा. ५ ऑगस्टला ओट्टोमनांनी जिगेत्वारच्या किल्ल्याला वेढा घातला, परंतु तो जिंकला गेलेला सुलेमानला पाहता आले नाही. कारण आदल्या रात्रीच त्याने आपले डोळे कायमचे मिटले.

सैनिक बंड करतील या भीतीने सोकुल्लूने सैन्याला खरी बातमी कळू दिली नाही. काही उच्च अधिकारी सोडून कोणालाच माहीत नव्हते की सुलतान मरण पावले आहेत आणि सिंहासन रिकामे आहे. शाही वजिराने सुलतानांच्या मृतदेहाला प्रक्रिया करून टिकवण्याकरता डॉक्टरांना बोलावून घेतले. सोकुल्लू लष्करी कारवायांमध्ये जितका हुशार होता तितकाच चांगला अभिनेताही होता. वेगवेगळी कारणे आणि सबबी सांगून सैनिकांना शाही छावणीपासून दूर ठेवण्यात आले. त्यांनी धिम्या गतीने माघार घ्यायला सुरुवात केली. सुलेमानच्या ऐवजी हुबेहूब त्याच्यासारखाच दिसणारा दुसरा माणूस घोड्याच्या गाडीत बसला होता. आणि खरे सांगायचे तर तोही एक उत्तम अभिनेता होता.

दरम्यान सोकुल्लूने एक निरोप्या, ज्याचे नाव फेरिदून होते, इस्तंबूलला धाडला. सेलिमला त्याच्या वडिलांच्या मृत्यूबद्दल कळवायला. कुताह्या सान्काक येथे असलेल्या शहजाद्याला ही बातमी बारा दिवसांनंतर कळली आणि तो लगेचच इस्तंबूलला त्याच्या पाशा, लाला यांच्यासमवेत आला आणि तिथून घोडेस्वारी करत बेलग्रेडला जिथे सैन्य होते तिथे गेला.

सोकुल्लूचा इरादा तिथे सुलेमानच्या मृत्यूची खबर जाहीर करण्याचा होता.

त्या मार्गे तो काही पैसे वाचवण्याचाही प्रयत्न करत होता. त्याने शिपाई आणि सैनिकांना गेले कित्येक महिने त्यांचा पगार दिला नव्हता. त्यामुळे सेलिमच्या सिंहासनावर बसण्याच्या खुशीत जी खैरात केली जाणार होती, ती मिळाल्यावर त्यांचा राग थोडा शांत होईल अशी त्याची अपेक्षा होती.

सुलेमानचा अंतिम संस्कार त्याच्या मृत्यूनंतर बेचाळीस दिवसांनी बेलग्रेडला करण्यात आला आणि त्याची शवपेटी इस्तंबूलला चारशे सैनिकांच्या सोबतीने पाठवण्यात आली. त्याला त्याच्या इच्छेनुसार हुर्रेम बेगमच्या कबरीशेजारी पुरण्यात आले. त्याच्या संगमरवरी थडग्याच्या एका बाजूला मौल्यवान रत्नांनी मढवलेली कट्यार ठेवण्यात आली आणि दुसऱ्या बाजूला धनुष्यबाण ठेवला. त्याला युद्धभूमीवर शूर योद्ध्याचे मरण आल्याची ही खूण होती.

ओट्टोमनांच्या दहाव्या सुलतानांचे वैभवशाली साहसी आयुष्य समाप्त झाले. आता त्याच्या मुलाची पाळी होती. जनतेने सुलेमानला दिलेला किताब शानदार हा होता, तर त्यांनीच सेलिमला दारुडा म्हणायला सुरुवात केली. त्यांच्या मनात अजूनही शहजादा मुस्तफा आणि शाहजादा बेयाझितच्या मृत्यूमुळे झालेल्या दुःखाची आठवण ताजी होती. लांबलचक आणि त्रासदायक प्रवासामुळे आलेला थकवा नव्या सुलतानाच्या नेमणुकीमुळे झालेल्या संतापात भर घालणारा ठरला आणि शिपाई, सैनिकांनी बंड केले. तोपकापीच्या प्रवेशद्वारातून आत शिरणाऱ्या सेलिमला तोपकापी सरायमध्ये येणे मुश्कील झाले. सैनिकांनी सन्माननीय वजीर, पाशा आणि आगांना त्यांच्या घोड्यांवरून खाली खेचले आणि रस्त्यातून फरपटवत नेले; त्यांच्या गाड्या उलथवून टाकल्या. एका स्वरात ते घोषणा देत होते, 'आम्हाला आमचे पैसे हवेत!' त्यांना जे हवे आहे ते देण्यावाचून दुसरा मार्गच नव्हता. त्यामुळे सोकुल्लूने खोगिराला लावलेल्या थैल्यांमधून शिपायांच्या अंगावर अक्चे भिरकवायला सुरुवात केली, जणू तो कोंबड्यांसमोर दाणे फेकत होता. आणि त्या वेळी सेलिम झटदिशी सरायमध्ये गेला.

सिंहासनावर आरूढ होण्याची त्याची पद्धत सन्माननीय नव्हती, पण त्याला किंवा शिपायांना कोणालाच त्याची फारशी फिकीर नव्हती. सेलिमकरता महत्त्वाची गोष्ट फक्त सुलतान होणे हीच होती आणि शिपायांकरता त्यांचे पैसे ताब्यात घेणे आणि रस्त्यावरच्या लोकांकरता फुकट मिळणारे खाद्यपदार्थ व खुशहाल समारंभ. हिवाळा असूनही इस्तंबूलमधल्या सगळ्या चौकांमध्ये विविध कार्यक्रम करण्यात आले.

नास्सीने त्याच्या मित्राच्या सल्तनतीचा मोठ्या उत्साहाने आणि अपेक्षेने

जल्लोश साजरा केला. आता तो नाकोसचा ड्यूक म्हणजेच उमराव बनला होता आणि नव्या सुलतानाने त्याचे वचन पाळले. आता तो लवकरच सायप्रसचा राजा बनणार होता. अर्थातच या सन्माननीय किताबाची रक्कम चुकवावी लागणार होती. त्यामुळे सुरुवातीला यासेफने प्रचंड किमतीची फ्रेंच वाईन सरायमध्ये पाठवली. शाही यहुदी इतका आनंदित झाला होता की त्याने आणि त्याची पत्नी रेग्ना हिने बेल्व्हेदेरमध्ये एक शानदार मेजवानीचे आयोजन केले. त्यांचा प्रशस्त निवास युरोपियन राजवाड्याइतकाच आलिशान होता. खाद्यपदार्थ आणि पेये उत्तम चवीची होती. सगळे राजदूत, अधिकारी नव्या नाकोसच्या उमरावाकडे हेव्याने पाहत होते.

नास्सीचे युरोपशी असलेले संबंध आता बदलणार होते. कारण तो सायप्रसचा राजा होण्याच्या महत्त्वाकांक्षेने प्रेरित होता. त्या बेटाचा सध्याचा राज्यकारभार व्हेनेशियन्सकडे होता. त्याने आपल्या भावी योजना किराझेला तपशीलवार सांगितल्या. किराझेची अवस्था दोलायमान होती. कारण तिला आपले सेरेनिस्सिमोंसोबत असलेले अनेक वर्षांचे संबंध बिघडवायचे नव्हते आणि दुसऱ्या बाजूला जर नास्सी सायप्रसचा राजा झाला, तर तिला आपल्या पूर्ण आयुष्यात झाला नव्हता एवढा फायदा एका वर्षातच करून घेता आला असता, तिच्या मुलांना उच्च पदे हासिल करता आली असती. पण यात खूप धोका होता, भीतीही होती. कदाचित तिची सगळी मालमत्ता, पैसे आणि आयुष्यही गमवायला लागले असते. ती जर या धंद्यामध्ये उतरणार असेल तर तिला आपण घेत असलेल्या धोक्याचा पुरेपूर मोबदला हवा होता. नास्सीने सगळ्या जोखिमांचा नीट आढावा घेतला आणि आपण मुबलक किंमत चुकती करू असे तिला सांगितले.

ज्या वेळी किराझे आणि नास्सी प्रौढांच्या दुनियेतल्या धोकादायक संबंधांवर चर्चा करत होते, त्या वेळी दोन मुलं एकमेकांना पहिल्यांदाच भेटली होती आणि अश्वमैदानावर आनंदाने मजा करत बागडत होती.

सोलीने तिच्या भाच्याला, जो आता आठ वर्षांचा होता, समारंभाची मौज दाखवायला आणले होते. डॉक्टरांचे निदान अचूक ठरले होते, मोशेची पाठ आता फार वाईट परिस्थितीत नव्हती, पण त्याचा एक पाय दुसऱ्यापेक्षा लहान होता. त्यामुळे त्याला कायमचा पांगळेपणा आला होता. तो एकाकी मुलगा होता. त्याला मित्र नव्हते आणि त्याच्या आयुष्यातली एकमेव मजा म्हणजे आपल्या मावशीबरोबर छापखान्यात जाणे. ती आणि डोना ग्रेशिया काम करत तेव्हा तो

एका कोपऱ्यात शांतपणे चित्र काढत, रंगवत बसे. किराझेने तिच्या मुलाला जवळपास पूर्णपणे आपल्या बहिणीच्या हातात सोपवले होते आणि तो आता त्याच्या स्वतःच्या घरातही राहत नव्हता. पण त्याची अजिबात तक्रार नव्हती. कारण त्याचे भाऊ त्याच्यापेक्षा वयाने खूप मोठे होते. त्यामुळे त्याला तिथेही कोणी खेळायला नव्हतेच.

अब्राहम, किराझेचा मोठा मुलगा, आता शहरातला प्रसिद्ध व्यापारी झाला होता. त्याचा नास्सीसोबत वाईनचा उद्योग होता आणि आत्ताच त्याने स्वतःच्या नावावर बऱ्यापैकी संपत्ती जमवली होती. चाइमचे लग्न पुढच्या उन्हाळ्यात होणार होते. आपल्या कापडाच्या आणि काचेच्या व्यापाराच्या निमित्ताने तो सतत व्हेनिसला प्रवास करत असे. तो आपल्या व्यवसायात प्रवीण होता. एका नजरेत तो काचेच्या चषकाची खरी किंमत आणि प्रत ओळखू शकत असे. सामी बावीस वर्षांचा होता आणि आच्छादित बाजारामध्ये तो आपल्या वडिलांच्या दुकानात काम करत असे आणि त्याच वेळी तो सरायमध्ये आपल्या आईसारखा दागिने विकायला जात होता. एस्थर आणि तिच्या मुलांनी पैसे मिळवण्यात स्वतःला वाहून घेतले होते आणि ते त्यात खूप यशस्वी झाले होते हेही खरे. शहरातल्या सगळ्या लोकांना त्यांच्याबद्दल ठाऊक होते, परदेशी राजदूतांपासून व्यापारी, धार्मिक नेत्यांपर्यंत सगळ्या.

आणि कोणालाच आयुष्याच्या या धामधुमीत मोशेची पर्वा वाटत नव्हती, एक सोली सोडून. त्याला हवे असणार सगळे प्रेम आणि काळजी त्याला आपल्या मावशीच्या कुशीत मिळे. त्याचे आपल्या मावशीवर सर्वाधिक प्रेम होते.

त्या सकाळी ते घरातून लवकर निघाले. ऋतूच्या मानाने हवा गार होती. दुपारपर्यंत ती उबदार झाली. ते स्त्रियांकरता राखीव असलेल्या विभागात होते. मोशे समोरची मिरवणूक चकित नजरेने पाहत होता. त्याच्या बाजूला त्याच्याच वयाचे एक मूल उभे होते. त्यांनी एकमेकांकडे लाजून पाहिले आणि मग ते बोलायला लागले. मोशेने कबूल केले की त्याला साखळदंडात बांधून ठेवलेल्या वाघाची सर्वात जास्त भीती वाटते आणि त्याचा मित्र म्हणाला त्याला सापांचीही वाघाइतकीच भीती वाटते. मोशेने त्याला समोरून साप जात असतील त्या वेळी आपले डोळे घट्ट मिटून घ्यायला सांगितले. जंगली प्राण्यांच्या काफिल्यानंतर साखरेपासून बनवलेल्या बाहुल्यांची मिरवणूक होती. अनेक रंग आणि आकारांमधल्या त्या लहान बाहुल्यांनी मुलांची मने जिंकली. कलाकारांनी सगळ्यांना साखरेच्या गोळ्या फुकट वाटल्या.

त्यानंतर मधे थोडा वेळ सुट्टी असल्याची घोषणा झाली. नव्या मित्राला गवतावर खेळायचे होते. मोशे नीट चालण्याचा प्रयत्न करत होता पण त्याला ते शक्य नव्हते. आपल्या नव्या मित्राचा आखूड पाय पाहिल्यावर दुसऱ्या मुलाने हे वेगळे वैशिष्ट्य असल्याचे स्वीकारले आणि ते आजूबाजूला फिरायला लागले. सोली त्या मुलासोबत जी बाई होती तिच्याशी बोलायला लागली. त्यांच्यातही मुलांइतक्याच सहजतेने संभाषण सुरू झाले.

"किती पटकन संवाद साधतात मुलं," सोली म्हणाली.

"माझा मिकाइल अगदी साधा मुलगा आहे."

"मला दिसत आहे ते. खूप प्रेमळ आहे तो. किती वर्षांचा आहे?"

"आठ."

"आमचाही आठच वर्षांचा आहे. त्यांच्यात मैत्री झाली तर मला खूप आवडेल."

"का नाही होणार?" तिने मुलांकडे पाहिले. मोशे त्याच्या हातातला लहानसा तांब्याचा चेंडू मिकाइलला दाखवत होता.

"ते भावांसारखे दिसतात. अगदी सारखी चेहरेपट्टी आहे. तसेच गडद डोळे, तसेच कुरळे केस आणि तसेच गोड हसू. सोली खूश होती की मोशेला अखेर मित्र मिळाला. तिने त्या बाईला विचारले ते कुठे राहतात.

"आम्ही कुताह्यावरून हल्लीच इस्तंबूलला आलो आहोत. साधारण महिना झाला. आमची सोय त्यांनी तात्पुरती कादिर्गाच्या एका घरात केली आहे. एका अगदी वृद्ध बाईसोबत. पण नंतर काय होईल मला आत्ता सांगता येत नाही."

सोली चकित झाली. "पण का?" तिने विचारले.

"होय, मला माहीत आहे तुम्ही माझ्या फार स्पष्ट नसणाऱ्या उत्तरामुळे चकित झाला आहात. पण खरं सांगायचं तर मला आम्ही उद्या कुठे असू सांगता यायचं नाही. मी आणि मिकाइल एकटेच आहोत. माझे पती, मिकाइलचे वडील, शहजादा सेलिमने त्याचा भाऊ शहजादा बेयाझितच्या सोबत केलेल्या लढाईच्या दरम्यान मारले गेले. आता फक्त आम्ही दोघेच आहोत. अजून आमचं कोणीच नाही. ज्या वेळी सेलिम सुलतान झाला त्या वेळी त्यांनी हरेम इस्तंबूलला हलवला आणि आम्हालाही इथे आणलं. मी शहरात अजून कोणालाच ओळखत नाही."

"तुझं कुटुंब?"

"मीसुद्धा मिकाइलसारखीच अनाथ आहे. आई नाही. वडील नाहीत.

माझ्या दिवंगत पतीचे वडील पाशा होते असं म्हणतात आणि त्यांचा शिरच्छेद झाला होता. त्यांच्या पत्नीला कुताह्याला पाठवण्यात आलं, त्या वेळी ती गरोदर होती. बिचारी बाई! माझ्या पतीला जन्म देताना ती मेली. माझे पती आणि मी कुताह्याच्या हरेममधल्या पाकशालेत मोठे झालो. आणि मग त्यांनी आमचं एकमेकांसोबत लग्न लावून दिलं. आणि पुढचं मी तुला सांगितलंच आहे. आता आम्ही सगळे इथे आहोत. अगदी एकटे. आशा आहे की आमचे पुढचे दिवस इथे चांगले जातील.''

सोलीला त्या बाई आणि मुलाची दया आली. ''तुमचं सगळं चांगलं होईल नक्कीच!'' ती म्हणाली. ''हे बघ, तुझा मुलगा खूप चांगला आहे! बाईकरता हीच सगळ्यात महत्त्वाची गोष्ट.''

त्या बाईचे डोळे सर्वात जास्त संवाद साधणारे होते. त्यांच्यात आता आशेचा किरण चमकत होता. ''मलाही तसंच वाटतं,'' ती म्हणाली.

सोली हसली. ''काळजी करू नकोस. देव भलं करेल,'' तिने आनंदाने खेळणाऱ्या मुलांकडे पाहिले. मोशे आनंदी होता आणि तिच्याकरता ही सर्वात बहुमोल गोष्ट होती. ''आम्ही गलाताला राहतो,'' तिने त्या बाईला सांगितले. माझे पती प्रसिद्ध डॉक्टर आहेत. त्यांचं नाव चिपरुट. तुला काही मदत लागली तर आमच्याशी संपर्क कर. मला आनंदच होईल. तू आमच्या घरी येऊ शकतेस. दोघेही एकमेकांसोबत खेळतील.''

त्या बाईने पुन्हा नाव उच्चारलं, ''डॉक्टर चिपरुट.''

''होय, डॉक्टर चिपरुट. आता तू जिथे राहतेस त्या जागेचं मला जमेल तसं वर्णन सांग.''

तिला सांगता येईना म्हणून तिने सोलीला सोफ्यापाशी नेले; जिथे ती जिच्यासोबत राहत होती ती म्हातारी बाई बसली होती. सोली ओरडून म्हणाली, ''मी लगेच येते. लांब जाऊ नको मोशिको.''

त्याने मान हलवली. मिकाइल म्हणाला, ''तुझं नाव काय? मोशिको?''

''नाही, ते मोशे आहे, पण माझी मावशी मला मोशिको हाक मारते.''

''माझं नाव मिकाइल.''

''तुझं नाव मिकाइल.''

''तुझं नाव मोशी.''

''नाही, मोशे!''

''मोशी!''

"मोशे!"

मिकाइलला त्याच्या नव्या मित्राच्या हट्टीपणाची मजा वाटली. तो खट्याळपणे म्हणाला, "मोशी!"

"मग मी तुला हाक मारीन मिशी."

मिकाइल परत खिदळला. "मोशी मिशी, मोशी मिशी!"

चौकामध्ये कार्यक्रम करणारी लोक जमा झाले. सोलीने हाक मारली, "मोशिको, मिकाइल, इकडे या. कार्यक्रम सुरू होत आहे, लवकर!"

दोघे हातात हात घालून खिदळत बायकांजवळ आले. अचानक मोशे आश्चर्याने ओरडला, "तुला जास्त बोटं आहेत!"

मिकाइलने आपला सहा बोटांचा पंजा उघडला. त्याच्याकडे नीट पाहिलं. जणू तो दुसऱ्याचा हात बघत होता आणि म्हणाला, "असू दे. तुला कमी पाय आहेत."

मोशेने आपल्या आखूड पायाकडे पाहिलं, "जास्त बोटं, कमी पाय!" तो ओरडला. मिकाइलला मजा वाटली. त्यानेही तेच म्हटले, "जास्त बोटं, कमी पाय!"

पुन्हा खिदळत ते हातात हात घालून धावत गेले. पांगळा मोशे आणि सहा बोटांचा मिकाइल दोघे एकमेकांना आवडले. दोघेही पूर्ण दिवस लहान तांब्याच्या चेंडूसोबत खेळले. अश्वमैदानावरचे थरारक कार्यक्रम पाहिले. लहान तांब्याचा चेंडू; जो तोलेडोच्या दरवाजावर आलेल्या प्रेमळ मित्रांच्या आगमनाची वर्दी द्यायचा तो आता मोशेच्या एकाकी हृदयाच्या दरवाजावर टकटक करत होता. मिशी त्याचा पहिला दोस्त होता आणि कदाचित शेवटचा.

❏❏❏

चार

एप्रिल २०, १५६८
एदिर्ने

सेलिमने सिंहासनावर बसण्याच्या वेळी जे सोने गमावले होते ते पुन्हा कमावले. पियाले पाशाने शिओस बेटांवर कब्जा मिळवल्यानंतर साम्राज्यामध्ये मोठीच पुंजी जमा केली आणि पेर्तेव पाशाने सगळ्या ट्रान्सिल्व्हानियामध्ये लुटालूट करून खजिन्यात भर घातली. सुलतानांनी त्याबद्दल बक्षीस म्हणून पियालेला कुब्बे वजीर नेमले. अनातोलियन बेयलेर्बेयी ज़ाल महमुत पाशा हा अजून एक नशीबवान ज्याला वजिरियत मिळाली. यानेच सुलेमानच्या दुर्दैवी मुलाला, शहजादा मुस्ताफला, जेव्हा तो फाशीच्या तख्तापासून स्वत:ची सुटका करून घेत पळून जायला लागला तेव्हा आपल्या हातांनी ठार केले होते. सोकुल्लूने दीर्घ काळ तो आणि लाला पाशा, ज्याने शहजादा बेयाझितची हत्या घडवून आणली, त्यांच्याबद्दल मनात तीव्र तिरस्कार जोपासला होता. त्यामुळे तो शक्य तितके त्याला टाळण्याचा प्रयत्न करत होता.

त्याच्या मते, भोवतालचे सगळेच संधिसाधू होते. राज्याला फायदा कसा होईल यापेक्षा स्वत:चा फायदा कसा करून घेता येईल यातच त्यांना रस होता. त्याने सुएझ कालवा आणि व्होल्गा-डॉन कालवा या त्याच्या योजनांवर इतके जीव ओतून काम केले होते, परंतु या लोभी माणसांनी त्याच्या प्रयत्नांना कायमच विरोध केला होता. खरेतर सुएझ कालवा हा पोर्तुगीज आरमाराला नेस्तनाबूत करण्याकरता आणि हिंदी महासागरावर लक्ष ठेवण्याकरता अतिशय महत्त्वाचा होता. दुसऱ्या बाजूला डॉन-व्होल्गा ही रशियन आणि इराणियन सत्तांना ताब्यात ठेवण्याकरता उपयोगी अशी एकमेव योजना होती. अजूनही त्याला आशा होती की निदान दुसरा कालवा पूर्ण करता येईल. फक्त या अज्ञानी आणि असंतुष्ट

माणसांनी मधे आडकाठी आणून त्याला थांबवले नाही तर. नव्या सुलतानाच्या भोवती असलेल्या माणसांवर सोकुल्लूला अजिबात भरवसा नव्हता, पण निदान या क्षणी तरी तो त्यांच्यापासून सुटका करून घेऊ शकत नव्हता. त्याला सहनशील राहायला हवे. त्याच्या स्वत:करता आणि साम्राज्याच्या भवितव्याकरतासुद्धा.

ओट्टोमन साम्राज्याचा नवा सुलतान म्हणून राज्यकारभाराची सूत्रे हाती घेतल्यावर लगेचच सेलिमने आपले बस्तान एदिर्नेला हलवले. त्याला आपल्या वडिलांइतकेच हे शहर प्रिय होते. तो नेहमी सांगे की ट्युलिप फुलांची शोभा केवळ इथेच सर्वात जास्त देखणी दिसू शकते. विविध रंगी ट्युलिप फुलांच्या अमर्याद पसरलेल्या बागा अतिशय आकर्षक दिसत. विशेषत: नव्या मशिदीजवळच्या. या पवित्र वास्तूच्या बांधकामाची रोज प्रगती होत होती. थोर वास्तुरचनाकार सिनानने जाहीर केले होते की ही त्याची सर्वात अद्वितीय कलाकृती असणार आहे. सोकुल्लूलासुद्धा हे शहर आवडे, पण त्याला या शहराचे सौंदर्य न्याहाळण्याइतका वेळ काढणे मुश्कील होते. कारण सेलिमच्या राज्यारोहणाबद्दल त्याचे अभिनंदन करायला येणाऱ्या परदेशी राजनैतिक अधिकारी आणि राजदूतांचा ओघ सातत्याने वाहता होता. यातले विशेष उल्लेखनीय म्हणजे इराण आणि ऑस्ट्रियामधून आलेला राजदूतांचा समूह.

इराणियन एदिर्नेमध्ये आले ते लकाकती रत्ने, वस्त्रे, तंबू, कट्यारी, गालिचे, ससाणे, गरुड आणि प्रचंड मोठ्या रकमेच्या खजिन्यासह. शाहने पाठवलेला हा नजराणा त्रेचाळीस उंटांच्या पाठीवर लादलेला होता आणि राजदूतांसोबत अजून दहा आले होते. यातली सर्वोत्कृष्ट भेटवस्तू होती आठ टर्कोइज रत्नांपासून बनवलेल्या वाडग्यांची! विषमिश्रित पदार्थांच्या संपर्कात आल्यावर त्यांना आपोआप तडा जाई. उत्कृष्ट भरतकाम केलेले रेशमी अंगरखे परिधान केलेले शेकडो इराणियन प्रथम इस्तंबूलला आले आणि तिथून एदिर्नेला रवाना झाले.

त्यांचे पोशाख इतके रंगीबेरंगी होते की प्रवासाच्या मार्गावर त्यांच्यावर दृष्टी टाकणारा प्रत्येकजण प्रभावित होई. पण ओट्टोमनही काही कमी नव्हते. दोन्ही बाजूंनी अनेक स्तुतीसुमनांची खैरात झाल्यावर परराष्ट्र सचिवांनी एकशे चौसष्ट हजार सुवर्ण दुकत सेलिमच्या समोर मोजले. सगळे संतुष्ट झाले, पण सेलिम विशेष खूश झाला जेव्हा त्याच्या नजरेस आपल्या हत्या झालेल्या भावाची, बेयाझितची, शस्त्रे आणि उंट पडले. ''माझ्या दृष्टीने याला खूप मोठे भावनिक मूल्य आहे,'' तो चाचरत म्हणाला. भावनातिरेक झाल्यावर नवा सुलतान तोतरा बोलायचा. सोकुल्लूने लाला पाशाकडे तिरस्काराने पाहिले. त्याने आपला चेहरा

वळवला. सुलतान अजूनही अश्रूपूर्ण नजरेने आपल्या भावना प्रदर्शित करत होता. तो हे प्रामाणिकपणे करत आहे असे वाटत होते. कुणाचाही असाच समज झाला असता की त्याच्या दिवगंत भावाचा मृत्यू हा अपघाती होता. तो असा वागत होता जणू त्याला ओट्टोमन सिंहासनावर हक्क मिळवण्याकरता त्याने बेयाझितच्या विरोधात केलेल्या शत्रुत्वाच्या लढाईचा पूर्ण विसर पडला आहे. शाहचा परराष्ट्र सचिव आणि राजदूत, ज्याने शहजादा बेयाझित आणि त्याच्या लहान मुलांच्या हत्येचा हुकूम जारी केला होता, ते त्याचे बोलणे लक्षपूर्वक ऐकत होते. त्याच्या उदास चेहऱ्यावर कृत्रिम दुःखाचा मुखवटा घट्ट बसलेला होता.

इतर प्रतिनिधींचा ताफाही नव्या सुलतानाच्या उपस्थितीमुळे खूपच उत्साहित दिसत होता. आपल्याला स्वीकारले जावे म्हणून त्यांनी सोकुल्लूकडे मोठी रक्कम मोजली होती. ऑस्ट्रियाचा राजा मॅक्सीमिल्यनच्या राजदूताने त्याला चार हजार दुकात, चार चांदीचे चषक आणि एक अतिशय सुंदर कोरीवकामाने सुशोभित घड्याळ भेटीदाखल दिले होते. दीर्घ वाटाघाटींनंतर त्यांनी ओट्टोमनांच्या मागण्या मान्य केल्या होत्या. ऑस्ट्रिया नव्या सुलतानांना प्रतिवर्षी तीस हजार दुकत देणार होता. शाही वजीर आणि पेर्तेव पाशांना दोन हजार दुकत, वजीर फेरहत पाशा आणि इतर तीन वजिरांना एक हजार दुकत आणि पोलीश दुभाषी इब्राहिमला तीनशे दुकत दिले जाणार होते. कराराचा सर्वात महत्त्वाचा भाग म्हणजे यादीतील शेवटचे नाव, ज्याला ऑस्ट्रियनांकडून रक्कम मिळणार होती, तो होता यासेफ नास्सी आणि त्याला आतापासून दरवर्षी दोनशे दुकत मिळणार होते.

त्याच्या नावाची घोषणा झाल्यावर नाक्सोसच्या नव्या उमरावाने चेहऱ्यावर उमटलेल्या भावना लपवण्याचा प्रयत्न करूनही शाही वजीर सोकुल्लूला त्याच्या डोळ्यांतले सत्य पकडता आले. त्यालाही शाही यहुद्यांचा तिटकारा वाटत होता आणि त्याला आपल्या मार्गातून दूर करण्यासाठी तो काहीही करायला तयार होता. त्याची खात्री होती की हा माणूस ओट्टोमन दरबाराला लुबाडत आहे. आपल्या उमरावपदाची किंमत तो केवळ प्रतिवर्षी चौदा हजार दुकत मोजत होता आणि त्याची जहाजे सतत बोस्फोरसमार्गे क्रेटेवरून मोल्दाव्हिया आणि वल्लाशियाला वाईनची ने-आण करत असत त्यांच्याकरता अतिशय क्षुल्लक रक्कम मोजत होता. त्याने किराझेच्या मदतीने सुरू केलेल्या मेणाच्या व्यापारातले उत्पन्न प्रचंड होते. सोकुल्लूने आपल्या आयुष्यात इतका हावरट मनुष्य पाहिला नव्हता. त्याची पैशांची भूक फार मोठी होती. त्याच्या संपत्तीतले सर्वात मोठे उत्पन्न तो सुलतानाला जे पैसे कर्जाऊ देत होता त्याच्यावर आकारलेल्या व्याजापोटी होते.

सोकुल्लूला संशय होता की यामध्ये त्याची भागीदार सुलतानाची बेगम नुरबानू आहे. ती सेलिमच्या मुलांची आई असेलही पण ती त्याच्याच पैशांनी त्याला फसवण्याइतकी निर्लज्जही होती. शाही वजीर अशा प्रकरणांवर एक शब्दही न बोलता लक्ष ठेवून होते. सेलिम आणि नास्सीचे मोठेच गुळपीठ होते आणि त्याला जे हवे आहे तेच सुलतान करत होता. दोनच दिवसांपूर्वी सोकुल्लूने आक्षेप घेऊनही त्याने अलेक्झान्ड्रिया बंदरात नांगरलेल्या फ्रेंच बोटींवरचा माल जप्त करायचा हुकूम दिला होता. कारण फ्रेंच दरबाराने अजून नास्सीचे कर्जाऊ पैसे परत केले नव्हते. कदाचित तो सेलिमला गिळायला सोपा असलेला लहान आणि सोपा घास समजण्याची चूक करत होता. आपल्या निर्णयांच्या बाबतीत तो अत्यंत हट्टी आणि आग्रही होता.

इराणियन प्रतिनिधींचा ताफा गेल्यावर एक दूत गडबडीने आत आला. प्रचंड मोठी आग लागली होती आणि एदिर्नेची लाकडी घरे ज्वाळांमध्ये भस्मसात होत होती.

ऑक्टोबर १०, १५६९

इस्तंबूल

संपूर्ण शहर जळून खाक व्हायच्या आत एदिर्नेची आग आटोक्यात आली. परंतु चाळीस घरे भस्मसात झाली होती. त्यांच्या दुर्दैवी मालकांना मदत करण्याचा हुकूम देऊन सुलतान इस्तंबूलला रवाना झाले.

संपूर्ण उन्हाळ्यात सुलतानांनी किंवा एकाही नागरिकाने हवा खूप गरम आहे याव्यतिरिक्त एकही तक्रार केली नाही. या आगळ्यावेगळ्या शांततामय वातावरणामुळे सगळेचजण खूप आनंदी झाले होते, पण अर्थातच वैयक्तिक अडचणींना तोंड देणारेही काही होतेच.

बेल्वेडेरमध्ये हिवाळ्याचे आगमन झाल्यावर लगेचच नास्सींच्या सुंदर घरामध्ये एका चिंताजनक काळाचा आरंभ झाला. डॉक्टर चिपरुटांच्या रोजच्या भेटींनंतरही ग्रेशिया नास्सीची तब्येत आता तितकीशी चांगली राहत नव्हती. नाक्सोसची डचेस रेय्रा त्याने दिलेल्या सल्ल्याला अनुसरून आपल्याला शक्य आहे ते सारे तिला आराम पडावा म्हणून करत होती.

रेय्राकरता दुसरी समस्या होती तिचा पती यासेफ. अर्थातच त्याला आपल्या

आत्याची काळजी वाटत होती, परंतु सुलतानांसोबत असलेले त्याचे गुंतागुंतीचे संबंध थांबवण्याकरता एवढे कारण पुरेसे नव्हते. तो सायप्रसचा मुकुट शक्य तितक्या लवकर आपल्या मस्तकावर धारण करण्याकरता धडपडत होता आणि त्याकरता त्याचे लागतील ते सर्व प्रयत्न चालू होते. ज्या वेळी आयुष्यात वैयक्तिक फायद्यांना अतोनात महत्त्व येते त्या वेळी गोष्टी किती झपाट्याने बदलून जातात... यासेफ आता व्हेनिसचा निष्ठुर शत्रू बनला होता. एकेकाळी ती त्याची स्वप्नभूमी होती. तो सातत्याने सेलिमला सेरेनिस्सिमोच्या विरुद्ध फितवत होता आणि लाला मुस्तफा पाशासुद्धा त्याच बाजूने प्रयत्नशील होता. दोघांचीही इच्छा सायप्रसवर ओट्टोमनांनी त्वरेने कब्जा मिळवावा ही होती.

सोकुल्लूने सेलिमला सावध केले होते की यामुळे युरोपमधल्या ख्रिश्चन शक्ती नव्याने ओट्टोमन साम्राज्याविरोधात एकत्र येतील. तरीही सुलतानाने तिकडे लक्ष दिले नाही. डॉन-व्होल्गा योजनेच्या अपयशामुळे शाही वजिरांचे दरबारातले महत्त्व कमी झाले होते. एकदा त्याला सेलिमनेही सुनावले होते की, या सगळ्या नुकसानीचा परतावा तुम्ही खजिन्यामध्ये करायला हवा पाशा! सोकुल्लूला ते खूपच अपमानास्पद वाटले होते पण त्याच्या अमर्याद सहनशक्तीच्या जोरावर त्याने तो अपमान मूकपणे गिळला होता. पण नास्सी अपयश गिळणाऱ्यांपैकी नव्हता. त्याला आपली स्वप्ने पूर्ण करायची हाव आणि घाई होती.

सप्टेंबरच्या मध्यावर जेव्हा ओट्टोमनांच्या राजधानीत खबर पोहचली की व्हेनिसच्या प्रचंड शस्त्रागाराला आग लागली आहे त्या वेळी हा एक साधा अपघात असू शकतो यावर कोणाचाच विश्वास बसला नव्हता.

यासेफ म्हणाला, ‘‘तुम्हाला दिसतच आहे सुलतान, परमेश्वराची इच्छा आहे की तुम्ही बेटावर विजय मिळवावा. आता त्यांचं आरमार कमकुवत झालं आहे.’’

व्हेनिसचे बाल्योस या विचित्र घटनांकडे निराशेने पाहत होते आणि भविष्यात होऊ शकणारे सेरेनिस्सिमो आणि ओट्टोमन यांच्यातले युद्ध टळावे याकरता शक्य ते सर्व प्रयत्न करत होते. किराझेच्या द्वारे बातमी कळल्यावर ते खूपच चिंताक्रांत बनले. बेटाभोवती आता असंख्य ओट्टोमन जहाजांचा गराडा पडला होता. व्हेनिसने पोपराज्याकडे मदत मागितली, परंतु ख्रिश्चन जगाला यात पडण्यात काही रस नव्हता. मॅक्सिमिल्लिअनने व्हेनिसला मदत करण्याचा प्रस्ताव त्वरेने फेटाळला होता. सध्या त्याला ओट्टोमनांचे शत्रुत्व ओढवून घेणे परवडणारे नव्हते. फ्रान्सलाही केवळ ओट्टोमनांशी सलोखाचे व्यापारी संबंध राखायचे होते.

कारण त्यांच्यामुळे राज्यात प्रचंड संख्येने दुकात ओतले जात होते. चार्ल्स नववा केवळ नकार देऊन थांबला नाही, त्याने सेरेनिस्सिमोचा प्रस्ताव नाकारल्याची बातमी फ्रॅन्काईस दूतातर्फे सेलिमपर्यंत पोहचवण्याची व्यवस्था केली. अखेर फक्त स्पेन आणि माल्टाचे सरदारांनी एकत्र युती केली. सेलिमला ही बातमी रागुस्सा प्रजासत्ताकाने पोहचवली. व्हेनिस पूर्ण एकटे पडले.

नास्सीने सेलिमला प्रोत्साहन दिले, "तुम्ही सायप्रस जिंकायला हवं, सुलतान!" लाला मुस्तफा पाशाने सेलिमला प्रोत्साहन दिले, "तुम्ही सायप्रस जिंकायला हवं, सुलतान!" परंतु सेलिमला फार काही घाई नव्हती. अंतिम निर्णयाला पोहचण्याकरता त्याला वेळ हवा होता.

आणि व्हेनेशियन शस्त्रागाराला लागलेल्या आगीनंतर केवळ दहा दिवसांनीच एका संध्याकाळी एक ज्यू घर जळायला लागले. कदाचित त्या स्वयंपाकघरातली आई वांगे भाजत असावी, किंवा हिरवी मिरी, किंवा इतका मोठा आगीचा लोळ उठण्यामागे अजून काही कारण असेल... काय झालं आहे हे लोकांना कळेपर्यंतच अजून दहा घरांना आगी लागल्या आणि काही वेळानंतर अजून पन्नास. इस्तंबूलमधली रात्र आगीच्या ज्वाळांच्या प्रकाशात दिवस असल्यासारखी वाटत होती. ही आग पुढचे चार दिवस जळत राहिली. खूप दूर अंतरावरून शहरातले लालभडक आकाश दिसत होते. नरकासारखी अवस्था झाली होती. हजारो घरे जळत होती. सरायमधल्या शिपायांनी आग विझवण्याचा प्रयत्न केला. सोकुल्लूचा जावई, जो या शिपायांवर नियंत्रण ठेवण्याचे काम करी, तो त्या दिवसांमध्ये आजारी होता. त्यांच्यावर लक्ष ठेवण्याकरता तो अंथरुणावरून उठून बसू शकत नव्हता आणि या अनियंत्रित शिपायांनी आपल्या सोयीचा मार्ग पत्करला. त्यांनी ज्यू, आर्मेनियन आणि ग्रीक शेजाऱ्यांच्या घरांची लुटालूट केली. ही बातमी कळताच सोकुल्लू ताबडतोब घोड्यावर बसला आणि आगीच्या ज्वाळांचीही पर्वा न करता दुर्दैवी जीवांच्या सुरक्षिततेकरता पुढे झाला. तीस-चाळीस शिपायांची मुंडकी उडाल्यावर अखेरीस वातावरण शांत झाले. शाही वजिरांनी आपल्या जावयाला बडतर्फ करण्यात कसलीही कुचराई केली नाही आणि त्याच्या जागी मूळचा हंगेरियन असलेल्या सियावुशला आगा म्हणून नेमले; जो शिपायांवर नियंत्रण ठेवतो.

शहरावर धुराचे दाट आवरण होते. अनेक दिवस लोकांच्या नाकातोंडात श्वासाद्वारे राख जात होती. त्यांचे हुंदके ऐकवत नव्हते. इस्तंबूल पुन्हा एकदा मृत्यूच्या थैमानाने हादरून गेले होते. अज्राएलने शेकडो वर्षे जगातले सर्वात

सुंदर शहर असलेल्या इस्तंबूलवर खतरनाक संकटांचा वर्षाव करण्याचे थांबवले नव्हते. पण या दुर्घटनेनंतरही त्याचे सौंदर्य लोप पावले नाही. बेट, गोल्डन हॉर्न, बॉस्फोरस अजूनही सूर्यकिरणांमध्ये चमकत होते.

ग्रेशिया नास्सीचे दफन होऊन काही तास झाले होते. त्या वृद्ध स्त्रीला ज्यूंच्या वेदना आणि यातना पुन्हा एकदा बघणे सहन झाले नाही. तिचे मस्तक अचानक झुकले आणि काही सेकंदातच तिचा प्राण गेला.

रेय्राला या क्षणी आजूबाजूचे जग इतके विचित्र वाटत होते, आपल्या आईवाचून आपण या अनोळखी जगात काय करणार याचा तिने कधी विचार केला नव्हता आणि इतक्या सखोल दृष्टीचा यासेफ तिच्या सध्याच्या गोंधळलेल्या मनःस्थितीवर उपचार करण्याच्या दृष्टीने निरुपयोगी होता. तिला माहीत होते की तिचा पती ज्या मार्गावरून जातो आहे तिथे त्याला थांबवणारे कोणी नाही. त्याच्या महत्त्वाकांक्षेचा वारू चौफेर उधळला होता. त्याच्या डोळ्यांमधली चमक आता वेगळीच होती. त्याचे हास्य अनोळखी होते. तिच्या हातांमध्ये असलेल्या त्याच्या हाताच्या स्पर्शातली आग वेगळ्या कारणाकरता होती. त्याचा श्वास वाळवंटातल्या निःश्वासांसारखा होता. कोरडा आणि उष्ण.

''मला काही वेळ एकटे राहायचे आहे,'' ती अस्फुट आवाजात त्याला म्हणाली. जणू ती याहून जास्त एकटी बनू शकणार होती. यासेफने तिच्या हातांचे चुंबन घेतले आणि एकही शब्द न बोलता तो उठून गेला.

सोलीच्या भावनाही रेय्रासारख्याच होत्या. डॉक्टर चिपरुट गर्दीत सैरावैरा हिंडून आगीत जळलेल्यांना, जखमींना मदत करत असतानाच तो कायमचे हे जग सोडून गेला. शेवटचा श्वास घेताना त्याचा हात छातीवर आवळून धरलेला होता. असे म्हणतात सुलतानही या एकनिष्ठ माणसाला गमावल्यामुळे शोकाने रडला. कासिम पाशा इथे झालेल्या दफनविधीकरता अनेक उच्चाधिकारी हजर होते. तो सुलतानांचा डॉक्टर होता, त्याच वेळी गरिबांमध्येही त्याला आदरयुक्त प्रेमाचे स्थान होते. घराच्या भोवती आता त्यांची गर्दी उसळली होती; स्त्रिया, मुले सगळे या थोर माणसाचा वियोग झाल्यामुळे रडत होते. तरीही सोलीला एकटे वाटत होते.

एस्थर, तिच्या मनात विचार आला, किंवा किराझे... तीसुद्धा आता तिला त्याच नावाने हाक मारत होती. तिची सख्खी बहीण तिच्याशी अनोळखी माणसासारखी वागत होती. तिच्या दुःखामध्ये सोबत द्यायला ती नव्हती. 'खूप म्हातारा होता, हो की नाही? त्याची जायची वेळ झालीच होती,' हे तिचे एकच

वाक्य होते अशा वेळी उच्चारण्याचे! होय, नक्कीच ती आता एस्थर राहिली नव्हती. ती किराझे होती. पैसेवाली स्त्री, भावनाहीन स्त्री. सोली मेल्यावरसुद्धा कदाचित ती असेच म्हणेल? तिचे आईवडील कायमचे गेल्यावरही तिने काय केले होते? सोली कशाकरता रडत होती? तिच्याकरता की स्वत:करता? तिला याचे उत्तर मिळाले नाही. एका रात्रपक्ष्याचा चीत्कार तिचे मन वेधून गेला.

तिने दूरवरच्या अंधारलेल्या क्षितिजाकडे पाहिले. मोशे नक्कीच झोपलेला असेल. देवाचीच इच्छा होती म्हणून तिने त्याला मिशीसोबत इझनिकला पाठवले होते. नाहीतर त्या बिचाऱ्या मुलाला या सगळ्याचा फार मानसिक धक्का बसला असता. पण तरी सोलीला वाटले तो इथे असायला हवा होता आत्ता. आपल्या भाच्याला मिठीत घ्यायला ती आसुसली होती.

"शुभ रात्री, मोशिको बाळा," ती हळू आवाजात म्हणाली. "तुझ्यावर खूप प्रेम करते मी बाळा, माझ्या चांगल्या बाळा."

उस्कुदारच्या मिनारावरून अज़ानची बांग आली आणि हळूहळू इतरांचे आवाजही त्यात मिसळले. आता परमेश्वराचा आवाज या राखेच्या, मृत्यूच्या ढिगाखाली गाडल्या गेलेल्या शहरावर भटकणार होता.

जून २२, १५७२

गलाता

शाही वजीर सोकुल्लूच्या पूर्ण विरोधानंतरही शेख-अल-इस्लाम एबुस्सूत एफेन्डीच्या पवित्र परवानगीने ओट्टोमन आरमाराने सायप्रस बेटावर १५७१ मध्ये हल्ला केला. या भयानक युद्धामध्ये जवळपास पाच हजार लोक मेले आणि त्या सुंदर भूमीचा निष्ठुर विध्वंस झाला. अगदी सुलतानांच्या आवडत्या द्राक्षमळ्यांचाही नाश झाला. पुढे दीर्घकाळ त्यांना बहर येणे बंद झाले. प्रमुख सेनाधिकारी लाला मुस्ताफा पाशा हा लेफ्कोसा, बाफ आणि विशेषत: मागोसाच्या लोकांकरता जुलमाचे प्रतीक बनला. शेवटच्या शहरातील किल्ल्याने सैनिकांना बारा दिवस लढत दिली आणि अखेरीला कमांडर ब्रागादिनो याने याची भयानक किंमत मोजली. त्याची कातडी सोलून काढली गेली आणि शिपायांनी त्यात सुकलेले गवत कोंबून भरले. मग त्याला अनेक दिवस रस्त्यातून फरपटवले. ख्रिश्चन आरमार बेटावर पोहचू शकले नाही. व्हेनिसने भूमध्य समुद्रातली मोक्याच्या जागी असलेली सर्वात महत्त्वाची भूमी कायमची गमावली.

पण युरोपने याचा बदला घ्यायचा निर्धार केला होता. सायप्रसवर केलेल्या हल्ल्यानंतर लगेचच कार्ल पाचवा याचा अनौरस मुलगा डॉन वान याच्या नेतृत्वाखालील आरमार आणि ओट्टोमन आरमार यांच्यात लेपोंटे येथे चकमक उडाली आणि या वेळी ख्रिश्चन सैन्याला विजय मिळाला. पराभवाबद्दल ऐकल्यावर एदिर्नेला असलेला सेलिम दुःखभराने एकही शब्द बोलू शकला नाही. पण नंतर त्याने नवीन, अधिक मजबूत आरमार उभारण्याचा तातडीने हुकूम दिला.

हा हुकूम मिळताच अनातोलिया आणि रुमेलीमधले अनेक जहाजबांधणीचे कारखाने जोरदार कामाला जुंपले गेले. इझमित, गेलिबोलू, बिगा, वार्ना, अन्ताल्या, एद्रेमित, ऱ्होड्स आणि सिनोप बंदरात रात्रंदिवस हातोड्यांचा आवाज घुमायला लागला. सहा महिन्यांत सतरा जहाजे जोडली गेली.

ओट्टोमन सूड घ्यायच्या घाईत ही तयारी करत होते, त्या वेळी युरोपमध्ये विजयाचा जल्लोश प्रत्येक चौकात साजरा होत होता. लूट करून आणलेल्या वस्तू जनतेसमोर प्रदर्शित केल्या जात होत्या. मार्को अन्तोनिओ, पोपराज्याचा नौदल अधिकारी, रोममध्ये प्रवेशताच त्याचे धूमधडाक्यात स्वागत झाले आणि व्हेनिसने या विजयाची आठवण म्हणून एक स्मारक उभारले.

१५७२ च्या उन्हाळ्यात ओट्टोमन आरमार जय्यत तयार झाले आणि आता इस्लामिक राज्यांच्या नागरिकांच्या जल्लोशाची वेळ आली.

बार्बारो, व्हेनिसचा बाल्योस, ज्याला युद्धसमयी इस्तंबूलमधून बाहेर पडण्यास मनाई करण्यात आली होती, तो सैन्याधिकाऱ्यांचा आणि शिपायांचा हर्षोन्माद आपल्या बाल्कनीमधून चिंतित नजरेने पाहत होता. त्याला खात्री होती, व्हेनिसने जे कमावले आहे त्याच्या कितीतरी पटीने अधिक त्यांना लवकरच गमवायला लागणार आहे. लेपोंटेचा विजय हा सायप्रस गमावण्यावरील उतारा ठरू शकत नव्हता. ज्याप्रमाणे सोकुल्लू म्हणाला, 'व्हेनिसने एक हात गमावला आहे, परंतु ओट्टोमनांची लेपोंटे येथील हार ही जेमतेम दाढी कापली गेल्यासारखी होती. त्याने आपली नजर वळवून गोल्डन हॉर्नच्या बाहेर निघालेल्या जहाजांकडे लावली.

"अंतिम निकाल काय असेल असं तुला वाटतं सालोमन?" त्याने विचारले.

सालोमन सरायमधल्या डॉक्टरांपैकी एक होता. इस्तंबूलला तो दहा वर्षांहून जास्त काळ राहिलेला नव्हता पण त्याची बुद्धिमत्ता, ज्ञान आणि समजूतदारपणा यामुळे त्याला ओट्टोमन आणि युरोपियन्स दोघांमध्येही आदराचे स्थान होते.

विशेषत: सोकुल्लू त्याला खूप पसंत करे. त्याला नास्सीचा जितका तिरस्कार वाटे तितकाच सालोमनबद्दल आदर. त्याचा या ज्यू डॉक्टरांवरचा विश्वास इतका पराकोटीचा होता की त्याने त्याच्यावर ओट्टोमन आणि सेरेनिस्सिमो यांच्यातल्या युद्धकालीन संबंधांच्या बाबतीत मध्यस्थाची कामगिरी सोपवली होती आणि त्यांच्यातले हे नाते आजतागायत सुदृढ होते.

"शाही वजिरांच्या मते जर शांतता प्रस्थापित झाली नाही तर गोष्टी हाताबाहेर जातील, महाशय."

"त्याचं बरोबर आहे. व्हेनिस जसजसे दिवस उलटत आहेत तसं जास्त एकटं पडत चाललं आहे, परंतु मला खात्री आहे तुझ्या बहुमोल मदतीने आपल्याला यावर समाधानकारक तोडगा काढणं निश्चित शक्य आहे. मला वाटतं सुरुवातीला सर्वात महत्त्वाची गोष्ट करायला हवी ती म्हणजे नास्सीचा सुलतानांवर असलेला प्रभाव तातडीने आणि संपूर्णपणे नाहीसा करण्याचा प्रयत्न."

"आता त्याचा पूर्वीइतका जोर राहिलेला नाही दरबारात हे नक्कीच. सेलिमने जाहीर केले आहे की त्याला सायप्रसचा राजा बनवण्याचा त्याचा सध्या कोणताही इरादा नाही. यासेफ नास्सी सध्या शारीरिक आणि मानसिकदृष्ट्या कठीण परिस्थितीतून जातो आहे, तरीही तो अजूनही सुलतानांचा बहुमोल सहकारी आहे."

"तुला असं वाटतं दरबार त्याचं नाक्सोसचं उमरावपद काढून घेईल?"

"मला तसं वाटत नाही. त्या पदाला राजकीय वजन काही नाही. नाक्सोसलाही काही महत्त्व नाही सायप्रसच्या तुलनेत. मला खरंच आश्चर्य वाटतं की नास्सीला आपण सायप्रसचा राज्यकर्ता होऊ असा विश्वास वाटतो. ओट्टोमन एका ज्यूला कशाला राजा बनवतील? मुस्लिमांनी किंवा ख्रिश्चनांनी आजवर कोणीच ज्यूवर अशी मेहेरबानी केलेली नाही. कधीच नाही!"

"कधी कधी हवस इतकी तीव्र असते की ती तुमच्या बुद्धीलाही आंधळं करते."

"नक्कीच... खरंतर त्याला ज्या संधी मिळाल्या आहेत त्या खूप दुर्मीळ आहेत. त्याची संपत्ती प्रचंड आहे. सुलतानांनी तर त्याला वल्लाशियाचा सगळा व्यापारी मालही दिला, ज्या वेळी नाक्सासोचं बेट युद्धकालात काही काळ व्हेनेशियनांच्या ताब्यात गेलं होतं."

बार्बारो सुस्कारला, "आपलं नशीब की निदान सोकुल्लू आपल्या शहाणपणाच्या आणि अनुभवाच्या जोरावर नास्सीला अटकाव करू शकला."

“शाही वजीर आहेतच अद्वितीय.”

“डॉक्टर, मला स्पष्टपणे माझ्या मनातलं तुमच्याजवळ बोलायचं आहे. मला सेरेनिस्सिमोंनी शांतता करार करण्याकरता नेमलेलं आहे. होय, दुर्दैवाने सायप्रस आता ओट्टोमनांच्या ताब्यात आहे आणि हे कटू सत्य आपण स्वीकारलं आहे. पण याचा विचार करता आम्हाला आठ हजार दुकतचा वार्षिक कर आता भरायचा नाही आहे. त्याऐवजी आम्ही दोन हजार फ़्लोरिन्स इतकी रक्कम एकदाच अखेरची भरायची असा प्रस्ताव मांडू इच्छितो.”

“प्रामाणिकपणे सांगायचं तर, मला नाही वाटत ते तीन हजार फ्लोरिन्सच्या खालची रक्कम अंतिम भरणा म्हणून स्वीकारतील. तरीही मी तुमचा प्रस्ताव त्यांच्यासमोर मांडीन. माझी खात्री आहे सोकुल्लू त्याला शक्य आहे ते नक्की करेल. मला वाटतं दरम्यानच्या काळात तू फ्रेंच राजदूताला सुलतानांपाशी वशिला लावायला तयार कर.”

एस्केनाझी उठले आणि त्यांनी जाण्याकरता बाल्योसची अनुमती घेतली.

“डॉक्टर, आम्ही तुमचे कृतज्ञतापूर्वक आभारी आहोत. प्रजासत्ताक तुमच्या या मदतीचा योग्य तो मोबदला तुम्हाला मिळावा याकरता नक्कीच प्रयत्न करतील.”

सालोमन अजून काहीच न बोलता हसला.

तो गेल्यावर बार्बारोने ओट्टोमन आरमाराच्या युद्धनौकांकडे काही वेळ लक्षपूर्वक पाहिले. शांतता करारावर काहीही करून सही व्हायला हवी. ते गरजेचे होते.

शाही जनानखाना

पुरुषी जगात ज्या वेळी राजदूत बार्बारो प्रजासत्ताकाच्या हिताचे संरक्षण करण्याचा आटोकाट प्रयत्न करत होता, त्या वेळी अजून एक व्हेनेशियन स्त्रियांच्या जगात याच कारणाकरता झटत होती. आपली भावी स्वप्ने पूर्ण व्हावीत म्हणून साफिये, शहजदा मुरात याची लाडकी रखेल, शाही जनानखन्यात कटकारस्थाने रचत होती. तिचे परिश्रम आणि निग्रह तिच्या वयाच्या दृष्टीने अनपेक्षित होता. अर्थातच तिची सल्लागार होती किराझे; जिने तिला सरायमध्ये पाय ठेवल्याच्या पहिल्या दिवसापासून मदत केली होती. साफिये तिला अतिशय मानत होती. आपली दुसरी आईच आहे असे समजत ती तिच्यावर तसे प्रेमही करत होती.

"किराझे," ती म्हणाली, "मला तुला एक छान बातमी सांगायची आहे. जर तू व्हेनेशियन व्यापाऱ्यांना त्यांचा सायप्रसमध्ये पूर्वीसारखाच व्यापार करण्याचा हक्क परत मिळवून दिलास, तर प्रजासत्ताक तुला व्हेनिसमध्ये सोडत योजना सुरू करण्याची परवानगी देईल. हे फारच उत्तम होईल!"

"सोडत योजना?"

"होय, विचार कर याचा. हे खूप विशेष आहे. त्यांनी कोणत्याही परदेशी नागरिकाला ही परवानगी याआधी दिलेली नाही. खरंच मस्त आहे हे! त्यातून तुला तू कधी कल्पनाही केली नसशील इतके पैसे मिळतील आणि अर्थातच मलाही."

किराझेने स्मितहास्य केले. "आधी फर्मान काय आहे ते पाहूया साफिये राणी, मग आपण त्याचा आनंद साजरा करूया. ही काही साधी गोष्ट नाही."

"तू नास्सीशी बोलली नाहीस का?"

"बोलले आणि हे त्यालाही हवं आहे. त्याला वाटतं कदाचित या मार्गाने त्याला व्हेनेशियन्सचा विश्वास पुन्हा मिळवता येईल."

"मला नाही वाटत त्याला अशी काही संधी मिळेल. प्रजासत्ताकातले सगळे नागरिक त्याचा तिरस्कार करतात. तरीही त्याला या समजुतीत राहू दे. तो अजूनही सेलिमचा खास दोस्त आहे. त्याचा उपयोग होऊ शकेल आपल्याला."

"होय, नक्कीच. मी सालोमान एस्केनाझीबद्दल खूप आशावादी आहे. त्याची मदत आपल्याला सर्वात जास्त होऊ शकते. दोन दिवसांपूर्वी मी त्याच्या बायकोकरता बऱ्याच भेटवस्तू पाठवल्या, त्यासोबत त्याच्या नावे एक पत्रही पाठवलं आहे."

"खूपच हुशार आहेस तू किराझे."

"मी शाही वजिरांच्या हरेममध्येही जाऊन आले. आणि कान्ताकुझेनोसच्या घरीसुद्धा…"

"हे अतिशयच उत्तम काम केलंस तू. त्या ग्रीकावर सेलिमची खूप मर्जी आहे.

"माझी मुलं – लिओन आणि अब्राहमसुद्धा – दरबारातल्या उच्चाधिकाऱ्यांचं मन वळवण्याकरता खूप परिश्रम करत आहेत."

"किराझे, तू आपल्या मार्गातले सगळेच अडथळे दूर करून वाट अगदी सुकर करत आहेस. मला खात्री आहे आपल्याला यश मिळेल."

"तू मला मदत केली नसतीस तर हे शक्य नव्हतं साफिये. शहजादा मुरात

तुझ्याकरता पागल आहे. तो तुझ्यावर प्रेम करतो आणि तू सांगशील ते करायला तयार असतो. त्याच्या वडिलांपेक्षा तो नक्कीच जास्त हुशार आहे.''

''त्याला कोणाच्या बुद्धिमत्तेचा वारसा मिळाला आहे?''

''हं, तुला त्याची आई आवडत नाही, पण ती मूर्ख नाही.''

साफियेने तिचे गोलसर खांदे रागाने उडवले. तिचा चेहरा जरा कोमेजला.

''अशी रागावू नकोस, मुली. अर्थातच तुझ्या तुलनेत ती अजिबात हुशार नाही आहे. पण तिच्या मदतीकडे दुर्लक्ष करू नकोस. ती आपल्या बाजूने आहे. अजून एक शत्रू निर्माण करू नकोस.''

साफिये पुन्हा हसली आणि सुस्कारा टाकत म्हणाली, ''बरोबर आहे तुझं किराझे. या महत्त्वाच्या बाबतीत तरी ती आपल्याच बाजूने आहे.''

''आता मला निघायला हवं. मला आज जाऊन नास्सीला भेटायलाच हवं आहे. माझ्या सगळ्यात लाडक्या मुली, तू उन्हाळी सुट्टी घालवायला मनिसाला निघायच्या आत आपल्याला हे काम पूर्ण करायला हवं. घाई करायला हवी.''

साफियेने त्या वयस्क स्त्रीला मिठी मारून तिच्या गालांचे चुंबन घेतले. ''काळजी करू नकोस, तुझ्या सल्ल्याप्रमाणेच वागेन मी.''

जानेवारी १, १५७५

बेल्वेडेर

उस्कुदारच्या सुरुवातीला असलेल्या टेकड्या ज्या पुढे अनातोलियाच्या किल्ल्यापासून बॉस्फोरसच्या दुसऱ्या टोकापर्यंत पसरलेल्या होत्या, त्यांच्यावर बर्फाचे आच्छादन नसते तर हा हिवाळा आहे यावर कोणाचाच विश्वास बसला नसता. अगदी उबदार दिवस होता. निळ्या आकाशात सूर्य चमकत होता. नास्सीच्या प्रसिद्ध घराच्या बगिच्यात गेले तीन दिवस अखंड चालू असलेल्या बर्फवृष्टीचे अवशेष विखुरलेले होते. सगळे कसे चमकदार शुभ्र दिसत होते. उंच पाईनच्या फांद्यांवर साचलेला बर्फ सारखा जमिनीवर पडत होता. रेय्राचा छोटासा कुत्रा कमालीच्या ऊर्जेने एका टोकाकडून दुसरीकडे धावत होता आणि तिच्या दोन मांजरी मात्र शेकोटीच्या उबेत आळसावून पहुडल्या होत्या.

''तुम्हाला पुन्हा भेटून खूप आनंद झाला डोना सोली, तुमची गेले काही दिवस फार आठवण येत होती.''

“मलासुद्धा. तुम्हाला जास्त वेळा भेटायला यायला मला खरंच फार आवडेल, पण तुम्हाला ठाऊकच आहे माझी तब्येत ठीक नव्हती. त्या सगळ्या घटना...”

नाक्सोसच्या उमरावपत्नीने आपली मान होकारार्थी हलवली आणि आपल्या पाहुण्यांना चहा दिला.

सोली भानावर येत म्हणाली, “पण आता खूपच बरी आहे मी, मला माहीत आहे त्यावाचून चालणारच नाही.”

“डोना सोली, तुमच्यासारखं सगळ्यांनाच वास्तव स्वीकारता आलं असतं तर...”

सोलीने समजूतदारपणे तिच्याकडे पाहिलं, पण ती काहीच बोलली नाही. रेग्ना खूपच दु:खी आणि उदास दिसत होती. तिच्या आईचा मृत्यू हेच केवळ कारण नव्हतं. आपल्या पतीबद्दल वाटणाऱ्या चिंतेने तिचे काळीज कुरतडले जात होते. यासेफ नास्सी अजूनही आपण सायप्रसचा राजा न होऊ शकल्याच्या नैराश्यात होता आणि असे दिसत होते की वास्तवाचा तो कधी स्वीकार करूच शकणार नव्हता. हा मूर्खपणा होता. कारण त्याचा मित्र सुलतान सेलिम आता सिंहासनावर नव्हता. एक महिन्यापूर्वी नव्या हमाममध्ये तो पाय घसरून पडला होता आणि डोके संगमरवरी लादीवर आपटल्यामुळे त्याचा मृत्यू झाला होता. लोक म्हणायचे की तो त्याच्या एका प्रेमपात्राच्या मागे धावत असताना हा अपघात झाला. काही म्हणायचे की तो त्याच्या खास आवडत्या मुलांपैकी एकाच्या मागे लागला होता. नवा सुलतान मुरात याला आपल्या बापाच्या या जुन्या, वयस्कर मित्राबद्दल काहीच आस्था नव्हती. त्याच्यावर त्याचा अजिबात विश्वास नव्हता आणि सहानुभूतीही नव्हती. त्यामुळे तो काही करण्याची शक्यता शून्य होती. परंतु नास्सीचे खरोखरच डोक फिरलेले होते. रोज तो एका नव्या उच्चाधिकाऱ्याला आपल्या स्वप्नपूर्तीची आशा मनात घेऊन भेटायला जायचा.

“तो आजारी आहे,” रेग्ना म्हणाली. “तो खरंच गंभीरपणे आजारी आहे. त्याला सत्य काय आहे ते जाणून घ्यायचं नाही. आणि रोज तो त्याच्या आरोग्याची आणि संपत्तीची नव्याने हानी करून घेत असतो, वाढत्या प्रमाणात...”

“स्वत:ला इतका त्रास करून घेऊ नकोस मुली, काही वेळ गेला की तो ठीक होईल.”

“मला नाही तसं वाटत डोना सोली. तो झोपेतही त्या बेटाबद्दल बोलतो. संपूर्ण रात्रभर तो ‘सायप्रस सायप्रस’ असं बडबडत एका कुशीवरून दुसऱ्या

कुशीवर करत राहतो. कधी कधी तो त्यासोबत 'तान्ते, तान्ते,' असंही म्हणतो. माझ्या आईला तो या नावाने कायम हाक मारायचा, तान्ते.'' तिने थकून जरा श्वास घेतला. मग म्हणाली, ''मी त्याला अशा वेळी जागं करायचा प्रयत्न केला, तर तो एकदम भीतीने दचकून उठतो. घामाने चिंब भिजलेला असतो. त्याला कशी मदत करायची ते कळत नाही मला. मी असहाय आहे.''

''टिबेरिया प्रकल्पाचं काम नाही करत का तो आता?''

रेग्नाने निराशेने आपली मान हलवली. ''दुर्दैवाने तो प्रकल्प आता थांबला आहे. व्हेनेशियन युद्धाच्या वेळी ओट्टोमनांनी तिथे मदत करायचं थांबवलं. कदाचित त्यांना तो पूर्ण व्हायलाच नको होता. आपलं पूर्ण आयुष्य माझा नवरा या समजुतीत होता की तो त्याच्या आसपासच्या लोकांकडून आपल्याला हवं तसं काम करवून घेऊ शकतो, पण आता मला असं वाटतं की त्याचाच वापर करून घेतला गेला. एका परीने माझ्या आईने त्याचं रक्षण केलं. निदान ती त्याच्या आकांक्षांना कुंपण घालू शकत होती. पण आता ती कायमची सोडून गेल्यामुळे...''

सोलीने हळुवारपणे तिचा हात घातात घेतला. रेग्नाचे डोळे पाण्याने भरले होते. सोली काय म्हणू शकणार होती? नाक्सोसचा उमराव खरोखरच पागल झालेला होता. इस्तंबूलच्या सगळ्या नागरिकांना हे माहीत होते याची तिला कल्पना होती. ओट्टोमन दरबारात यासेफ नास्सीची जागा कधीच डॉक्टर एस्केनाझींनी घेतलेली होती आणि त्याला युरोपियन राजदरबारांमध्येही तितकाच मान होता. परदेशी समित्यांच्या स्वागत समारंभ प्रसंगी तो कायम उपस्थित असे. मुरातने नास्सीच्या भेटवस्तू परत पाठवल्या होत्या. तो अजूनही नाक्सोसचा उमराव होता, पण सुलतान त्याचे हे पद कधीही काढून घेण्याची शक्यता होती. सोकुल्लू अखेरीस नास्सीवर कुरघोडी करण्यात यशस्वी झाला होता. सोलीला काही क्षण याचे वाईट वाटले. ही दुःखांतिका घडून येण्यात आपल्या बहिणीचा नेमका किती वाटा आहे हा विचार सोलीच्या मनात आला. अनेक वर्षे तिला हेही कळत नव्हते की एस्थर नेमकी कुणाकरता काम करते आहे. ती एकाच वेळी साफिये आणि नुरबानू दोघींच्या बाजूने असायची; ओट्टोमन आणि व्हेनेशियन्स. याशिवाय अनेक गुप्त संबंध तिने जोपासले होते ज्याबद्दल सोलीला काडीचीही कल्पना नव्हती. हे असे चलाखीने काम करणे; कारस्थाने करणे ती कसे जमवते? आता ती तरुण राहिलेली नव्हती. तिच्या मुलाचेही केस पांढरे व्हायला लागले होते. कशाच्या मागे होती ती? पैशाच्या आणि सत्तेच्या इतक्या लालसेमागे नेमके काय कारण होते?

‘‘यासेफने अनेक वर्षं युरोपियन राजदरबारामध्ये काढली आहेत. चमकदार कल्पना आणि पैशांची उधळण त्याने सगळीकडे केली. पण हे त्याच्याकरता पुरेसं नव्हतं. आता कळतंय की त्यालासुद्धा राजा बनायचं होतं. मला हे समजू शकत नाही. याचा स्वीकार करणं मला अशक्य आहे.’’

‘‘ठीक होईल सगळं,’’ सोली कशीबशी पुटपुटली, पण आपल्याच शब्दांवर तिचा विश्वास नव्हता. रेग्नाला वाटले संभाषण जरा वेगळ्या विषयाकडे वळवायला हवे.

‘‘छापखान्याचं काम कसं चालू आहे?’’ तिने विचारले.

‘‘मला आता त्यात मदत करणं शक्य होत नाही, म्हातारी झाले मी.’’

‘‘तुम्ही? ओह, काहीही डोना सोली! माझ्या माहितीतल्या अनेकांपेक्षाही तुम्ही तरुण आहात. पण तिकडे येता येत नाही याचं वाईट वाटून घेऊ नका. मोशे आणि त्याचा मित्र मिशी आम्हाला खूप मदत करतात. शिवाय सध्या तिथे फारसं काही करण्यासारखंही नाही. हिवाळा आहे ना आता. वसंत ऋतूमध्ये पुन्हा धावपळ सुरू होईल. उन्हाळ्यात छापण्याकरता अनेक पुस्तकं तयार आहेत.’’

‘‘मोशेला आमच्या कौटुंबिक व्यवसायात रस आहे हे पाहून मला फार आनंद होतो. तुला माहीत आहे रेग्ना, आमचे पूर्वज तोलेडोमध्ये प्रकाशक होते. पण एस्थरच्या इतर मुलांना यात अजिबात रस नाही आणि कशाला असेल? त्यांची आईही गेल्या कित्येक वर्षांत छापखान्यात जेमतेमच आली. कदाचित पाच-सहा वेळा. त्यापेक्षा जास्त नाहीच. मग ते कशाला येतील? मला माहीत नाही. कदाचित त्यांचंच बरोबर असेल, पुस्तकांमध्ये काहीच पैसा नाही.’’

‘‘डोना सोली, हा पवित्र व्यवसाय आहे. प्रकाशन व्यवसायात पैसा हेच एकमेव आणि अंतिम ध्येय नसतं. आपल्याला स्वतःच्या अस्तित्वाची जाणीव पुस्तकाच्या पानांमधून येते; केवळ दुकत मिळवून नाही. आपल्या दोघींनाही पैसा ही काय चीज आहे नीट माहीत आहे. लोक तो मिळवण्याकरता काय काय पणाला लावतात तेही माहीत आहे ना?

दोघी काही वेळ गप्प बसून राहिल्या. त्यांना पैसा काय आहे हे नक्कीच माहीत होते, विशेषतः रेग्नाला. तिचे आयुष्य जगातल्या सर्वात धनाढ्य लोकांच्या सहवासात व्यतीत झाले होते. असा एकही राजवाडा नव्हता जिथे तिने पाऊल ठेवले नाही. एकही खाद्यपदार्थ नव्हता, जो तिने चाखला नाही. एकही दागिना नव्हता, जो तिच्या अंगावर चढला नाही. तरीही त्यामुळे तिच्या जीवनात इतरांसारखा आनंद आला नव्हता; जे धनसमृद्धीमध्ये डुंबत होते. आता

तिच्यापाशी काय होते अखेरीला? या झगमगत्या आयुष्यामध्ये ती एकाकी होती. अगदी एकटी आणि असहाय. तिला स्वतःच्या मुलाला कवेत घेता येणे शक्य झाले नाही. या अतीव सुंदर महालांमध्ये कोणा लहान मुलांची चहलपहल नव्हती. मुलांचे हास्य इथल्या भिंतींनी कधी ऐकले नाही. सोलीलाही स्वतःचे मूल नव्हते, पण निदान किराझेच्या मुलांची काळजी घेताना तिला मातृत्वाचा आनंद चाखता आला होता. मोशेबद्दल तिच्या मनात विशेष लोभ होता आणि त्याचेही आपल्या मावशीवर खूप प्रेम होते. रेग्नाला अनेकदा त्यांच्यातल्या नात्याचा हेवा वाटला होता.

"मोशे खूप सहृदयी मुलगा आहे," ती म्हणाली.

सोलीला आपल्या लाडक्या भाच्याचा उल्लेख ऐकून आनंद झाला. "होय," ती म्हणाली, "खूप हुशार आणि प्रेमळ आहे तो. आमचं खूप प्रेम आहे एकमेकांवर. त्याच्या जन्मापासून आजतागायत मला वाटतं आम्ही फार क्वचित एकमेकांपासून लांब राहिलो असू. माझ्या पतीचंही त्याच्यावर मुलासारखं प्रेम होतं. इतर भाच्यांवरही माझं प्रेम आहे, पण त्याची जागा खास आहे. माझा जीव की प्राण आहे तो. परमेश्वर त्याचं कायम रक्षण करो. पृथ्वीवरील देवदूत आहे तो."

"नक्कीच. खूप मृदू स्वभाव आहे त्याचा! हळवा आणि प्रेमळ. तुम्हाला माहीत आहे का अनेकांचा समज आहे की तो तुमचाच मुलगा आहे. ओह, माफ करा मला, अर्थातच तो तुमचाच आहे, नक्कीच..."

"ओह, रेग्ना, मुली, इतकी गडबडू नकोस. तुला काय म्हणायचं आहे ते मला नीट कळलं आहे. त्यांना असं वाटतंय की मी त्याची खरी आई आहे. मलाही याची कल्पना आहे. ते का नाही असा विचार करणार? मलाही वाटतं तो माझ्याच पोटचा असायला हवा होता. मोशे आता अठरा वर्षांचा आहे आणि तो त्याच्या आईच्या घरात अठरा दिवसही झोपलेला नाही. किराझे त्याला गेला महिनाभर भेटलेलीही नाही. अर्थात याचा मला काही आनंद होत नाही आहे. तुझा यावर विश्वास बसेल का, की त्याचा सगळ्यात जवळचा मित्र मिशी हा ज्यू नाही हे तिला आता इतक्या वर्षांनंतर कळलं आहे? तिला आपल्या मुलाच्या आयुष्यात जराही रस नाही. मिशी हा मुस्लीम आहे हे तिला अपघातानेच कळलं आणि तिनं त्यांच्या दोस्तीला कडाडून विरोध केला. जणू काही तिला याचा अधिकारच आहे. तिनं त्यांची मैत्री संपुष्टात यावी याकरता जंग जंग पछाडलं. आणि या कारणावरून आमचं आयुष्यात पहिल्यांदाच जोरदार भांडण झालं.

मिशीला ती असं वागवत होती जणू त्याला प्लेग झाला आहे. तिच्याकडे या सगळ्याकरता सयुक्तिक असं काही कारणही नव्हतं.''

रेग्रा थक्क होऊन हे ऐकत होती. ''विश्वासच बसत नाही माझा,'' ती म्हणाली. ''तिला त्याचा मत्सर वाटत असेल का?''

''असेलही, कोणाला माहीत? पण आता आपण काही लहान नाही. मोशे मोठा झाला आहे. त्याने काही ऐकून घेतलं नाही. आईच्या अंगावर ओरडला तो. मी त्याला असं कधीच पाहिलं नव्हतं. एस्थरला उद्देशून त्याने जे शब्द वापरले ते ऐकून मी थक्क झाले. तो तिच्या तोंडावर म्हणाला की मिशी त्याच्याकरता शंभर टक्के जास्त महत्त्वाचा आहे, आईपेक्षा. 'इतक्या वर्षांच्या दुर्लक्षानंतर तुझी हिंमतच कशी होते असं समजायची की तू माझ्या आयुष्यावर अधिकार गाजवू शकतेस,' असं तो म्हणाला. मी त्याला शांत करायचा प्रयत्न केला, पण त्याने माझंही ऐकलं नाही. आणि त्याचं बरोबरच तर होतं. एस्थरकरता सगळ्यात महत्त्वाची आहे सराय आणि तिच्या आयुष्यात महत्त्वाचं स्थान आहे ते फक्त सुलतानांना. विशेषत: आता साफिये व्हेनिसमध्ये लॉटरीची योजना सुरू करण्याची परवानगी मिळवणे या एकाच गोष्टीचा आता तिला ध्यास आहे. रात्रंदिवस याच्याच मागे आहे ती. माझ्या मते राजा बनण्याचे स्वप्न बघण्याहून हे काही वेगळं नाही. त्यामुळे चिंता करू नकोस. तू काही एकटी नाहीस, माझ्यापुढेही तसंच दु:ख आणि काळज्या आहेत.''

रेग्राने मान वर उचलली आणि ती हसली. सोलीशी बोलल्यामुळे तिच्या समस्येवर उत्तर सापडले नव्हते, पण निदान त्यामुळे तिच्या मन:स्थितीत खूप चांगला फरक पडला होता. ''तुम्ही अजून एक कप चहा घ्याल का, डोना सोली?'' तिने विचारलं.

''ओह, आभारी आहे. घेईन एक कप आणि मग मात्र मला जायला हवं. सूर्यास्ताच्या आत मला घरी परतायला हवं. काय सांगावं? कदाचित आज अचानक बर्फाचं वादळही येऊ शकतं.''

रेग्राने उंची पोर्सेलिनच्या कपातून चहा आणला. शेकोटीच्या बाजूला आळसावून झोपलेल्या मांजरीने अंग ताणले आणि मग नव्या जागेवर जाऊन ती पुन्हा गुरफटून झोपली. फांद्यांवर साचलेल्या बर्फाच्या थरातून सूर्यकिरण झळाळते रंग उधळत होते. बहुमोल व्हेनेशियन क्रिस्टल्ससारखे.

नोव्हेंबर २, १५७९
व्हेनिस

नास्सीच्या निधनामुळे ओट्टोमन साम्राज्यातले ज्यू शोकमग्न झाले आणि शाही वजीर सोकुल्लूच्या एका अनामिक दारविशाने केलेल्या हत्येचे पडसाद व्हेनिसमध्येही उमटले.

शाही यहुद्याच्या मृत्यूबाबत अनेक अफवा उठल्या. काहींच्या मते युरोपमध्ये थैमान घातलेल्या प्लेगच्या साथीतला तो अजून एक दुर्दैवी बळी, तर काही म्हणाले त्याच्या मृत्यूचे कारण सायप्रसवर मिळवलेल्या विजयानंतर त्याला आलेले नैराश्य. परंतु त्याला जवळून ओळखणाऱ्यांना माहीत होते की भावनिक कारणांमुळे मृत्यू ओढवून घेणाऱ्यातला नास्सी नव्हता आणि हल्ली काही दिवस तो ठीकही झाला होता. तो हल्ली उच्च दर्जाचे कलाकार आणि ज्ञानी तत्त्वज्ञानांच्या सहवासात जास्त वेळ असायचा. त्यामागचे कारण कदाचित आपल्या आयुष्याला नवे वळण देण्याची तो तयारी करत होता. पण ते त्याच्या लक्षात आले नव्हते. त्याचा मृत्यू प्लेगमुळे झाला, ज्याने इतरही अनेकांचा जीव घेतला होता. सुलतानांची आत्या मिहरिमाह, पियाले पाशा, शेख-अल-इस्लाम आणि इतर अनेक त्या हिवाळ्यात मृत्युमुखी पडले.

मेन्डेसचे आयुष्य नक्कीच वेगळं झालं असतं जर त्याने आपल्या आत्याच्या प्रभावाखाली येऊन पुन्हा ज्यूडाइझम स्वीकारला नसता तर!

पिएत्रो गिओवानी आणि त्यांचे भागीदार फेडेरिको सेलिनी व्हेनिसमधले प्रमुख वस्त्र-उत्पादक ओट्टोमन हरेमला पाठवायच्या किमती कापडांवरून नजर फिरवत असताना गप्पा मारत होते.

''तुझं कदाचित बरोबर असेल पिएत्रो, पण मला वाटतं मी तुझ्यापेक्षा जरा जास्त दैववादी आहे. जर त्याच्या दैवात प्लेगने मरण्याचं लिहिलेलं होतं, तर तो इस्तंबूलमध्ये होता, व्हेनिसमध्ये होता की लिस्बनमध्ये याने काही फरक पडला नसता.''

''तो प्लेगमधून बरा होऊन वाचला असता असं नाही मला म्हणायचं. मी त्याच्या अशक्यप्राय स्वप्नाबद्दल बोलत आहे; ज्याच्यामागे तो होता, राजा बनण्याच्या. जर तो इथे राहिला असता तर त्याच्या डोक्यावर मुकुट नसता हे नक्की, पण निदान तो राजासारखा राहू शकला असता.''

''तसा तो इस्तंबूलला जाण्याच्या आधीही होताच, नव्हता का? इतक्या

फुकटच्या कसोट्या... त्यानं आपल्या हातांनी स्वत:च्या आयुष्याचं नुकसान करून घेतलं. काय मिळवलं त्यानं मुस्लिमांच्या त्या अंधाऱ्या जगात स्वत:ला गाडून घेऊन? शेवटी त्याला असंख्य शत्रू निर्माण झाले होते, हेच खरं आहे. इतकी किंमत त्याकरता मोजणं योग्य होतं का, असं मला वाटतं.''

``तो शाही वजीर, त्याच्या तिरस्कारामुळे नास्सीचा अंत झाला.''

``होय.''

``नास्सीच्या मृत्यूनंतर लगेचच वजिराला सुरा भोसकून मारलं गेलं याबद्दल तुला काय म्हणायचं आहे? फारच मोठा योगायोग आहे हा.''

``योगायोग? कदाचित असेलही, किंवा नसेलही. शाही वजिरांनाही खूप शत्रू होते. विशेषत: शाही जनानखान्यामधले. त्याच्याभोवतीचं वर्तुळ दिवसेंदिवस आक्रसत गेलं. त्याचे सगळे पाठीराखे एकतर तुरुंगात गेले किंवा मारले गेले; काही परागंदा झाले. मला वाटतं त्याचा सगळ्यात विश्वासू माणूस, कान्ताकुझेनोस, या ग्रीकाचा खून हा सोकुल्लूच्या भवितव्याचं निदर्शक होता. असं म्हणतात कान्ताकुझेनोसचा मृतदेह त्याच्या घराच्या मुख्य प्रवेशद्वारासमोर खांबावर लटकवला होता; नव्या राज्यकर्त्यांच्या विरोधात असणाऱ्यांना दहशत बसावी म्हणून. असा किंवा तसा, माझ्या मते हा दैवी न्याय होता. सोकुल्लूने मेन्डेसचं आयुष्य उद्ध्वस्त केलं. मला असं कळलं की शाही यहुद्याच्या मृत्यूनंतर वजिराच्या माणसांनी बेल्व्हेडेरला येऊन त्याची सगळी मालमत्ता लुटली. रेय्ना नास्सीला सरायमधून जेमतेम तिचा ड्राहोमा घेण्यात यश आलं.''

``काय हे भयंकर कृत्य! पण त्यात काही नवल नाही. ओट्टोमनांची परंपराच आहे ही. जर कोणा विश्वासू माणसाचा मृत्यू काही कारणाने झाला, तर त्याची संपत्ती सुलतानांकडे जमा होते. जर सोकुल्लूचा विवाह सुलतानांच्या बहिणीशी झाला नसता तर त्याच्या मालमत्तेचंही हेच झालं असतं.''

``मला या ओट्टोमनांचं काही कळतच नाही. त्यांच्या सगळ्या विचित्र पद्धती आणि वेगळ्याच दुनियेतलं जगणं. असं असूनही आधुनिक युरोपवर अजूनही त्यांचं इतकं वर्चस्व कसं काय आहे?''

त्यांच्या शक्तीच्या मर्यादा कोणालाच नेमक्या माहीत नाहीत मित्रा. कदाचित आपण समजतो त्यापेक्षा ते खूप कमजोर असतील, विशेषत: आत्ता. सुलेमानानंतर सिंहासनावर बसलेले कोणीच त्याच्यासारखे नाहीत. त्याचा मुलगा सेलिम किंवा सेलिमचा मुलगा मुरात हे कोणीच त्याच्या तुलनेत खरे राज्यकर्ते नाहीत. असं म्हणतात मुरातने त्याच्याभोवतालच्या विचित्र माणसांसमोर सरळ सरळ शरणागती पत्करलेली आहे.''

“म्हणजे आपली व्हेनेशियन साफिये, असं तुला म्हणायचं आहे. कोर्फूच्या राज्यपालांची मुलगी?”

“ती मुख्य आहे हे नक्कीच आणि तिची सल्लागार एस्थर आहे यात काहीच शंका नाही, आणि जर फक्त याच असतील तर आपल्या दृष्टीने चांगलंच होतं. पण यादी इतकी मोठी आहे, त्यात मांत्रिक आहेत, भविष्यवेत्ते आहेत, जादूगार आहेत... ते सांगतील ते हा करतो. त्याने अवकाशनिरीक्षणगृहसुद्धा तोडलं, जे त्यांनी साफियेच्या सांगण्यावरून वर्षभरापूर्वीच उभारलं होतं. अतिशय कमकुवत आहे तो...”

“म्हणजे तुला शाही जनानखान्याची खूपच बारीकसारीक माहिती दिसते आहे.”

“हो, म्हणजे एस्थर दर महिन्याला वृत्तान्त पाठवत असते. माझ्या माहितीचा स्रोत तोच आहे.

“काय बाई आहे ही!”

“खूप हुशार आहे ती. मला वाटतं प्रजासत्ताकातर्फे तिला लवकरच बक्षीस दिलं जाईल. व्हेनिसमध्ये सोडत योजना सुरू करण्याचे हक्क देऊन.”

“माझ्या मते आपला कितीही राग असू दे ज्यूंवर पण ते आपल्यापेक्षा हुशार आहेत हे नक्कीच मान्य करायला हवं.”

“कदाचित असतीलही ते हुशार किंवा ओट्टोमन जास्त मूर्ख असतील. सरायकडे बघ, ज्यूंमुळे खदखदत आहे ते. नास्सीच्या मार्गावरून चालत कितीतरी तिथे पोचले आहेत. एस्केनाझी, राब्बी सालोमन आणि अजूनही... उमरावांच्या दरबारात सालोमनला इतर युरोपियन राजवाड्यांमध्ये राजनैतिक अधिकाऱ्याला असतो तसा मान आहे.”

“खरंच नवल आहे. पण तरी मला काही गोष्टी विचित्र वाटतात. माझा एक मित्र नुकताच इस्तंबूलला जाऊन आला. तो म्हणाला की काही धार्मिक लोकांच्या प्रभावामुळे काही काळ ज्यूंवर वैशिष्ट्यपूर्ण कपडे घालण्याचं फर्मान निघालं होतं. रेशीम आणि रंगीत टोप्या परिधान करायला त्यांना मनाई होती. हा कायदा रद्द व्हावा याकरता ज्यूंना पन्नास हजार दुकत मोजावे लागले. कल्पना कर त्यांच्या सर्वात आवडत्या माणसांवर त्यांनी मूर्खासारखे कपडे घालून फिरण्याची सक्ती केली. मला ओट्टोमनांचं वागणं समजत नाही आणि त्यांच्याकरता काम करणाऱ्या ज्यूंचंही नाही. विशेषत: ज्यूंचं!”

“माझ्या मित्रा, जर आपण या लोकांच्या विचित्र जीवनपद्धतीवर असंच

बोलत राहिलो, तर मला वाटतं आपल्याला इथे बैठक मारून सगळा वेळ यातच घालवावा लागेल. त्यामुळे आपण आता आपल्या व्यवसायाकडे वळूया. कोर्फूच्या राज्यपालांच्या मुलीकरता आता आपण यातलं सर्वात उत्तम कापड निवडून बाजूला ठेवूया. साफिये सुलतानाला बघताक्षणी ते आवडायला हवं. नाहीतर ती रागावेल आणि ते व्हेनिसमधल्या आपल्या सगळ्यांना महागात पडेल.''

दोघे भागीदार तळघराकडे गेले. तिथे पंधरा कामगार भरतकाम केलेले सॅटिन, मखमल, लाल, गुलाबी, पिवळ्या, हिरव्या, केशरी, जांभळ्या आणि निळ्या अशा झळाळत्या इंद्रधनुषी रंगातले रेशीम यांच्या गराड्यात जोरदार काम करत होते.

एप्रिल ८, १५८१

गलाटा

पुढच्या रविवारी सेंट न्टनी, सेंट फ्रॅन्कोइस आणि सेंट सेबास्टियन या चर्चचे रूपांतरण करण्याच्या अचानक आणि अनपेक्षित निर्णयानंतर फ्रेंच राजदूत सोबत ऐंशी लोकांना घेऊन सेंट न्टनीच्या प्रवेशद्वारावर या हुकमाचा प्रतिरोध करण्याकरता आले. इस्तंबूलच्या कॅथोलिक अल्पसंख्याकांना मेहमेत दुसरा याने एका संधीच्या दिवशी बहाल केलेल्या हक्कांची पुन्हा जाणीव करून देण्याचा त्यांचा निर्धार होता. त्यांच्याभोवती टर उडवणाऱ्या मुस्लिमांचा गराडा पडला होता. काहीजण तर त्यांच्यावर थुंकत आणि दगड फेकत होते. राजदूत तरीही निग्रह दाखवत ठाम उभा राहिला; जणू त्याला काही ऐकू येत नव्हते आणि मग त्याने चर्चचे मुख्य दार तीन वेळा ठोठावले आणि मोठ्या आवाजात प्रार्थना म्हणायला सुरुवात केली, 'अट्टोलिते पोर्टास इन्फेरिम'. इतरांनी त्याच्या शब्दांचा पुनरुच्चार केला.

संतप्त जमाव काही वेळ या विचित्र समूहगानाने चकित झाला, पण त्यांच्यातल्या एकाने पुन्हा अपमानास्पद वर्तन करत इतरांनाही तसे करायला प्रोत्साहित केले. शिपाई नुसतेच बघत होते. कारण त्यांना नवा शाही वजीर सिनान पाशा यांच्याकडून तसाच हुकूम मिळाला होता. त्याच्या स्पष्ट सूचना होत्या की ख्रिश्चनांपैकी कोणाच्या जीवाला धोका निर्माण झाला तरच मधे हस्तक्षेप

करायचा. त्याचा हेतू राजदूताला धडा शिकवण्याचा होता; जो त्याला एकदाही भेटायला गेलेला नव्हता आणि आज्ञापत्र रद्द करण्याकरता पैसे उकळण्याचाही त्याचा इरादा होता.

मुस्लीम जमावाच्या हिंसक वागणुकीनंतरही जॅकस गेर्मिनी आणि त्याचे साथीदार दुपारपर्यंत तिथेच उभे राहिले आणि नंतर शांतपणे ती जागा सोडून अरुंद गल्लीमधून निघून गेले.

गलाताचे नागरिक, जे बहुसंख्य ग्रीक, आर्मेनियन आणि ज्यू होते; त्यांनी आपल्या घरांच्या खिडक्यांमधून ही घटना चिंतित नजरेने न्याहाळली. पूर्ण सकाळभर पडदे बाजूला सारलेले होते. केवळ एकच घर शांत आणि स्थिर होते. ते म्हणजे डॉक्टर चिपरुट यांचे. कारण मोशेची प्रिय मावशी हिवाळा सुरू होत असताना आजारी पडली होती आणि याच आठवड्यात तिचे निधन झाले होते. ती हे जग शांतपणे सोडून गेली; जसे तिचे सगळे आयुष्य होते. एस्थर गोठलेल्या चेहऱ्याने त्या प्रसंगाला सामोरी गेली. तिच्या भावना समजणे अशक्य होते. पण तिने कायमच आपल्या भावना इतरांपासून लपवल्या होत्या. अगदी स्वत:च्या कुटुंबापासूनही. तिच्या अंतर्मनात कोणालाही प्रवेश नव्हता. तिच्या नवऱ्याला अजूनही त्याच्याबद्दल तिच्या मनात काय भावना आहेत याची खात्री नव्हती. अर्थात लिओनलाही त्याची फार फिकीर नव्हती. कारण त्यानेही तिच्यासारखेच कामाला वाहून घेतले होते. तो आणि त्याची तीन मुले अपार कष्ट करून आपल्या खजिन्यात अजून जास्त दुकतची भर घालत होते. मोशेने मात्र स्वत:करता अगदी वेगळेच आयुष्य निवडले होते. त्याने आपली मावशी सोली आणि तिच्या पतीला आपले पालक म्हणून स्वीकारले होते आणि त्याने आपले दु:ख, आनंद, आशा सगळे त्यांच्यासोबत वाटले होते. अर्थातच मिशी हा त्याच्या आयुष्याचा अजून एक अविभाज्य भाग होता.

त्याचे एस्थरसोबत असलेले अतिशय नाजूक नाते या मैत्रीमुळे जवळपास तुटण्याच्या स्थितीला आले होते. मिशीला भेटल्यावर त्याची आई त्याच्याशी अतिशय विचित्र आणि उद्धटपणे वागली होती. तिने त्याचा अपमानही केला होता. मोशेचा त्या वेळी पहिल्यांदाच उद्रेक झाला होता आणि त्याने आपली सगळी निराशा, वाढीच्या वयातला भावनिक गोंधळ निष्ठुर शब्दांत व्यक्त केला होता. त्या दिवसानंतर आई आणि मुलगा अगदीच गरज पडल्याशिवाय परस्परांसमोर आले नव्हते.

मोशे आपल्या आईचा तिरस्कार करत नव्हता, पण त्याला खात्री होती

की ती त्याचा तिरस्कार करते. सुरुवातीपासूनच त्याला वाटत होते की त्याच्या कुटुंबाने त्याला त्याच्या शारीरिक व्यंगामुळे अलग पाडले आहे. आपल्या प्रिय मित्राची साथ न सोडण्याचा त्याचा पक्का निर्धार होता, गरज पडली तर तो कायमचाही त्यांचा त्याग करायला तयार होता. एस्थरने त्याची प्रतिक्रिया पाहिल्यावर पुन्हा हा विषय कधीच काढला नव्हता, पण त्यामुळे त्यांच्यात अजून एक रहस्यमय पडदा निर्माण झाला होता. नाजूक मनोवृत्तीच्या मोशेला पूर्ण खात्री होती की त्याच्या सख्ख्या आईला त्याचा तिरस्कार वाटतो.

खरेतर एस्थर मोशे किंवा मिशी कोणाचाच तिरस्कार करत नव्हती. तिची समस्या स्वत:बाबतच होती. इतक्या वर्षांनंतर नकळत पुन्हा तिच्या भूतकाळातल्या स्मृती जागवल्या गेल्या होत्या. हा कोणता योगायोग होता नेमका? मोशे कसा काय तिच्या सहा बोटांच्या नातवाशी इतकी दाट मैत्री करू शकतो? इतक्या मोठ्या साम्राज्यात फक्त हाच... का?

पहिल्या भेटीतच मिशीचा चेहरा अगदी बुराकसारखाच असल्याचे पाहून तिचे डोके फिरले होते. तेच केस, तोच चेहरा, तेच हात आणि तसेच सहावे बोट. जणू काही ती भयंकर दु:स्वप्न जगत होती.

भयग्रस्त मनाने, जसे एकेकाळी तिच्या आईने केले होते, तिने त्यांची मैत्री तोडण्याचा प्रयत्न केला, पण हे अशक्य आहे हे तिच्या लक्षात आले. आता तिचा मुलगा दिवसेंदिवस तिच्यापासून जास्त दूर जात होता. सोली आणि रेग्नानेही त्यांच्या मैत्रीला पाठिंबा दिला होता. लिओन आणि तिची इतर मुले तिच्या विचित्र वागण्याने चकित झाली होती. एस्थर आपली जळती वेदना घेऊन रात्र रात्र एकटी जागत होती. भूतकाळापासून आपल्याला सुटका नाही हे तिला पक्के कळले होते. आता ती केवळ त्याचा स्वीकार करण्यावाचून आणि परिणाम भोगण्यावाचून काहीच करू शकत नव्हती.

सोलीच्या मृत्यूनंतर आता तरी मोशे घरी येईल अशी तिला आशा वाटली, पण त्याऐवजी त्याने छापखान्यात राहायचा निर्णय घेतला. आपल्या वडिलांशी बोलताना तो म्हणाला की, त्याचे हे घरापासून पलायन करणे नाही, पण घराण्याची कला टिकवण्याकरता ही गरजेची गोष्ट आहे. रेग्ना तिची कितीही इच्छा असली तरी स्वत:च्या बळावर तो पुढे नेऊ शकत नव्हती.

एकेकाळच्या नाक्सोसच्या उमरावपत्नीने पुस्तक प्रकाशनाच्या कामात स्वत:ला वाहून घेतले होते आणि मोशे तिला संपूर्ण मदत करत होता. मिशीने आच्छादित बाजारामध्ये व्यापाऱ्यांच्या हिशेबनिसाची नोकरी सुरू केल्याने त्याला

पूर्वीसारखे त्यांच्या मदतीला जाता येत नव्हते. त्याच्याकडे सध्या दहा ग्राहक होते आणि सुरुवातीच्या मानाने हे खूपच उत्तम होते. त्याची आई दररोज डोना सोलीच्या आत्म्याच्या शांततेकरता प्रार्थना करी. इतकी वर्षे तिची खूप मदत झाली होती त्यांना.

ऑक्टोबर २८, १५८३
लंडन

एलिझाबेथला आपल्या प्रियकराचे लग्न मेरी स्टुअर्टशी लावून देण्यात अपयश आले होते पण तिने तिच्यावर नियंत्रण ठेवण्याचा दुसरा मार्ग शोधून काढला होता. स्कॉटलंडची राणी अता टॉवर ऑफ लंडनमध्ये गेली सहा वर्षे तुरुंगवास भोगत होती आणि बहुधा तिचे आयुष्य तिथेच संपेल असे वाटत होते. एरवी प्रेमळ हृदयाची राणी मनात आले तर अतिशय क्रूर बनू शकत होती. आपल्या साम्राज्याच्या उज्ज्वल भवितव्याकरता ती काहीही करायला तयार होती. त्याकरता तिने कॅथरिन डी मेडिसी हिचा मुलगा अलेन्कन याच्याशी लग्न करायचीही तयारी दाखवली होती; जो तिच्याहून वीस वर्षांनी लहान होता. पण त्याच्याशी लग्न केले तर फ्रान्ससोबतचे संबंध सुधारले असते. पण आता त्याची गरज राहिली नव्हती. एलिझाबेथने दूर देशातला, ओट्टोमन साम्राज्यातला, दोस्त शोधला होता आणि तिने त्वरित कृती करायला प्रारंभ केला होता. राजवाड्यातला स्पॅनिश डॉक्टर रॉड्रिगो लोपेझ याने तिचे स्वप्न पूर्ण करण्याकरता लागेल ती मदत करायचे आश्वासन दिले होते. हा डॉक्टर सालोमन अबेनिशचा चुलत भाऊ होता; ज्याला सुलतानांनी लेस्बॉसचा ड्यूक नेमले होते. दोघा ज्यूंच्या हस्तक्षेपामुळे सुलतान मुरातचा शिक्षक सादेतिन सहजरीत्या गळाला लागला होता आणि दोन्ही साम्राज्यांमधला व्यापार व्यवस्थित सुरू झाला होता. पण अर्थातच हे केवळ परमेश्वराची इच्छा म्हणून झाले नाही. इंग्लंडने सादेतिनला पाच हजार सुवर्ण दुकत या कामगिरीकरता मोजले होते.

शाही वजीर सोकुल्लूच्या वेळीसुद्धा एलिझाबेथने असा संबंध प्रस्थापित करण्याचा प्रयत्न केला होता, पण ते कागदोपत्रीच राहिले. त्यांनी एकमेकांना पत्रे पाठवली, पण कोणत्याच अंतिम निर्णयापर्यंत येऊन पोचले नाहीत. पण आता विल्यम हरेबोनच्या नेतृत्वाखाली एक समिती इस्तंबूलमध्ये गेले वर्षभर कार्यरत

होती. प्रत्यक्ष सुलतानांकडून स्वीकारपत्र मिळवण्यात त्यांना यश आले होते. खुल्या व्यापारी सवलतीकरता त्यात परवानगी दिलेली होती. याआधी ब्रिटिशांना खरेदी-विक्रीचा व्यवहार केवळ फ्रेंच झेंड्याखाली करता यायचा. त्याचा प्रचंड भुर्दंड एलिझाबेथला सहन करायला लागला होता. अर्थातच ओट्टोमन दरबाराच्या अंतिम निर्णयामुळे फ्रेंच नाराज झाले; व्हेनिसलाही आनंद झाला नव्हता, पण निर्णय घेऊन झाला होता. आता प्रचंड मुस्लीम साम्राज्यात पैसा कमवण्याची पाळी ब्रिटिशांची होती.

राजदूताकडून आलेले पत्र एक सचिव राणीला वाचून दाखवत होते :
महाराणी एलिझाबेथ यांस,

कृपया मला ही आनंदाची बातमी आपल्याजवळ जाहीर करण्याची अनुमती द्यावी. आता आपल्या व्यापाऱ्यांकरता भुमध्य समुद्र खुला झाला आहे. आपली जहाजे आता आपल्या झेंड्याखाली मुक्तपणे संचार करू शकतील. सुलतानांनी या संबंधातले फर्मान जारी केले आहे. मला आशा आहे की ब्रिटिश व्यापारी केंद्र लेव्हंट कंपनी उघडण्याकरता गरजेचे असलेले दुसरे फर्मान लवकरच प्राप्त होईल.

इथे आपले आपुलकीने स्वागत केले जात आहे आणि सुलतान तसेच इतर उच्चाधिकाऱ्यांनी अनेक बहुमोल भेटवस्तूही दिल्या आहेत...

एलिझाबेथने अधिरपणे विचारले,

"त्यांनी स्पॅनियार्ड्सच्या विरोधातल्या युतीसंबंधात काही बोलणं केलं आहे का?"

"नाही, महाराणी. राजदूतांनी या विषयावर काहीच स्पष्टपणे लिहिलेलं नाही. ते फक्त म्हणतात की सुलतानांनी सांगितले आहे की त्यांना पूर्वेकडून इराणची समस्या भेडसावत आहे आणि सध्या त्यांना पश्चिमेकडून काही अडथळा नको आहे."

"ओह, असं आहे का? याचा अर्थ नाही असाच होतो." महाराणींच्या चेहऱ्यावर किंचित निराशा तरळून गेली, पण तिने स्वत:ला लगेच सावरले. "खुल्या व्यापाराकरता परवानगी मिळणे ही आपल्या उज्ज्वल भवितव्याच्या दृष्टीने मोठी झेप आहे. एकदा सुरुवात झाली की मग पुढे प्रगती होत जाईल. कॉन्स्टेन्टिनोपोलिस आपल्याकरता फार महत्त्वाचे आहे. तिथून आपल्याला अजूनही लांबच्या देशापर्यंत पोचता येईल. त्यांचा देश प्रचंड मोठा आणि समृद्ध आहे. आणि त्यांच्यापाशी पुरेसा अनुभव आणि उच्च शिक्षण असलेले व्यावसायिक नाहीत; जे त्यांच्या फायद्याकरता नीट काम करू शकतील. डडलीकरता ही मोठी संधी आहे असं नाही का वाटत?"

‘‘महाराणी आपल्या दूरदृष्टीमुळे मी दरवेळी चकित होतो. आपल्याला आजपासून मध्यपूर्वेत महान व्यावसायिक साम्राज्य उभारण्याचा दिवस साजरा करायला हवा.’’

‘‘का नाही? मोठंच यश आहे हे नक्की.’’

नोव्हेंबर २९, १५८५
शाही जनानखाना

साफियेच्या चेहऱ्यावरच्या आनंदामागचे कारण कोणालाच उमगले नव्हते, एकट्या किराझेशिवाय. तिच्या लगेचच लक्षात आले काय झाले आहे. तिच्या कानापाशी झुकून तिने हळू आवाजात विचारले, ‘‘मेली का ती?’’ साफिये खिदळत म्हणाली, ‘‘होय, एकदाची! पण तुला कसं कळलं?’’ किराझेने मान हलवली, जणू तिला म्हणायचे होते, ‘मला नाही तर कुणाला समजणार?’

साफिये जलदगतीने आपल्या दालनाच्या दिशेने गेली. एस्थर तिच्या मागोमाग जात होती, पण आता ती म्हातारी झाल्याने तिला वेग पकडता येईना, काही क्षण थांबून तिने दम घेतला, ‘‘हळू चाल, मुली,’’ ती पुटपुटली, ‘‘मी आता पूर्वीसारखी तरुण नाही.’’

साफिये मागे वळली आणि तिचा हात हळुवारपणे धरत ती म्हणाली, ‘‘ओह, माफ कर मला. दम लागला आहे का तुला? मी मदत करते.’’

आलिशान दालनामध्ये पोहचताच साफियेने लिंडन चहा आणायला हालायिकेला फर्मावले आणि एस्थरला आरामशीर गादीवर बसवून ती अधिऱ्या उत्साहाने बोलायला लागली. ‘‘तुला माहीत आहे किराझे, आता यापुढे हरेममध्ये मी एकटीच! आता इथे माझंच राज्य फक्त. ओह, देवाला माहीत मी याकरता त्याची किती प्रार्थना केली आहे. अखेरीला त्या सगळ्यांपासून मला सुटका मिळालीच. नुरबानू मेली आहे, कायमची. देवाचे आभार!’’

‘‘श्श. त्यांना ऐकू जाईल. विसरू नकोस भिंतींना कान असतात.’’

‘‘आता मला काही फिकीर नाही. तिला काही मी मारलेलं नाही. पण मला यात खूप मजा येतेय हे मान्य करायलाच हवं. त्या चेटकिणीने तिच्या मुलाला माझ्याविरुद्ध फितवण्याकरता इतके परिश्रम घेतले होते. मुरातच्या बिछान्यात तिने आपल्या हाताने निदान शंभर मुलींना तरी पाठवलं असेल.’’

किराझे हसली ''आणि त्याच्या बिछान्यात तू आपल्या हाताने किती मुलींना पाठवलंस ते सांग पाहू.''

साफियेने नाराज होत आपला चेहरा आक्रसून घेतला, ''पण तुला माहीत आहे मला ते जबरदस्तीने करायला लागलं होतं. तिच्याविरुद्ध चाललेल्या झगड्याचा तो एक भाग होता. मला तिच्यापासून आणि इतरांपासून स्वत:चं संरक्षण करायचं होतं. जादूगार, मांत्रिक. अनेक विचित्र लोक. त्यांनीही हेच केलं ना? हरेममध्ये मुरातची किती मुलं आहेत हेही मला नेमकं सांगता यायचं नाही. पण शेवटी स्वत:च्या पायावर उभी असलेली मी एकटीच आता शिल्लक आहे आणि मुरात मी जे सांगेन ते ऐकत असतो. शिवाय त्याला मी अतिशय हुशार असा शहजादा दिला आहे. त्याच्या वडिलांनंतर साम्राज्याचा वारसदार माझा मेहमेत असणार आहे.''

''मला माहीत आहे ते, सुंदरी, नक्कीच माहीत आहे. तुला दोष नाही देत आहे मी! शांत हो.''

हालायिक लिंडन चहा आणि कुकीज ठेवलेली चांदीची तबके घेऊन आल्या. त्या गेल्यावर साफियेने आपल्या छातीजवळ ठेवलेले एक पत्र बाहेर काढले. ''हे बघ,'' ती कुजबुजली. किराझेने त्या कागदावर नजर टाकली. ''काय आहे हे? मला काही दिसत नाही.''

''कॅथरिन डी मेडिसीकडून मला आलेलं पत्र. तिनं आपल्या हातांनी लिहिलं आहे.''

''काय म्हणते आहे ती?''

''हं, ती म्हणते आहे की आपल्या दोघींमध्ये नातं आहे आणि तिला मी खूप आवडते. शेवटी तिला माझी मदत लागलीच.''

''कशाकरता?''

''मुरातला स्पेनच्या फिलिप विरोधात फ्रान्सशी संगनमत करण्याकरता मी त्याचं मन वळवावं म्हणून.''

''मुरात हे मान्य करणार नाही. इंग्लिश व्यापारी आठवतात ना? त्यांनाही हेच हवं होतं. पण त्यांच्यात काही करार होऊ शकला नाही. शिवाय या युतीमुळे ओट्टोमनांचा काय फायदा होणार? सध्या त्यांचे स्पेनसोबतचे संबंध शांततापूर्ण आहेत. आणि हेही लक्षात ठेव की मुरात सरायच्या शेजारच्या सेंट सोफियामध्ये पाऊलही ठेवू शकत नाही.''

''होय, तो सरायमध्ये निदान गेली दहा वर्षं आहे. पण तुला माहीत आहे,

त्याला अपस्माराचे झटके येतात. सार्वजनिक जागी जर त्याला फीट आली तर काय करणार?''

''हे बघ, अपस्मार किंवा अजून काही, मला त्याची फिकीर नाही. या काल्पनिक शक्यताही सोडून दे. पण जो माणूस मशिदीमध्येही जाऊ शकत नाही, तो युद्धावर कसा काय जाऊ शकणार?''

''मला वाटतं तुझं बरोबर आहे, पण तरी कॅथरिनने मला लिहिणं हेही महत्त्वाचं आहे. तुला ठाऊक आहे, एलिझाबेथनेही मला पत्रं पाठवली आहेत.''

''मला माहीत आहे, साफिये, मुली. विसरू नकोस तूही राणी आहेस. त्यांच्याइतकीच तूही हुशार आहेस. सगळ्यांनाच हे माहीत आहे आणि त्याचमुळे सर्वांवर तुझा वचक आहे.

साफियेने हसून पत्राची घडी घातली आणि पुन्हा ते आपल्या छातीजवळ ठेवायला लागली. एस्थरने अचानक तिचा हात पकडला. ''थांब,'' ती म्हणाली. तिने ते पत्र हिसकावून घेतले. हवेत विजयी ध्वजाप्रमाणे हलवले अणि मग ते आपल्या छातीजवळ ठेवत ती म्हणाली, ''कधी कधी पत्रांनाही खूप मोठी किंमत येते.''

''कशी?''

''हे पत्र जेव्हा मी व्हेनेशियन्सना दाखवीन...''

''ओह, किराझे, चकित करून टाकतेस तू! याकरता ते भलीमोठी किंमत मोजतील, हो ना?''

''किती किंमत मोजतील मला माहीत नाही, पण माझ्याकरता सर्वात बहुमोल किंमत असेल व्हेनिसमध्ये लॉटरी योजनेकरता परवानगी पत्र.''

''मला वाटतं हे तू उद्या करावंस किराझे, आज घरी जाऊन जरा विश्रांती घे.''

एस्थरने नकार दिला. ''नाही. गोष्टींना विलंब करणे माझ्या स्वभावात नाही. तुला ते नीट माहीत आहे. आणि काळजी करू नकोस. मी इतकी काही थकले नाही. शिवाय घरीही माझी वाट पाहणारं कोणी नाही आता. लिओनच्या निधनानंतर मला घरी खूप कंटाळा येतो.'' ती सावकाश दरवाजापाशी गेली. ''चालायचंच, यालाच आयुष्य म्हणतात. लोक येतात आणि जातात. आता मी लगेच बाल्योसना जाऊन भेटते. उद्या मी पुन्हा येईन. तुझ्या लक्षात आहे ना मी काय सांगितलं? प्रयत्नपूर्वक असं दिसू दे की तुला शोक झाला आहे. आणि मुरातचं सांत्वन कर. नुरबानू त्याची आई होती आणि तो आता नाजूक

मनःस्थितीत असेल. शेवटी सुलतान असला तरी तो पुरुष आहे. त्याच्या बाजूला बस, त्याच्यावर काळजी आणि प्रेमाचा वर्षाव कर. तो त्यामुळे भारावून जाईल.''

साफियेने आज्ञाधारकपणे मान हलवली. त्या वेळी तिच्या गोऱ्यापान गळ्यातली मोत्यांची नाजूक माळ हलताना दिसली. किराझेने तिच्या सोनेरी केसांवरून प्रेमाने हात फिरवला.

गलाता

एस्थरने आपले काम लांबणीवर टाकले नाही हे योग्यच झाले. ती जेव्हा व्हेनेशियन राजदूताच्या सचिवाला भेटली तेव्हा तिने कॅथरिन डी मेडिसीचे पत्र पुढे करण्याआधीच त्याने कागदांचे एक जाड भेंडोळे तिला दिले. ते उघडताच तिचे हृदय जोरात धडधडले. व्हेनिसमध्ये लॉटरीचा खेळ चालू करण्याकरता प्रजासत्ताकाच्या ड्यूकतर्फे तिला दिलेल्या परवानगीचे ते अधिकृत कागदपत्र होते. तिला आश्चर्याचा धक्का बसला. अखेरीला एस्थरने केलेल्या कामगिरीचे बक्षीस तिला व्हेनिसकडून मिळाले होते. हे विशेषत: तिने साफियेच्या मदतीने व्हेनिस आणि ओट्टोमन यांच्यात युद्ध होऊ नये याकरता केलेल्या प्रयत्नांचे फळ होते. एस्थरने थरथरत्या आवाजात सचिवाचे आभार मानले. तो आदरपूर्वक या वृद्ध स्त्रीसमोर झुकला आणि त्याने तिच्या सुरकुतलेल्या हातांचा मुका घेतला.

''तुम्ही व्हेनिसच्या सन्माननीय राणी आहात डोना एस्थर किराझे,'' तो म्हणाला. ''आमच्यावर तुमचे खूप उपकार आहेत.''

एप्रिल ५, १५८९

फाशीचे कारंज

शिरच्छेद केलेल्या रुमेली बेयलेर्बेरी मेहमेत पाशा, ज्यांना बहिरी ससाणा म्हणून ओळखले जायचे, आणि मुख्य हिशेबनीस महमुत यांच्या मस्तकांमधून अजूनही जमिनीवर रक्त ठिबकत होते. संगमरवरी बैठकीवर नुकतीच उडवली गेलेली ती दोन मुंडकी शेजारी शेजारी ठेवली होती.

या दु:खद घटनेमागची पार्श्वभूमी माहीत असणाऱ्याला मेहमेत पाशाबद्दल

कसलीच सहानुभूती वाटत नव्हती. मात्र बिचाऱ्या महमुत कारकुनाबद्दल मात्र त्यांना कळवळा वाटत होता. बिचाऱ्याचे प्राण हकनाक गेले होते.

हे सगळे साधारण सहा महिन्यांपूर्वी सुरू झाले, पण ते सुरू होण्याचे कारण मात्र त्याही बराच काळ आधी घडले. १५८४ मध्ये दरबाराने शिक्क्यांच्या बाबतीत नवी व्यवस्था जारी करायचे ठरवले आणि नाण्यांची किंमत कमी केली. याचा अर्थ सराय आता शिपायांना कमी पैसे देणार होती आणि त्यानंतर ही योजना नियमित झाली. असे करण्यावाचून खजिन्यासमोर दुसरा मार्गच नव्हता. कारण कसेही करून राज्याचा सतत वाढत जाणारा खर्च भागवायलाच हवा होता. परंतु, शिपाई नाराज झाले होते. ते अनेक वर्षे याबद्दल तक्रार करत राहिले आणि अनेकदा त्यांनी उठावही केला. टाकसाळीमध्ये आता एक ओक्का चांदीपासून पाचशे ऐवजी एक हजार अक्चे पाडले जात होते आणि बाजारात एका चांदीच्या दीरहामची किंमत अचानक वाढून दोन अक्चेंवरून दहावर, आता बारापर्यंत वाढली होती.

यासेफ नास्सीच्या काळापासून खजिन्याचा कारभार ज्यूंच्या हातात होता. अनेक वर्षांपासून ते टाकसाळीची व्यवस्था पाहत होते. आणि सध्याची ही घटना त्यांच्यापैकी एकामुळेच घडून आली होती. या माणसाने मुख्य हिशेबनीस महमुत याच्याकडे अर्ज केला होता आणि काही शिक्क्यांचे नमुने त्याला दाखवले होते. त्याने सांगितले की त्याला काही नवे शिक्के शिपायांमध्ये वाटण्याकरता पाडायचे आहेत. ते बदाम पानाइतके पातळ आणि दवाच्या थेंबाइतके हलके असणार होते. त्याच्या हातात असलेल्या नमुन्याप्रमाणे आणि हे काम करण्याकरता तो त्याला दोनशे हजार अक्चे देणार होता. महमुतने या कामाला लगेचच नकार दिला. त्यानंतर तो ज्यू आणखी वरच्या अधिकाऱ्याकडे, मेहमेत पाशाकडे, गेला; जो सुलतानांच्या खास मर्जीतला होता. पाशाने हा नवा प्रस्ताव स्वीकारला. मिळालेले अक्चे स्वतःच्या खिशात टाकले आणि नव्या पद्धतीचे अक्चे पाडायची टाकसाळीत सूचना दिली. अर्थातच नव्या हिशेबनिसाला ऐकण्यावाचून गत्यंतर उरले नाही.

पण हे सगळे गपचूप, शांततेत पार पडणे अशक्य होते. शिपायांना जेव्हा कळले की त्यांना हलकी नाणी दिली जाणार आहेत आणि ही काही पाशांची चाल आहे, त्या वेळी त्यांनी भट्ट्या उद्ध्वस्त केला. शिपायांचे बंड ओट्टोमनांकरता नवे नव्हते पण हे आधीपेक्षा वेगळे होते. शिपायांनी दिवाण कामावर आल्यावर सरायला घेराव घातला आणि ते ओरडायला लागले, "मेहमेत आणि महमुत पाशाचं मुंडकं आमच्या समोर हजर करा!"

सुलतानांनी घाबरून त्यांना तातडीने काही पैसे देऊ केले, तरी संतापलेल्या जमावाने आपले बंड मागे घेतले नाही. हरेममधले लोक शिपायांच्या जंगली आरोळ्यांमुळे थरथर कापत होते. ते पैसे स्वीकारत नव्हते आणि जे कोणी त्या पैशांना हात लावेल त्यांना ठार मारण्याचा त्यांनी निर्धार केला होता. दोन्ही पाशांचा शिरच्छेद होताना पाहण्याचा त्यांनी निर्धार केला होता. ते असेही म्हणत होते की सुलतानापर्यंत ते जाऊन पोहचतील. याचा अर्थ सराय आणि सुलतान दोघांनाही प्रचंड धोका निर्माण झाला होता.

मुरातने सगळ्यांना बोलावून घेत संरक्षणाच्या हेतूने शस्त्रसज्ज होण्याची सूचना दिली. दिवाणाच्या माणसांना परिस्थितीवर उपाय सुचवण्यात अपयश आले आणि अखेरीला मुरातला पाशांच्या शिरच्छेदाचा हुकूम जारी करावा लागला. हा उठाव थोपवण्याकरता दुसरा कुठलाच मार्ग नव्हता. सुलतानांचा हुकूम पाशांना वाचून दाखवण्यात आला आणि मग त्यांच्या कट्यारी त्यांच्या कमरेतून उपसून काढण्यात आल्या. याचा अर्थ मृत्यू आणि मग त्यांची मुंडकी लगेचच उडवण्यात आली.

अशी अफवा आहे की जेव्हा साफियेने सुलतानांच्या कानात सांगितले की अजूनही काही वजीर या दुःखद घटनेकरता जबाबदार होते त्या वेळी मुरातला इतके वाईट वाटले की त्याला त्यांच्या शिरच्छेदाचा हुकूम द्यायचेही सुचले नाही.

धोका तात्पुरता टळला होता पण भविष्यात अशा प्रकारच्या घटनांना तोंड द्यावे लागणार हे स्पष्ट दिसत होते. शिपायांना पुन्हा एकदा स्वतःच्या शक्तीचा प्रत्यय आला होता आणि सुलतानाच्या कमकुवतपणाची जाणीव झाली होती.

जून २२, १५९२
ओर्ताकोय

ज्या वेळी रेग्ना नास्सी म्हणाली की आता त्यांचा छापखाना नव्या जागी न्यायची वेळ आली आहे; कारण तिला आता आर्थिक अडचणींचा भार पेलवत नाही, त्या वेळी मोशेने काही न बोलता लगेच पुस्तके आणि यंत्रसामग्री गोळा करायला सुरुवात केली. त्याला जाणीव होती एकेकाळी नाक्सोसच्या उमरावाची पत्नी असलेल्या रेग्नाला आता खूप प्रकारच्या अडचणींना तोंड द्यावे लागत आहे आणि जर तिने त्याच्या आईला मदतीची विनंती केली तर सगळेच प्रश्न सुटतील,

पण डोना रेग्रा ही गोष्ट कधीच करणार नाही याची त्याला खात्री होती. नवी जागा बॉस्फोरसवरच्या टेकडीवर होती आणि तिथे रेग्रा यापुढे राहणार होती. ती जागा मागच्या बगिच्यात होती. तिथे भरपूर चेरीची झाडे होती.

छापखान्यामधले सामान आवरत असताना तो म्हणाला, ''इथे समुद्रामुळे खूप दमटपणा असायचा. आता नव्या जागेत तो नसेल याचा मला आनंद होत आहे.''

रेग्रा हसली. किती मृदू मनाचा आहे हा मोशे. ''घाई करू नकोस,'' ती म्हणाली, ''आपल्याकडे भरपूर वेळ आहे.''

''पण आज वर्षातला सगळ्यात मोठा दिवस आहे. त्यामुळे आपण जास्त वेळ काम करू शकतो. खरं ना?''

''हो खरं आहे, ओह, मोशे मला तुझ्या ज्ञानाची कमाल वाटते. हो, हा वर्षातला सगळ्यात मोठा दिवस आहे.''

''आणि वर्षातली सगळ्यात लहान रात्रसुद्धा.''

सूर्य निळ्या मखमलीवर ठेवलेल्या एखाद्या तेजस्वी हिऱ्याप्रमाणे लखलखत होता. जणू आजच्या दिवसावर असलेले स्वतःचे वर्चस्व सर्वांना सिद्ध करून दाखवत होता. जवळच्या वनातून येणारा सुगंध हवेत कोंदला होता. विस्टेरिया, जुदास वृक्ष, लिलॅक्स... गुलाबी आणि जांभळे सौंदर्य इस्तंबूलच्या निळ्याशार पाण्यासोबत विलोभनीयरीत्या खुलले होते.

''आज मिशी येणार नाही का?''

''मला वाटतं हल्ली त्याला खूप काम असतं. पण त्याचं काम संपलं की तो लगेच इथे येणार आहे.''

''मला त्याच्याकरता खूप आनंद वाटतो मोशे. त्याच्या चांगुलपणाचं श्रेय मिळू दे त्याला आयुष्यात.''

''मला खात्री आहे तुमच्या सदिच्छा अव्हेरल्या जाणार नाहीत देवाच्या दरबारात, डोना रेग्रा.''

रेग्राने कृतज्ञतेने आपले हात उंचावले आणि मग तिने समोर असलेल्या मोठ्या खोक्यावर आपले लक्ष केंद्रित केले. त्यात पत्रे होती आणि इतरही कागदपत्रे होती. ती काळजीपूर्वक त्यांच्यावर नजर टाकत होती आणि त्यांचे वर्गीकरण करत होती. ''हे किती रंजक आहे मोशे, तुला कल्पनाही येणार नाही,'' ती पुटपुटली. ''हा माझ्या आईचा वैयक्तिक संग्रह आहे, बहुतेक सगळी पत्रं. काही महत्त्वाच्या व्यक्तींकडून आलेली, काही गरीब, सामान्य लोकांकडून.''

‘‘तिनं सगळी जपून ठेवली आहेत?’’

‘‘होय, बहुतेक सगळी इथे आहेत. माझ्या आईला सामान्य लोकांबद्दल खूप सहानुभूती वाटे. विशेषत: अडचणीत असलेल्यांबद्दल.’’

‘‘त्यांना जाणून घ्यायला मला फार वेळ मिळाला नाही, याचं मला वाईट वाटतं, पण तरी माझ्याकडे त्यांच्या काही बहुमोल आठवणी आहेत.’’

‘‘तिला तू खूप आवडायचास मोशे,’’ रेग्नाने आजूबाजूला विचारी मुद्रेने काही वेळ पाहिले. मग ती पुन्हा कागदपत्रांकडे वळली.

मोशे आपल्या अधू पायामुळे हालचालींमध्ये मंदपणा येत असूनही सगळी कामे शक्य तितक्या वेगाने आटपत होता. जेव्हा तो खाली वाके आणि उभा राही त्या वेळी त्याच्या पाठीवरचे कुबड स्पष्ट लक्षात येई. त्याच्या कपाळावरच्या काळ्या कुरळ्या केसांवर घामाचे थेंब होते. त्याचा चेहऱ्यावर असलेला तारुण्याचा कोवळेपणा आता परिपक्वतेकडे झुकत होता. गेल्या काही वर्षांत त्याचे वजन थोडे वाढले होते, पण मुळात तो नाजूक प्रकृतीचा असल्याने तो अजूनही त्याच्या वयाच्या मानाने तरुण दिसे. त्याच्या भावांनी दोन वेळा त्याचे लग्न ठरवायचा प्रयत्न केला, पण त्याने इतक्या तीव्रतेने त्या कल्पनेला विरोध केला की पुन्हा कोणीच त्या भानगडीत पडले नाही. त्याने आपले आयुष्य पुस्तकांना वाहून घेतले होते. त्याचे सगळे जग मिशी आणि डोना रेग्ना यांच्याशी असलेल्या नात्यातच सामावलेले होते. अगदी गरज असल्याशिवाय तो छापखान्याच्या बाहेरही पडत नसे. तो इस्तंबूलमधल्या आयुष्याबद्दल शब्दांमधून जाणून घ्यायला शिकला होता.

‘‘हे बघ, हे जवळपास तीस वर्षांपूर्वीचं पत्र. फेर्रेरामधल्या एका माणसाने पाठवलं आहे. त्याने माझ्या आईला आपल्या बहिणीला मदत करण्याविषयी लिहिलं आहे. त्याला तिची रवानगी एखाद्या चांगल्या घरात करायची होती.’’

‘‘त्याची इच्छा पूर्ण झाली असेल का?’’

‘‘माझी आई कायम चांगल्याकरता प्रयत्न करायची. मला खात्री आहे तिने त्यालाही मदत केली असणार. तिचा आणि माझ्या पतीचा स्वभाव वेगळा होता.’’

रेग्नाने ते पत्र इतर पत्रांमध्ये ठेवले. हनुवटीखाली हाताची मूठ धरून ती बसली होती. तिचे डोळे वेगळ्याच दुनियेत असल्यासारखे चमकत होते. अगदी वेगळ्या. ‘‘तुला माहीत आहे मोशे?’’ ती म्हणाली, ‘‘माझा अजूनही इंग्लंडवरून आलेल्या बातमीवर विश्वास बसत नाही.’’

‘‘का नाही डोना रेग्ना? त्या माणसाने आपल्याकरता निमंत्रणपत्रही आणलं होतं.’’

''ओह, हां. पण ती इतकी विलक्षण गोष्ट आहे की माझं मन अजूनही अस्थिर आहे. माझा विश्वासच बसत नाही की मार्लोवेनी यासेफच्या आयुष्यावर नाटक लिहिलं आहे.''

''डॉन यासेफ यांचं आयुष्य दैवी होतं. ख्रिश्चियन मार्लोवे यांनी नाटक लिहून त्याला आणि तुम्हालाही अमर केलं आहे.''

''नाही, माझी यासेफशी तुलना करू नकोस. तो अतिशय बुद्धिमान माणूस होता. त्याच्या डोक्यात सतत चमकदार कल्पना असत आणि... स्वप्नं.''

''तुमच्याही कल्पना आणि स्वप्नं असतात डोना रेग्ना. तुम्ही मानवतेवर शेकडो पुस्तकं जन्माला घातली आहेत. तुम्हाला माहीत आहे, मला मार्लोवेचं 'द माल्टीज ज्यूफ' हे पुस्तक हिब्रू भाषेत छापायला अतिशय आवडेल. मला खरंच तसं करायला आवडेल.''

''मलाही मोशे. होय, ते इथे छापलं गेलेलं पाहायला मला खूपच आवडेल. कदाचित करूही आपण तसं! कोणी सांगावं?'' रेग्ना काही वेळ गप्प झाली मग पुन्हा अनोळखी जगात हरवली. कसला विचार करत होती ती? ती सोडून कुणालाच त्याची कल्पना नव्हती. एक सुस्कारा टाकून पुन्हा ती कागदपत्रे लावण्याकडे वळली.

''ओह, हेही खूप जुनं आहे. हे माझ्या आईला व्हेनिसवरून पाठवलं गेलं. साल १५४४ मध्ये.'' ती हळू आवाजात पत्र वाचत असताना मोशे निरुपयोगी कागदांनी भरलेला खोका बागेत जाळायला घेऊन गेला. मिशी आला की ते मिळून पाहत जाळतील आणि ज्वाळांकडे पाहत एखादा ग्लास वाईन घेतील. त्याने खोका खाली ठेवला आणि जरा वेळ श्वास घेत थांबला आणि इतक्यात रेग्नाने त्याला हाक मारली, ''मोशे, इकडे ये, लवकर!'' तो आपला पाय ओढत इमारतीकडे गेला.

रेग्ना उत्सुकतेने कापत होती, ''हे बघ किती जुनं आहे, म्हणजे महत्त्वाचं!''

मोशेने तिच्या हातातले पत्र घेतले. ते इटालियन भाषेत लिहिले होते. काय ''आहे यात डोना रेग्ना?'' त्याने विचारले.

''मोशे, हे खूप वेगळं आहे, मिशीबद्दल आहे असं वाटतं!''

''काय म्हणायचं आहे तुला? मला कळत नाही.''

रेग्ना पत्रातला मजकूर मोठ्यांदा वाचू लागली. ''यात असं लिहिलं आहे. आदरणीय,... हो हे महत्त्वाचं आहे. वाचते आहे मी. मी हे पत्र फ्लोरेन्सवरून

लिहीत आहे. मादाम कृपया मला तुमची मदत हवी आहे. मी एक वृद्ध स्त्री आहे आणि माझं सगळं आयुष्य वेदना, दु:ख आणि पश्चात्तापात गेलं आहे. मला ठाऊक आहे आपण खूप उदार वृत्तीच्या आहात. तुम्ही माझी अखेरची आशा आहात सिनोरिना. मी तुमची मदत एका व्यक्तीला शोधण्याकरता मागते आहे; ज्याला मी अनेक वर्षांपूर्वी भेटले होते आणि त्याच्यासोबत माझं जन्मांतरीचं नात जडलं जरी आम्ही फार कमी काळ एकमेकांसोबत होतो. मादाम, मला कधीच स्वत:चं मूल झालं नाही. देवाला माहीत आहे मी त्याकरता किती प्रयत्न केले आणि त्याकरता कितीही अडचणी आणि किंमत सोसण्याची माझी तयारी होती. पण दुर्दैवाने ते शक्य झालं नाही. ज्या व्यक्तीबद्दल मी लिहिते आहे ते एक लहान बाळ होतं आणि ज्या वेळी ते माझ्याकडे आलं तेव्हा फक्त एक आठवड्याचं होतं. मी पहिल्या दृष्टिक्षेपातच त्याच्या प्रेमात पडले आणि त्याचं नाव ख्रिश्चियन ठेवलं. माझे दिवंगत पती खूप कर्मठ कॅथोलिक होते आणि त्या बाळाची सुंता झाली आहे हे कळल्याबरोबर त्याने ते बाळ परत करण्याची माझ्यावर जबरदस्ती केली. पण ते अशक्य होतं. कारण ती दुर्दैवी आई आधीच निघून गेली होती. त्यामुळे मी माझ्या नोकराकडे त्याला सोपवलं आणि त्याने ते मॅग्नामाता खेड्यातल्या एका बाईकडे सोपवलं. तिचं नाव मदर कोरा. मी काही काळानंतर त्याला पुन्हा माझ्याकडे घेऊन यायचं ठरवलं होतं, पण आम्हाला लढाईमुळे ती जागा सोडून जावं लागलं. मी पुन्हा सहा वर्षांनंतर तिथे गेले तेव्हा ते खेडं तुर्कीचाच्यांनी नष्ट केल्याचं मला समजलं. सगळे रहिवासी परागंदा झाले होते. खूप चौकशी केल्यावर मला कळलं की ख्रिश्चियनला एक खलाशी इस्तंबूलला घेऊन गेला ज्याचं नाव केमाल रेईस. खूप वर्षं मी त्याचा शोध घेत आहे पण मला काहीच थांग लागला नाही. अजूनपर्यंत मला त्याची काहीच खबर नाही. प्रिय मादाम, जे झालं त्याबद्दल मला इतकं अपराधी आणि बेजबाबदार वाटत आहे. मी त्याच्या आईला, तोलेडोच्या रेचलला, वचन दिलं होतं की मी तिच्या मुलाची आयुष्यभर काळजी घेईन. पण ते शक्य झालं नाही. देवा मला माफ कर. मला कळलं की तुमचे ओट्टोमनांशी चांगले संबंध आहेत. कदाचित तुम्हाला माझ्या हृदयाचं सांत्वन करायचा मार्ग सापडू शकेल आणि माझी अपराधी भावना कमी होईल. मी तुमच्याकडे मदतीची भीक मागते. प्लीज मला मदत करा...''

पुढचे वाचण्याअगोदर रेग्नाने खोल श्वास घेतला. मोशेला अजूनही या शब्दांचा नीट अर्थ कळला नव्हता. तो तिच्याकडे गोंधळून पाहत होता. तिने पुन्हा पत्र वाचायला सुरुवात केली :

“सिनोरा, कदाचित याची मदत होईल. त्या बाळाच्या उजव्या हाताला सहा बोटं आहेत. मला इतकंच सांगता येईल. तुमच्या प्रतिसादाची मी उत्सुकतेनं वाट पाहते आहे. राफाएला मिरो, फ़्लोरेन्स.”

मोशे किंचाळला, “पण ही गोष्ट मिशीच्या वडिलांच्या गोष्टीशी मिळतीजुळती आहे अगदी! या... यामुळे त्यांना त्यांच्याबद्दल जास्त माहिती मिळू शकेल.”

“माझा यावर विश्वासच बसत नाही मोशे. यावर संशोधन करूया. खूप गरजेचं आहे! आपल्याला काही चूक करून चालणार नाही.”

“डोना रेग्ना, तुम्हाला काय वाटतं तुमच्या आईने या बिचाऱ्या बाईशी संपर्क साधला असेल?”

तिने दुःखी चेहऱ्याने ते पत्र टेबलावर ठेवले. “तो काळ माझ्या आयुष्यातला खूप दुर्दैवी होता मोशे. माझ्या आईने औपचारिकरीत्या जाहीर केले की आम्ही ज्यू आहोत. आम्हाला लगेचच तिथून निघून जावं लागलं. चौकशीसत्राच्या ससेमिऱ्यापासून आम्ही अगदी जेमतेम बचावलो. मग आम्ही फेर्रेराला गेलो. मला वाटतं त्या वेळच्या धोकादायक परिस्थितीमुळे माझ्या आईला तिला मदत करता आली नसावी.” हात उंचावत ती म्हणाली, परमेश्वरा.”

“जरा वेळ मी हे पत्र घेऊ का डोना रेग्ना?” मोशेने विचारलं. त्याचा आवाज थरथरत होता.

“अर्थातच घेऊ शकतोस,” रेग्नाने ते पत्र त्याच्यासमोर धरले.

मोशेने ते काळजीपूर्वक त्याच्या पाकिटात ठेवले आणि तो दारापाशी गेला. जायच्या आधी तो म्हणाला, “मी यायच्या आत जर मिशी इथे आला तर प्लीज त्याला याबद्दल काही सांगू नका.”

रेग्नाने मान हलवली. तो कुठे जात आहे हे तिला विचारता आले नाही. कारण त्याच्या डोळ्यांतले भाव विचित्र होते. हे काहीतरी वैयक्तिक होते निश्चित आणि तिचा अंदाज होता की बहुधा तो याबद्दल त्याच्या आईशी बोलणार असावा. तो तिला सिद्ध करून दाखवणार होता की मिशीसुद्धा त्यांच्यापैकीच होता. आपला पाय ओढत तो बागेबाहेर पडला. रेग्नाने मान खाली घालून प्रार्थनेला सुरुवात केली.

गलाता

रेग्ना नास्सी चुकीचा विचार करत नव्हती. मोशे थेट गलातातल्या आपल्या घरी गेला. दार उघडणाऱ्या नोकराला बाजूला सारत तो आपल्या आईच्या खोलीकडे धावला. खिडकीपाशी आरामखुर्चीत बसून विश्रांती घेणारी ती वृद्ध स्त्री जोरदार आपटलेल्या दरवाजाच्या आवाजाने दचकून जागी झाली. मोशेला अचानक पाहून तिला आश्चर्याचा धक्का बसला आणि काळजीही वाटली. कारण त्याची अशी अनपेक्षित भेट उगाचच नसणार याची तिला खात्री होती, त्याशिवाय तिचा मुलगा स्वतःहून घरी आलाच नसता. काही बोलण्याकरता तिने तोंड उघडायच्या आत तो ओरडला, ''हे घे! वाच खरं काय आहे ते!''

एस्थरने थरथरत्या हातांनी पत्र घेतले. कसला होता हा जुनाट, पिवळा पडलेला कागद? काय लिहिले आहे यावर? तिला कल्पना नव्हती, पण एका अनोळखी भीतीने तिच्या आत्म्याला वेढा घातला. श्वास घेताना तिला त्रास होत होता. त्या पत्राकडे ती खिळून जाऊन बघत राहिली.

मोशे पुन्हा किंचाळला, ''वाच आणि समजून घे मिशी कोण आहे ते! माझा एकुलता एक मित्र ज्याला तू माझ्यापासून कसल्यातरी अर्थहीन आणि फालतू समजुतीने दूर करू पाहत होतीस.'' आपले वाक्य पूर्ण होता क्षणी तो वेगाने खोलीबाहेर पडला. एस्थर थक्क होऊन उभी राहिली.

काय होते हे? तिने पत्र उघडले, नीट वाचता यावे म्हणून ती खिडकीपाशी गेली. चहाच्या टेबलावरून तिने आपले भिंग उचलले आणि ती वाचायला लागली. तिने ते पुन्हा पुन्हा वाचले आणि मग ती भयाने किंचाळली, ''अरे देवा!'' आणि ती खाली कोसळली. वरून आलेल्या विचित्र आवाजामुळे नोकराणी वर धावली तेव्हा ती जमिनीवर पडलेली दिसली. ती मेली आहे असे तिला वाटले पण ती पुन्हा किंचाळली, ''अरे देवा!'' होय एस्थर जिवंत होती. ते भयानक सत्य तिच्या शरीर आणि मनाला विजेच्या लोळासारखे जाळत गेले होते. ती रडत होती आणि जोरजोरात हुंदके देत होती. नोकराणीने तिला सोफ्यावर बसायला मदत केली आणि ती म्हणाली, ''काळजी करू नका मालकीण, मी तुमच्या मुलांना लगेच बोलवून घ्यायला निरोप्या धाडला आहे.'' एस्थरने आपले डोके जोरजोरात नकारार्थी हलवले. ''नाही,'' ती म्हणाली, ''कोणालाही बोलावू नका. आता बाहेर जा आणि मी बोलावल्याशिवाय आत येऊ नकोस. जा!'' तिच्या सुरकुतलेल्या गालांवरून मोठमोठे अश्रू ओघळत होते.

नोकराणीला तिचा हट्टी आणि निग्रही स्वभाव नीट माहीत होता. त्यामुळे बाहेर जाऊन ती दरवाजाबाहेर उभी राहिली. ती अनेक तास आत बसून राहिली. एस्थर मधेच प्रार्थना करत होती; पुटपुटत होती; रडत होती. नोकराणीला खूप काळजी वाटत होती. आज पहिल्यांदाच तिने तिला रडताना पाहिले होते. एरवी ती कायम दगडासारखी कठीण होती. आपल्या बहिणीच्या आणि नवऱ्याच्या मृत्यूनंतरही. मोशे काय म्हणाला होता आपल्या आईला? 'अब्राहमला बोलावून घ्यावं का' असा नोकराणीने विचार केला, पण नंतर सोडून दिला. कारण एस्थर कायराच्या शिक्षेची भीती तिला वाटत होती.

काही वेळानंतर सगळीकडे शांत झाले आणि अंधार पडला. इस्तंबूलवर पसरलेल्या रात्रीच्या शांततेत एस्थरचे विव्हळणे अधिकच स्पष्ट झाले. "माझी प्रिय आई, माझी बिचारी आई, माझी दुर्दैवी आई, ती सतत हे म्हणत राहिली." खोलीबाहेर असलेल्या नोकराणीला या शब्दांचा अर्थ लागत नव्हता. त्यामुळे ती बसल्या जागी झोपून गेली.

एस्थर खरेच फार अस्वस्थ झाली होती. तिने ते पत्र इतक्यांदा वाचले होते की त्यातला प्रत्येक शब्द पाठ झाला होता. सत्य तर तिला पहिल्या वाचनातच कळले होते. दुःखावेग इतका अनावर होता की कोणीतरी आपल्या शरीरावर एक प्रचंड मोठा दगड ठेवला आहे असे तिला वाटत होते. तिला जे आत्मिक क्लेश होत होते ते कोणत्याही शारीरिक दुःखापेक्षा तीव्र होते; यातनामय होते. म्हणजे आयुष्यभर ती केवढे मोठे पाप करत जगली. ती खरेच शापित होती. धिक्कार असो तिचा... जमिनीवर कोसळून ती पुन्हा रडायला लागली. "देवा का? का मला अशी शिक्षा दिलीस?" एस्थरला आपल्या मनावरचे शरमेचे ओझे वाहणे कठीण झाले. आपण आपल्या भावाच्या प्रेमात पडलो होतो ही लाजिरवाणी गोष्ट तिच्या मनाला सहन होईना. त्यांनी घेतलेली चुंबने... तिची स्वप्नं... "अरे देवा! का?" ती पुन्हा आक्रोशली. तिची वृद्ध काया इतक्या जोराने थरथरत होती जणू आता तिचे तुकडे पडतील. "ओह, माझ्या प्रिय माते, मला माफ कर, माफ कर." उतारा नसलेले विष तिची छाती जाळून काढत होते. तिच्या नसांमधून वाहत होते. दीर्घ आयुष्य जगली होती ती! पापी आयुष्य. शरमेच्या भावनेने तिला श्वास घेणे कठीण झाले. कोणाशीतरी हे बोलायला हवे होते.

सर्वात लहान असलेली ही रात्र संपायच्या काही तास आधी तिने नोकराणीला बोलावले आणि पालखी सज्ज करायला सांगितले. ती थक्कच झाली.

या वेळी मालकीण कुठे जात आहेत? "चल लवकर," एस्थर म्हणाली. "माझ्या चेहऱ्याकडे बघणं थांबव. जा आणि पालखी उचलणाऱ्यांना बोलावून घे."

नोकराणी धावत बाहेर गेली, आज्ञापालन करायला.

ओर्ताकोय

एस्थरने ओर्ताकोयच्या प्रकाशन गृहाच्या दारावर ठोठावले तेव्हा अजूनही अंधार होता. मोशेही जागाच होता. त्याने लगेचच दार उघडले. आपल्या आईला पाहताच त्याने मागे होत तिला आत यायला जागा दिली. तिच्या फिकट आणि थकलेल्या चेहऱ्यावरच्या डोळ्यांमधला निग्रह स्पष्ट दिसत होता. खिडकीजवळच्या बाकावर जाऊन ती बसली. आई आणि मुलगा दोघेही काही काळ निश्चल बसून होते. मग एस्थर सावकाश, तुटक आवाजात बोलायला लागली, "मी इथे आले," ती अडखळली. "मी इथे आले, कारण…" खूप कठीण जात होते तिला सुरुवात करणे.

"तुला माफी मागायची काहीच गरज नाही," मोशे म्हणाला. "तुला आता सत्य समजलं आहे. मिशी तुझ्या-माझ्यासारखाच ज्यू आहे. तेवढी एकच गोष्ट तुझ्या दृष्टीने महत्त्वाची होती का? पण मला ते अजिबातच महत्त्वाचं वाटत नाही. माझ्याकरता ज्यू, मुस्लीम किंवा कॅथोलिक यांच्यात काहीच फरक नाही. श्रद्धा ही श्रद्धा असते. काय फरक पडतो वेगळ्या पद्धतीने आणि वेगळ्या भाषेत त्या एकाच सृष्टिनिर्मात्याची प्रार्थना करण्याने? माझ्याकरता तो फक्त मिशी आहे, माझा मित्र. माझा अत्यंत जवळचा आणि एकुलता एक मित्र." तो हातातल्या लहानशा तांब्याच्या चेंडूशी खेळत होता. तोलेडोच्या घराची उरलेली एकमेव खूण.

"यापेक्षा काहीतरी खूप जास्त आहे मुला," एस्थर हळू आवाजात म्हणाली. तिचा आवाज इतका मृदू आणि मोशेवरच्या प्रेमाने ओथंबलेला येत होता. मोशे तो आवाज आयुष्यात पहिल्यांदाच ऐकत होता. "तो त्याहीपेक्षा तुझ्या खूप जवळचा आहे. तुझ्या भावांइतका जवळचा."

त्याने काळजीपूर्वक तिच्या चेहऱ्याकडे निरखून पाहिले. काय सांगू पाहत आहे ती?

"मी सगळं सांगेन तुला माझ्या मुला, अगदी सगळं." आणि मग ती

तिची गोष्ट सांगायला लागली. ''तू माझ्या आईला कधीच पाहिलं नाहीस. मी तिच्याबद्दल तुला सांगते.'' मग तिच्या आईबद्दल आणि वडिलांबद्दल. आपल्या पूर्वजांच्या भूमीबद्दल, स्पेनबद्दल, तोलेडो... ती बोलायला लागली; बोलत राहिली; बोलत राहिली. श्वास रोखून मोशे एक शब्दही न बोलता ऐकत होता. तिचे बोलणे संपले तेव्हा दोघांच्याही डोळ्यांमध्ये अश्रू होते. मोशे उठला आणि आपला पाय ओढत आईजवळ गेला. त्या वृद्ध स्त्रीचा चेहरा खाली झुकला होता. हनुवटी थरथरत होती आणि हातही. गेले चोवीस तास या ऐंशीच्या घरात पोहचलेल्या स्त्रीकरता फार कठीण गेले होते. ती थकली होती. तिच्या अंगातले सगळे त्राण, शक्ती गेली होती.

मोशेने आपला हात तिच्या पाठीवर ठेवला. ''आई,'' त्याने हळुवार आवाजात हाक मारली. ''आई, माझं तुझ्यावर खूप प्रेम आहे.''

त्यांनी एकमेकांना मारलेल्या मिठीत गेल्या अनेक वर्षांतला वियोग सामावलेला होता आणि ते पुन्हा रडले, पण हे अश्रू आता कोणत्याच वेदनेचे नव्हते. गालांवरून ओघळलेला प्रत्येक अश्रूचा थेंब त्यांच्या आत्म्याला स्वच्छ करून, शुद्ध करून आला होता. त्या अश्रूंनी जखमा भरल्या होत्या. सर्वात लहान रात्र आता संपली होती. पलीकडच्या मशिदीमधून उठलेल्या अजानचे पडसाद उमटत होते :

अल्लाह-ओ-अकबर, अल्लाह-ओ-अकबर...

आणि लगेचच काही वेळात उस्कुदारच्या गोलाकार टेकड्यांच्या शिखरावरून उगवलेल्या सूर्याच्या पहिल्या किरणांनी टेबलावरच्या लहानशा चेंडूला स्पर्श केला! झळाळत्या तेजाने तो चमकायला लागला.

सप्टेंबर १०, १५९२
ओक्मेयदानी

प्रचंड मोठे इस्तंबूल शहर ओसाड दिसत होते. एकही दुकान उघडे नव्हते; रस्ते रिकामे होते. त्यावरच्या मांजरीही गायब होत्या. युरोपियन बाजूला राहणारे नागरिक ओक्मेयदानीला एकत्र जमले होते आणि एशियन बाजूचे अलेमदागला. सगळेजण आपले हात आकाशाच्या दिशेने उंचावून प्रार्थना करत होते. मुस्लीम,

ख्रिश्चन आणि ज्यू सर्वांच्या आरोग्य आणि शांतीची इच्छा त्या प्रार्थनेत व्यक्त झाली होती.

हे प्रचंड साम्राज्य गेली काही वर्षे अनेक संकटांच्या वर्षावात खदखदत होते. दंगली, आगी, प्लेग, युद्ध आणि आर्थिक संकटांमुळे सगळे लोक अक्षरश: जेरीला आले होते. आणि आता सुलतानांना त्यातून मार्ग काढता येत नाही हे लक्षात आल्यावर त्यांनी आकाशातल्या परमेश्वराला शरण जाण्याचे ठरवले. सगळेजण एकच शब्द उच्चारत होते, 'दया!'

शहरातले नागरिकच नव्हे तर सरायमध्ये राहणारेही कठीण परिस्थितीला तोंड देत जगत होते. तीन वर्षे एर्झुनुमपासून इजिप्तपर्यंत बंड, उठाव आणि दंगली सातत्याने चालू होत्या, राजधानी इस्तंबूलमध्येसुद्धा. अगदी हल्ली एका माणसाने जाहीर केले की तो प्रेषित आहे आणि त्याला लगेचच बेयाझित मशिदीसमोर भोसकण्यात आले. पण शिपायांबरोबर वागणे इतके सोपे नव्हते. त्यांच्या मागण्या संपतच नव्हत्या आणि सुलतान हल्ली नाखुशीने बहुतेक सगळ्या मान्य करत होता.

बुडापेस्टच्या राज्यपालाचा खून झाल्यावर त्याचा वारसदारही गूढ रीतीने शहरातल्या रक्षकांकडून मारला गेला. योग्य वेतन न मिळाल्यामुळे रक्षकांनी उठाव केला होता. उठाव चिरडायला जे सैन्य पाठवले त्यांनी एका दिवसात पस्तीसजणांना फासावर लटकावले.

तेबरिझमध्ये ज्या शिपायांनी अवमूल्यन केलेल्या शिक्क्यांचे वेतन घ्यायला नकार दिला होता त्यांनीही आपला निषेध व्यक्त करायला हाच मार्ग वापरला, पण या वेळी राज्यपालांनी कुर्दिश बेंसोबत एक गुप्त करार केला आणि त्यांनी अठराशे सैनिकांना ठार केले.

अशा असंतुष्ट वातावरणात कदाचित सर्वात कमनशिबी शहर इस्तंबूल होते. शिपाई रोज एका मागोमाग आगी लावत आणि घरे लुटत. सुलतानाला या भयंकर घटना थांबवता येत नव्हत्या. रोज नवे उच्च अधिकारी नेमले जात पण सामाजिक अव्यवस्थेवर काहीच उपाय निघत नव्हता. आज शहरातले नागरिक टेकडीवर जमून परमेश्वराची करुणा भाकत आहेत हे कळल्यावर त्याचे मनोधैर्य खचले आणि तो कधीही सराय सोडून जात नसला तरी आज त्याने सल्तनतीच्या कायेकमध्ये बसून बॉस्फोरसवर जायचे ठरवले. शहरातला भीतिदायक सन्नाटा त्याला बघवत नव्हता.

गलाता

अशांत सरायमध्ये अराजक माजले होते, तरीही एस्थरला अखेरीस अतीव आनंदाचा लाभ झाला होता; जो तिला आयुष्यभरात कधीही मिळाला नव्हता. त्या रात्री आपल्या मुलाजवळ सगळ्याची कबुली दिल्यानंतर तिचा पुढचा प्रत्येक दिवस जणू देवदूताच्या जादूच्या छडीचा स्पर्श झाल्यासारखा बदलून गेला होता.

त्यांचे कुटुंब खूप श्रीमंत होते. कोणीही काम केले नाही, अगदी मुलांच्या मुलांनीही नाही, तरी सगळ्यांना पुरून उरेल इतकी संपत्ती होती. पैसा केवळ येत नव्हता, तो त्यांच्या इस्तंबूलच्या व्यवसायातून आणि व्हेनिसच्या लॉटरीमधून वाहत होता. एकाच गोष्टीची आजवर कमतरता होती. शांती! अखेर तीही प्राप्त झाली. चाइम, अब्राहम आणि सामी यांना मोशे आणि आईमधले संबंध इतके चांगले झाल्याचा आनंद झाला होता. अर्थात त्यांना या बदलामागचे कारण माहीत नव्हते. अनेकदा कुटुंबाच्या एकत्रित भेटी होत. त्यात बऱ्याच वेळा मिशीही सामील होत असे. आता तो सरायमधल्या कचेरीत काम करत होता.

मोशे आणि एस्थरने इतक्या जुन्या भूतकाळातल्या पत्राबद्दल काहीच बोलायचे नाही असे ठरवले होते, विशेषत: मिशीजवळ. कारण त्यामुळे नात्यांचा समतोल बदलून गेला असता. पण ती त्याला शक्य तितकी मदत करत होती. एका परीने ती जुने ऋण फेडण्याचा प्रयत्न करत होती.

ज्या दिवशी इस्तंबूलमधले सगळे नागरिक साम्राज्याला स्थैर्य मिळावे म्हणून परमेश्वराची करुणा भाकण्याकरता एकत्र जमले होते, त्या वेळी एस्थर आणि मुले गलातामधल्या त्यांच्या सुप्रसिद्ध आलिशान घरामध्ये एकत्र जमली होती. आनंदी हास्य आणि जल्लोशाचा चीत्कार संगमरवरी मार्गिकांमधून घुमत होता. एकाने अचानक समुद्राकडे बोट दाखवले आणि चकित होत तो उद्गारला, "बघा काय दिसत आहे जाताना!" अत्यंत सुशोभित केलेली मुरातच्या सल्तनतची ती कायेक होती. दहा दहा नावाडी ती वल्हवत होते. एका लयीमध्ये कायेक चालली होती. बॉस्फोरसच्या निळ्याशार पाण्यावर तरंगत पुढे सरकत होती.

"काय आश्चर्य आहे!" ते चीत्कारले, "तो बाहेर पडला आहे."

एस्थर म्हणाली, "बरोबर आहे, पण हे चांगलं चिन्ह नाही."

"खरेतर तो सुलतान बनायला योग्य माणूस नव्हताच. मला खात्री आहे जर त्याला संधी मिळाली असती तर तो पळून गेला असता शांतपणे जगायला. काही विचार न करता." चाइम म्हणाला.

सामीने आपल्या जेवणाच्या थाळीवरची मान न उचलता म्हटले, ''तसंही तो कुठे राज्य चालवतो? साफिये चालवते. आपल्याला सगळ्यांना खरं काय ते माहीत आहे.''

''होय आणि किती वर्षं?'' ही अब्राहमची बायको होती.

अब्राहमने हसत हळूच म्हटले, ''म्हणजे आपण असं म्हणू शकतो की खरेतर आपली आई चालवत होती.''

मोशेला हे शेवटचे वाक्य आवडले नाही. त्याने आपला चेहरा आक्रसून घेतला. एस्थरने आपल्या डोळ्यांच्या कोपऱ्यातून त्याच्याकडे पाहिले आणि म्हणाली, ''देव आपले रक्षण करो. मी फक्त माझा व्यवसाय केला. साफिये वेळोवेळी मला सल्ला विचारत होती आणि मी मला शक्य होती ती मदत तिला केली. बाकी काही नाही. आणि खरेतर मी कितीतरी दिवस हरेममध्ये पाऊल ठेवलेलं नाही.''

मिशीच्या मनात विचार आला कदाचित सध्याच्या दिवसात हेच उत्तम आहे. काहीही होऊ शकते केव्हाही. तो म्हणाला, ''शिक्क्यांच्या या अवमूल्यांकन आणि पुनर्मूल्यांकनामुळे शिपायांना कारण मिळालं आहे. आणि आता मला वाटतं पायदळातले लोक उठाव करतील. तुम्हाला माहीत आहे का, साफियेचा रोजचा खर्च तीन हजार अक्चे इतका झाला आहे आता. हे अति आहे. मला वाटतं काही काळ सरायपासून लांब राहिलेलंच उत्तम.''

अब्राहम म्हणाला, ''होय आई, मिशीचं बरोबर आहे. त्यांनी तुला बोलावलं तर काहीतरी कारण काढून टाळ. तिथे जाऊ नकोस.''

एस्थरने त्यांना थांबवलं. ''या गोष्टी बोलायची ही योग्य वेळ आणि जागा नाही. आपण इतर चांगल्या विषयांवर बोलूया. हे कौटुंबिक जेवण आहे. दुःखी दिवाणखाना नाही.''

जानेवारी २७, १५९३

तोपकापी सराय

मिशीचे शब्द खरे ठरायला फार दिवस जावे लागले नाहीत. शिपायांचे सगळे वेतन चुकते झाले; त्याच्या दुसऱ्याच दिवशी पायदळातल्या सैनिकांचा उठाव झाला. कारण त्यांना पूर्ण वेतन मिळाले नव्हते. ते सरायच्या समोर जमले

आणि जोरजोरात ओरडायला लागले, ‘‘आम्हाला मुख्य हिशेबनिसाचं मुंडक हवं आहे. आम्हाला त्याचं मुंडकं हवं आहे!’’ मध्यस्थ त्यांच्या आणि दिवाणच्या मधे येरझारा घालत होते.

अखेरीला सुलतान मुरातने त्यांना शंभर थैल्या पूर्ण भरून अक्चे पाठवून दिले. परंतु चिडलेले सैनिक मुख्य हिशेबनिसाच्या शिरच्छेदाकरता हटून बसले. वजिरांपैकी काहीजण त्यांच्यापाशी जाऊन विनवण्याही करून आले, पण उत्तरादखल त्यांच्यावर दगडांचा मारा झाला.

मिशी हे सगळं चिंतित नजरेने पाहत होता. तो सरायमध्ये होता पण त्याला धोका नव्हता. कारण सध्या त्याच्यावर अगदी क्षुल्लक जबाबदारी होती. ज्या वेळी सेंट सोफिया आणि सुलेमानियेचे इमाम आले त्या वेळी त्याने इतरांसारखाच सुटकेचा श्वास टाकला. कारण त्या दोघांनी नक्कीच शांततापूर्ण तोडगा काढला असता. दुर्दैवाने सगळ्यांचा अंदाज चुकला. दोन तासांच्या वाटाघाटींनंतर दोघेही निराश होऊन निघून गेले. मुख्य हिशेबनीस म्हणाला की तो जाऊन उठाव करणाऱ्यांसमोर शरणागती पत्करेल. मग त्याने हिरवा फेटा बांधला, त्याच्या हौतात्म्याची खूण. दिवाणचे सगळे सदस्य अश्रूपूर्ण नजरेने उठून उभे राहिले आणि म्हणाले, ‘‘आम्ही तुला या लोभी लोकांसमोर प्राण द्यायला पाठवू शकत नाही. हे दिवाण सन्माननीय आहे, तू बाहेर जाणार नाहीस.’’

अशा तणावपूर्व वातावरणात दुपार उलटली. शिव्याशाप, चीत्कार, दगडांचा वर्षाव चालूच राहिला. अजून काही निरुपयोगी लोक मध्यस्थी करायला दोन्ही बाजूंनी ये-जा करून गेले. आणि अचानक कोणीतरी किंचाळले, ‘‘ब्रे मारा त्यांना!’’ सगळ्यांना वाटले की सुलतानांनी सहनशक्ती संपल्याने संतापून पायदळातल्या लोकांवर हल्ला चढवायचा हुकूम दिला. वजिरांपासून सरायच्या नोकरापर्यंत, माळी, स्वयंपाकी सगळे हातात मिळेल ते शस्त्र घेऊन बाहेर धावले. पायदळातल्या सैनिकांनी या लोकांना हातात लोखंडी बागेची जाळी, हातोडी, लाकूड, कट्यारी, सुरे, वस्तरे, खणायची हत्यारे घेऊन हल्ला करायला येताना पाहिले आणि ते थक्क होऊन मागे सरकले आणि अगदी योगायोगाने त्यांचा मार्ग त्या दिवशी सरायमध्ये लाकडे घेऊन आलेल्या गाड्यांमुळे बंद झाला. साडेतीनशे सैनिक त्या दिवशी सरायच्या रहिवाशांच्या हातून अचानकपणे मारले गेले. अगदी मिशीच्याही हातून दोघांचा जीव घेतला गेला.

गोष्टी हाताबाहेर गेल्यावर शिपायांच्या प्रमुखाने हस्तक्षेप केला आणि उठाव केलेले पायदळ सैनिक त्यांच्या मुख्यालयात परतले. सराय पुन्हा सुरक्षित झाले,

पण सैनिकांना त्यांच्या वेतनापेक्षा जास्त रक्कम दिली गेली. मृत सैनिकांची शरीरे सैन्याला धडा मिळावा म्हणून पुरली न जाता सरायबुर्नूंनी समुद्रात फेकून दिली.

सप्टेंबर १८, १५९५
शाही जनानखाना

एस्थरने अनेक वर्षांत सराय इतकी शांत कधीच बघितली नव्हती. तिच्या स्वत:च्या थकलेल्या पावलांखेरीज दुसरा आवाज त्या लांबलचक दगडी, अंधारलेल्या मार्गिकेमधून ऐकू येत नव्हता. "इथे काय चालू आहे," तिने स्वत:लाच विचारले. काहीतरी चूक आहे, पण काय? हा तिच्याविरुद्ध रचलेला कट आहे का? तिने आपल्या आजूबाजूला चिंतित नजरेने पाहिलं. तिथे कोणीच नव्हते आणि शिवाय साफिये का कट रचेल तिच्याविरुद्ध? ती जलद गतीने चालू लागली. मुरातच्या मृत्यूनंतर आज ती पहिल्यांदाच हरेममध्ये येत होती. साफियेला वालिदे सुलतान बनून एक वर्ष झाले होते.

सगळ्यांना ती निष्ठुर वाटत होती, पण एस्थरला माहीत होते की हरेममध्ये टिकून राहायला याशिवाय दुसरा मार्गच नव्हता. तिने आपल्या शत्रूला एक संधी जरी दिली तरी एका क्षणात ते तिच्या मृत्यूला आमंत्रण ठरेल. हरेमचे नियम सख्त व कठीण होते आणि कदाचित जगातल्या कोणत्याच राजवाड्यात यापेक्षा वेगळे नसतील.

कामुकतेचा गुलाम बनल्यामुळे मुरात कायम बायकांच्या गराड्यात असे आणि मृत्युपश्चात त्याने सत्तावीस मुली आणि वीस मुलगे इतके वारस मागे ठेवले होते. आपल्या पाच भावांच्या सत्तेच्या कारणावरून झालेल्या मृत्यूनंतर तो बराच रडला होता, पण त्याच्या मुलाचे, मेहमेतचे, डोळे जराही ओलावले नाहीत, जेव्हा त्याने आपल्या एकोणीस भावांचं जीवन संपवण्याचा हुकून दिला. ज्या बायका गरोदर होत्या त्यांनाही त्याने मार्माराच्या समुद्रात फेकून देण्याचा हुकूम दिला. एस्थरने आजवर पाहिलेल्या सुलतानांपैकी हा सर्वात क्रूर होता यात शंकाच नाही, पण यशस्वी व्हायला हे पुरेसे आहे का याची तिला खात्री नव्हती.

शहजाद्यांच्या दफनविधीनंतर साफियेने एस्थरचा सल्ला ऐकला आणि हसेकी सुलतान आणि नोकरांसकट मुरातच्या भोवतालच्या सगळ्या लोकांना जुन्या सरायमध्ये पाठवून दिले. आपल्या मुलावर, सुलतानावर, प्रभाव टाकणारी ती

एकटीच असायला हवी होती आणि तिला आपल्या या कृतीचा लगेचच फायदाही झाला. मेहमेत तेच करी जे आपल्या आईला हवे असे.

''किराझे, माझ्या लाडके!''

ती तीच होती. मार्गिकेच्या शेवटी आपले दोन्ही हात पसरून साफिये तिच्या स्वागताला उभी होती. तिने वृद्ध एस्थरला आपल्या आईला मारावी तशी मिठी मारली. ''होतीस कुठे तू इतके दिवस? मी बोलावल्याशिवाय यायचं नाही असं ठरवलं आहेस का तू? माझ्यामुळे तू दुखावली गेली आहेस का?''

''अजिबात नाही साफिये. मला वाटतं तुला माझ्या वयाचा विसर पडला आहे. मी म्हातारी झाले आहे, अगदी म्हातारी. आता पंचाऐंशी वर्षांची आहे मी मुली.''

साफिये चीत्कारली, ''पंचाऐंशी? कोणाचा विश्वास बसेल? तू साठीच्या पुढे असशील असं वाटत नाही.'' तिने खाली वाकून एस्थरच्या सुरकुतलेल्या गालांवर ओठ टेकवले.

''काय चालू आहे साफिये, सराय इतकी शांत का आहे?''

''तुला माहीत नाही? मेहमेतने इस्तंबूलच्या सगळ्या नागरिकांना ओक्मेयदानीवर प्रार्थनेकरता जमायचा हुकूम दिला आहे.''

एस्थरने का असा प्रश्न विचारला नाही. कारण तिला माहीत होते बाल्कन प्रदेशात ओट्टोमनांची स्थिती चांगली नव्हती. त्यांनी वर्ना, किली, सिलिस्टर, रस्कुक आणि बुखारेस्टनंतर एस्टेरगोन गमावले होते. अनातोलियामधल्या सेलाली क्रांतिकारकांचा लढा कळसाला पोहचला होता. साम्राज्यातल्या लोकांना याचे परिणाम भोगायला लागत होते. सरायमधले आलिशान राहणीमान तसेच होते. सैन्य पुन्हा एकदा उठाव करण्याकरता योग्य संधीच्या शोधात होते.

''सगळे उच्चाधिकारी, वजीर, शिक्षक आणि शेख प्रार्थनेकरता गेले आहेत.''

''मी त्याबद्दल ऐकलं नाही. मी हल्ली घरीच असते हे तुला माहीत आहे.''

''या वेळी फक्त मुस्लिमांना आमंत्रण होतं. माझा मेहमेत खूप धार्मिक आहे.''

''हो माहीत आहे. मी ऐकलं आहे की त्याने वाईन प्यायला बंदी केली आहे आणि असं म्हणतात शरियाच्या विरोधात जाणाऱ्यांना तो कठोर सजा देतो. त्यानं खरोखरच त्या तीन बायकांच्या माना मुरगाळायचा हुकूम दिला होता?''

साफियेने कंटाळून खांदे उडवले. ''काही वेश्या होत्या त्या,'' ती पुटपुटली.

एस्थर काही बोलली नाही. ओट्टोमनना काय चूक आहे हे सांगण्याचा तिचा अधिकार नव्हता. ''तुला काही हवं आहे का माझ्याकडून साफिये?'' तिने विचारले.

''मी कठीण परिस्थितीमध्ये आहे किराझे,'' तिचा चेहरा उदास झाला. ''तुला माहीत आहे, माझ्या सगळ्या प्रयत्नांनंतरही त्यांनी मला इथे आपल्यातली मानलेलं नाही. मूर्ख आहेत, नाही का? त्यांच्या भल्याकरताच मी हे करत होते. मला या साम्राज्याला पश्चिमेच्या तोडीस तोड बनवायचं आहे. कदाचित मी चांगली मुस्लीम बनले नसेन, पण तुला माहीत आहे मी चांगली ख्रिश्चनही नाही. तरीही मी माझ्या माणसांकडून मशिदीचं बांधकाम करवून घेतलं आहे, जी माझ्या नावाने ओळखली जाईल.''

एस्थरने आपले हसू दाबले. साफियेने तिच्या मशिदीकरता सर्वात अयोग्य जागा निवडली होती. गोल्डन हॉर्नच्या प्रवेशद्वाराजवळ आणि समुद्राशेजारी. कदाचित व्हेनिसच्या आठवणीखातर असेल. गेल्या बारा वर्षांमध्ये ती पूर्ण होऊ शकली नव्हती आणि तिच्यामुळे अनेक अडचणी उभ्या राहिल्या होत्या. त्या भागात राहणाऱ्या सगळ्या ज्यू, आर्मेनियन आणि ग्रीकांना आपली घरे सोडून दुसऱ्या ठिकाणी जबरदस्तीने राहायला जावे लागले होते. कारण पवित्र इस्लामिक जागेवर इतरांना राहता येत नाही. मशिदीचे नाव आधीच बदलले गेले होते, जुल्मिये!

''तुला इस्तंबूलला हादरवून टाकणाऱ्या त्या अफवा आठवतात का? हिजरा कालगणनेला हजार वर्षं पूर्ण झाली त्या वेळी उठलेल्या?''

एस्थरने मान हलवली. कसे शक्य आहे न आठवणे? तीन वर्षांपूर्वी काही दारविश गर्दीमधून फिरायचे आणि सांगायचे की जगाचा अंत जवळ आला आहे. त्याचे चिन्ह असेल इस्लामिक साम्राज्यावर ख्रिश्चन राज्यकर्त्यांचा कब्जा आणि त्यांनी अशीही माहिती दिली की राज्य करणारी स्त्री असेल आणि त्यांचा निर्देश कुणाकडे होता हे उघड होते. तो होता साफियेकडे. अनेक वर्षे खोलवर लपून राहिलेला तिरस्कार असा पृष्ठभागावर आला होता. त्या दिवसांमध्ये सर्वांना साफियेच्या मृत्यूची तहान लागली होती. साम्राज्यात आत आणि बाहेर अनेक शत्रू साफियेने निर्माण केले होते. किराझेने प्रचंड विचार करून यावर उपाय शोधला होता. तिने सुलतानांकरवी सगळी चर्च बंद करून टाकण्याचा सल्ला दिला होता. त्यामुळे मुस्लिमांच्या हृदयात साफियेला स्थान मिळाले असते. सुरुवात करणे महत्त्वाचे होते, नंतर पुन्हा त्या इमारती उघडता आल्या असत्या. एस्थरच्या

प्रस्तावावर साफिये सुरुवातीला हबकली, पण त्याला यश मिळाल्यावर तिने एस्थरवर महागड्या भेटवस्तूंचा वर्षाव केला.

''पण आता ते दिवस राहिले नाहीत, साफिये मुली,'' ती म्हणाली.

''होय, देवाचे आभार त्याकरता, पण आता वेगळा धोका समोर आला आहे.''

''तो कोणता?''

''शाही वजीर महमतला युरोपमध्ये नेऊ इच्छितात, लष्करी संचलनाकरता.''

''युद्ध? त्याकरता पैसा कुठून आणणार? वेडे आहेत का ते?''

''मला मान्य आहे, पण त्यांचा तसा आग्रह आहे. त्यांचं म्हणणं लोकांना ते हवं आहे. शिपायांचाही महमतकडे रोज धोशा असतो. काही वजिरांनी तर असं भासवलं आहे की जुन्या सुलेमानांच्या तुलनेत तो घाबरट आहे. ते वयाच्या सत्तराव्या वर्षीसुद्धा युद्धभूमीवर गेले होते. त्याचा अंतिम परिणाम काय झाला हे ते सोयीस्करपणे विसरतात. त्यांचा तिथे मृत्यू झाला आणि शव चाळीस दिवसांनंतर इकडे आणलं गेलं. जे सुलतान शिपायांच्या तालावर राज्य चालवतात त्यांचं काय होतं हे आपल्याला माहीत आहे. केवळ मूर्खच त्यांना महत्त्व देतात.''

एस्थरला जाणवल की साफियेची अस्वस्थता मुख्यत्वे तिचा मुलगा तिच्यापासून दीर्घकाळ दूर जाणार ही आहे. या लांबलचक मोहिमेनंतर तो परतेल तेव्हा त्याच्या व्यक्तिमत्त्वात बदल झालेला असू शकेल आणि ही शक्यता तिला सहन होणारी नव्हती. सत्तेशिवाय ती श्वासही घेऊ शकत नाही.

''त्याला जाण्यापासून तू कसं रोखू शकशील, मुली?''

''मला माहीत नाही. मला तुझी मदत हवी आहे. माझ्या मनात एक कल्पना आहे. पण...''

''सांग मला.''

''मला वाटतं, जर मी एक अफवा उठवली...''

''कशा प्रकारची अफवा?''

''हं, महमत खूप धार्मिक आहे हे तुला माहीतच आहे. खोटं वाटेल, पण प्रेषिताच्या नावाचा कधीही उल्लेख झाला तरी तो उठून उभा राहतो.''

एस्थर लक्षपूर्वक ऐकत होती.

''जर मी कसल्यातरी विद्रोहाची अफवा उठवली, म्हणजे उदाहरणार्थ ख्रिश्चन लोक कोणत्या तरी प्रदेशात मुस्लिमांना ठार करत आहेत. मग तो इस्तंबूल सोडून जाणार नाही. कधीच नाही.''

"पण साफिये, यामुळे खरोखरच हत्याकांड सुरू होऊ शकते."

"अग, मी फक्त विचार करत आहे. अजून कशालाही सुरुवात केलेली नाही. आणि लक्षात आहे ना की गेल्यावेळी तूच मला सल्ला दिला होतास चर्च बंद करण्याचा."

"पण साफिये, चर्च बंद करणे आणि माणसांना ठार मारणे यामध्ये खूप मोठा फरक आहे."

"मी सगळं नियंत्रणात ठेवू शकते."

एस्थर उठून उभी राहिली "म्हणजे तू आधीच सगळं ठरवलेलं आहेस तर. मी समजू शकते. तू तुझी सत्ता आणि आयुष्य सुरळीत चालावं म्हणून प्रयत्न करत आहेस, पण लक्षात ठेव कोणालाही भलीमोठी किंमत चुकती केल्याशिवाय काहीही मिळत नाही."

"म्हणजे तुझं म्हणणं आहे मी हे करू नये."

"नाही, मी असं काहीच म्हटलेलं नाही. माझा सल्ला असा आहे की अजून विचार कर. तुला जी किंमत मोजावी लागेल त्याचा विचार कर. मग निर्णय घे. तुला माहीत आहे माझं तुझ्यावर स्वतःच्या मुलांइतकं प्रेम आहे. तू कायम सुखी आणि निरोगी राहावीस अशी माझी इच्छा आहे."

"माझंही तुझ्यावर प्रेम आहे. तुझ्यावाचून मी काय करणार माहीत नाही." तिने वृद्ध स्त्रीचा हात धरला आणि त्या दोघी दरवाजाबाहेर पालखी उभी होती तिथे पोहचल्या.

डिसेंबर १४, १५९६
दावत पाशा सराय

मुस्लिमांनी एकत्र येऊन केलेल्या प्रार्थनेचा काही उपयोग झाला नाही आणि गोष्टी उलट अजूनच विपरीत होत गेल्या. आठच दिवसांनंतर अनातोलियाच्या वायव्य दिशेला एका प्रचंड भूकंप झाला. त्यात राजधानीचेही नुकसान झाले. अनेक घरे व पूल कोसळले आणि हमाममधले गरम पाण्याचे झरे आटले आणि मग वेगळ्याच जागेवरून पुन्हा बाहेर आले. हा भूकंप बेयाझित दुसरा याच्या काळात झालेल्या भूकंपाइतका शक्तिशाली नव्हता, तरी व्हायचे ते नुकसान झालेच. अनेकांना त्याचे दुर्दैवी परिणाम भोगावे लागले.

नैसर्गिक प्रकोपामुळे झालेली दुर्घटना साफियेच्या योजनेइतकी भयंकर नव्हती. वालिदे सुलताना लगेचच आपल्या सैतानी योजनेच्या पूर्वतयारीला लागली. प्रत्यक्ष सुलतानांनाही आपल्या आईकडून आलेले 'सगळ्या ख्रिश्चनांना मारून टाकायला हवं' हे वाक्य ऐकून धक्का बसला. साफियेने अर्थातच आपल्या या वाक्याला साजेलसा काल्पनिक गोष्टींचा संदर्भ तयार ठेवला होता, पण तरी तिला अपेक्षा होती तितका पाठिंबा अजून मिळाला नव्हता. अखेरीला महमत दुसरा याने आपल्या आईचे मन मोडायला नको म्हणून इस्तंबूलमधल्या सगळ्या अविवाहित ग्रीकांना तीन दिवसांत शहर सोडून निघून जायचा हुकूम दिला, पण धार्मिक अल्पसंख्याकांची हत्या करणे हे महाभयंकर होते.

सुलतानांच्या हाताखालचे सैनिक युरोपच्या मोहिमेवर पुन्हा एकदा काफिरांशी लढण्याकरता रवाना झाले होते. ते अनेक महिने दूर होते. आजचा दिवस स्मरणीय होता. महमत तिसरा हा विजयी सुलताना म्हणून साम्राज्यामध्ये परत येणार होता. ओट्टोमनांनी मोहाकच्या पठारावर शत्रूला नामोहरम केले होते. वजीर आणि पाशांनी त्याला थांबायचा आग्रह केला आणि पुढच्या युद्धांमध्ये सैन्याला मनोबळ पुरवण्याची विनंती केली, पण सुलतान छावणीत झोपून थकला होता आणि त्याने इस्तंबूलला परतण्याचा ठाम निर्धार केला. त्याच्या मते उरलेले काम सैन्याधिकारी करू शकतात.

साफिये दावत पाशा सरायमध्ये हरेमच्या सगळ्या सदस्यांसमवेत एक रात्र आधीच समारंभाकरता येऊन पोहचली. सुलतान तिथे रात्र घालवून दुसऱ्या दिवशी सकाळी तोपकापी सरायला परतणार होता.

सगळे वजीर, कयामकाम पाशा, मुफ़्तू आणि इतर उच्चाधिकारी रांगेमध्ये आपापल्या अधिकारानुसार उभे होते. रस्त्यांवर गालिचे अंथरले होते. प्रत्येक कोपऱ्यावर सुगंधी उदाचे हंडे टांगले होते. सुलतानांच्या नावे बांधण्यात आलेल्या प्रत्येक मशिदीमधून तीन बैल आणि दहा मेंढे, तर इतरांनी एक बैल आणि पाच मेंढे सुलतानांच्या इस्तंबूलमध्ये परतण्याच्या खुशीप्रीत्यर्थ कुर्बानी द्यायला पाठवले गेले. दोन हजार व्यापारी आणि चार हजार गोदी कामगार त्याला सलामी द्यायला उपस्थित होते. धार्मिक समूहांमधून कुराणाचे पाठ मोठ्या आवाजात गायले जात होते.

ज्या वेळी सल्तनतीचे हिरवे आणि लाल झेंडे आसमंतात लहरले त्या वेळी गर्दीने आनंदाचा जल्लोश केला आणि सुलतानांचे प्रचंड, पांढऱ्या रंगातले शिरोभूषण नजरेस पडल्यावर तर ते बेभान झाले.

साफियेने माबीगनच्या प्रवेशद्वारावर आपल्या पुत्राचे स्वागत केले. तिने हिरव्या मखमलीचा पायघोळ कफ्तान आणि बदामी रंगाची रेशमी सलवार परिधान केली होती. तिचे खांद्यापर्यंत लहरणारे सोनेरी कुरळे केस डोक्यावरच्या सोन्याच्या तारांचे भरगच्च भरतकाम केलेल्या फेझला लावलेल्या जाळीदार आच्छादनामागे झाकले होते. तिची बोटे, कान आणि गळा तिच्या डोळ्यांशी स्पर्धा करणाऱ्या तेजस्वी हिरव्यागार पाचूंनी सुशोभित होता. तिचे वय सेहेचाळीस वर्षं आहे यावर कोणाचाही विश्वास बसला नसता आणि मुरात कायम तरुण, सुंदर स्त्रियांच्या सहवासात असूनही अजून तिच्या शब्दाबाहेर का नाही हे समजून घेणे कठीण नव्हते. ही चतुर आणि आकर्षक स्त्री या क्षणी तिच्या मनातल्या चिंता आणि अधीरपणा आपल्या उत्साहीपणाखाली दडवत होती. ती आपल्या मुलावर पुन्हा पूर्वीसारखीच सत्ता आणि अधिकार गाजवू शकेल का?

त्याला पाहिल्यावर ती लगेचच गुडघ्यांवर झुकली आणि महमत तिसरा याच्या कफ्तानाच्या टोकाचे तिने चुंबन घेतले. ''परमेश्वर तुमचं भलं करो सुलतान, सर्वांचे मालिक,'' ती आदरपूर्वक म्हणाली.

सुलतानांनी तिचा हात धरून वर उठवलं, ''आम्ही आज जिथे कुठे पोहचलो आहोत ते पवित्र अल्लाहच्या मेहेरबानीमुळे आणि तुझ्या, माझ्या प्रिय आईच्या मदतीमुळे.''

साफियेच्या गेले अनेक महिने अस्वस्थ असलेल्या मनाला या शब्दांमुळे शांती मिळाली. ''अल्लाहची मेहेरबानी,'' ती मोठ्या आवाजात म्हणाली.

जून ८, १५९८

तोपकापी सराय

''मी किराझेला त्यांच्या हवाली करणार नाही, मी मेले तरी बेहेत्तर,'' साफिये किंचाळली.

सुलतानांनी एकही शब्द न उच्चारता जमिनीकडे पाहिले.

कायमाकाम हलिल पाशा जो शाही वजिरांच्या अनुपस्थितीत त्यांचे काम करत होता त्याने याचना केली, ''महामहिन वालिदे सुलतान, या संतप्त पायदळाच्या सैनिकांची मागणी जर आपण मान्य केली नाही तर आपण सगळेच नष्ट होऊ. सरायच्या आत ते कधीही घुसतील. आपण खूप धोकादायक परिस्थितीमध्ये अडकलो आहोत, तुम्हीसुद्धा...''

"मी? ओह, हे नक्कीच माझ्या विरोधात आहे. मला कधी नव्हता धोका, सांगू शकाल का?" ती मागे-पुढे येरझारा घालत होती. "जर त्यांना कोणाला न्यायचंच असेल तर किराझेला का? सालोमान द जर्मानसन का नाही? अठ्ठ्याऐंशी वर्षांच्या वृद्ध स्त्रीकडून त्यांना काय हवं आहे?"

सालोमनचे नाव ऐकल्यावर सुलतान आणि कायमाकाम दोघेही दचकले. "नाही! ते अशक्य आहे."

साफियेचा चेहरा पांढराफटक पडला. ती किंचाळली, "का, का?"

"जर्मानसन आपल्याकरता खूप उपयोगाचा आहे. त्याला आपण या पागल लोकांच्या हातात सोपवू शकत नाही. युरोपशी चांगले संबंध राखण्याकरता आम्हाला त्याची गरज आहे वालिदे सुलतानसाहेब. कृपा करून आम्हाला हे करायला लावू नका."

साफिये यावर काही उपाय शोधायला आपल्या मुलाकडे वळली. तो आपल्या मिश्या कुरतडत होता.

"सुलतान वेळ निघून जात आहे. आपल्याला दिलेला अवधी लवकरच संपेल. मी याचना करतो, माझ्याकरता नाही पण तुमच्याकरता. तुमच्या सुरक्षितता आणि भल्यासाठी, आपल्या ओट्टोमन रक्ताचा वंश पुढे जावा याकरता, कृपया किराझेला बोलावून घ्या."

हलिल पाशा खिडकीपाशी गेला आणि त्याने चिंताक्रांत नजरेने बाहेर पाहिले आणि त्याच क्षणी एक दगड हिरव्या काचेवर आदळला. काचेचे तुकडे विखुरले. सुलतान दरवाजाकडे धावला. आणि अचानक थांबून म्हणाला, "आम्ही मजबूर आहोत वालिदे सुलतान. दुर्दैवाने आम्ही मजबूर आहोत." तो हलिल पाशाकडे वळून म्हणाला, "बोलवा तिला!"

एकही शब्द न बोलता साफिये बाहेर गेली. तिचे हात निर्जीवपणे खाली लटकले होते. काही क्षणात तिचे रूपांतर वृद्ध स्त्रीमध्ये झाले.

कायमाकामने त्वरित दोन हिजड्यांना एका खूप सुशोभित केलेल्या पालखीसोबत हरेममधून गलाताला रवाना केले. एस्थरला सरायमध्ये घेऊन यायला.

पायदळाचे, घोड्यावर स्वार असलेले सैनिक खरोखरच पागल झाले होते. या वेळी त्यांनी उठाव करताना उच्च पदांच्या नेमणुकांमध्ये भ्रष्टाचार केला जातो असा दावा केला होता आणि अनेक ज्यूंची मस्तके धडावेगळी होताना पाहायला ते उत्सुक होते. झालेल्या प्रत्येक गैरव्यवहाराकरता तेच जबाबदार आहेत असा

त्यांचा आरोप होता. पण मुख्य कारण अर्थातच पैसा होते. त्यांना खजिन्यातून काही अक्चे हवे होते आणि आर्थिक व्यवस्थापनावर ज्यूंचे नियंत्रण असल्यामुळे त्यांना त्यांचा तिरस्कार वाटत होता. भीतिदायक जमाव सरायभोवती जमा झाला होता. ते अपेक्षा होती तसे ओरडत नव्हते, पण त्यांच्यातून सतत एक संतप्त फूत्कार बाहेर पडत होता. त्यांचे डोळे हरेमच्या पिंजरा लावलेल्या खिडक्यांवर खिळले होते. प्रत्यक्ष सुलतानांनाही ठार मारायची त्यांची तयारी होती. सुलतान आणि समोर दिसेल ती कोणीही व्यक्ती, स्त्री किंवा पुरुष, कोणत्याही वयाची.

नोकराने एस्थरला तिच्या रोजच्या दुपारच्या झोपेमधून उठवून सांगितले की साफिये सुलतानांनी तिला त्वरित भेटायला बोलावले आहे. तिने लगेचच पोशाख चढवला. आवरताना ती पुटपुटत होती, ''ती नक्की मोठ्या संकटात असणार, नाहीतर मला या वयात ती अशी बोलावून घेणार नाही.'' बाहेर पडण्याआधी ती म्हणाली, ''माझी मुलं आता येतीलच, त्यांना माझी वाट पाहायला सांग. लगेच परत येईन मी.'' आणि पायऱ्या उतरून ती बाहेर उभ्या असलेल्या पालखीमध्ये बसली. पालखी वाहून नेणारे नेहमीपेक्षा फारच जलद गतीने तिला सरायकडे घेऊन जात होते. शाही वजिरांच्या दिवाणसमोर ते येऊन पोहचले. एस्थरने पडदा बाजूला केला, आजूबाजूला पाहिले आणि लगेचच तिच्या लक्षात आले की काहीतरी चुकीचे घडत आहे. धडपडत, जणू पळून जाणे शक्य होईल या कल्पनेने, तिने मागे सरकायचा प्रयत्न केला, पण त्याचा काही उपयोग नव्हता. समोरून येणाऱ्या एका सैनिकाच्या कट्यारीने एका घावात तिचे मस्तक उडवले. एक कर्णकटू चीत्कार करत त्याने आपल्या कट्यारीच्या पात्याच्या टोकावर एस्थरचे मस्तक वर उचलून धरले. त्यानंतर शेकडो लोक त्या वृद्ध स्त्रीच्या मस्तकविरहित धडावर, जे अजूनही मरणवेदनेत कळवळत होते, झेपावले.

अब्राहम, चाइम आणि सामी नोकराकडून बातमी कळताच तिच्या मागोमाग धावत गेले. पहिल्यांदा अब्राहमच्या नजरेला तिचे छाटलेले मुंडके पडले आणि तो जागेवरच थिजून उभा राहिला. भूतकाळातले एक दृश्य, ज्याचा त्याला इतकी वर्षं विसर पडला होता ते, एका क्षणात त्याच्या नजरेसमोर तरळले. ''मिशीवाली आई...'' तो पुटपुटला. ते शब्द त्याचे अखेरचे होते. चाइम आणि सामीची अखेरही त्यांच्या भावासारखीच झाली. घोडदळातल्या जवानांनी त्यांच्या जिवंत शरीराच्या चिंधड्या उडवल्या. त्यांच्या किंकाळ्यांनी शहरातल्या प्रत्येकाचे रक्त गोठले.

साफिये आक्रोश करत होती, ''किराझे, किराझे... मी किंमत मोजली आहे!''

बातमी ऐकल्यावर मिशी त्वरेने छापखान्यापाशी पोहचला. भीती आणि चिंतेने त्याचे मन झाकोळले होते. रस्ता खूप लांबलचक वाटत होता आणि घोडा जणू वेग विसरल्यासारखा धावत होता. अधिरतेने त्याने अनेकदा त्याच्या अंगावर चाबकाचे फटकारे ओढले.

ओर्ताकोयच्या टेकडीवरच्या इमारतीत तो पोहचला त्या वेळी प्रवेशद्वारावर पाच घोडे उभे असलेले त्याला दिसले आणि त्याला वाटले आपल्याला खूप उशीर झाला आहे. तो आत घुसला पण त्याला सगळा छापखाना उद्ध्वस्त केलेला, पुस्तके फाडून फेकलेली दिसली. जिथे ते आपल्या जुन्या प्रती ठेवायचे त्या संग्रहालयाला आग लागली होती. मिशीचे हृदय इतक्या जोरात धडधडत होते जणू छाती फुटून ते बाहेर पडेल. मोशेच्या खोलीतून उन्मादी हास्य आणि शिव्याशाप बाहेर पडत होते आणि त्याला आपल्या प्रिय मित्राच्या कण्हण्याचा आवाज ऐकणे असह्य झाले.

मिशीने सगळे धाडस एकवटून त्या खोलीत प्रवेश केला. मोशेला पाच सैनिकांनी एका कोपऱ्यात दाबून ठेवले होते. ते आपल्या हातातल्या कट्यारींच्या धारदार टोकाने त्याला ढकलत आणि ढोसत होते. त्याचा चेहरा आणि शरीर रक्तबंबाळ झाले होते. ''बोल, यहुद्या, दुकत कुठे आहेत? बोल!'' ते किंचाळत होते, ''तू! घाणेरड्या कुबड्या! सांग आम्हाला!''

''तुझी हरामी जीभ लुळी पडली का पांगळ्या?''

एकाने आपली तलवार उपसली. ''तो असा बोलणार नाही! त्याचं मुंडकं उडवूया आणि त्याला नरकात पाठवूया, तिथे त्याला त्याचे भाऊ भेटतील.''

त्याच क्षणाला मिशी किंचाळला, ''थांबा!''

ते सगळेजण संतापून नव्या आवाजाच्या दिशेने वळले. अजून एका ज्यूला ठार करायला ते सरसावले, पण हा तर उत्तम कपडे केलेला मुस्लीम होता. आणि तोही बळकट. मिशीने अर्थपूर्ण नजरेने मोशेकडे पाहिले, ''थांबा,'' तो पुन्हा म्हणाला. ''तोसुद्धा मुस्लीम आहे. त्याचं नाव मुस्तफा आहे, पांगळा मुस्तफा.''

त्या माणसांना धक्का बसला. मिशीने पुन्हा मोशेकडे नजर टाकली. मोशे तो जिथे अडकून पडला होता त्या रक्तरंजित भिंतीच्या कोपऱ्याचा आधार घेत काहीतरी बोलण्याचा प्रयत्न करायला लागला. त्याचे शब्द ऐकून ते शांत झाले. मोशेचा आवाज हळूहळू उंचावत होता, ''एशेदू एन ला इलाहे इल्लाल्लाह... एशेदू एन ला इलाहे इल्लाल्लाह!''

त्यांनी काही क्षण त्याच्याकडे रोखून पाहिले, आता काय करावे ते उमगत

नसल्याप्रमाणे! त्यांनी आपले खंजीर पुन्हा आपल्या कमरबंदावर लावलेल्या म्यानात खोचून ठेवले आणि गुरगुरत निघून गेले.

घोड्याच्या टापांचा आवाज अस्पष्ट झाला तेव्हा मिशी आपल्या प्रिय मित्राजवळ गेला आणि आपला हात पुढे करत त्याला उभे राहायला मदत केली. ''सगळे ठीक होईल,'' तो म्हणाला. ''ये माझ्या मित्रा.''

दोघे मित्र बगिच्यातून चालत बाहेर पडले. त्यांची पावले एका तालात पडत होती. अगदी त्या पहिल्या दिवसासारखी, जेव्हा अनेक वर्षांपूर्वी ते पहिल्यांदा भेटले. मोडक्या प्रवेशद्वारापाशी ते पोहचले त्या वेळी मोशे थांबला आणि त्याने आपल्या खिशातून तांब्याचा छोटा गोळा बाहेर काढून मिशीजवळ दिला. मिशीने हसून तो घेतला. काही वेळ विचार करत थांबला आणि मग त्याने तो हवेत उंच भिरकावला. तो लहानसा तांब्याचा चेंडू जो एका पितळी, स्त्रीच्या हाताच्या आकाराच्या दरवाजाच्या कडीचा भाग होता, कोणे एके काळी तोलेडोच्या घरावर लटकत असलेला, तो आता मुक्त झाला होता. मावळत्या सूर्याच्या अखेरच्या किरणांना स्पर्श करत तो उंच उडाला अजून उंच आणि मग चेरी वृक्षाच्या पर्णराशीत कुठेतरी नाहीसा झाला.

आणि त्या चेरी वृक्षांच्या मधोमध वसलेल्या एका घरात डोना रेग्ना नास्सी डोळ्यांमधल्या अश्रूंना आवरत प्रार्थना करत होती, ''परमेश्वरा, आमचे रक्षण कर, आमच्या स्वत:पासूनच.''

❑❑❑